சாட்சி மொழி

சில அரசியல் குறிப்புகள்

AF759194

ஜெயமோகன்

பிறந்தது 1962, ஏப்ரல் 22ல். பள்ளி நாள்களில் ரத்னபாலா என்கிற சிறுவர் இதழில் முதல் கதையை எழுதினார். 1987ல் கணையாழியில் எழுதிய 'நதி' சிறுகதை பரவலாகக் கவனம் பெற்றது. 1988ல் எழுதப்பட்ட 'ரப்பர்' நாவல் அகிலன் நினைவுப் போட்டியின் பரிசைப் பெற்றது. இது தவிர கதா விருதும் சம்ஸ்கிருதி சம்மான் தேசிய விருதும் பெற்றுள்ளார். இவர் எழுதிய விஷ்ணுபுரம் தமிழ் இலக்கிய உலகில் பெரிய கவனத்தைப் பெற்றதோடு விவாதத்தையும் ஏற்படுத்தியது. இவரது படைப்புகள் தொடர்ந்து தமிழ் இலக்கிய உலகில் அதிர்வலைகளையும் புதிய சாத்தியங்களையும் ஏற்படுத்திய வண்ணம் உள்ளன. தமிழ் மற்றும் மலையாளத் திரைப்படத் துறைகளிலும் இவரது பங்களிப்பு தொடர்கிறது.

சாட்சி மொழி

சில அரசியல் குறிப்புகள்

ஜெயமோகன்

கிழக்கு

சாட்சி மொழி: சில அரசியல் குறிப்புகள்
Saatchi Mozhi: Sila Arasiyal Kurippugal
by *Jeyamohan* ©

First Edition: December 2009
Kizhakku First Edition: October 2015
288 Pages
Printed in India.

ISBN: 978-93-84149-38-3
Title No: Kizhakku 858

Kizhakku Pathippagam
177/103, First Floor,
Ambal's Building, Lloyds Road
Royapettah, Chennai 600 014.
Ph: +91-44-4200-9603

Email : support@nhm.in
Website : www.nhm.in

Author's Email: jeyamohan.writer@gmail.com

Printed in India by Repro Knowledgecast Limited, Thane

Kizhakku Pathippagam is an imprint of New Horizon Media Private Limited

ஞாநிக்கு

பொருளடக்கம்

அழியாத சாட்சி

அரசியல் விவகாரங்களில் உடனடியாகக் கருத்து சொல்லக்கூடாது என்பது எனக்கு நானே இட்டுக்கொண்ட விதி. ஏனென்றால் அவ் விவாதம் சூடாக இருக்கையில் கருத்துக்கள் பல்லாயிரம் எதிர்க் கருத்துக்களை மட்டுமே உருவாக்குகின்றன. பிற எதையும் பேச முடியாமலாகிறது. நம்மூரில் அரசியல் நிகழ்வுகள் ஒன்றன்பின் ஒன்றாக ஓயாது நிகழ்கின்றன.

ஓர் அரசியல்நிகழ்வில் அதன் உடனடிப்பெறுமானத்திற்கும் அப்பால் சென்று எப்போதைக்குமென சொல்வதற்கு ஏதேனும் உள்ளது என்றால், எழுத்தாளனாக பிறர் குறிப்பிடாத எதையாவது என்னால் சொல்ல முடியும் என உணர்ந்தால் மட்டுமே நான் கருத்துச் சொல்லி யிருக்கிறேன்.

என்னை ஓர் அரசியல் தரப்பாக நிறுத்திக்கொள்ளலாகாது என்பதே என் எண்ணம். சாதாரண மக்களின் எண்ணங்களுக்கு நெருக்கமாகச் செல் பவனாக நிறுத்திக்கொள்ள முயல்கிறேன். அழகுணர்வும் நீதியுணர்வும் இலக்கியத்தின் இரு அடிப்படைகள். அந்நிலையில் நின்றபடி எதைச் சொல்லமுடியும் என பார்க்கிறேன். ஆகவே என்னை ஒரு சாட்சி மட்டுமாக நிறுத்திக்கொள்கிறேன்.

அந்த சாட்சியின் சொற்கள் இவை. அரசியல் என்றும் சமகாலத்தன்மை கொண்டது. ஆனால் எழுத்து காலம்கடந்தது. எழுத்தாளனும் காலம் கடந்தவனே. அவ்வகையில் இவை அழியாத சாட்சிமொழிகள் என உணர்கிறேன்.

ஜெயமோகன்

அக்டோபர் 2015

அரசியலாதல்

யாராவது அரசியல் என்றாலே ஒருமாதிரி நமைச்சல் கொடுக்கிற இடத்துக்கு நம்மைக் கொண்டுவந்து சேர்த்துவிட்டிருக்கிறார்கள். புரட்சிக்கும் கலகத்திற்கும் அடுத்தபடியாக சீரழிக்கப்பட்ட சொல் அது. அதைச் சொன்னாலே கட்சிகட்டி சண்டைபோடுவது, எதையும் புரிந்து கொள்ள மறுத்து ஒரேபிடிவாதமாக நிற்பது, எதைப்பேசினாலும் ஒரே புள்ளியில் கொண்டுசென்று சேர்ப்பது என்றெல்லாம்தான் நம் அறிவுச்சூழலில் பொருள்.

அத்துடன் சிற்றிதழாளர்கள் எதற்கெடுத்தாலும் அந்தச் சொல்லை பயன்படுத்துவார்கள். 'நீங்க சொல்றதுலே அரசியல் இருக்குங்க', 'இந்த கதையோட அரசியல் என்னன்னா...', 'அவனுக்கும் எனக்கும் நடுவிலே அரசியலுங்க' என்றெல்லாம். என்ன சொல்ல வருகிறார்கள் என்றே புரியவில்லை. ஒருநாள் ஓர் இளம் அறிவுஜீவி 'மாஸ்டர், நல்ல அரசியலா ஒரு டீய போடுங்க' என்றார். வாய்தவறி சொல்லியிருக்க மாட்டார் என நம்புகிறேன்.

ஆகவேதான் எழுத்தாளர்கள் அரசியல் என்றாலே உதறுகிறார்கள். எனக்கும் அந்த உதறல் உண்டு. நூற்றுக்கு தொண்ணூறு அரசியல் விஷயங்களில் வாயை திறக்கமாட்டேன். இந்தக் குறிப்புகளையும் கட்டுரைகளையும் எனது இணையதளம் கொடுத்த கட்டாயத்தால் தான் எழுதினேன்.

என்னுடைய அரசியலென்பது எழுத்தாளனின் அரசியல். எந்த மொழியுணர்ச்சியால், வரலாற்றுணர்ச்சியால், மனிதமனங்களை அறியும் உணர்ச்சியால் நாவல்களை எழுதுகிறேனோ அதே நுண்ணுணர்ச்சிகளால் அரசியலை புரிந்துகொள்ளவும் எதிர்வினையாற்றவும் விவாதிக்கவும் முடியுமா என்று பார்க்கிறேன். ஆகவே அவ்வப்போதுள்ள உணர்ச்சிகள்

முதல் பதிப்பின் முன்னுரை

சார்ந்து இவை வெளிப்பாடு கொள்கின்றன. அவற்றுக்குள் முரண் பாடுகள் இருக்கலாம். தெளிவின்மையும் இருக்கலாம். எழுத் தாளனிடம் தருக்கத்தை ரொம்பவும் எதிர்பார்க்கக் கூடாது.

உலகம் முழுக்க எழுத்தாளர்கள் அரசியலில் எதிர்வினையாற்றி யிருக்கிறார்கள். தங்கள் அகத்தை எவை பாதிக்கின்றனவோ அவற்றுக்கு மட்டும். இவையும் அத்தகையவை மட்டுமே. என்னுடைய ஆதர்ச முன்னோடிகள் ஓ.வி.விஜயன், ஆனந்த் போன்ற மலையாள எழுத்தாளர்கள், படைப்பிலக்கியத்தையும் அரசியலையும் சேர்த்தே எழுதியவர்கள்.

'நாய் சந்தைக்குப் போனதுபோல' என்பார்கள் எங்களூரில், எல்லா வற்றையும் மோந்து பார்த்துவிட்டு திரும்பிவிடுவது, கிட்டத்தட்ட அரசியலில் என் ஈடுபாடு அப்படித்தான். சரி, சும்மா திரும்ப வேண்டாமே என காலைத் தூக்கி வருகைப்பதிவு செய்த நடங்கள் இவை.

தமிழில் நான் பெரும்பாலும் ஒத்துக்கொள்ள முடியாத தரப்பை முன்வைப்பவர் ஞாநி. அரசியல் கருத்துகளில் ஒரு வகையான படபடப்பும் அவசரமும் அவரிடமுள்ளன. வரலாற்று விரிவில் வைத்துப் பார்க்கும் நோக்கு குறைவு என்பது என் மதிப்பீடு. ஆனால் அவரது நேர்மையும் துணிச்சலும் என்னை எப்போதுமே கவர்பவை. அவர் ஒரு தனிநபர் இயக்கம்.

அவர் குமுதம் இதழில் நாடகம் குறித்து எழுதிய 'ருத்ராட்சப் பூனைகளே' என்ற கட்டுரையை என் பன்னிரண்டு வயதில் நான் வாசித்தேன். அந்த இதழ் பக்கமும் அவரது புகைப்படமும்கூட இன்னமும் நினைவில் இருக்கின்றன. அன்றுமுதல் கிட்டத்தட்ட முப்பத்தைந்து வருடங்களாக அவரை தொடர்ந்து கூர்ந்து வாசித்து வருகிறேன். நான் அவரது ஆராதகன் என்று சொல்லத் தயக்கமில்லை.

ஞாநிக்கு இந்நூலை சமர்ப்பணம் செய்கிறேன். வாசித்துவிட்டு அவர் எதிர்க்க நிறைய இருக்கிறது இதில்.

ஜெயமோகன்

❖

எண்ணங்கள்

❖

எனது அரசியல்

அன்புள்ள ஜெயமோகன்,

தெளிவான நேரடியான கேள்வி, உங்கள் அரசியல் என்ன? நீங்கள் அரசியலில் இடதுசாரியா வலதுசாரியா? வலதுசாரி என்கிறார்கள் சிலர். குழப்பவாதி என்கிறார்கள் சிலர். உங்களுக்கு சாதியவாதி என்றும் மதவெறியர் என்றும் முத்திரை உண்டு தெரியுமல்லவா? உங்களுக்கு இந்துத்துவ அமைப்புகளுடன் தொடர்பு உண்டா? நீங்கள் அரசியலைப்பற்றி அதிகமாக எழுதியதில்லை. ஆகவேதான் இந்தக் கேள்வி. இதற்கு தத்துவச்சிக்கல்கள் ஏதும் இல்லாமல் தெளிவான நேரடியான பதிலைச் சொல்ல முடியுமா?

செல்வராஜ் செல்லமுத்து

அன்புள்ள செல்வராஜ்,

என்ன பிரச்சினை என்றால் என்னால் நீங்கள் எதிர்பார்க்கும் ஒற்றை வரியாலான தெளிவான பதிலைச் சொல்ல முடியாது என்பதுதான். தத்துவச்சிக்கல் வருவதே அங்கேதான். ஒற்றைவரியாக மட்டுமே ஒன்றைப்புரிந்துகொள்ள முடியும் என்பவர்களே நம்மில் அதிகம். ஆகவே என்னதான் தத்துவ விளக்கம் சொன்னாலும் அவற்றை யெல்லாம் ஒற்றைவரியாக ஆக்கிக்கொண்டே இருப்பார்கள் அவர்கள்.

அரசியல் பற்றி மட்டும் அல்ல, நீங்கள் மதம் குறித்து கேட்டிருந்தாலும் என் பதில் கிட்டத்தட்ட இப்படித்தான். உங்கள் கேள்விக்கு நான் என்னை இடதுசாரி என்று சொன்னேன் என்று வைத்துக்கொள்ளுங்கள், உடனே நீங்கள் அதை எதிர்த்து வாதிடுவீர்கள். 'நீதானே இப்படிச் சொன்னாய்' என்பீர்கள்.

சரி என்று நான் என்னை வலதுசாரி என்று சொன்னால் அதையும் நீங்கள் என் கூற்றுக்களை வைத்து மறுக்க முடியும். நீங்கள்போடும் எந்த முத்திரையையும் நான் ஏற்க முடியாது என்பதே உண்மை. வேண்டு மென்றால் குழப்பவாதி என்று சொல்லலாம். ஆனால் நான் எவரையும் குழப்புவதில்லை. என்னளவில் தெளிவாகவே இருக்கிறேன். அப்படி யென்றால் நான் யார்?

இதே கேள்விகளை நீங்கள் ஜெயகாந்தன் மீதும் போட்டுப்பார்க்கலாம். அவர் இடதுசாரியா வலதுசாரியா? அப்படியே பின்னால் நகர்ந்து புதுமைப்பித்தனுக்குச் செல்லலாம். அவர் யார்? அப்படியே பாரதி. இவர்கள் அனைவருமே இடதுசாரிகளாலும் வலதுசாரிகளாலும் சொந்தம் கொண்டாடப்பட்டிருக்கிறார்கள். இவர்கள் எல்லாருமே மதவாதி என்றும் சாதியவாதி என்றும் எவரேனும் சிலரால் முத்திரை குத்தப்பட்டிருக்கிறார்கள்.

நான் மிக அந்தரங்கமான ஆணவத்துடன் உணரும் ஒன்றுண்டு, நான் இவர்களில் ஒருவன். இவர்களின் மரபை இவர்கள் அளவுக்கே வீரியத்துடன் இவர்களை விடவும் படைப்பூக்கத்துடன் முன்னெடுத்துச் செல்லும் படைப்பாளி. இவர்கள் யாரோ அதுவே நான்.

நண்பரே, இந்தியாவில் இப்போது நூறுகோடிப்பேர் இருக்கக்கூடும் என்று ஒரு கணக்கு. இதில் அதிகபட்சம் ஐந்துகோடிப்பேருக்குத்தான் ஏதேனும் ஒரு திட்டவட்டமான அரசியல் தரப்பு இருக்கும். மிச்சப்பேருக்கு இந்த நாட்டு ஜனநாயகம் மீது நம்பிக்கை இருக்கும். வாக்களிப்பார்கள். ஆனால் அவர்களுக்கென்று தீர்மானமான அரசியல் நிலைப்பாடோ தெளிவான கொள்கைகளோ இருக்காது. அவர்களே இந்திய அரசியலைத் தீர்மானிக்கிறார்கள். அவர்களில் ஒருவன் மட்டுமே நான்.

ஓர் எழுத்தாளன் அந்தச் சமூகத்தின் வெளியே எழமுடியாத குரல்களின் ஒலியாக ஒலிக்கும்போதே அவனது வரலாற்றுப் பணியைச் செய்தவனாகிறான். அச்சமூகத்தின் ஒட்டுமொத்தமான குரலே அவன். ஏதேனும் ஒரு பிரிவின் ஒரு தரப்பின் குரல் மட்டுமல்ல. அவன் அனிச்சையாகவே தன்னைச்சூழ்ந்திருக்கும் உண்மையின் பிரதிநிதியாக செயல்படுகிறான்.

ஆகவே நான் சிறு வயதிலேயே, என்னை ஓர் எழுத்தாளன், எழுத்தாளன் மட்டுமே, என உணர்ந்த நாள் முதலே பிரக்ஞைபூர்வமாக ஓர் அரசியல் நிலைப்பாடு எடுப்பதைத் தவிர்த்து வருகிறேன். ஒரு சாமானிய இந்திய வாசகர் வாசிப்பதற்கு மேல் விரிவான அரசியல் தகவல்களையும் அரசியல் அலசல்களையும் வாசிப்பதும் இல்லை. அரசியல் விஷயங்களில் பெரும்பாலும் கருத்துச் சொல்வதில்லை.

அரசியல் உச்சம் கொள்ளும் தேர்தல்காலங்களில் நான் கூடுமானவரை மௌனமாகவே இருப்பேன். ஒரு சந்தர்ப்பத்திலும் அரசியல் தரப்பு எடுப்பதில்லை. தன்னிச்சையாக சார்புநிலைகள் உருவாகும் என்பதை மறுக்க முடியாது, ஆனால் சார்புநிலைகள் உருவாகக் கூடாது என நானே என்னைக் கட்டுப்படுத்திக்கொள்வேன்.

நான் அரசியல் விவாதங்களைக் கவனிப்பதுடன் சரி. ஆனால் என்னுடைய அரசியல் கவனிப்பு போகிறபோக்கில் நிகழக்கூடிய ஒன்றல்ல. மிகச்சிறிய கிராமத்து டீக்கடைகளுக்குச் சென்று மௌன மாக அமர்ந்து கவனிப்பவன் நான். பெரும்பாலும் என்னை எவரும் பொருட்படுத்துவதில்லை. தமிழகத்தின் மூலைமுடுக்குகளுக் கெல்லாம் பயணம்செய்து கவனித்துக்கொண்டிருக்கிறேன். தமிழ கத்தில் பிரச்சினைகள் உருவான பல ஊர்களுக்கு (உதாரணம் கொடியங் குளம்) நானே நேரில் சென்றிருக்கிறேன். என்னுடைய நேரடியான மனப்பதிவுகள் எந்த அலசல்களை விடவும் முக்கியமானவை என்பதே என் எண்ணம்.

அத்துடன் மதிக்கப்படும் ஓர் எழுத்தாளனாக என்னுடைய தனிப்பட்ட தொடர்புகள் எந்த மூத்த இதழாளருக்கும் நிகரானவை. ஒரு விஷயத்தின் மத்திய உளவுத்துறை கருத்து என்ன என்பதை நான் ஒரே மணிநேரத்தில் அறிந்துகொள்ள முடியும். அரசியலில், இதழியலில் உச்ச தளங்களில் என் மீது ஆழமான மதிப்புள்ளவர்கள் உண்டு. அவர்களிடம் நானே மனம் விட்டுப் பேசமுடியும். உதாரணமாக, ஒருமுறை ஒரு முக்கியமான விஷயத்தை டெல்லியில் இருந்த மூப்பனார் அவர்களிடமே தொலைபேசியில் நேரிடையாகக் கேட்டிருக்கிறேன். (பூராத்தையும் சொன்னா பேசாம சன்னியாசம் வாங்கிக்குவீங்க தம்பி..) ஒருபோதும் எதையும் தனிப்பட்டமுறையில் பயன்படுத்திக்கொள்ள மாட்டேன் என்று அவர்களுக்குத் தெரியும்.

ஆகவே என்னுடைய அரசியல் புரிதல் என்பது ஓர் எழுத்தாளனுக் குரியது. அது எனக்கு படைப்புகளில் சமூக உண்மைகளை வெளிக் கொணர்வதற்கு மட்டுமே உதவ வேண்டும் என்று எண்ணுகிறேன். ஓர் அரசியல் விமரிசகனாக ஒருபோதும் எழுத்தாளன் செயல்படக்கூடாது. அப்படிச் செயல்பட்டானென்றால் அது சார்ந்த விவாதங்களிலேயே அவனது ஆற்றல் முழுக்க வீணாகிப்போகும். எனவே பொதுவாக பேசப்படும் எந்தத் தளங்களைச் சார்ந்தும் எந்த அரசியல் கருத்தையும் நான் சொல்வதில்லை. பரவலாக நடக்கும் சர்ச்சைகளில் அவை சூடாக இருக்கும்போது கருத்துச் சொல்வதுமில்லை.

காரணம் இந்தச் சூடான சர்ச்சைகள் பலவும் இதழ்களில் வெளிவரும் பிரசுரங்களை நம்பிச்செய்யப்படுபவை. இதழ்களில் வரும் அரசியல்

விவாதங்கள் எத்தனை மேலோட்டமானவை என்பது தொழிற்சங்கம் சினிமா, அரசியல்,காவல்துறை போல ஏதேனும் ஒரு தளத்தில் உள்ளே செயல்பட்டுக்கொண்டு அத்தளம் சார்ந்த செய்திகள் இதழ்களில் எப்படி வெளிவருகின்றன என்று கவனித்தவர்களுக்குத் தெரியும்.

உண்மையின் ஒரு விசித்திரமான திரிபுவடிவே ஊடகங்களில் வெளிவரும். செய்தியில் எது பரபரப்பாகும், என்று பொதுவாகக் கவனிக்கிறவர்களுக்குப் புரியும், எது அப்போது நடந்து கொண்டிருக்கும் பிற நிகழ்ச்சிகளுடன் இணைந்துகொள்ளும் என்று மட்டுமே இதழாளர் பார்ப்பார்கள். ஒருபோதும் உண்மையைத் தேடி ஆழமாகச் செல்லும் பொறுமையைக் காட்டமாட்டார்கள். அதனால் அவர்களுக்கு தொழில் முறையில் எந்த இலாபமும் இல்லை.

மேலும் அவர்களுக்கு சிலவருடங்களிலேயே செய்திகள் மீதிருக்கும் ஆரம்பகட்ட பரபரப்பு விலகி ஒருவித சலிப்பு வந்துவிட்டிருக்கும். செய்தியாளர்கள் அவர்களுக்கென ஒரு சட்டகம் வைத்திருப்பார்கள். இப்படித்தான் இந்த விஷயம் என அவர்கள் ஏற்கெனவே வகுத்திருப் பார்கள். அதை இயந்திரத்தனமாகச் செய்திக்குள் போட்டு வெளிப் படுத்துவார்கள். அந்த சட்டகம் பலசமயம் அந்த இதழுக்குரியதாக இருக்கும். சிலசமயம் அந்த இதழாளருக்கு உரியதாக இருக்கும்.

அத்துடன் பலசமயம் செய்தியாளர்கள் உண்மை தெரிந்தாலும் எழுத மாட்டார்கள். அவை உருவாக்கும் சிக்கல்களை அவர்களால் தொடர்ந்து சென்று சந்திக்க முடியாது. ஒரு செய்தி அச்செய்தியுடன் முடிந்துவிட்டு அடுத்த செய்திக்குச் செல்லவேண்டுமென்றே நினைப்பார்கள். பெரும் பாலான மூத்த செய்தியாளர்களிடம் நாம் அறியாத ஒரு இணை வரலாறு இருக்கும். குடிமேஜைக்கு முன்னால் வைத்து மட்டுமே பேசப்பட்டு, காற்றிலேயே உலவும் வரலாறு அது. அச்சு வரலாறு எந்த அளவுக்குப் பொய் என அதைக்கேட்டால் அறியலாம்.

ஊடகங்கள் காட்டும் செய்திகள் போல உண்மை இருக்காது என அறிந்த அறிவுஜீவிகள் தங்கள் கற்பனையால் ஊகங்களை நிகழ்த்துகிறார்கள். வரலாற்றில் மாபெரும் சதிகளையும் எதிர்ச்சதிகளையும் கண்டுபிடிக் கிறார்கள். அவர்களின் கற்பனையில் அரசியல் என்பதே மாபெரும் சதுரங்க விற்பன்னர்களின் அதிநுட்பமான காய்நகர்த்தல்தான்.

கொஞ்சம் விஷயமறிந்த ஒருவர் இவை இந்தத் தளத்தில் ஒருபோதும் நிகழ்வதில்லை என அறிந்திருப்பார். உண்மையில் மிகப்பெரிய அரசியல்நிகழ்வுகள் கூட மிகமிகச் சாதாரணமாக, சின்னச் சின்ன விஷயங்கள் சார்ந்து அதன்போக்கில் நடைபெற்று முடிகின்றன. கடந்த இருபதாண்டுகளாக நான் கவனித்த மிகப்பெரிய அரசியல் நிகழ்வுகள்

அனைத்துமே சம்பந்தப்பட்டவர்கள் என்ன செய்வதென்றே தெரியாமல் தங்கள் பாட்டுக்கு இருக்க, முழுக்க முழுக்கத் தற்செயலாக நடந்து முடிந்தவை. புத்திசாலி அரசியல்வாதி என்பவர் அந்த நிகழ்வுகளில் இருந்து தன் இருப்பை பாதுகாத்துக்கொண்டு லாபம் அடைந்து வெளிவரும் சமயோசிதபுத்தி கொண்டவர் மட்டுமே.

நம்முடைய அரசியல் தலைமைகளில், அதிகாரத்தலைமைகளில் இருப்பவர்கள் வரலாற்றின் ஓட்டத்தை எந்தவகையிலும் கட்டுப் படுத்த முடியாத எளிய மனிதர்கள் என்பது உள்ளே செல்லச் செல்ல தெரியும். அவர்களில் மிகச்சிலர் தவிர பிறருக்கு எந்த வகையான பொதுநல நோக்கமும் கிடையாது. தங்கள்நலன், தங்கள் குழுநலன் நாடுபவர்கள் சிலர். அந்தந்த தருணங்களை எப்படியாவது தாண்டிச் சென்றால் போதும் என நினைப்பவர்கள் மிச்சப்பேர்.

பெரும்பாலான விஷயங்கள் அந்த விஷயங்களில் சம்பந்தப்பட்ட பொருளியல் சக்திகளின் பூசல்,பேரம், சமரசம் மூலமே நடை பெறுகின்றன. இந்திய அரசியலில் இன்று பெருமுதலாளிகளின் தரப்பு மட்டுமே உள்ளது. தரப்புகள் என்பது அவர்கள் நடுவே உள்ளவை மட்டுமே. மக்கள்நலன் என்பது மேடைகளில், அச்சில் மட்டுமே ஒலிக்கக்கூடிய ஒன்று. பெரும்பாலான பொது விஷயங்கள், நீதிமன்ற வழக்குகள்கூட, எப்படி தீர்மானிக்கப்படுகின்றன என்பதைக் கேட்டால் இந்த நாட்டில் நாமெல்லாம் ஒரு கருணை காரணமாக மட்டுமே வாழ அனுமதிக்கப்பட்டிருக்கிறோம் என்று தோன்றக்கூடும்.

இந்திய அரசியல், நிர்வாகம், நீதி மூன்றுமே பெரும்பாலும் ஊழலால் மட்டுமே இயங்கிக்கொண்டிருப்பவை. கடந்த இருபதாண்டுகளில் ஒன்றின் உள்ளே புகுந்து சென்று பார்த்தால் அப்பட்டமான தனிநலன்கள் மட்டுமே செயல்பட்டுக்கொண்டிருப்பதைப் பார்க்க முடியும். அந்த யதார்த்தத்துக்கும் வெளியே பேசப்படும் அரசியலுக்கும் எந்தவகையான தொடர்பும் இல்லை. வெளியே நாளிதழ்செய்திகளை அலசி ஆராய்ந்து சூடாக விவாதிக்கும் அறிவுஜீவிகள் மிகவும் பரிதாபத்துக்குரியவர்கள் மட்டுமே.

அரசியல் விவாதங்களில் இறங்கினால் இச்செய்திவிவாதங்களில் ஒரு குரலாக ஒலிப்பது மட்டுமே நாம் செய்யக்கூடியதாக இருக்கும். நாம் என்ன சொன்னாலும் அதை ஒரு தரப்பு மறுக்கும். நம்மை அவதூறு செய்யும். நாம் அதற்கு பதில் சொல்ல வேண்டும். பதிலுக்குப் பதில் சொல்ல வேண்டும். ஒருபோதும் உண்மை வெளிவரப்போவதில்லை. எழுத்தாளன் அதைச் செய்தால் அதன்பின் அவன் இலக்கியமே எழுத முடியாது.

உள்நிகழ்வுகளை, உச்சகட்ட தளங்களை அறியும் வாய்ப்புள்ள ஒருவன் காணும் அரசியலே வேறு. அந்த அரசியலை அவன் எழுத ஆரம்பித்தால் அதை நிரூபிப்பதற்கே வாழ்நாள் முழுக்க பாடுபடவேண்டும். அதனால் எந்தப் பயனும் இல்லை. அந்த தரிசனத்தை அவன் தன் வரலாற்றுப்பார்வையாக ஆக்கிக்கொண்டான் என்றால் அதுவே அவனுக்கு வலுவான ஆயுதமாகும். அவ்வளவுதான் செய்ய முடியும்.

இந்த இடத்துக்கு நான் மிக ஆரம்பநாட்களிலேயே வந்து சேர்ந்துவிட்டிருக்கிறேன் என்பதே என் இன்றைய அரசியலை தீர்மானிக்கிறது. பள்ளிநாட்களில் நான் மார்க்ஸியக் கம்யூனிஸ்டுக் கட்சியின் ஆதரவாளன். எங்களூரில் அன்றிருந்த பெரிய அரசியலியக்கம் அதுவே. மேலும் அதன் பெருந்தலைவரான மறைந்த ஜெ.ஹேமச்சந்திரன் என் நெருக்கமான உறவினர். நெருக்கடிநிலைக்கு எதிராக கட்சி மேற்கொண்ட போராட்டங்களில் எந்த விபரமும் தெரியாமல் நானும் பிற பையன்களைப்போல பங்கெடுத்திருக்கிறேன்.

நான் கல்லூரி இரண்டாமாண்டு படிக்கையில் ஆர்.எஸ்.எஸ் தொடர்பு உருவாகியது. மிகச்சாதாரணமான அன்றாடப்பிரச்சினையில் இருந்து அது ஆரம்பமாகியது. எங்களூர் திருவரம்பு மகாதேவர் ஆலயம் சுற்றிலும் கிறித்தவக்குடியிருப்புகள் நடுவே பதினைந்து இந்து வீடுகள் சூழ இருந்தது. நாங்கள் கோயிலை மையமாக்கி ஒரு இளைஞர்கும்பல் இருந்தோம். சும்மா பிரேம் நஸீர், ஜெயபாரதி, தகழி, பஷீர் என்று பேசிக்கொள்வோம். கோயில்செயல்பாடுகள் எங்களை தொகுத்துக்கொள்ள உதவின. அவற்றில் மதம் ஏதும் இல்லை. கோயிலில்தான் பொது இடம் இருந்தது. கோயில் பேரைச்சொன்னால்தான் ஊரில் பைசா கிடைக்கும். பணம் சேர்த்து சிறிய கலைநிகழ்ச்சிகள் நடத்துவோம்.

ஆனால் ஊரில் கிறித்தவர்கள் ஒரு கட்டுப்பாடு போட்டிருந்தார்கள். கிறித்தவப் பகுதிகளில் ஒலி கேட்குமளவுக்கு கோயில்மணி அடிப்பதோ ஒலிப்பெருக்கி வைப்பதோ கூடாது. 'சாத்தானின்' சத்தம் அவர்களின் மதவழிபாட்டுக்குத் தடையாக இருக்கிறது என்றார்கள். ஆனால் கோயிலின் தூணிலேயே கிறித்தவ விழாக்களுக்கான ஒலிப்பெருக்கிகளைக் கட்டுவார்கள். இன்று இது நம்பமுடியாததாக இருக்கலாம். ஆனால் சீர்திருத்தக் கிறித்தவர்களின் (CSI) அப்பட்டமான மதவெறியை நேரில் அனுபவித்தவர்கள் இதை எளிதில் உணர்வார்கள். முப்பதுவருடம் முன்பு குமரிமாவட்டத்தின் கல்குளம் விளவங்கோடு பகுதியில் பல ஊர்களில் இப்பிரச்சினை இருந்தது.

இவ்வாறு மதவெறியுடன் செயல்பட்டவர்கள் ஓர் ஊரில் அதிகபட்சம் ஒரு ஐம்பதுபேர்தான். அவர்களே ஊரில் பணபலம் மிக்கவர்கள். மற்றபடி ஊரில் பெரும்பாலான கிறித்தவர்களுக்கு எந்தவிதமான

மதவெறியோ காழ்ப்போ கிடையாது. வயிற்றுப்பாட்டுக்கு அலையும் எளிய மக்கள். ஒருவரை ஒருவர் சார்ந்து வாழ்ந்தாகவேண்டியவர்கள். கோயிலில் நாடகம் போட்டால் அவர்களே வீட்டில் இருந்து பாயைச் சுருட்டிக்கொண்டு வந்து உட்கார்வார்கள்.

நாங்கள் ஒருமுறை ஒரு கதாபிரசங்கத்துக்கு ஒலிப்பெருக்கி ஏற்பாடு செய்தோம். ஜி.விவேகானந்தனின் 'கள்ளு' என்ற நாவலின் கதா பிரசங்க வடிவம். நிகழ்ச்சி நடந்துகொண்டிருந்தபோது தேவாலயத்தில் மணி அடித்து ஆட்களைக்கூட்டிக்கொண்டு திரண்டு வந்த கிறித்த வர்கள் எங்கள் நிகழ்ச்சியை நிறுத்தினார்கள். நான் உட்பட சம்பந்தப் பட்ட இளைஞர்களுக்கு எல்லாம் அடி கிடைத்தது. மேடை பிய்த்து வீசப்பட்டது. அந்த நிகழ்ச்சிக்குப் பின் ஊரின் பெரிய மனிதர்கள் கூடி சமரசம் பேசியபோது தேவாலயத்தின் பாதிரியார் சாத்தானின் சத்தமே வெளியே கேட்கக்கூடாது என்று ஆணையிட்டார். பெரியவர்கள் அதற்கு ஒத்துக்கொண்டார்கள். நாங்கள் இளைஞர்களுக்குத்தான் ரத்தம் கொதித்தது.

முக்கியமான விஷயம், அடிபட்டவர்களில் இந்துநாடார்கள் இருந்தார்கள் என்பதே. அன்றுவரை இல்லாத ஒரு புதியவிஷயம் அது. ஆகவே நாங்கள் ஆற்றுக்கு மறுகரையில் வலுவான இந்துநாடார் மையமாக விளங்கிய கிருஷ்ணன் கோயிலை நடத்திவந்த செல்லன் நாடாரைச் சென்று பார்த்தோம். அவர் எங்களுக்கு ஆதரவளித்தார். அவரே அவரது ஆட்களுடன் வந்து நின்று கோயிலில் விழாவை கொட்டும்குரவையுமாக நடத்தினார். அவர் உறுதியான ஆர்.எஸ்.எஸ். காரர். அபாரமான ஒழுக்கமும் நேர்மையும் கொண்ட தீ போன்ற மனிதர். அவரது ஆளுமையின் கவர்ச்சியால் நாங்களெல்லாருமே ஆர்.எஸ்.எஸ்ஸில் இணைந்தோம். அவர் நடத்திவந்த ஷாகாவுக்குச் செல்ல ஆரம்பித்தோம். பின்னர் நாங்களே ஒன்றை ஆரம்பித்தோம்.

இக்காலகட்டத்தில் குமரிமாவட்டத்தில் காப்புக்காடு என்ற ஊரில் அம்மாவின் சொந்தக்காரரர் வீட்டுக்குச் செல்லும்போது நெற்றியில் விபூதியுடன் ஒரு கிறித்தவத் தெருவில் வழிதவறி நுழைந்துவிட்டேன். என்னை பிடித்து அடித்து இழுத்துச்சென்று உள்ளூர் சர்ச்சில் வைத்தார்கள். பாதிரியார் வந்து அவரே என்னை அடித்து என் விதைப் பையில் உதைத்தார். பலவருடகாலம் எனக்கு பெரும் வலியைக் கொடுத்த உள்காயமாக அது இருந்தது.

எனக்கு கிறித்தவ மதம் மீது உக்கிரமான வெறுப்பு உருவாகியது இக்காலகட்டத்திலேயே. என் மனத்தில் இளமையிலேயே குடியேறிய கிறிஸ்துவின் ஒளிமிக்க சித்திரமே அதனால் கறைபட்டது. அதிலிருந்து என்னை மீட்டது நான் என் கல்லூரி நண்பனுடன் கடியப்பட்டினம்

கடற்கரைக்குச் சென்று அவர்களுடன் சிலநாள் தங்கியபோதுதான். அவனுடைய எளிமையான அம்மாவே எனக்கு கிறிஸ்துவை மீட்டளித் தார்கள். பல நிழல் கோணங்களில் அவர்கள் என் ஆக்கங்களில் வந்திருக்கிறார்கள். ஓர் உதாரணம், 'பின் தொடரும் நிழலின் குரலில்' வரும் கே.கே.எம்மின் மனைவி. என் அகத்தில் இருந்த கிறிஸ்துவை நான் அப்போதுதான் மீட்டுக்கொண்டேன்.

கல்லூரி வாழ்வின் கடைசி நாட்களில் என் உயிர்நண்பன் ராதா கிருஷ்ணனின் தற்கொலையும் அதன் விளைவாக நான் மனச்சிக்கல் கொண்டவனாக ஆனதும் என்னை மாற்றியமைத்தது. நான் ஊரை விட்டு ஓடினேன். துறவியாக பலதிசைகளில் அலைந்தேன். மீண்டு வந்தபின்னர் ஆர்.எஸ்.எஸ் ஊழியராக இணைந்தேன். குறுகிய காலம் அவ்வியக்கத்தில் பணியாற்றியிருக்கிறேன். இன்று அதைப்பற்றி விரிவாகச் சொல்ல முடியாது. அவ்வியக்கத்தின் ௨ச்சதளங்களில் தொடர்புடையவனாக இருந்தேன் என்றும் கிட்டத்தட்ட மூன்று வருடம் அவர்களின் அதிகாரபூர்வ இதழ் விஜயபாரதத்தை 'ஜெயன்' என்றபெயரில் நடத்தினேன் என்றும் என்னால் சொல்ல முடியும். சிலநூல்களும் எழுதினேன்.

நான் ஆர்.எஸ்.எஸ் இயக்கத்தில் நீடித்திருந்தால் இன்று அதன் முக்கிய மான பொறுப்புகளில் இருந்திருக்கக் கூடும். ஆனால் நான் அதில் இருந்து விலகினேன். ஆர்.எஸ்.எஸ் இயக்கத்தில் நான் சந்தித்த பெரும்பாலான வர்கள் எனக்கு மிகமிகப் பிரியத்திற்குரியவர்களாக இருந்தார்கள். அசாதாரணமான நேர்மையும் அர்ப்பணிப்பும் கொண்ட மனிதர்கள். அவர்கள் எவரிடமும் எந்தவகையான தனிப்பட்ட முரண்பாடும் எனக்கு வரவில்லை. இன்றும் தனிப்பட்ட நெருக்கமே உள்ளது. நான் முழுக்க முழுக்க கொள்கை சார்ந்த முரண்பாட்டினாலேயே வெளியேறினேன்.

வெளியே பிரசாரம் செய்யப்படுவதுபோல ஆர்.எஸ்.எஸ் ஒன்றும் ஒற்றைப்படையான மதவெறி அமைப்பு அல்ல. பிற எந்த பெரும் இயக்கங்களைப்போலவே அதிலும் முரண்பட்டு இயங்கும் உள்ளோட்டங்கள் உண்டு. அர்ப்பணிப்புள்ள காந்தியவாதிகள் அதற்குள் உண்டு. பிற எந்த சமூகசேவை அமைப்பை விடவும் அவர்கள் வழி நடத்திய சேவை அமைப்புகள் மாபெரும் பணி புரிந்திருக்கின்றன. நாத்திகர்களும் உண்டு. ஏன் இடதுசாரிக் கொள்கைகள் கொண்ட வர்களும் உண்டு. உறுதியான சாதியவாதிகள், மதவெறியர்கள், பழமை வாதிகளும் உண்டு. பொதுவான ஓர் கருத்தியலே அவர்களை ஒரே அமைப்புக்குள் வைத்திருக்கிறது.

எண்பதுகளில் நான் நானாஜி தேஷ்முக்கைச் சந்தித்திருக்கிறேன். அதற்குப்பின் சிலமாதங்கள் கழித்து வேறு ஒரு கூட்டத்தில் சுந்தர்லால்

பஹுகுணாவைச் சந்தித்தேன். இருவரும் ஒரே காந்தியக் கருத்தியல் கொண்டவர்களாக எனக்குப்பட்டார்கள். நானாஜி தேஷ்முக் பின்னர் உயர்மட்ட அரசியல் சலித்து ஆர்.எஸ்.எஸ் பணிகளில் இருந்து விலகி காந்திய கிராமநிர்மாணசேவைக்குச் சென்று அரும்சாதனைகளை ஆற்றியிருக்கிறார். அப்படி வெளியேறாமலேயே பிரமிக்கத்தக்க பணிகளைச் செய்தவர்களையும் நான் அறிவேன். அறியப்படாம லேயே சென்றுவிடும் மனிதர்கள் அவர்கள்.

நான் தேர்ந்தெடுக்க இரு வழிமுறைகள் இருந்தன. ஒன்று நானாஜி தேஷ்முக் போன்றவர்களின் வழி. இன்னொன்று அதிகார அரசியலின் வழி. இரண்டுமே எனக்கு உகக்கவில்லை. நான் இயல்பிலேயே எதிர் மறையான விஷயங்கள் மீது ஈடுபாடு கொள்பவன் அல்ல. எந்த மதத்தையும், எந்த மனிதக்குழுவையும் வெறுக்க என்னால் இயலாது. அது எழுத்தாளனின் வழி அல்ல. அப்படி வெறுக்க ஆரம்பிப்பவன் அவனது ஆன்மீகத்தை இழந்து கலையை கைவிட்டுவிடநேரும். நான் என்றுமே என்னை எழுத்தாளன் என்றே உணர்ந்தவன். என் இலக்கியச் சாதனைகள் நான் வெறுப்பை சுமந்தலையாமல் இருக்க முடிவெடுத் தமையால் கைவந்தவை. ஆகவே நான் விலகிச்சென்றேன்.

ஆர்.எஸ்.எஸ்ஸில் இருந்தபோது ஒருமுறை ஓர் உள்ளறை விவாதத்தை நான் கேட்க நேர்ந்தது. அதில் பங்குகொண்டவர்கள் பின்னாளில் இந்த தேசத்தை ஆண்டிருக்கிறார்கள். மிக முக்கியமான அந்த விவாதத்தில் பேச்சு இடதுசாரி தீவிர இயக்கங்களுக்குச் செல்லும் நிதியாதாரம் பற்றி திரும்பியது. அத்தனைபேருக்கும் எல்லாமே தெரியும் என்பது போல சாதாரணமாக அந்த உரையாடல் நடந்தது. நான் தீவிர இடதுசாரிகளை ஏற்காதவனானாலும் அவர்கள் நேர்மையான போராளிகள் என நம்பிக் கொண்டிருந்தவன். சொந்தவாழ்க்கையை அவ்வியக்கங்களில் அழித்த பலரை நானே அறிவேன். ஆகவே எனக்கு பிடரியில் படார் படாரென அடி விழுவதுபோல் இருந்தது. பெரிசுகளுக்கு மரியாதையாக ஓரமாக நின்றிருந்தவன் கால் தளர்ந்து அப்படியே சுவரில் சாய்ந்து அமர்ந்து விட்டேன்.

இடதுசாரி தீவிர இயக்கங்கள் அனைத்துக்குமே இந்தியப் பெரு முதலாளிகளின் நிதி சென்று கொண்டிருப்பதை அப்போதுதான் அறிந்தேன். இந்துத்துவ அமைப்புகளைப் பொறுத்தவரை அவர்கள் நிதி பெறுவதில் ரகசியமேதும் இல்லை. அவர்களின் அரசியலும் பொருளியலும் வலதுசாரித்தன்மை கொண்டவைதான். ஆனால் அதே முதலாளிகள் இடதுசாரி தீவிரக் குழுக்களுக்கும் நிதி வழங்கினார்கள். பெரும்பாலும் இரு பெரும் கம்யூனிஸ்டுக்கட்சிகளின் செயல்பாடுகளை குழப்புவதும் முடக்குவதுமே நோக்கம். அதே நோக்கத்துக்காக

பல்வேறு சேவை நிறுவனங்கள் மூலம் அமெரிக்கப் பணம் வந்து கொண்டிருந்தது. இந்திய உளவுத்துறையின் பணமும் சென்றது!

கியூபாவில் இருந்து ஒரு குழு வந்து இந்திய நக்சலைட் இயக்கங்களை இணைக்க முயல்கிறது, அதற்காக பெரும்பணம் பட்டுவாடா ஆகிக் கொண்டிருக்கிறது என்று சொல்லி சிரித்தார்கள். விளைவாக சில நாட்களிலேயே தீவிர இடதுசாரிக் கட்சிகள் உடையும் என்று சொன்னார் ஒருவர். உண்மையிலேயே ஆறுமாதங்களுக்குள் எம்.எல் கட்சிகள் பட் பட் என உடைந்தன! அதற்கு என்னென்ன தத்துவ விவாதங்கள் கோட்பாடுகள்... தேசியம், உபதேசியம், சுய நிர்ணயம்...

பத்து வருடங்களுக்குப் பின்னர் நான் மனுஷ்யபுத்திரனை அவரது துவரங்குறிச்சி வீட்டில் சந்தித்து பேசிக்கொண்டிருந்தேன். அவரது உறைவிடமாக இருந்தது ஒரு பழைய அறையில் உயரமான கட்டில். அதிலேயே வாசிப்பு, தூக்கம், நண்பர் சந்திப்பு. அந்தரங்கமாக பேசியவர் அவர் ஆவேசமாக நம்பி பத்துவருடம் தீவிரமாக உழைத்து பின் ஏமாற்றம் கொண்ட இடதுசாரி தீவிரக்குழு ஒன்றைப்பற்றிச் சொன்னார். எல்லா நிதிகளையும் பெற்றுக்கொண்டிருந்த அமைப்பு அது! நான் சிரித்துக்கொண்டே அமர்ந்திருந்தேன்.

வலதுசாரி அரசியலில் இருந்து மீண்டும் இடதுசாரி அரசியலுக்குத் தாவினேன். தொலைபேசித்துறையில் வேலை கிடைத்தபின் இடதுசாரி கம்யூனில் தங்கியிருந்தேன். உற்சாகமான இலக்கிய விவாதங்கள், அரசியல் வகுப்புகள், நட்புகள். அரசியலின் உச்சநிலைகள் தெரியும் என்பதனாலேயே என்னால் அடித்தளத்தில் பொருந்திக்கொள்ள முடிய வில்லை. ஆனால் மெல்லமெல்ல தொழிற்சங்க அரசியலுக்குள் நுழைந்தேன். அரசியலில் எனக்கு நம்பிக்கை இல்லாமலாகியிருந் தாலும் தொழிற்சங்க அரசியல் கண்கூடாகவே சில நல்ல பங்களிப்பு கொண்டது என்பதே என் எண்ணம். அது இல்லாவிட்டால் நிலப் பிரபுத்துவ மதிப்புகள் கொண்ட இந்தியாவில் சுயமரியாதையுடன் வேலைபார்க்க முடியாது. இன்றுகூட தொழிற்சங்கம் இல்லாத துறைகளில் ஆண்டான் அடிமை உறவுதான் நிலவுகிறது.

சமீபகாலம் வரை இடதுசாரித் தொழிற்சங்கப் பொறுப்புகளில் இருந்து சங்க வேலைகளில் பங்கெடுத்திருக்கிறேன். வேலைச்சுமை காரண மாகவே ஒதுங்கிக்கொண்டேன். ஆனாலும் நான் சாதாரண ஊழியனல்ல. ஓர் ஊழியன் அறியமுடியாத உயர்மட்ட விஷயங்கள் எனக்குத் தெரிய வரும். 1988ல் புகழ்பெற்ற வங்கி ஊழியர் போராட்டத்தின்போது நான் டெல்லியில் சில இதழியல் நண்பர்களுடன் இருந்தேன். இந்தியன் காஃபி ஹவுஸில் இருக்கும்போது அங்கே அந்தப்போராட்டத்தின் உள்பேரங்களை கேட்டுக்கொண்டிருந்தேன். முற்றிலும் வேறு

வகையான வரலாறு அது. எந்த வங்கி ஊழியருக்கும் அவரது தலைவிதி எந்த அளவுக்கு அபத்தமாக, அற்பத்தனமாக தீர்மானிக்கப்பட்டது என ஊகிக்க முடிந்திருக்காது.

அரசியலை வெளியே தெரியும் கோஷங்களை வைத்து புரிந்து கொள்ளாமலிருப்பதற்கான பயிற்சி எனக்கிருக்கிறது. முக்கியமான கேரள இதழாளர்களுடனான சந்திப்புகள் மூலம் என்னுடைய அரசியல் நோக்கு உருவாகி வந்தது. மிக ஆழமான மனக்குழப்பத்தில் இருந்த நாட்கள் அவை. பல இதழாளர்கள் மோசமான அவநம்பிக்கை யாளர்கள். கேலியே அவர்களின் ஒரே வெளிப்பாட்டுமுறை.

மறுபக்கம் நான் கேரள சிந்தனையாளர்களான ஆனந்த், ஓ.வி.விஜயன் இருவரையும் வாசித்துக்கொண்டிருந்தேன். அவர்களும் டெல்லியை மையமாக்கியவர்கள். அவர்களும் உள்ளதிகார ஓட்டத்தை அடுத்து அறிந்தவர்கள். ஆனால் ஆழமான நம்பிக்கையுடன் அவர்கள் எழுதிக் கொண்டிருந்தார்கள். இருவருமே முன்னாள் இடதுசாரிகள். பின்னர் காந்தியவாதிகளானார்கள். 'நவகாந்தியர்' என்று சொல்லலாம். சமரசமே இல்லாத அரசியல் விமரிசகர்களாக, கோட்பாட்டாளர்களாக எழுதிக்கொண்டிருந்தார்கள். அவர்களை இயக்கும் நம்பிக்கை என்ன?

அந்நாட்களில்தான் பி.கே.பாலகிருஷ்ணனைச் சந்தித்தேன். இதழாளர், வரலாற்றாசிரியர், நாவலாசிரியர். அவருடன் உரையாடியபோது ஒருநாள் ஒரு திறப்பு போல ஒரு கருத்தை அடைந்தேன். நான் காண்ப தெல்லாம் கண்ணுக்குத்தெரியும் அதிகாரத்தரப்புகளை மட்டுமே. கண்ணுக்குத் தெரியாத அதிகாரத் தரப்பு ஒன்று உண்டு. அது சமூகத்தின் கோடானுகோடி மக்கள்தான். அவர்களின் விருப்பங்களும் கனவுகளும் அடங்கியது அது. பேரமேஜைகளில் அதுவும் வந்து உட்கார்ந் திருக்கிறது.

எந்த அதிகாரபேரத்திலும் வலுவான ஒரு தரப்பு மக்களின் இச்சை தான். அதை கொஞ்சம் ஒத்திப்போடலாம், கொஞ்சம் திசை திருப்பலாம், கொஞ்சம் ஏமாற்றலாம். ஆனால் அதை தாண்டிச்செல்வது முடியாது. நெருங்கி அமர்ந்து வரலாற்றைப் பார்த்தால் அக்காலத்திய சுரண்டல் வாதிகளின் அதிகாரம் மட்டுமே செயல்படுவதாகத் தோன்றும். ஆனால் ஒரு இருபதாண்டுகால வரலாற்றை எடுத்துப்பார்த்தால் ஒட்டு மொத்தமாக அது மக்களின் இச்சை என்ற பெரும் விசையால் தூக்கிச் செல்லப்படுவதையே காண்கிறோம்.

பின்னர் 1988ல் நான் ஆனந்தை டெல்லியில் அவரது இல்லத்தில் சந்தித்தேன். என்னுடைய முதிராத மனநிலையில் ஐயங்களை கேட்டுக் கொண்டே இருந்தேன். பொறுமையாகப் பதிலளித்தவர் சிரித்தபடி

'மக்கள் என்பது கடவுள் போல. நாம் பிரார்த்தனை செய்வதையும் உபாசனை செய்வதையும் அது கேட்கிறது என நாம் நம்பித்தான் ஆகவேண்டும்.'

அந்த வரியுடன் என்னிடம் மூத்த ஆர்.எஸ்.எஸ் சேவகர் சொன்ன ஒரு வரியும் இணைந்துகொண்டது. அவரிடம் அந்தரங்கமாகப் பேசிக் கொண்டிருந்தேன். மகாராஷ்டிரத்தில் ஒரு மலைப்பகுதியில் எளிய மக்களிடையே ஒரு பெரும் சேவையாற்றிய முதியவர் அவர். அரசியலின் சோர்வூட்டும் உயர்மட்ட செயல்கள் குறித்துப் பேச்சு வந்தபோது அவர் சொன்னார் 'ஆற்றிலே மரக்கட்டைகள் போகின்றன என்றுதான் குழந்தை நினைக்கும். ஆறுதான் ஓடுகிறது. அதைப் போலத்தான். இந்த மேல்மட்ட விஷயங்கள் எனக்குப் பிடிபடுவ தில்லை. எனக்குத்தெரிந்த வட்டத்திற்குள் நான் மக்களிடையே ஒரு விழிப்புணர்வை உருவாக்க முடிகிறது. அவர்களின் வாழ்க்கையில் மாற்றத்தை அது உருவாக்குவதை கண்கூடாகப் பார்க்கிறேன். இந்தச் செயல்களெல்லாம் ஒன்றாகத் திரண்டு பெருவெள்ளமாகும் என நம்புகிறேன். பெரு வெள்ளம் என்பதே இவ்வாறு துளிகள் இணைந்து உருவாவதுதான்' கீதையை மேற்கோள் காட்டி புன்னகைசெய்தார் அவர்.

பின்னர் அண்டோனியோ கிராம்ஷியை வாசித்து இந்த அறிதலுக்கான கோட்பாட்டு அடிப்படைகளை கற்றுக்கொண்டேன். அதிகாரம் என்பது அதைக் கையாளும் சிலரிடம் இல்லை. அதற்கு அடியில் தீர்மானிக்கும் வல்லமையாக உள்ளது குடிமைச்சமூகம். அவர்களின் அகத்தில் உறையும் கருத்தியலே அதிகாரமாக ஆகிறது. அந்தக் கருத்தியல் நோக்கியே எல்லாவகையான அறிவுச்செயல்பாடுகளும் செய்யப்படுகின்றன. எல்லா கருத்துச்செயல்பாடுகளுக்கும் அந்த அடித்தளத்தை தீர்மானிப்பதில் ஒரு பங்கு உண்டு. எதுவுமே வீணல்ல.

நான் காந்தியை அறிமுகம்செய்துகொண்டது எம்.கோவிந்தன், பி.கே. பாலகிருஷ்ணன் வழியாக. காந்தியத்தின் நவீனகால சாத்தியங்களைப் புரிந்துகொண்டது ஆனந்த், ஓ.வி.விஜயன் வழியாக. என்னுடைய அரசியலென்பது காந்திய அரசியலே. அதிகாரத்தை நம்பாமல் மக்களின் உள்ளே செயல்படும் கருத்தியலின் ஆற்றலை நம்பிச் செயல்படுவதே காந்தியம்.

ஓ.வி.விஜயனும், ஆனந்தும் படைப்பிலக்கியவாதிகள். அரசியல் ஆய்வாளர்களோ அரசியல் விற்பன்னர்களோ அல்ல. அரசியலை எழுத்தாளனின் தார்மீகத்துடனும் உள்ளுணர்வுடனும் அணுகியவர்கள் அவர்கள். அந்த தார்மீகத்துக்கும் உள்ளுணர்வுக்கும் எப்போதுமே ஒரு முக்கியமான இடம் உண்டு. தன்காலகட்டத்துக் கருத்தியல் கட்டுமானம்

நோக்கி ஓயாமல் உரையாடியவர்கள் அவர்கள். அதில் தங்கள் பங்களிப்பை ஆற்றியவர்கள்.

இது ஒன்றே வழி. நேர்மையான அரசியல்செயல்பாடு என்றால் குடிமைச்சமூகத்தின் கருத்தியலை நோக்கி ஓயாது உரையாடுவதுதான். சிலசமயம் விளைவே இல்லாமலிருக்கலாம். எந்தச் சலனமும் கண்ணுக்குத் தென்படாமலிருக்கலாம். சலிப்பும் விரக்தியும் ஏற்படக் கூடும். ஆனாலும் வேறு வழியே இல்லை.

ஆகவே நான் என்னை இவ்வாறு வகுத்துக்கொண்டேன். நான் வலது சாரியோ இடதுசாரியோ அல்ல. என் அரசியல் என் இலக்கியத்தை தீர்மானிக்கக் கூடாது, என் இலக்கியமே அரசியலை தீர்மானிக்க வேண்டும். எந்த உள்ளுணர்வால் நான் என் ஆக்கங்களை எழுதுகிறேனோ அந்த உள்ளுணர்வால் நான் அரசியலையும் அணுகவேண்டும். சாமானியர்களுடனும், உச்ச மையங்களுடனும் எல்லாம் எனக்குத் தொடர்பு இருக்கவேண்டும்.

நான் என்ன எழுதுகிறேன் என்பதற்கான விளக்கம் ஒருகதையை நான் ஏன் எழுதுகிறேன் என்பதைப்போலவே இருக்கவேண்டும். அந்தந்தக் கணங்களில் எதை எழுதத் தோன்றுகிறதோ அது. எனக்கு ஏதேனும் சொல்வதற்கிருந்தால் சொல்ல வேண்டும். சொல்ல தருணம் என்று எண்ணினால் சொல்ல வேண்டும். சொல்ல வேண்டியதில்லை என்றால் சொல்லாமலிருக்க வேண்டும். அந்தச் சுதந்திரத்தை எந்நிலையிலும் தக்கவைத்துக்கொள்ள வேண்டும்.

ஒருபோதும் தொடர்ச்சியான, தர்க்கபூர்வமான ஒரு கோட்பாட்டை அல்லது நிலைப்பாட்டை உருவாக்க முயலக்கூடாது. எந்நிலையிலும் எந்த முத்திரைக்கும் அஞ்சி எல்லாரும் சொல்லும் அரசியல்சரிகளைச் சொல்பவனாக ஆகிவிடக்கூடாது. புறக்கணிப்போ வசையோ எதுவானாலும் அதுவும் ஒரு இயல்பான விளைவே என ஏற்றுக்கொள்ள வேண்டும். மனசாட்சியின் குரலாக, ஒரு வெறும் சாட்சியின் தரப்பாக மட்டுமே என் அரசியல் ஒலிக்க வேண்டும். அது முரண்பாடுகள் கொண்டதாக, வெறும் மனப்பதிவாக, சல்லிசாக இருந்தாலும் பரவாயில்லை.

அப்படி ஒரு குரலுக்கு கோட்பாட்டாளர்களுடன் விவாதிக்கும் திராணி இருக்காது. அதற்கு கொள்கைகளின் சாராம்சமும் இருக்காது. ஆனால் அதற்கு ஒரு பங்களிப்பு உண்டு. கோட்பாட்டாளர்கள் விளக்காத பலவற்றை அது எளிமையாகச் சொல்லிவிட முடியும். அந்தக் குரலுடன் பலசமயம் எளிய வாசகர்கள் அடையாளம் கண்டுகொள்ளக் கூடும். பலசமயம் அது எவருமே சொல்லாமல் விட்டுவிட்ட

சிலவற்றைச் சொல்லக்கூடும். அதன் விமரிசனத்துக்கு ஆளாகும் எல்லா தரப்பும் அதை எதிர்க்கும். முத்திரை குத்தும். அவதூறு செய்யும். ஏளனம் செய்யும் அதுவே அன்றாட அரசியலின் வழி. ஆனாலும் அது ஒலித்துக் கொண்டேதான் இருக்கும், காரணம் அதற்கு வேறு வழி இல்லை.

என் அரசியல் என்ன என்று கேட்டீர்கள் என்றால் நான் 'எழுத்தாளனின் அரசியல்' என்பேன்.

நவம்பர் 22, 2009

எனது இந்தியா!

சென்னையில் இருந்து வெளிவரும் விழிப்புணர்வு என்ற சிற்றிதழை புரட்டிக் கொண்டிருந்தேன். அட்டையும் சரி உள் பக்கங்களும் சரி பளபளவென உயர்தரக் காகிதத்தில் அச்சிடப்பட்ட மாத இதழ் இது. அதன் பக்கங்கள் பெரும்பாலும் யாரென தெரியாதவர்களால் எழுதப் பட்டிருந்தன. அனேகமாக ஒருவரே எழுதியிருப்பாரோ என்று எண்ணவைக்கும் நடை. ஆசிரியர் கு.காமராஜ். சென்னையிலிருந்து ஏதோ தன்னார்வ அமைப்பு வெளியிடுவது.

ஒவ்வொரு மாதமும் இப்படி இருபது சிற்றிதழ்கள் என் பார்வைக்கு வந்துவிடுகின்றன. இவற்றில் பாதிக்குமேல் தமிழகத்தில் உள்ள வெவ்வேறு தன்னார்வக்குழுக்களால் நடத்தப்படுபவை. சுற்றுச்சூழல் பாதுகாப்பு, சட்ட சீர்திருத்தம், நுகர்வோர் பாதுகாப்பு, மனித உரிமைகள் பாதுகாப்பு போன்றவற்றில் ஏதாவது ஒன்று இவற்றின் கருவாக இருக்கும். எல்லாவற்றையும் கலந்துகட்டி அடிக்கும் இதழ்களும் உண்டு.

ஆனால் இவை அனைத்துக்குமே பொதுவான ஒரு அம்சம் உண்டு. கண்மூடித்தனமான இந்திய எதிர்ப்பு. இந்த நாடு முழுக்க முழுக்க அநீதி மீது கட்டப்பட்டு ஒவ்வொரு நிமிடமும் அநீதியால் இயக்கப்படுவ தென்பதில் இவர்களுக்கு ஐயமே இல்லை. இதன் போலீஸ், நீதிமன்றம், அரசாங்கம், மதங்கள், பண்பாட்டு அமைப்புகள் அனைத்துமே முழுக்க முழுக்க அநீதியை மட்டுமே செய்துகொண்டிருப்பவை என இவை நேரடியாகவும் மறைமுகமாகவும் வாதிடுகின்றன. சிறுபான்மையினர், தலித்துக்கள், பழங்குடியினர் போன்றவர்கள் இந்த தேசத்துக்கு எதிராக கிளர்ந்தெழவேண்டுமென இவை அறைகூவுகின்றன. இந்த தேசத்தின் இறையாண்மை என்பது தான் இந்த நாட்டு மக்களின் உண்மையான முதல் எதிரி என இவை பிரசாரம் செய்கின்றன.

விழிப்புணர்வு இதழில் அட்டையிலேயே அருந்ததி ராய் எழுதிய புரட்சிக்கட்டுரை உள்ளது 'காஷ்மீருக்கும் மக்களுக்கும் விடுதலை'. அமர்நாத் குகைக்கோயில் சார்ந்து எழுந்த கிளர்ச்சியை ஒட்டி காஷ்மீரில் உருவான எதிர்க்கிளர்ச்சியை மாபெரும் மக்கள்புரட்சியாக நேரில் சென்று கண்டு ஆனந்த பரவசத்துடன் எழுதியிருக்கிறார் அருந்ததி ராய். அதை தமிழில் ஆதி என்பவர் மொழியாக்கம் செய்திருக்கிறார்.

'அவுட்லுக்' இதழில் வெளிவந்த அருந்ததி ராயின் 'புகழ்பெற்ற' கட்டுரையை வாசகர்கள் வாசித்திருக்கலாம். சுதந்திரம் கிடைத்த காலம் முதலே காஷ்மீர் மக்களின் குரலை ஒடுக்கவும் சிதைக்கவும் 'இந்திய ஏகாதிபத்தியம்' செய்த முயற்சியின் விளைவே காஷ்மீரின் சுதந்திர வேகம் என்று அருந்ததி வாதிடுகிறார். ஆண்டுதோறும் பத்தாயிரக் கணக்கில் அப்பாவி மக்களின் படுகொலைகள், சித்திரவதைகள் கற்பழிப்புகள் அங்கே நிகழ்ந்து வருகின்றன என்று சொல்கிறார். தேசிய சுதந்திரத்துக்கான அந்த மக்கள் எழுச்சியை ஒருபோதும் ஓர் அடக்கு முறை அரசாங்கம் கட்டுப்படுத்திவிடமுடியாது என்றும் ஆகவே அவர்களுக்கு இந்திய அரசாங்கம் சுதந்திரம் கொடுத்துவிட வேண்டும் என்றும் வாதாடுகிறார்.

தன் கட்டுரையிலேயே அந்த மக்களின் கோஷங்களை கொடுக்கும் அருந்ததி அவர்களின் மனநிலையை தன்னை அறியாமலேயே காட்டி விடுகிறார். 'பிச்சை எடுக்கிறது நிர்வாண இந்தியா. பாகிஸ்தானில் வாழ்க்கை சந்தோஷமானது.' காஷ்மீர் மக்கள் தேடுவது சுதந்திரத்தை அல்ல, பாகிஸ்தானோடு இணைவதை மட்டுமே என்பது வெளிப் படை. பாகிஸ்தானில் இன்றுள்ள மாகாணங்களின் நிலையை வைத்து நோக்கினால் இன்று காஷ்மீருக்கு இருக்கும் அடிப்படை உரிமைகள் கூட இல்லாத ஒரு சர்வாதிகார அமைப்பின் கீழே சென்றுவிடத்தான் அவர்கள் ஆசைப்படுகிறார்கள்.

அந்த ஆசையின் அடிப்படை மதவெறிமட்டுமே. அது முல்லாக்களால் திட்டமிடப்பட்டு படிப்படியாக அங்கே உருவாக்கப்பட்டது. அதற்கு பாகிஸ்தானின் உளவமைப்புகளின் வெளிப்படையான ஆதரவும் பின்பலமும் இன்றும் உள்ளது. அந்த மண்ணின் மைந்தர்களான காஷ்மீரி பண்டிட்டுகளை கொன்று குவித்து அடித்துத் துரத்தியபின்னர் தான் அவர்களின் போராட்டம் ஆரம்பித்தது. காஷ்மீரிகள் தேடுவது எவ்வகையிலும் முற்போக்கான, மேலான ஒரு சமூக அமைப்பை அல்ல, மாறாக அவர்கள் தாலிபானிய அரசு ஒன்றை நாடுகிறார்கள். அவர்கள் இந்திய அரசை வெறுப்பது இது அடக்குமுறை அரசு என்பதனால் அல்ல, இது ஒரு தாலிபானிய இஸ்லாமிய அரசு அல்ல என்பதனாலேயே.

வங்கதேசத்தின் மிகமோசமான வறுமையில் இருந்து தப்பி லஞ்சம் கொடுத்து இந்திய நிலத்துக்குள் ஊடுருவிய வங்க அகதிகள் அவர்களுக்கு எதிராக போடோ மக்கள் கிளர்ந்தெழுந்த கணத்தில் தங்கள் காலனிகள் முழுக்க பாகிஸ்தானியக் கொடியை ஏற்றியதை நாம் இப்போது காண்கிறோம். இந்த நாடு முழுக்க குண்டுகள் வைத்து அழிப்பதில் வங்கதேசத்து அகதிகளின் பங்கு மிகப்பெரியது என கண்டடையப்பட்டிருக்கிறது. வாழ்வு தந்த இந்த நாட்டின்மீது குறைந்தபட்ச விசுவாசமும் பிரியமும் கூட அவர்களிடம் இல்லை. ஏனென்றால் அவர்களின் மதம் அவர்களுக்கு அப்படிக் கற்பிக்கிறது.

காரணம் இஸ்லாம் என்பது அடிப்படையில் ஒரு தேசியகற்பிதம் – ஒரு மதமோ வாழ்க்கைமுறையோ மட்டும் அல்ல. அது பிற தேசிய கற்பிதங்களை ஏற்காது. அந்த தேசிய கற்பிதங்களுக்குள் தனித்தேசியமாக தன்னை உணர்ந்து அவற்றை உள்ளிருந்து பிளக்கவே முயலும். அது ஈழமானாலும் சரி இந்தியாவானாலும் சரி பிரிட்டனானாலும் சரி. இதுவே நிதரிசன உண்மை. எத்தனை தலைமுறைக்காலம் ஒரு நாட்டில் வாழ்ந்தாலும் சரி, அந்த நாட்டாலேயே மேன்மை பெற்றிருந்தாலும் சரி, அந்த நாட்டை மதநோக்கில் அழிக்க அவர்களுக்கு தயக்கம் இருக்காது என்பதைக் கண்டுகொண்டிருக்கிறது ஐரோப்பா.

இஸ்லாமில் உள்ள இந்த சுயதேசிய உருவாக்கத் தன்மையை ஒரு பழங்கால அம்சமாகக் கண்டு அதை நீக்கவும், தாங்கள் சிறுபான்மையினராக இருக்கும் நாடுகளிலாவது பிற தேசியங்களுடன் ஒத்துப் போகவும் அதற்குக் கற்பிப்பதே இன்று அவசியம். இஸ்லாமை ஒரு நெறியாக மட்டும், ஒரு ஆன்மீக அமைப்பாக மட்டும் முன்னிறுத்தும் மதச்சீர்திருத்தவாதிகள் இன்று தேவை. ஆனால் மேலும் மேலும் இஸ்லாமை அரசியல்படுத்தி உலகநாடுகளுக்குள் புதைக்கப்பட்ட கண்ணிவெடிகளாக இஸ்லாமியச் சமூகத்தை மாற்றுவதற்கு ஜமா அத் எ இஸ்லாமி போன்ற பலநூறு அமைப்புகள் அல்லும் பகலும் முயன்று வருகின்றன. கருத்துச் சுதந்திரத்தின் பகுதியாக அதை இந்தியா போன்ற நாடுகள் அனுமதித்து வருகின்றன.

இஸ்லாம் எந்த பிற தேசத்துக்குள்ளும் அடங்காது என்ற அடிப்படை உண்மையில் இருந்து பிறக்கிறது காஷ்மீரின் யதார்த்தம். இன்றைய இஸ்லாமின் அடிப்படைக் கட்டமைப்புக்குள்ளேயே இந்தச் சிக்கல் இருக்கிறது. அதை தீர்த்துக்கொள்ளாதவரை இஸ்லாமியர்கள் அவர்கள் வாழும் நாடுகளெங்கும் தீராத அதிருப்தியுடன், வன்மத்துடன், அந்த நாடுகளை அழித்து அதன் மீது தங்கள் இஸ்லாமிய நாடுகளை உருவாக்கும் கனவுகளுடன் மட்டுமே வாழ்வார்கள். ஆகவே அவர்கள் மீது பிற தேசங்களின் ஐயமும் நீடிக்கும். உழைத்து துன்புற்று வாழும்

எளிய முஸ்லிம்களை நிம்மதியாக வாழ ஒருபோதும் இஸ்லாமிய அடிப் படைவாதிகளும் முல்லாக்களும் விடமாட்டார்கள். எளிய லௌகீக வாழ்க்கையின் துயர்களில் துணைவரும்படி இறைவனை தொழு வதற்காக ஒவ்வொரு முறை செல்லும்போதும் ஓர் இஸ்லாமிய நாட்டுக்காக போராளியாகும்படியான அறைகூவலை எதிர் கொள்கிறான் சாதாரண முஸ்லிம்.

இன்றைய உலகின் மையச்சிக்கல்களில் ஒன்று இது. சமரசம், விடிவெள்ளி போன்ற இஸ்லாமிய இதழ்களை நான் தவறாமல் படிக்கிறேன். பல்வேறு சொற்களில் அவை தங்கள் வாசகர்களான இஸ்லாமியர்களை நோக்கி இந்தியச் சமூக அமைப்பும் இந்திய அரசமைப்பும் இஸ்லாமுக்கும் இஸ்லாமியர்களுக்கும் எதிரானவை, அந்நியானவை என்று சொல்கின்றன. அதற்கு ஆதாரமாக அருந்ததி ராய் முதல் அ.மார்க்ஸ் வரையிலானவர்கள் எழுதும் சமநிலையற்ற கட்டுரைகளை மறுபிரசுரம் செய்கின்றன. அதற்குத் தீர்வாக ஒரு இஸ்லாமிய அரசு மட்டுமே இருக்க முடியும் என்று சொல்கின்றன. ஒரு தாலிபானிய அரசில்மட்டுமே இஸ்லாமியர் நிறைவுடன் வாழ முடியுமென கற்பிக்கின்றன. மிதமான மொழியில் எப்போதும் பேசும் சமரசம் இதழின் ஒவ்வொரு தலையங்கமும் இப்படித்தான் முடிகிறது.

எங்கெல்லாம் இஸ்லாமியர் பெரும்பான்மை பெறுகின்றார்களோ அங்கெல்லாம் இந்த இஸ்லாமியதேசம் பற்றிய ரகசியக்கனவு அடுத்த கட்டத்துக்குச் சென்று வெளிப்படையாக முன்வைக்கப்படுகிறது. அப்பகுதி மக்களிடம் கேட்டால் இந்திய அரசு தங்களை ஒடுக்குகிறது, ஒரு தாலிபானிய அரசிலேயே தங்களுக்கு சுதந்திரமும் அமைதியும் கிடைக்கும் என்றே சொல்வார்கள். அருந்ததியின் வாதங்களை பின்பற்றினால் அப்பகுதிகள் அனைத்துமே 'விடுதலை' அளிக்கப்பட வேண்டும். இந்தியதேசத்துக்குள் குறைந்தது இருபது தனி தாலிபானிய தேசங்கள் அனுமதிக்கப்படவேண்டும். இது இந்தியாவுக்கு மட்டுமா இல்லை சீனாவுக்கும் ருஷ்யாவுக்கும் இதையே இந்த முற்போக்காளர் பரிந்துரைசெய்கிறார்களா தெரியவில்லை.

இந்தியா தன் மூலதனத்தில் பெரும்பகுதியை செலவிட்டு போராடிக் கொண்டிருப்பது காஷ்மீரி மக்களின் சுதந்திரக்கனவுடன் அல்ல, பெரும் காழ்ப்புணர்வுடன், உச்சகட்டப் பிரசார வல்லமையுடன் பரப்பப்படும் இஸ்லாமிய உலகதேசியக் கனவுடன்தான். ருஷ்யா, சீனா உட்பட இஸ்லாமியக் குடிமக்களைக் கொண்ட எல்லா நாடுகளும் அந்தக் கனவுடன் போரிட்டு கொண்டுதான் இருக்கின்றன. காஷ்மீருக்குச் சுதந்திரம் கொடுத்தால் அந்தப் போர் முடிந்துவிடவும் முடியாது. இந்நூற்றாண்டின் பெரும் சவால் அது. அதைச் சந்தித்தேயாகவேண்டும்.

இதை எளிமையாக வரலாற்றைப் பார்க்கும் எவரும் புரிந்து கொள்ளலாம். அப்படியும் புரியாவிட்டால் தொடர்ந்து அருந்ததி ராயை மறுபிரசுரம் செய்துவரும் ஏதேனும் ஒரு இஸ்லாமிய அடிப்படைவாத இதழை எடுத்துப் புரட்டினால்போதும். இதில் ரகசியமேதும் இல்லை, வெளிப்படையான அறைகூவலையே காணலாம்.

அடிப்படையான வரலாற்றுணர்வோ சமநிலையோ இல்லாத அருந்ததி போன்ற குருவிமண்டைகள் ஊடகங்களில் இன்று பெறும் அதீத முக்கியத்துவம் மிகமிக ஆச்சரியமானது. கலை இலக்கியம் பொருளியல் அரசியல் எதைப்பற்றியும் கருத்து சொல்லும் ஒரு அனைத்துத்தள மேதையாக அவரை ஆங்கில ஊடகங்கள் முன்னிறுத்து கின்றன. அதற்கு பதிலாக அவர் அளிப்பது அவர்கள் நாடும் பரபரப்பை. அதற்கும் மேலாக இவர்களுக்குப் பின்னால் இந்த தேசத்தை அழிக்க எண்ணும் சக்திகளின் நிதியுதவிகள் இருப்பதற்கான வாய்ப்புகள் உண்டு என்பதே என் எண்ணம். கருத்தரங்க அழைப்புகள், விருதுகள், தன்னார்வ அமைப்புகள் வடிவில் நேரடி நிதியுதவிகள் என இந்திய இதழாளர்களுக்கு வரும் லஞ்சங்களை இங்கே எவருமே கண்காணிப்ப தில்லை. பெரும் தொழிலதிபர்களுக்குரிய இரவு வாழ்க்கை வாழ் பவர்கள் நம் இதழாளர்களில் பலர் என்பதைக் கண்டிருக்கிறேன். ஆனால் அவர்கள் இந்திய ஜனநாயகத்தின் புனிதப் பசுக்கள்.

அருந்ததியின் கட்டுரையின் மொழிபெயர்ப்பில் காஷ்மீரில் பாகிஸ் தானிய பிறைக்கொடி 'பட்டொளி வீசி' பறக்கிறது. ஆனால் ஜம்முவில் 'இந்துத்துவ வெறியர்கள்' கலவரம் செய்கிறார்கள். மகாராஜா ஹரிசிங் இந்தியாவுடன் சேர முடிவெடுத்ததை 'பித்தலாட்டம்' என்று குறிப் பிடுகிறது கட்டுரை. இதே இதழில் ச.பாலமுருகன் என்பவர் எழுதிய 'ஊடகங்களில் முஸ்லீம்கள்' என்ற கட்டுரையில் இந்தியாவின் அனைத்து அமைப்புகளும் முஸ்லிம்களை தீவிரவாதிகள் என்று சொல்லி ஒழித்துக்கட்ட முயல்வதாக எழுதியிருக்கிறார். இந்தக் கட்டுரைகளை அடுத்த மாதமே இஸ்லாமிய அடிப்படைவாத இதழ்களில் மறுபிரசுரமாக நான் படிக்க நேரும்.

தமிழின் பிரபலமான சிற்றிதழ்கள் உயிர்மை, காலச்சுவடு, தீராநதி, புதியபார்வை அனைத்துமே இந்த நிலைப்பாட்டையே பலகாலமாக முன்வைத்திருக்கின்றன. இந்த நாட்டின்மீது சிறிய அளவிலான நம்பிக்கையை முன்வைத்து ஒரு வரியையேனும் இவை எழுதியதாக நான் வாசித்ததில்லை. மாறாக ஒட்டுமொத்தமாகவே அழிக்கப்பட வேண்டிய தீமைகளாகவே இந்த நாட்டின் அரசியல், நீதி அமைப்பை அவை காட்டுகின்றன. இந்த மண்ணின் நெடிய பாரம்பரியம் முழுமை யாகவே தீமையில் வேரூன்றியது என்றே அவை வலியுறுத்துகின்றன.

அருந்ததி ராயின் கட்டுரையைப் படித்தபோது முன்பு அப்சல் குருவின் தூக்குத்தண்டனை பற்றி நம் சிற்றிதழ்கள் எழுதிய கட்டுரை நினைவுக்கு வந்தது. இந்தியப்பாராளுமன்றத்தின் மீது தாக்குதல் தொடுத்தமைக்காக கைதுசெய்யப்பட்டவர் அப்சல் குரு. அவரது வழக்கு இந்திய நீதிமன்றத்தின் வழக்கமான அனைத்துச் சம்பிரதாயங்களுடனும் படிப் படியாக நடத்தப்பட்டு மீண்டும் மீண்டும் மேல் முறையீட்டுக்கு வாய்ப் பளிக்கப்பட்டு உச்சநீதிமன்றத்தால் உறுதிசெய்யப்பட்டது. அப்சல் குருவுக்கு ஆதரவாக கிளர்ந்தெழுந்த இந்திய இதழாளர்கள் ஒட்டு மொத்த இந்திய நீதியமைப்பே முழுமையாகவே அநீதியானது, மதவெறி கொண்டது என்றார்கள். அந்த விசாரணையின் எந்தப் படியிலும் அப்சல்குருவுக்கு எளிய முறையீட்டுக்குக்கூட வழி தரப்பட வில்லை என்றார்கள்.

அந்த விசாரணை நடக்கும் காலம் முழுக்க இந்தத் தரப்பு சொல்லப் படவில்லை. ஏனென்றால் அரிதிலும் அரிதான வழக்குகளிலேயே இந்திய உச்ச நீதிமன்றம் தண்டனை வழங்கும் என்றும், அனேகமாக அப்சல்குரு சிறிய தண்டனையுடன் தப்பிவிடுவார் என்றும் இவர்கள் எதிர்பார்த்தார்கள். அதாவது கிலானி போல இவரும் விடுதலை செய்யப்படுவார் என. கிலானியை உச்சநீதிமன்றம் விடுதலைசெய்த போது அதை இவர்கள் இந்திய நீதிமன்றத்தின் சமநிலைக்கான ஆதாரம் என்று சொல்லவில்லை, அதை தங்கள் வெற்றியாகவே முன்வைத் தார்கள். கிலானி இந்தியா முழுக்க ஒரு பெரும் கதாநாயகனாக இன்று பவனி வருகிறார். இந்திய எதிர்ப்புப் பேட்டிகள் கொடுக்கிறார்.

தூக்குத்தண்டனை விதிக்கப்பட்ட அப்சல் குருவை சிறைக்குள் சென்று பேட்டி எடுக்கிறார் இந்திய இதழாளர். தண்டனைபெற்றவர் தனக்கு தன் சமூகத்தில் உள்ள தியாகிப்பட்டத்தை இழக்க விரும்பாமல் தான் குற்றம் செய்யவில்லை என்றுகூட திட்டவட்டமாகச் சொல்ல மறுக்கிறார். அல்லாவின் முன் தான் தவறுசெய்யவில்லை என்றே சொல்கிறார். இந்திய அரசையும் நீதியமைப்பையும் இந்து முத்திரை குத்தி, தனக்கு அளிக்கப்பட்ட தண்டனை ஒரு மத தண்டனை என்று சொல்ல முயல்கிறார். தன்னை ஒரு மதத் தியாகியாக காட்டிக்கொள்கிறார்.

அந்தப் பேட்டி இந்திய மொழிகள் அனைத்திலும் பிரசுரமாகிறது. தண்டனைபெற்றவரின் மனைவி இந்தியாவின் உச்ச அதிகார அமைப்புகளை நேரடியாகச் சென்று சந்தித்து கிட்டத்தட்ட மிரட்டும் குரலில் தண்டனை குறைப்பு கேட்கிறார். அதற்கு உச்சகட்ட ஊடக விளம்பரம் கிடைக்கிறது. காஷ்மீரிலும் பிற பகுதிகளிலும் உள்ள இஸ்லாமியர்கள் நடுவே ஒரு நிரபராதி மத வெறுப்பால் அநியாயமாகக் கொலைசெய்யப்படவிருக்கிறார் என்ற செய்தி பரப்பப்படுகிறது.

போராட்டங்கள் நிகழ்கின்றன. அதை இந்த அரசமைப்பு கருத்துச் சுதந்திரத்தின் பெயரால் அனுமதிக்கிறது. அஞ்சி தண்டனையை முடிவிலாது ஒத்திப்போடுகிறது. ஆனால் ஒட்டுமொத்த இந்திய அமைப்பே இஸ்லாமியரின் குரல்களை அமுக்குகிறது என்கிறார்கள் அதே இதழாளர்கள் மீண்டும்.

தமிழில் 'உயிர்மை' இதழ் அப்சல்குருவின் பேட்டியை மொழியாக்கம் செய்து ஒரு மாபெரும் புரட்சியாளரின் படிமத்தை அளித்து வெளியிட்டது. காலச்சுவடு பாராளுமன்றத் தாக்குதலே இந்திய ராணு வத்தால் இஸ்லாமியரை தவறாகச் சித்தரிக்கும்பொருட்டு நிகழ்த்தப் பட்டது என்று ஆராய்ச்சிக் கட்டுரைகளை வெளியிட்டது. எஸ்.வி. ராஜதுரை அப்சல் குரு பெரும் நீதிமான், புரட்சியாளர் என்று எழுதினார். புதியகாற்று இதழில் அ.மார்க்ஸ் கொந்தளித்தார். அந்த அனைத்து எழுத்துக்களும் தமிழில் வெளிவரும் முப்பதுக்கும் மேற்பட்ட இஸ்லாமிய அடிப்படைவாத இதழ்களில் மீண்டும் மீண்டும் பிரசுர மாயின. இஸ்லாமியர்களில் பெரும்பாலானவர்கள் இவ்விதழ்களை மட்டுமே படிப்பவர்கள்.

ஆச்சரியமாக இருக்கிறது, இத்தனை வெறியூட்டல்களுக்குப் பின்னும் இங்குள்ள சராசரி இஸ்லாமியர் தங்கள் அன்றாடத் தொழில்களைச் செய்தும் பிற சமூகத்தவரிடம் வணிகத்தில் ஈடுபட்டும் ஒரு சமூக வாழ்க்கையை கடைப்பிடிப்பது. இந்திய சமூகம் இன்று அளிக்கும் வாய்ப்புகள் மூலம் மக்களில் பெரும்பகுதியினர் மெல்லமெல்ல நடுத்தரவர்க்கமாக உருவாகி வருகிறார்கள். இந்தியாவெங்கும் இந்த வளர்ச்சிப்போக்கைக் காணமுடிகிறது. இது ஒன்றுதான் இந்த வெறியூட்டல்களுக்கு எதிரான ஒரே சக்தியாக இருக்கிறது. லௌகீகக் கனவுகளால் மட்டுமே மக்கள் மதவெறியூட்டல்களை தாண்டிச் செல்கிறார்கள்.

இந்த இந்தியவெறுப்பு இன்று இங்கே ஒரு 'அரசியல்சரி'யாகவே நிலைநாட்டப்பட்டுவிட்டிருக்கிறது. ஒருவன் எளிய முறையில் 'என் மூதாதையர் மரபின் மீது எனக்கு பிடிப்பு உண்டு' என்று சொன்னால்கூட அவன் பிற்போக்காளனாக, பழமைவாதியாக, மத அடிப்படை வாதியாக முத்திரை குத்தப்பட்டுவிடுவான். அந்த முத்திரையை அஞ்சி தன் நம்பிக்கையையும் நிலைப்பாட்டையும் வெளிப்படுத்தத் தயங்கு பவர்களாக எழுத்தாளர்கள் உருமாறிவிட்டிருக்கிறார்கள்.

ஒருதேசத்தின் அறிவுஜீவிகளில் மிகப்பெரும்பான்மையினர் அந்த தேசத்தின் மீது ஆழமான வெறுப்பை உருவாக்கிக் கொண்டிருக்கும் இன்றைய நிலை வேறு எங்காவது உள்ளதா? ஒரு தேசத்தின் அறிவுஜீவிகளில் பெரும்பான்மை அந்த தேசத்தின் பாரம்பரியத்தை

அழிக்க எண்ணுவதும், அதுவே முற்போக்கு என்று அங்கே நம்புவதும் வேறு எந்த தேசத்திலாவது உள்ளதா? அப்படி நம்பாத அறிவுஜீவிகள் முத்திரை குத்தப்பட்டு வேட்டையாடப்படும் சூழல் எங்காவது உள்ளதா?

ஆம், இந்த தேசத்தில் அநீதி உள்ளது. இங்கே ஒடுக்குமுறையும் சுரண்டலும் உள்ளது. இங்கே சமத்துவம் இன்னும் நிறுவப்படவில்லை. இங்கே இன்னும் சமூக வன்முறை நிலவுகிறது. இங்குள்ள பாரம்பரியத்தின் அழுக்குச்சுமைகள் இன்றைய வாழ்க்கையின் மீது சுமத்தப் பட்டுள்ளன என்பதை எவரும் மறுக்க முடியாது. இந்த நாடு ஊழலில், பொறுப்பின்மையில் சிக்கி மெல்ல ஊர்ந்துகொண்டுதான் இருக்கிறது.

ஆனால் இந்த நாட்டை விட மேலானதாக நீங்கள் சொல்லும் நாடு எது நண்பர்களே? பாகிஸ்தானா? தாலிபானின் ஆப்கானிஸ்தானா? சீனாவா? இதை அழித்து நீங்கள் உருவாக்க எண்ணும் நாடு எதைப்போன்றது?

இந்த நாடு இன்னும் ஜனநாயகத்தில் வேரூன்றியதாகவே உள்ளது என்றே நான் எண்ணுகிறேன். இங்கே இன்னமும் கருத்துகளின் குரல்வளை நெரிக்கப்படவில்லை. இங்கே இன்னமும் சிந்தனைக்கு உரிமை இருக்கிறது. இது இன்னும் அடிப்படையான நீதியில் வேரூன்றியதாகவே உள்ளது. அந்த நீதி இந்நாட்டு எளிய மக்களின் நீதியுணர்வின்மீது நிலைநாட்டப்பட்டுள்ளது. இந்த நாடு இதன் பல்லாயிரம் சிக்கல்களுடன் மெல்லமெல்ல வறுமையிலிருந்து மேலெழுந்து வளர்ச்சிப்பாதையில் சென்று கொண்டுதான் இருக்கிறது. ஒவ்வொரு வருடமும் இங்கே கோடிக்கணக்கானவர்கள் தங்கள் முந்தைய வாழ்க்கையில் இருந்து மேலெழுந்துகொண்டுதான் இருக்கிறார்கள்.

இந்த நாடு மானுட சமத்துவத்துக்கான வாய்ப்புகளை இன்னமும் முன் வைத்துக்கொண்டுதான் இருக்கிறது. அதற்கான எல்லா போராட்டங் களுக்கும் இங்கே இடமிருக்கிறது. ஒடுக்குமுறைக்கும் சமத்து வத்துக்கும் ஊழலுக்கும் சுரண்டலுக்கும் எதிராக இங்கே இன்னமும் ஒன்றுதிரண்டு சமராட வாய்ப்பிருக்கிறது. இந்த தேசத்தில் தன் உரிமைக்காக கிளர்ந்தெழும் ஒரு குரல் கூட முற்றிலும் உதாசீனம் செய்யப்படுவதில்லை. இங்கே ஒருங்கிணைந்து எழுந்த உரிமைக் கோரிக்கைகள் அனைத்தும் சற்றுப்பிந்தியேனும் எவ்விதத்திலேனும் நிறைவேறியுள்ளன என்பதை ஐம்பதாண்டுகால இந்திய வாழ்க்கையைக் கூர்ந்து கவனிப்போர் அறியலாம். இப்போது அரவானிகள் பெற்று வரும் சட்ட அங்கீகாரத்தை மட்டும் சுட்டிக்காட்ட விரும்புகிறேன்.

காரணம் இது ஜனநாயகம். ஜனநாயகம் நிதானமானது. ஒவ்வொரு வரின் நலனும் பிறர் நலனுடன் மோதுவது என்பதனால் ஒரு சிறு

விஷயம்கூட ஒரு முரணியக்கத்தின் இறுதியில் ஒரு சமரசப்புள்ளியில் மட்டுமே இங்கே நிகழ முடியும். எதுவும் எளிதில் நிகழாதென்பதனால் எதுவுமே நிகழவில்லை என்ற பிரமையை அளிப்பது ஜனநாயகம். ஆனால் ஜனநாயகம் என்ற செயல்பாடு உள்ளவரை மக்களின் எண்ணங்கள் சமூகத்தையும் அரசையும் மாற்றியே தீரும் என்பதற்கான சான்றும் இந்தியாவே.

ஆகவே இந்த தேசம் வாழ்க என்று நீங்கள் எண்ணும் ஒவ்வொரு எண்ணமும் இந்த தேசத்தை வாழவைக்கும். இந்த மக்கள் மீளவேண்டு மென நீங்கள் சொல்லும் ஒவ்வொரு சொல்லும் அவர்களுக்கு மீட்பாகும். இந்த நாடு அழியவேண்டுமென நீங்கள் எண்ணினால் இந்த நாட்டை அழித்துக்கொண்டிருக்கிறீர்கள்.

இந்தியா அழியவேண்டும் என்று நான் நினைக்கவில்லை. ஆகவே நீங்கள் என்னை இந்துத்துவர் என்று சொல்லி வசைபாடக்கூடும். ஆனால் நான் இந்த தேசத்தின் ஜனநாயக அமைப்புகள் மேலும் வலிமை பெற வேண்டும் என்று எண்ணுகிறேன். இங்கே ஜனநாயக முறைப்படி உரிமை கோரி நிகழும் எல்லா போராட்டங்களும் இதன் மாபெரும் இயங்கியலின் பகுதிகளே என்று எண்ணுகிறேன். ஆகவே எல்லா ஜனநாயகப்போராட்ட அமைப்புகளும் மேலும் மேலும் வலுப்பெற வேண்டும் என்று எண்ணுகிறேன். இங்குள்ள எல்லா போராட்டங் களையும் நான் ஆதரிக்கிறேன்.

இந்த தேசம் ஒரு நவீன தேசியமாக நீடிக்கும் வரை இது மெல்ல மெல்ல வளர்ச்சிப்போக்கில்தான் செல்லும் என்று எண்ணுகிறேன். அப்படி உருவாகும் நிதானமான வளர்ச்சியே உண்மையான வளர்ச்சி என்று நான் நம்புகிறேன். இந்த நவீன தேசத்தில் எல்லா மதங்களும் ஒரு கருத்துத் தரப்பாக தீவிரமாக செயல்படவேண்டும் என்று விழைகிறேன். எனது இந்தியாவில் இந்துமரபும் பௌத்த சமண மரபுகளும் கிறித்தவ மரபும் இஸ்லாமிய மரபும் ஒவ்வொரு கணமும் உரையாடி தங்களை வளர்த்துக் கொண்டவாறிருக்கும். இந்த நாட்டில் இன்று ஆயிரம் பல்லாயிரம் சிக்கல்கள் இருக்கலாம். ஆனால் இதன் உறுதியான ஜனநாயகம் தன் குறைகளைக் களைந்து மெல்லமெல்ல மேலும் சிறந்த ஒரு சமூகத்தை சென்றடைய முடியும். உலகில் இந்த வாய்ப்புள்ள தேசங்கள் இன்று மிகமிகச் சிலவே உள்ளன.

நிதானமான திடமான வளர்ச்சி பெற்றுவரும் இந்த நாட்டுக்கு அண்டை நாட்டு எதிரிகள் அரசியல் விஷத்தை உள்ளே செலுத்திக் கொண்டே இருக்கிறார்கள். (இந்தியாவும் அதே விஷத்தை பிறநாடுகளுக்குச் செலுத்தியது என்பதை நான் மறுக்கவில்லை. இந்திராகாந்தி தொடங்கி வைத்த அந்தப்போக்கு அறமற்றது என்றே எண்ணுகிறேன்.)

இந்தியாவில் இன்று உருவாகியிருக்கும் மாவோயிசக் குழுக்கள் போன்றவை பத்துசதவீத உண்மையான மக்கள் அதிருப்தியின் மீது தொண்ணூறு சதவீதம் சீன ஆயுத பணபலத்தால் கட்டி எழுப்பப் படுபவை. இங்குள்ள இஸ்லாமிய குழுக்கள் மதக்காழ்ப்பின்மீது பாகிஸ்தானிய ஆயுத பணபலத்தால் கட்டி எழுப்பப்படுபவை.

இந்த எளிய நேரடி உண்மையை மழுப்பவும் நியாயப்படுத்தவும் கூலிபெற்று கிளம்பியிருக்கும் ஒரு பெரும் குழுவால் கையகப்படுத்தப் பட்டுள்ளது இந்திய ஊடகத்துறை. தேசிய மைய ஊடகத்தளத்தில் உள்ள இந்த வலுவான தரப்பு மெல்ல மெல்ல சுயமாக சிந்தனை செய்தறியாத பிராந்திய மொழி ஊடகங்களையும் பாதிக்கிறது. எப்போதும் இதை நாம் காணலாம். நமது சிற்றிதழ்களை ஆங்கில நாளிதழ்களின் ஞாயிறு இணைப்புகளே தீர்மானிக்கின்றன. ஒரு எழுத்தாளரைப்பற்றி ஆங்கிலநாளிதழ்களின் ஞாயிறு இணைப்பில் கட்டுரை வந்தால் அடுத்தமாதமே தமிழ் சிற்றிதழ்களிலும் கட்டுரைகள் காணப்படும்.

இத்தனைக்கும் அப்பால் மனசாட்சியை நம்பும் வாசகர் சிலர் இருக்கிறார்கள் என்பதே என் நம்பிக்கை. இந்த நாட்டைப்பற்றிய உண்மையான கவலை கொண்டவன், இந்தச் சமூகத்தின் உண்மை நிலையை தன்னைச் சுற்றிப் பார்த்தே தெரிந்துகொள்பவன். அவனிடம் பேச விரும்புகிறேன்.

தேசபக்தியே பாவமென்றாகிவிட்ட இச்சூழலில், முத்திரை குத்தப் பட்டு வசைபாடப்பட்டு, அவமதிக்கப்பட்டு, சிறுமைப்பட்டு நின்ற போதும் உரக்கச் சொல்வோம் நண்பர்களே. 'வெல்க பாரதம்!'

அக்டோபர் 9, 2008

அரசியல் சரிநிலைகள்

தன் நெஞ்சறியும் உண்மையைச் சொல்லத் துணியும் ஓர் எழுத்தாளன் அல்லது அரசியலாளன் எப்போதுமே இங்கு எல்லா தரப்பினருக்கும் எதிராக ஆகிறான். அவனால் முழுமையாக எந்தத் தரப்புடனும் சேர்ந்து நிற்க முடிவதில்லை. ஒவ்வொருவரும் அவனை தங்கள் எதிரிகளின் தரப்பிலேயே சேர்க்க முயல்கிறார்கள். ஒவ்வொருமுறை அவன் கருத்து சொல்லும்போதும் அக்கருத்துகள் திரிக்கப்படுகின்றன. 'நான் சொல்லவந்தது அதுவல்ல' என்றுதான் அவன் ஒவ்வொரு நாளும் கூக்குரலிடவேண்டியிருக்கிறது.

காரணம், ஓர் அரசியல்சூழலில் ஆட்சிசெய்யும் 'அரசியல் சரிநிலை'கள் தான். 'பொலிடிகல் கரெக்ட்னெஸ்' என்பது நவீன ஜனநாயகச்சூழலில் கண்டெடுக்கப்பட்ட ஒரு சொல். ஜனநாயக அரசியல் எப்போதும் கருத்துகளின் மோதலினால் ஆனது. இங்கே ஒருங்குதிரட்டப்பட்ட கருத்துகளுக்கு எல்லை இல்லாத வலிமை உள்ளது. அவ்வாறு கருத்துகளை ஒருங்குதிரட்டுவதற்கு எளிய வழி அவற்றை ஒற்றைப் படையாக ஆக்கி மீண்டும் மீண்டும் பிரசாரம் செய்து மக்களை அவற்றின் கீழ் அணிதிரளச் செய்வதே.

இருபதாம் நூற்றாண்டில் இந்த உத்தியை மிகச்சிறப்பாகச் செய்தவர்கள் ஃபாஸிஸ்டுகள். பண்பாட்டு அடையாளங்களை உணர்ச்சிபூர்வமான குறியீடுகளாக ஆக்கி அவற்றின் கீழே மக்களைத் தொகுத்தார்கள். ஒரு மையத்தில் உணர்ச்சிபூர்வமாக ஒருங்கிணையும் கருத்து என்பது மிக மிக அபாயகரமான ஓர் ஆயுதம் என்று இவர்கள் உலகுக்குக் காட்டினார்கள். இரண்டாம் உலகப்போருக்குப் பின்னர் ஃபாஸிஸம் பற்றிய அச்சமும் அருவருப்பும் உலகமெங்கும் ஜனநாயகச் சிந்தனைச் சூழலில் எழுந்தது.

இந்த அச்சத்தையும் அருவருப்பையும் ஓர் அடையாளமாக ஆக்கி, அதன் கீழ் மக்களைத்திரட்டுவதற்கான கருத்தியல் ஆயுதமாக திரண்டு வந்ததே அரசியல்சரிநிலை என்பதாகும். அதன் பிறப்புநிலம் ஐரோப்பா. ஒரு சூழலில் முற்போக்கானது, நவீனமானது, மனிதாபிமானம் மிக்கது இன்னதுதான் என்று மெல்லமெல்ல சிலரால் வரையறுக்கப்படுகிறது. அந்தக் கருத்துகள் விவாதத்துக்கு அப்பாற்பட்ட புனித பிம்பங்களாக நிலைநாட்டப்படுகின்றன. அவற்றை ஐயப்படுவதும் விவாதிப்பதும் உடனடியாக பிற்போக்காக, பழமைவாதமாக, மனிதாபிமானத்துக்கு எதிரானதாக, அதாவது ஃபாஸிஸமாக, முத்திரை குத்தப்பட்டுவிடும்.

இத்தகைய கருத்துமைய உருவாக்கமும் ஒருவகை ஆதிக்கமாக, அடக்குமுறையாக ஆகும் என்பதை உலகம் அனுபவபூர்வமாக கண்டு கொண்டிருக்கிறது. இதுவும் ஃபாஸிஸம் போலவே ஓர் அழிவுச் சக்திதான். காரணம் இதுவும் சிந்தனையை முடக்குகிறது. கருத்துகளின் சுதந்திரமான வளர்ச்சியையும் மோதலையும் தடுக்கிறது. அச்சம் மூலமும் மிரட்டல் மூலமும் தன் கருத்தியல் மேலாதிக்கத்தை தக்கவைத்துக்கொண்டிருக்கிறது. அதன்மூலம் இதுவும் ஜனநாயகத்தின் அடிப்படைகளையே நசுக்குகிறது.

அரசியல்சரிநிலைகள் ஏன் எதிர்க்கப்பட வேண்டியவை என்றால் அவை எப்போதுமே எளிமைப்படுத்தப்படுபவை என்பதனாலேயே. அவை மனிதாபிமானம் என்ற கோணத்தில் மிகுந்த உணர்ச்சித்தீவிரத்துடன் முன்வைக்கப்படுகின்றன. ஆகவே அவை மாற்றுக்கருத்துகளையே அனுமதிப்பதில்லை. உதாரணமாக மரணதண்டனை எதிர்ப்பு என்பது இன்று அரசியல்சரியாக ஆக்கப்பட்டுள்ள ஒரு விஷயம். தீவிரமான குற்றமனப்பான்மை என்பது ஒரு மனிதனில் இருந்து நீக்கவே முடியாத அடிப்படை இயல்பு என்றும் ஆகவே பெருங்குற்றவாளிகளை திருத்தியமைக்கலாமென்பது ஒரு எளிய இலட்சியவாதக் கனவு மட்டுமே என்றும் ஒரு நிபுணர் வாதிடப் புகுந்தால் உடனே அவர் பழமைவாதியும் மனிதாபிமானம் இல்லாத ஃபாஸிஸ்டும் ஆகிவிடுவார். அப்படி ஒரு கோணத்துக்கு கண்டிப்பாக இடமுள்ளது என்பதும் மனித இயற்கையை எளிமைப்படுத்திவிடக்கூடாது என்பதும் விவாதத்துக்கே வராமல் செய்யப்பட்டுவிடுகிறது.

அரசியல் சரிநிலை என்பது நவீனத்துவத்தின் உச்சகட்ட ஆயுதமாகும். ஓர் அறிவுஜீவி இன்னதையே சிந்தனைசெய்ய முடியும், இன்னதைத் தான் செய்யமுடியும், இன்னின்ன நிலைப்பாடுகள் தான் எடுக்கமுடியும் என்று எப்போதுமே நவீனத்துவத்தில் ஓர் வரையறை இருந்தது. இலக்கியம் 'முற்போக்காக' மட்டுமே இருக்க முடியுமென்ற நம்பிக்கை. அதாவது ஒரு காலகட்டத்தில் எது முற்போக்கு என்று

கருதப்படுகிறதோ அதுவே எழுத்தாளனின் நிலைப்பாடாக இருக்க முடியும் என்ற நம்பிக்கை. நவீனத்துவ நாயகர்கள் சார்த்தர், காம்யூ என அனைவருமே அரசியல் சரிநிலைகளைச் சார்ந்து செயல்பட்டவர்கள். முற்போக்கு முத்திரை இல்லாமல் நிற்க முடியாதவர்கள்.

நான் அறிந்தவரை கேரளச்சூழலில் அரசியல் சரிநிலைகளைத் தாண்டி ஒரு படைப்பாளி பேசினால் அது அங்கீகரிக்கப்படுகிறது. அவனுடைய தனிப்பட்ட உள்ளுணர்வுக்கு அளிக்கப்படும் மரியாதை அது. அரசியல் சரி என்பது ஃபாஸிஸத்தைவிட குரூரமான முறையில் முன்வைக்கப் படும் சூழல் தமிழிலேயே உள்ளது – குறிப்பாக தமிழ் சிற்றிதழ் உலகில்.

அரசியல்சரிநிலைகளின் அதிகாரத்தை எதிர்த்து உருவானதே பின் நவீனத்துவம். எதையும் கேள்விக்குரியதாக்கும் அதன் சுதந்திரம் முற்போக்கு, ஜனநாயகம், மனிதாபிமானம் போன்ற அடையாளங் களையும் கேள்விக்குரியதாக்கியது. மேலைநாடுகளில் அரசியல்சரி என்பது ஒரு கெட்டவார்த்தை போல ஆனது பின்நவீனத்துவத்தாலேயே.

ஆனால் தமிழகத்தில் பின்நவீனத்துவ லேபிள் ஒரு புதுமையையும் அறிவுஜீவிக்களையும் அளிக்கிறது என்ற காரணத்தால் அதைச் சூடிக்கொண்டார்களே ஒழிய பின்நவீனத்துவத்தின் அடிப்படைகளை அறிந்தவர்கள் மிகச்சிலரே. இங்கே பின்நவீனத்துவம் பேசியவர்கள் பெரும்பாலானவர்கள் எளிமையான நவீனத்துவ உலகப்பார்வையை, அரசியல் பார்வையை வெளிப்படுத்துபவர்களே. அவ்வகையில் அவர் களுக்கும் எளிமையான கட்சிமார்க்சியர்களுக்கும் எந்த வேறுபாடும் இல்லை. இங்கே பின் நவீனத்துவம் பேசியவர்களில் பெரும்பாலான வர்கள் எளிமையான அரசியல் சரிகளில் சாய்ந்து நின்றவர்கள். அதை ஒரு ஆயுதமாக பிறர் மேல் போடத் தயங்காதவர்கள்.

உண்மையிலேயே பின் நவீனத்துவம் இங்கே வந்திருந்தது என்றால் நம்முடைய கேள்விக்கு அப்பாற்பட்ட எத்தனையோ முற்போக்குப் புனிதக்கருத்துகளும் விவாதத்துக்கு உள்ளாகியிருக்கும் அல்லவா? தமிழ்த்தொன்மை, இட ஒதுக்கீடு, நவீனச் சாதிவாதம் என நாம் விவாதங் களைத் தவிர்க்கும் எத்தனையோ களங்களில் புதிய உடைவுகள் நிகழ்ந்திருக்கும் அல்லவா? ஆனால் நம் பின்நவீனத்துவர்கள் பழைய முற்போக்கினரின் அதே தரப்பையே பின்நவீனத்துவக் கலகமாக மாற்றி தங்கள் நாடகத்தை ஆடி முடித்தார்கள்.

இன்று தமிழ்ச்சமூகத்தின் சிந்தனை பழமைவாதத்தாலும் மறுபக்கம் போலியான முற்போக்கு பேசுபவர்களின் அரசியல் சரிகளாலும் சிறையிலடைக்கப்பட்டிருக்கிறது. நாம் ஒருபோதும் பேசாமல் பொத்தி வைத்துள்ள கருத்துகளே அதிகம். தொடக்கூடாத புனிதக்கருத்துகளால்

நம் கருத்தியல் அதிகாரம் நிலைநாட்டடப்பட்டிருக்கிறது. தொட்டுப்பேசத் துணிபவர்கள் அனைத்துத் தரப்பினராலும் தாக்கப்படுகிறார்கள்.

நம் சூழலின் அரசியல் சரிநிலைகளைப்பற்றி மிகவிரிவான ஆய்வுக்கு இடமிருக்கிறது. நான் அரசியல்விமர்சகன் அல்ல. என்னுடைய எளிமையான புரிதல் பெரும்பாலும் நேரடி அனுபவங்கள் மற்றும் என் உள்ளுணர்வு சார்ந்தது. நம்முடைய ஆங்கில ஊடகங்களில் உள்ள அரசியல்சரிநிலையை நெடுங்காலமாக உருவாகிவந்த ஒருதளம், சமீப காலமாக உருவாகி வந்த தளம் என இரண்டாகப் பிரிக்கலாம்.

சுதந்திரத்துக்குப் பின்னர் வந்த இருபது வருடங்களில்தான் நம் ஊடகத் துறை அழுத்தமாக வேரூன்றி வளர்ந்தது. அது நேருகாலம். இக்கால கட்டத்தில் காங்கிரஸை பெருநிலக்கிழார்கள் கைப்பற்றினார்கள். இதற்கு எதிரான சக்திகளாக சோஷலிஸ்டுகளும், கம்யூனிஸ்டுகளும் இருந்தார்கள். இவர்கள் ஊடகங்களை மெல்ல ஊடுருவினார்கள். பெரும்பாலான அக்கால இதழாளர்கள் சோஷலிஸ்டுக் கட்சி அனுதாபிகள். இன்றும் அந்த மனநிலை ஊடகங்களில் நீடிக்கிறது.

உதாரணமாக கார்ட்டூனிஸ்ட் சங்கர் அக்காலகட்டத்தின் முக்கியமான ஊடக முன்னோடி. அவரால் இதழியலுக்குக் கொண்டுவரப்பட்ட மலையாளிகளான ஊடகவியலாளர்களின் ஒரு சமூகமே ஆங்கில ஊடகங்களில் உண்டு. நரேந்திரன், ஓ.வி.விஜயன், மாதவன்குட்டி போன்ற புகழ்பெற்றவர்கள் பலர் உதாரணம். அவர்களின் அடுத்த தலைமுறை இன்று உள்ளது. இவர்களில் பலருடன் நான் உரையாடியதுண்டு. இவர்கள் அனைவருமே சங்கரின் சோஷலிஸ்டு மனநிலையைக் கொண்டவர்கள். அரசியலை வரலாற்று ரீதியாக உள்ளே சென்று அலசி ஆராயும் திராணி கொண்டவர்கள்.

இவர்களிடம் உள்ள அரசியல்சரிநிலை என்பது எப்போதும் அமைப்புக்கு எதிராக நிலைகொள்வது என்பதே. அது நூற்றுக்குத் தொண்ணூறு தருணங்களில் நியாயத்தின்பால் நிற்பதாகவே அமைகிறது என்பது இயல்பானதுதான். எந்த ஓர் அதிகார அமைப்பும் தவிர்க்க முடியாத அன்றாட அநீதிகளின் மீது இயங்குவதே. அடக்குமுறை என்ற அம்சம் இல்லாத அரசு என்பது மண்மீது சாத்தியமானது அல்ல. அத்துடன் இவர்கள் அமைப்பை மிக நெருங்கி நின்று அதன் உள்விளையாட்டுகளை காணும் வாய்ப்பையும் பெற்றவர்கள். ஆகவே ஒவ்வொன்றும் எத்தனை கேவலமான அதிகார ஆசை, சுயநலங்கள், சபலங்கள் மீது உருவாக்கப் படுகிறது என்று இவர்கள் நன்றாகவே அறிவார்கள்.

எனவே இவர்கள் அமைப்பின் தீவிர விமர்சகர்களாக தங்களை முன்வைக்கிறார்கள். அதன் உள்ளார்ந்த வன்முறையை அபத்தத்தை

ஆபாசத்தை வெளிப்படுத்துகிறார்கள். இவர்களுடைய குரல் மிகப் பெரும்பாலான தருணங்களில் சாமானியனுக்காக ஒலிக்கும் நீதியின் குரலாக எழுகிறது. ஜனநாயகத்தின் அடிப்படைகளுக்கான அறை கூவலாக முழங்குகிறது. இவர்கள் மீது எனக்கு மாறாத மரியாதையும் ஏன் பக்தியும் உண்டு.

சமீபகாலமாக 'வேரற்ற' இளம் ஊடகவியலாளர்களின் ஒரு படை ஊடகங்களை ஊடுருவியிருக்கிறது. இவர்களுக்கு அரசியல்நோக்கு ஏதும் இல்லை. இவர்களின் முன்னுதாரணம் ஆங்கில ஊடகங்கள்தான். ஆங்கில ஊடகங்களின் நோக்குகளும் வழிமுறைகளும் இவர்களை நேரடியாகப் பாதிக்கின்றன. 'அமைப்பை எதிர்த்து துணிவுடன் குரல் கொடுக்கும் ஊடகவியலாளர்' என்ற படிமம் இவர்களுக்கு மிகவும் பிடித்திருக்கிறது. அதற்கான உடல்மொழி, ஆங்கிலமொழி உச்சரிப்பு எல்லாவற்றையும் அவர்கள் முன்னோடிகளிடமிருந்து கற்றுக் கொண்டிருக்கிறார்கள்.

இவர்களுக்கு அரசியல்கோட்பாடுகள் கிடையாது. வரலாற்றுப் பிரக்ஞை கிடையாது. சமூகப்பொறுப்புணர்வு இல்லை. இவர்கள் எங்கிருந்து வந்தார்களோ அந்த உயர்நடுத்தர வர்க்கத்துடன் இவர்களுக்கு ஒரு மனச்சாய்வு உண்டு. அத்துடன் அவ்வப்போது மேலை ஊடகங்களில் இருந்து கிடைக்கும் உதிரியான கோட்பாடுகள் மற்றும் கலைச்சொற்கள் இவர்களின் மூளையில் உள்ளன. அவற்றைக் கொண்டு ஆழமான சிந்தனைப்பின்புலத்தில் இருந்து அரசியலை அணுகுவது போல ஒரு பாவனையை இவர்களால் சிறப்பாக உருவாக்க முடியும். ராஜ்தீப் சர்தேசாய் இவர்களுக்கு சரியான முன்னோடி உதாரணம் என்ற எண்ணம் எனக்கு உண்டு.

முதல்தரப்பினர் ஊடகமுதலாளிகளின் கட்டாயங்களுக்கு எளிதில் வளையாதவர்கள். அவர்களுக்கென்று ஒரு தனித்த அடையாளம் கொண்டவர்களாதலால் எந்த ஊடகத்தில் இருந்தாலும் அவர்களின் குரல்கள் தனித்து ஒலிக்கும். இரண்டாம்வகையானவர்கள் முழுக்க முழுக்க தொழில்முறையானவர்கள். ஊடகமுதலாளிகளுடன் சமரசம் செய்துகொள்வதில் தயக்கமே இருப்பதில்லை. சொல்லப்போனால் ஆஜராகும் கட்சிக்காக முழுமூச்சாக வாதிடும் வக்கீல்களைப் போன்ற வர்கள் இவர்கள்.

இவ்விருதரப்பினருக்கும் உள்ள ஒரு பொதுமனநிலையை சுட்டிக்காட்ட வேண்டும். இவர்கள் அதிகாரத்தையும் செல்வத்தையும் மிக அருகே நின்று பார்க்கிறார்கள். ஆனால் அதிகாரமும் செல்வமும் இவர்களுக்கு எட்டுவதேயில்லை. இந்த நிலையை எதிர்கொள்ள இவர்கள் மிக அழுத்தமான ஒரு சுயமுக்கியத்துவத்தைக் கற்பனை செய்து கொள்

கிறார்கள். ஊடகவியலாளர் என்ற முறையில் சரித்திரத்தை தங்களால் உருவாக்கவும், மாற்றியமைக்கவும் முடியும் என்று இவர்கள் எண்ணு கிறார்கள். போதையில் அப்படிச் சொன்ன பல முக்கியமான இதழாளர் களை நான் அருகில் இருந்து கண்டிருக்கிறேன்.

இந்த சுயகர்வம்தான் பழைய சோஷலிஸ்டு இதழாளர்களை தன்னம் பிக்கையுடன் அதிகார அமைப்புகளை எதிர்க்கச் செய்தது. ஆசை காட்டல்களை நேர்மையுடன் மீறவும் அச்சுறுத்தல்களை எதிர் கொள்ளவும் செய்தது. அதே சமயம் இதற்குள் உள்ள தாழ்வுமனப் பான்மை பலவகையான சிக்கல்களுக்குக் காரணமாக அமைகிறது. முக்கியமாக ஒருசெய்தியை எந்தவிதமான அடிப்படை நேர்மையும் இல்லாமல் திரிப்பதற்கான துணிவை இவர்களுக்கு இது அளிக்கிறது.

என்.எஸ்.மாதவன் எழுதிய ஒரு மலையாளக் கதையை இங்கே குறிப் பிட்டாகவேண்டும். ஒரு நாளிதழ் ஆசிரியர் அதன் கதாநாயகர். பழைய சோஷலிஸ்டு இதழாளர் அவர் என்பதை என்.எஸ்.மாதவன் துல்லிய மாக கதையில் நிறுவுகிறார். மூத்த தலைமுறையைச் சேர்ந்தவர். லோகியாவுடனும் ஜெயப்பிரகாஷ் நாராயணனுடனும் நெருக்கமானவர். ஊடக முதலாளியாலேயே அஞ்சப்படுபவர். கட்டற்றவர். குடிகாரர். இலக்கியவாசிப்பு கொண்டவர். உச்ச அதிகார மையங்களுடன் எல்லா வகையான தொடர்புகளும் கொண்டிருந்தபோதிலும் எந்தவகையான சுயநல நோக்கங்களையும் அடையமுயலாத நேர்மையாளர்.

அவர் நள்ளிரவில் நாளிதழ் ஆசிரிய வேலையில் இருக்கிறார். அத்வானி தலைமையில் ஆர்.எஸ்.எஸ் கூட்டம் அயோத்திக்கு கரசேவைக்குச் சென்றிருக்கும் தகவல் வருகிறது. நரசிம்மராவ் அரசு கண்ணைமூடிக் கொண்டிருக்கிறது என்று செய்தி கிடைக்கிறது. ஆசிரியர் பதற்றமும் கவலையும் கொள்கிறார். தார்மீகமான கொந்தளிப்புக்கு உள்ளாகி செயலிழந்து குடிக்கிறார். கடைசியில் மசூதிக்கட்டடம் இடிக்கப் பட்டுவிட்டது என்று தகவல். உதவியாசிரியர்கள் நாளிதழின் முதல் பக்கச் செய்தியாக 'சர்ச்சைக்கிடமான கட்டடம் இடிக்கப்பட்டது' என்று அச்சு கோர்த்திருக்கிறார்கள். ஆசிரியர் அதை எடுத்து வெட்டிவிட்டு 'பாபர் மசூதி இடிக்கப்பட்டது' என்று செய்தியை மாற்றுகிறார். இதுதான் கதை.

இந்தக்கதை உண்மையில் நடந்தது. அந்த நாளிதழாசிரியரை நான் ஒருமுறை பார்த்துமிருக்கிறேன். செய்தியை கடைசி நிமிடத்தில் மாற்றியமைத்த நிகழ்ச்சியை அப்போது அவருடன் இருந்தவர்கள் சொன்னார்கள். அந்த நாளிதழாசிரியர் என்னுடைய பெரும் மதிப்பிற் குரியவர். எந்தவகையான நேர்மையில்லாத செயலையும் அவர் செய்ய மாட்டார் என்றே நான் எண்ணுகிறேன். ஆனால் அவர் இங்கே

இதழாளர் என்ற எல்லையில் இருந்து மீறிச்செல்கிறார். வரலாற்றை அவர் செய்தியாக்கவில்லை. மாறாக வரலாற்றை அவர் மாற்றிய மைக்கிறார். அதற்கு தனக்கு உரிமை இருப்பதாக நினைக்கிறார்.

உண்மையில் முந்நூறு வருடங்களுக்கும் மேலாக ராமஜன்மபூமி — பாபர் மசூதி சர்ச்சை நிகழ்ந்து வருகிறது. ராமஜன்மபூமி என்று நூற்றாண்டுகளாகக் கருதப்படும் அந்த நிலத்தில் பாபர் கட்டிய வெற்றிக்கும்பம் இருந்தது. அது வழிபாடு நிகழ்ந்த மசூதி அல்ல, கும்மட்டம் மட்டுமே. அதை நானே கண்டுமிருக்கிறேன். இப்போது அதைப்போன்ற பாழடைந்த வெற்றிக் கும்மட்டங்கள் காசிவிஸ்வ நாதர் கோயிலை ஒட்டியும் மதுராவில் கிருஷ்ண ஜன்மபூமி கோயிலை ஒட்டியும் உள்ளன. அங்கும் தொழுகைகள் ஏதும் நிகழ்வதில்லை. வட இந்தியாவில் உள்ள பல கோயில்களை ஒட்டி இத்தகைய மசூதிக்கும் மட்டங்களைக் காணமுடியும்.

முகலாயர் ஆட்சிக்காலத்தில் இக்கோயில்கள் இடிக்கப்பட்டு அங்கே அந்தக் கும்மட்டங்கள் கட்டப்பட்டன என்பது வரலாறு. சில நூற்றாண்டுகள் கழித்து காசி மராட்டியர்களாலும், மதுரா ராஜபுத்திரர் களாலும் கைப்பற்றப்பட்டபோது அங்கே கோயில்கள் மீண்டும் கட்டப் பட்டன. முந்தைய கோயில்கள் இருந்த இடம் குறித்த நினைவு தலைமுறை தலைமுறையாக இருந்து கொண்டிருந்ததனால் இது சாத்தியமாயிற்று. காசியும் கிருஷ்ணஜன்மபூமியும் அப்படி குறைந்தது இரண்டுமுறை மீண்டும் கட்டி எழுப்பப்பட்டன.

அதே போல நினைவில் ராமஜன்மபூமியாக கருதப்படும் இடம் அயோத்தியில் அந்த நிலம். அங்கே கோயில் கட்டவேண்டும் என்ற கோரிக்கை பதினேழாம் நூற்றாண்டில் முகலாய ஆட்சி முடிந்தது முதல் இருந்துகொண்டிருக்கிறது. ஆனால் அந்தப்பகுதி அவத் நவாபால் ஆளப்பட்டமையால் கோயில் கட்டமுடியவில்லை. அந்நிலத்தைக் கைப்பற்ற பல போர்களும் பூசல்களும் நடந்துள்ளன. பிரிட்டிஷ் அரசாங்கம் அந்தச் சர்ச்சைக்கு முடிவுகாண முடியாமல் அப்பகுதியைப் பூட்டிவைத்தது. அதை நீதிமன்றத் தீர்ப்பின் அடிப்படையில் ராஜீவ் காந்தியின் காங்கிரஸ் ஆட்சிக்காலத்தில் திறந்தார்கள். அதையொட்டித் தான் ராமஜன்மபூமியில் கோயில் கட்டவேண்டும் என்ற கோரிக்கை எழுந்தது. அதை பாரதீய ஜனதா கட்சி அரசியல்படுத்தியது.

பாபரின் மசூதி கும்மட்டம் இடிக்கப்பட்டதை இந்திய ஜனநாயகத்தின் மீதான ஒரு இழிவான தாக்குதலாக மட்டுமே நான் காண்கிறேன். காந்தியின் இந்தியா அழிந்து மதவெறியர்களின் இந்தியா உருவான திருப்புமுனைப்புள்ளி அது. இன்றைய இந்தியாவின் வன்முறைச் சூழலுக்கு அதன்மூலம் இந்துத்துவர்கள் வழியமைத்தார்கள். அந்தப்

பழியின் பொறுப்பில் இருந்து ஒருநாளும் பாரதீய ஜனதாக்கட்சி தப்ப முடியாது. அங்கே நவீன இந்தியாவின் குறியீடாக மசூதியும் கோயிலும் இணைந்த ஒரு கட்டுமானம் எழுந்திருந்தால் அது எத்தனை மகத்தான முன்னுதாரணமாக இருந்திருக்கும். ஒரு இந்துத் தலைவர் அப்படிச் செய்யும் பரந்தமனமும் தொலைநோக்கும் கொண்டவராக இருந்திருந் தால் இந்த நாடு எப்படி இருந்திருக்கும்!

இன்று அந்த நிலத்தில் ராமருக்குக் கோயில் கட்டப்படுவதை நான் எதிர்க்கிறேன். அந்த இடம் அரசியலாக்கப்பட்டதன் வழியாக, ஒரு அறமீறல் அங்கே நிகழ்ந்ததன் வழியாக, இந்திய ஜனநாயகத்தின்மீதும் இந்து மனநிலைமீதும் ஒரு களங்கமாக அது ஆனதன் வழியாக, அங்கே ராமருக்கு கோயில் கட்டப்படும் தகுதி அவ்விடத்துக்கு இல்லா மலாகிறது என்றே எண்ணுகிறேன். அங்கே நம் நாட்டின் மத நல்லிணக் கத்தை நிலைநாட்டும் ஒரு தேசியச்சின்னம் மட்டுமே உருவாக் கப்படுவதே சிறந்தது என்று என் எண்ணம். அங்கே ஒரு கோயில் கட்டப்படுமென்றால் ஒருபோதும் அது ஓர் ஆன்மீக மையமாக இருக்காது, ஓர் அரசியல் சின்னமாகவே இருக்கும்.

பாபர் மசூதி இடிக்கப்பட்ட அன்று அந்த நாளிதழாசிரியர் அடைந்த அதே மனக்கொந்தளிப்பையும், வருத்தத்தையும், இயலாமையையும், எதிர்காலம் குறித்த அச்சத்தையும் நானும் அடைந்தேன். ஆனால் அவர் செய்ததை பிறகு கேள்விப்பட்டபோது நான் ஏற்கவில்லை. அப்படி ஒரு திரிப்பைச் செய்ய அவருக்கு என்ன உரிமை என்றுதான் என் எண்ணம் எழுந்தது. எத்தனை உயர்ந்த நோக்கத்தில் அவர் அதைச் செய்திருந்தாலும் அதன் மூலம் தீய விளைவுகளே உருவாகும் என்று தோன்றியது.

அந்த இதழாளரின் நிலைப்பாட்டைத்தான் இந்தியாவில் உள்ள முற்போக்காளர்கள் அனைவரும் எடுத்தார்கள். அதை மீண்டும் மீண்டும் பாபர் மசூதி என்று சொல்லிச் சொல்லி நிலைநாட்டினார்கள். அங்கே ஒரு நீண்டகால உரிமைச் சர்ச்சை நிகழ்ந்திருந்தது என்பதையே முழுமையாக மறைத்தார்கள். அந்நிகழ்ச்சி நடந்து முடிந்தபின் வந்த இன்றைய புதிய தலைமுறைக்கு அந்தத்தகவல்கள் எதுவுமே தெரியாது. பல்லாயிரம்பேர் அமர்ந்து தொழுகைசெய்துவந்த ஒரு மசூதியை ராமர்கோயில் கட்ட இடம்வேண்டும் என்று கோரி இந்துத்துவர்கள் இடித்துவிட்டார்கள் என்ற ஒற்றைச்சித்திரம்தான் இன்றைய முஸ்லீம் களிடம் உள்ளது. இவ்வருடம் டிசம்பரில் தமிழகம் முழுக்க ஒட்டப் பட்ட பல்லாயிரம் சுவரொட்டிகளில் இருந்தது அந்த வாசகம்தான்!

உண்மையில் இந்தியாவில் முஸ்லீம் ஆட்சியாளர்கள் கோயில்களை இடித்த வரலாறும், ராமஜன்மபூமியின் வரலாற்றுப்பின்புலமும் தெரியாத நிலையில் ஒரு முற்போக்கு முஸ்லீமுக்குக் கூட இன்று

கூறப்படும் பாபர் மசூதி இடிப்புச்சித்திரம் மனக்கொதிப்பைத்தான் உருவாக்கும். அவர்களுக்கு நம் ஊடகங்கள் சொல்லும் சித்திரத்தை வைத்துப்பார்த்தால் அந்தக் கொதிப்பு நியாயமானதே. மீண்டும் மீண்டும் ஆவேசமாக இஸ்லாமிய அடிப்படைவாதிகளால் இன்று வரை அதுதான் அச்சமூக இளம்தலைமுறையினரிடம் முன்வைக்கப்படுகிறது. ஒவ்வொரு டிசம்பர் மாதமும் கிளம்பும் பீதியும், அவநம்பிக்கையும், வெறிகளும் அந்தத் தவறான தகவலில் இருந்து உருவாக்கப்பட்டவை. இன்றைய இந்தியாவில் உள்ள அடிப்படைவாத வன்முறையின் பெரும்பகுதிக்கு அந்த ஒற்றைத் தகவல் திரிபுதான் காரணம். அந்தத் திரிபை உருவாக்கியவர்கள் நமது முற்போக்கு ஊடகவியலாளர்கள்.

இஸ்லாமியர்களை அது வெறிகொள்ளச்செய்கிறது என்பது ஒருபக்கம் என்றால் அதன்மூலம் உருவாக்கப்படும் அச்சம் மற்றும் பதற்றம் காரண மாக இஸ்லாமியர்கள் மீது ஆழமான அவநம்பிக்கை பிறரிடம் உருவாகிறது. ஒரு சராசரி இந்து 'அப்படித்தான் ராமர்கோயிலை இடித்த பாபரை ஆதரிப்பேன்' என்று முஸ்லீம்கள் சொல்வதாக எடுத்துக் கொள்கிறான். அவர்கள் நம்பும் திரிபுபட்ட வரலாறு இவர்களுக்கு தெரியாது. இந்த அவநம்பிக்கையை வன்மத்தையும் வெறுப்பையும் வளர்ப்பதையே நோக்கமாகக் கொண்ட அறிவுஜீவிகள் தூண்டிவிடு கிறார்கள். விளைவாக இந்த நாடு மேலும் மேலும் பிளவுபடுகிறது. இந்நாட்டின் எதிரிகள் இந்நாட்டின்மீது தீவிரவாதிகளை ஏவி விடுவதற் கான முக்கியமான காரணமாக இத்தகவலையே சொல்கிறார்கள். அதன் இழப்புகள் நாள்தோறும் பெருகுபவை.

இன்று ராமஜன்மபூமி-பாபர் மசூதி சர்ச்சையின் உண்மையான வரலாற்றை எவரேனும் சொல்லப்போனால் அவரை இந்துத்துவர் என்று முத்திரை குத்தி கடப்பாரை ஏந்தி பாபர்மசூதியை இடிக்கப் போனதே அவர்தான் என்று கைகாட்டி வன்முறைக்கு இலக்காக ஆக்கி விடுவார்கள் என்ற நிலை நிலவுகிறது இன்று. நம் கண்முன் நடந்த, கால்நூற்றாண்டுகூடத் தாண்டாத, இந்த நேரடியான வரலாற்றுத் தகவலை இன்று எந்த செய்தித்தாளிலும் நாம் எழுதிவிட முடியாது!

அந்த நாளிதழாசிரியரைப் போன்றவர்கள் ஒரு தார்மீக ஆவேசத்தால் உந்தப்பட்டு செய்த ஒரு வரலாற்றுப்பிழையின் விளைவுகள் இந்நாட்டில் இன்னும் பலதலைமுறைக்காலம் ரத்தத்தை ஓடவைக்கும். சொல்லப் போனால் அவர் பாபர்மசூதியை இடித்த மதவெறியர்கள் அளவுக்கே பெரிய பேரழிவை இந்தத் தேசத்துக்குச் செய்திருக்கிறார்.

ஒரு நாகரிகமான இந்து பலநூற்றாண்டுக்காலம் இந்த நாட்டில் இந்துமதம் நிகழ்த்திய சாதிக்கொடுமைகளுக்காக வெட்கப்பட்டாக வேண்டும். ஒரு நாகரீகமான கிறித்தவன் உலகமெங்கும் பன்மைக்

கலாசாரம் மீது கிறித்தவம் நிகழ்த்திய அழித்தொழிப்புகளுக்காக வெட்கியாக வேண்டும். ஒரு நாகரிகமான இஸ்லாமியன் சென்ற காலத்தில் மதவெறிகொண்ட இஸ்லாமிய மன்னர்களால் நிகழ்த்தப் பட்ட அழிவுவேலைகளுக்காக வெட்கப்பட்டாக வேண்டும். கம்யூனிஸ்டு ஸ்டாலினு காகவும் போல்பாட்டுக்காகவும் தலைகுனிந் தாகவேண்டும். அது நம் ஒவ்வொருவர் மீதும் வரலாறு ஏற்றி வைத்துள்ள சுமை.

இந்தியாவில் இஸ்லாம் பேரழிவுகளை உருவாக்கியிருக்கிறது. நிறுவனங்களை நம்பி நடந்த தத்துவமதமான பௌத்தம் இஸ்லாமியப் படையெடுப்பாளர்களால் அழிக்கப்பட்டது. சடங்குமதமாக இருந்த இந்துமதம் சடங்குகளாக தப்பியதென்றாலும் அதன் நிறுவனங்கள் அழிக்கப்பட்டன. ஆதிக்க அரசர்களான பாபரும் ஔரங்கசிபும் நிகழ்த்திய அழிவுகளுக்கு இன்றைய இஸ்லாமியர் பொறுப்பல்ல. வேதம் கேட்ட காதில் ஈயத்தை உருக்கி ஊற்றிய நேற்றைய பிராமணத் தலைமைக்கு இன்றைய இந்து பொறுப்பல்ல என்பது போல. ஆனால் நேற்றைய பிராமணியத்தை இன்று ஒருவர் அப்படியே தன்னது என்று ஏற்றுக்கொள்கிறார் என்றால் அவர் அதற்குப் பொறுப்புதான். பாபரையும் ஔரங்கசீப்பையும் ஒருவர் இன்றும் தூக்கிப்பிடிக்கிறார் என்றால் அவர் அதற்குப் பொறுப்புதான்.

இந்தத்தெளிவு இஸ்லாமியர்களுக்கு இருந்திருந்தால் பாபர் மசூதியை தங்கள் அடையாளமாக அவர்கள் முன்வைக்கமாட்டார்கள். அந்தப் புரிதலை அவர்களுக்கு அளிப்பதற்குப் பதிலாக ஆதிக்கவெறிகொண்ட மன்னர்களின் அந்தப் பாரம்பரியத்தை பாதுகாக்க முஸ்லீம்கள் ஒருங்கிணையவேண்டுமென்ற சித்திரத்தையே நமது ஊடகங்கள் அவர்களுக்கு அளித்தன. பாபரை இலட்சிய புருஷனாக நம் முற்போக் காளர்களே எழுதினார்கள். இன்றைய இஸ்லாமிய சமூகத்தை நேற்றைய ஆதிக்கவெறியர்களுடன் அடையாளப்படுத்தியது முதன்மையாக நம் முற்போக்காளர்களே. சர்ச்சைக்கிடமான கட்டடம் என்பது பாபர் மசூதி என்ற ஐயம்திரிபிலாது மாற்றப்படுவதன் மூலம் நடந்தது இதுவே. அந்த வெறி இஸ்லாமியரிடம் எழுப்பப்பட்டதன் விளைவே இன்றைய வன்முறைகள். அதற்கு மதவெறிகொண்ட இந்துத்துவர் முதல் பொறுப்பு என்றால் வரலாற்றைத் திரித்த நம்முடைய முற்போக்கு இதழாளர்கள் இரண்டாம் பொறுப்பு.

அரசியல்சரிநிலை என்பது அபத்தமாக, அழிவுசக்தியாக ஆன வரலாற்றுத்தருணம் இது. அந்தப்பிழை இன்றும் தொடர்கிறது. அரசாங்கம் செய்யும் ஒடுக்குமுறைக்கு எதிரான குரலாக ஊடகம் ஒலிப்பது அரசியல்சரிநிலை. ஆனால் ஒரு அரசாங்கம் தீவிரவாதம்

போன்ற நேரடி ஆக்ரமிப்புகளுக்கு எதிராகப் போராடும்போதுகூட நம் ஊடகவியலாளர்களில் ஒரு சாரார் அரசாங்கத்தை எதிர்ப்பது என்ற நோக்கில் தீவிரவாதத்துக்கு ஆதரவான நிலைப்பாடு எடுக்கிறார்கள். தீவிரவாதியை தியாகியாக ஆக்குகிறார்கள். அப்சல் என்ற தீவிரவாதியை அரசு தண்டிப்பதை இஸ்லாமிய சமூகத்துக்கு எதிரான செயலாக சித்தரித்த நம் இதழாளர்கள் அல்லவா உண்மையில் இஸ்லாமிய சமூகத்தையே தீவிரவாதிகளாக முத்திரை குத்தியவர்கள்? அப்பொறுப்பின்மை மூலம் அரசாங்கத்தின் அனைத்து அமைப்பு களையும் செயலற்றதாக ஆக்குகிறார்கள். அதன் மூலம் நம் தேசத்தையே பாதுகாப்பில்லாத நிலைக்குத் தள்ளுகிறார்கள்.

மேலும் தீவிரவாதம் அதற்கு அடிப்படையாக உள்ள மத அடிப்படை வாதம் போன்றவற்றை நியாயப்படுத்தும் இதழாளர்களும் அறிவுஜீவி களும் ஒரு தேசத்துக் குடிமக்களுக்கு அத்தேசம் மீது இருந்தாக வேண்டிய அடிப்படையான நம்பிக்கையைச் சிதைக்கிறார்கள். ஒரு நிலப்பகுதியில் வாழும் மக்கள் ஒருவருக்கொருவர் பற்றுகொண்டு ஒரு சமூகமாக உணர்வதே தேசியம் என்பது. அந்த ஒற்றுமை உணர்வின் மூலம் அவர்கள் பாதுகாப்பையும் பொருளியல் முன்னேற்றத்தையும் அடைகிறார்கள். அப்படி ஒருங்கிணைக்கும் விழுமியங்கள் மீது அவர்கள் கொள்ளும் நம்பிக்கையும் ஈடுபாடுமே தேசபக்தி என்பது.

தேசபக்தியை இழக்கும்போது தேசிய அமைப்பு சிதறுகிறது. அவநம்பிக்கைகளும் மோதல்களும் பெருகுகின்றன. அதன் விளைவாக உருவாகும் அழிவுகளுக்கு எல்லையே இல்லை. பிற தேசங்கள் மீது ஆக்ரமிப்பை நிகழ்த்தும்பொருட்டு பத்தொன்பதாம் நூற்றாண்டில் உருவகிக்கப்பட்ட தீவிரதேசியக் கருத்துருவங்களை நாம் இங்கே எடுத்துக்கொள்ள வேண்டியதில்லை. ஒரு நிலப்பகுதியின், ஒரு குறிப் பிட்ட வாழ்க்கைமுறையின் கட்டாயத்தால் ஒருமக்கள்கூட்டம் சேர்ந்து தான் வாழ்ந்தாகவேண்டும் என்ற நிலையில் உருவாகும் இன்றிய மையாத தேசியத்தைப்பற்றியே நாம் பேசுகிறோம்.

இந்தியா என்ற இந்த நிலப்பகுதியில் பல நூற்றாண்டுக்காலமாகவே மக்கள்பரிமாற்றம் நடந்துள்ளது. இங்குள்ள ஒவ்வொரு பகுதியிலும் பல இன, மொழி, மத மக்கள் வாழ்கிறார்கள். ஆகவே இது ஒரு தேசியமாகவே நீடிக்க முடியும். இவர்கள் அனைவருக்கும் இடமுள்ள ஒரு விரிவான நவீன தேசியமே இந்நிலத்து மக்களின் வாழ்க்கையை மேம்படுத்த உதவும். அத்தகைய ஒரு தேசியமாகவே இந்திய தேசியம் இதன் முன்னோடிகளால் உருவகிக்கப்பட்டிருக்கிறது.

நமது முற்போக்கு இதழாளர்கள் அரசாங்கத்தை எதிர்க்கிறோம் என்ற நிலைப்பாட்டில் நின்றபடி இந்த தேசியத்தின் அடிப்படைகளைக் கெல்லி எறியும் சிதிலசக்திகளை தூண்டி விடுகிறார்கள். அவர்களை

நியாயப்படுத்துகிறார்கள். அவர்களை வளர்த்தெடுக்கிறார்கள். மத, இன, மொழி அடிப்படைவாதங்களை ஆதரிக்கும் இதழாளர்கள் அதன்மூலம் பேரழிவுகளுக்கு விதை வீசுகிறார்கள். மக்களிடையே கசப்புகளையும் வன்மங்களையும் உருவாக்கும் ஊடகவியலாளர்கள் நிகழ்த்தும் அழிவுகள் எல்லையற்றவை.

இன்னும் பெரிய ஆபத்து ஒன்று உண்டு. இந்த தேசியத்தை அழித்து, ஒன்றுடன் ஒன்று மோதி அழியும் மக்கள்திரளாக இதை மாற்றி, ஆயுதவிற்பனை மூலமும் நில, கனிவளங்களை உரிமைகொள்வதன் மூலமும் லாபம் அடைய எண்ணும் அன்னிய சக்திகளின் கைக்கூலி களாகச் செயல்படும் இதழாளர்களும் அறிவுஜீவிகளும் நம் நாட்டில் ஏராளமாக இருக்கிறார்கள். இந்தக் கும்பல் மேலே சொன்ன அரசியல் சரிநிலை எடுக்கும் இதழாளர் மற்றும் அறிவுஜீவிகளின் அதேகுரலை தங்கள் போர்வையாகக் கொண்டிருக்கிறது. அதே கோஷங்களை தங்களுக்கு ஏற்ற வகையில் திரித்து மேலும் உரக்க ஒலிக்கிறது.

இன்றைய சூழலில் அப்பட்டமாக உண்மையைச் சொல்லும் திராணி கொண்ட இதழியல் நமக்கு தேவை. ஆனால் இதழியல் இந்த அளவுக்கு வணிகமயமாகியுள்ள சூழலில் அதற்கான வாய்ப்புகள் மிக மிகக் குறைவே. ஆகவேதான் நான் செய்தித்தாள்களை ஒட்டி சிந்திப்பதை எப்போதுமே தவிர்க்க முயல்கிறேன்.

ஜனவரி 24, 2009

ஊடகங்கள், அரசியல், விவாதங்கள்

சமீபத்திய அரசியல் நிகழ்வுகளில் நீங்கள் பெரும்பாலும் மௌனம் சாதிக்கிறீர்களே ஏன்? உங்கள் கருத்துகளை ஏன் எழுதுவதில்லை?

பொதுவாக ஊடகச் செய்திகளை நம்பி அரசியல் சமூகப்பிரச்சினைகளை அலசுவதில் எனக்கு முற்றிலும் நம்பிக்கை கிடையாது, ஏன் என்றால் எனக்கு ஊடகவியலாளர்களிடம் நெருக்கமான தொடர்புகள் பலவருடங் களாக உண்டு. அவர்கள் எப்படி செய்தி சேகரிக்கிறார்கள், எப்படி செய்திகளை உண்டு பண்ணுகிறார்கள், எந்தெந்தச் சூழல்களில் செய்திகளை வெளியிடுகிறார்கள் என்று நான் நன்றாகவே அறிவேன். ஊடகம் எதுவானாலும் அவற்றின் நம்பகத்தன்மை கால்பங்குதான்.

ஒட்டுமொத்தமாக ஊடகங்கள் என்பவை பல்வேறு சக்திகளால் இயக்கப்படும் ஒரு பெரும் கருத்துத்தரப்பு என்று சொல்லலாம். ஊடகங்களின் கருத்துநிலையை உருவாக்கும் நான்கு சக்திகள் இவை.

அ. அரசியல்

ஊடகங்கள் பல்வேறு அரசியல்கட்சிகளின் சார்புநிலைகளைக் கொண்டிருக்கின்றன என்பதை நாம் அறிவோம். இவற்றில் இரண்டு வகை உண்டு. அதிகாரபூர்வமான கட்சி ஊடகங்கள். தற்காலிகமாகவும் மறைமுகமாகவும் கட்சிகளை ஆதரிக்கும் ஊடகங்கள். சன் டிவியும் ஜெயா டிவியும் முதல்வகைக்கு உதாரணம் என்றால் ராஜ் டிவி இரண்டாம் வகைக்கு உதாரணம். இவை செய்திகளை தங்கள் அரசியல் தேவைக்கு ஏற்ப பயன்படுத்துகின்றன.

ஆ. உரிமையாளர் நலன்

ஊடகங்களின் கருத்துகளைத் தீர்மானிப்பதில் அவ்வூடகங்களின் உரிமையாளர்களின் தனிப்பட்ட நலன்கள் வகிக்கும் பங்கும் மிக

முக்கியமானது. பெரும்பாலான ஊடகமுதலாளிகள் வேறு பல தொழில்களில் பெரும் முதலீடு செய்திருப்பவர்கள். அவர்களுக்கு அங்கே போட்டியாளர்களும் எதிரிகளும் உண்டு. அரசாங்கத்தில் அவர்களுக்கு 'லாபி' கள் உண்டு. ஆகவே அந்த நலன்களுக்குச் சாதகமாகவே அவர்கள் செய்திகளை உருவாக்குகிறார்கள்.

இ. ஊடகவியலாளர்களின் நோக்கு

ஊடகங்களில் செயல்படுபவர்களின் தனிப்பட்ட விருப்பங்களும் வெறுப்புகளும் நோக்கங்களும் செய்திகளை பெருமளவில் பாதிக்கின்றன. ஊடகவியலாளர்களின் நிலைப்பாடுகளைத் தீர்மானிக்கும் அம்சங்கள் பல. அவர்களின் இயல்பான அரசியல் நிலைப்பாடு முதல் வகையானது. ஆனால் அத்தகைய உறுதியான நிலைப்பாடு கொண்ட ஊடகவியலாளர்கள் மிக மிகக் குறைவே.

இரண்டாவதாகச் சொல்லப்பட வேண்டியது, அரசியல் சரிநிலை என்பதாகும். (பொலிடிகல் கரெக்ட்நெஸ்) ஒரு காலகட்டத்தில் ஒரு 'ஜனநாயக, முற்போக்கு, மனிதாபிமான' அரசியல் நிலைப்பாடு இப்படித் தான் இருக்கும் என்று ஒரு பொதுவான புரிதல் அறிவுச்சூழலில் உருவாகி நிலைபெற்றிருக்கும். அதுவே அரசியல்சரிநிலை என்று சொல்லப் படுகிறது. அது நெடுங்காலம் படிப்படியான அரசியல் பிரசாரம் மூலம் உருவாகி வருவதாகும். ஊடகவியலாளர்களில் பெரும்பாலானவர்களின் கண்ணோட்டங்களை தீர்மானிக்கும் அரசியல்சக்தி என்பது இதுவே. அரசியல்சரிகளை அப்படியே சொல்லிக்கொண்டிருக்கும் ஊடகவியலாளர்கள் எண்ணிக்கையில் மிக அதிகம்.

மூன்றாவதாகச் சொல்லப்படவேண்டியது, வெளிப்பாதிப்புகள். ஊடகவியலாளர்களை பல்வேறுவகையில் பல அமைப்புகள் தங்களுடைய குரல்களை ஒலிக்கவைக்க பயன்படுத்திக் கொள்கின்றன. இந்திய ஊடகவியலாளர்களின் ஊதியம் ஒப்புநோக்க மிகவும் குறைவு. ஒரு வெளிநாட்டுப்பயணமோ சில லட்சம் ரூபாயோ அவர்களை கவர்ந்துவிடும். அதன்பின் மெல்ல மெல்ல அவர்கள், அவர்கள் இன்னதென்றே அறியாத மறைமுகச் சக்திகளின் குரல்களாக ஆகிவிடுவார்கள்.

சமீபகாலமாக இந்தப்போக்கு ஊடகத்துறையில் மிக அதிகமாக உள்ளது. பல ஊடகவியலாளர்கள் பெரும் செல்வம் ஈட்டுகிறார்கள் என்ற புலம்பல் ஊடகவியலாளர் நடுவே கேட்கிறது. அவர்கள் தங்களைத்தாங்களே காட்டிக்கொடுக்க விரும்பாத காரணத்தால்தான் அவை வெளிவரவில்லை. ஆனால் வரும் காலங்களில் சிலர் அவற்றை துணிந்து எழுதக்கூடும்.

பிராந்திய மொழிகளில் உள்ள ஊடகவியலாளர்கள் ஆங்கில ஊடகவியலாளர்கள் பெறும் சம்பளத்தில் பத்தில் ஒருபங்கு ஊதியம்

பெறுபவர்கள். வருமானத்துக்காக அரசியல்வாதிகள், தொழிலதிபர்கள், திரைப்படத்துறையினரின் இனாம்களை நம்பி வாழ்பவர்கள். ஆகவே தன்னம்பிக்கை இல்லாதவர்கள். இவர்களில் படிக்கும் பழக்கமுள்ளவர்கள் மிக மிகக் குறைவே. பெரும்பாலானவர்கள் பாமரர்கள் என்றே சொல்ல வேண்டும். இவர்கள் ஆங்கில ஊடகவியலாளர்களை நம்பி அவர்களை பிரதி எடுப்பதையே தங்கள் செயல்பாடாகக் கொண்டிருக்கிறார்கள்.

ஈ. வாசகர்களின் எதிர்பார்ப்பு

ஊடகங்கள் தங்கள் வாசகர்களின் எதிர்பார்ப்புகளுக்கு ஏற்ப செய்திகளை விரிவுபடுத்துகிறார்கள். ஒருசெய்தி வெளியாகும்போது வாசகர்களின் மனநிலையை கூர்ந்து அவதானித்து அவர்களின் விருப்பத்துக்கு ஏற்ப அச்செய்திகளை மேலே கொண்டுசெல்கிறார்கள். உதாரணமாக சமீபத்திய மும்பைக் குண்டுவெடிப்பு முடிந்து இரண்டுநாட்கள் கழிந்ததும் பெரும்பாலான ஊடகங்கள் பாகிஸ்தானுக்கு எதிரான தீவிரமான குரல்களை கொட்ட ஆரம்பித்தன. சென்ற காலங்களில் தீவிரவாதிகளுக்குச் சப்பைக்கட்டு கட்டிய ஊடகங்களும் இதில் அடக்கம்.

இந்த நான்குவகை திரிபுகளுக்கும் உள்ளாகி வெளிவரும் செய்திகளை முழுக்க நம்பி அவற்றைக்கொண்டு அரசியல் ஆய்வுகளைச் செய்வதில் எனக்கு எப்போதுமே நம்பிக்கை இருந்ததில்லை. ஆனால் சாதாரணமாக நாம் செய்வது அதைத்தான். இந்தியாவில் விவாதங்கள் அதிகமாக நிகழ்வது இதன்பொருட்டே. இத்தகைய விவாதங்களினால் ஒரு ஜனநாயகத்துக்கு பயன் இருக்கும் என்றே எண்ணுகிறேன். ஏனெனில் சமகால அக்கறை என்பது ஜனநாயகத்தின் அடிப்படை விசை. அரசியல் நோக்கர்கள் அதைப்பற்றி பேசுவது இயல்பே.

ஆனால் என்னைப்போன்ற படைப்பிலக்கியவாதிக்கு அது மிகப்பெரிய நேர விரயம். நம் மக்கள் சினிமா, அரசியல் இரண்டைப்பற்றியும்தான் பேச விரும்புகிறார்கள். அந்தத் தளம் சார்ந்து எது சொன்னாலும் அதைப்பற்றி மாற்றுக்கருத்துகள் உணர்ச்சிபூர்வமாகவும் நுண்ணலசல்களாகவும் வந்து குவியும். மேலும் தமிழ்நாட்டில் எதுவும் உச்சகட்ட உணர்ச்சிக்கொந்தளிப்புடன் மட்டுமே முன்வைக்கப்படுகின்றன. எந்தநிலை எடுத்தாலும் வசை உறுதி. இந்நிலையில் இதில் ஈடுபடும் எழுத்தாளன் தன் இலக்கியத்தை மொத்தமாக இழக்க வேண்டியதுதான்.

மேலும் செய்திகள் சூடாக இருக்கும்போது அதைச்சார்ந்த அனைத்து எழுத்துக்களையும் படித்து, அத்தனை தொலைக்காட்சி நிகழ்ச்சிகளையும் உட்கார்ந்து பார்ப்பதென்பது ஒரு படைப்பிலக்கியவாதி தற்கொலை செய்துகொள்வதற்குச் சமம். அவற்றை அல்லும்பகலும்

நுணுகி ஆராய்ந்து விவாதிக்கும் ஒருவருடன் படைப்பிலக்கியவாதி எளிதில் விவாதிக்கவும் முடியாது. அவன் செய்திநிபுணன் அல்ல. அவனுக்குச் சொல்ல இருக்கும் சில தளங்கள் உண்டு, அந்த எல்லையை அவன் தாண்டக்கூடாது.

ஒரு செய்தி 'ஆறிப்போன' பின்பு செய்தியாளர்களிடமும் அரசியல்வாதிகளிடமும் அதிகாரிகளுடனும் சாதாரணமாகப் பேசும் வாய்ப்பு கிடைத்தால் அச்செய்தியின் உண்மையான அகம் தெளிவாகும். எந்தெந்த சக்திகளால் அந்தச்செய்திகள் உருமாற்றப்பட்டிருந்தன என்று தெரிய வரும். அது மேல்தளச் சித்திரத்துக்கு முற்றிலும் வேறானதாக இருக்கும். உடனடி ஊடகச்செய்திகளைச் சார்ந்து எழுதிக் குவித்தவர்களை எண்ணும்போது பரிதாபமாகவும் இருக்கும்.

ஒரு செய்தியின் வீரியம் குறைந்தபின் சம்பந்தப்பட்ட இடங்களுக்கு நேரடியாக ஒரு எளிய பயணம் மேற்கொண்டால்கூட உண்மைச்சித்திரம் நமக்குக் கிடைக்கும். நான் பெரும்பாலும் அப்படி நேரில்செல்ல முயல்வதுண்டு.

ஆகவே நான் செய்திகள் மீது உடனடியாக கருத்துச் சொல்வதில்லை என்ற நிலைப்பாட்டை கடந்த 20 வருடங்களாகவே மேற்கொண்டிருக்கிறேன். சில அபூர்வ தருணங்களில் மட்டுமே எனக்குச் சொல்வதற்கு ஏதேனும் இருக்கிறது, சொல்கிறேன். மற்ற தருணங்களில் என் காலகட்டத்தைப் புரிந்துகொள்ள நான் அறிவனவற்றைப் பயன்படுத்துகிறேன், அவ்வளவுதான்.

ஜனவரி 3, 2009

சாதியை வைத்துக்கொண்டு என்ன செய்வது?

அன்புள்ள ஜெயமோகன்,

எனது சொந்த ஊர் பரமக்குடி. இந்த தேவர் ஜெயந்தி, இம்மானுவேல் நினைவு தினம் சென்ற மாதம் நடந்தது. இம்மானுவேல் நினைவு தினம் (செப். 11) எங்கள் ஊரில் சில வருடங்களாக நடக்கிறது.

கடந்த செப். 11 அன்றும் பள்ளிகள் விடுமுறை மற்றும் நீங்கள் கடந்த தேவர் ஜெயந்தி அன்று பார்த்த அதே கடை அடைப்பு, அதே பீதி மக்கள் மனதில். உங்களுக்கு மேலும் ஒரு தகவல். இந்த வருடம் தேவர் ஜெயந்தி (அக் 28, 29, 30) மூன்று நாள் பள்ளிகள் விடுமுறை. எங்கள் ஊரில் வாழும் மக்களின் மன நிலையை கொஞ்சம் நினைத்துப் பாருங்கள். அட, மக்களை விடுங்கள், எங்கள் ஊர் குழந்தைகளுக்கு இந்த நான்கு நாட்களுக்கு பதிலாக நான்கு சனிக்கிழமை அன்று அவர்களுக்கு பள்ளி செயல்படும்.

இவற்றை எல்லாம் நிறுத்த நான் மற்றும் பாதிக்கப்பட்டவர்களை திரட்டி உயர்நீதி மன்றத்தில் பொது நல வழக்கு போடும் அளவுக்கு எங்கள் மனம் கசந்து உள்ளது.

இப்படிக்கு நண்பர்
சின்னப்பா

அன்புள்ள சின்னப்பா,

உங்கள் கடிதம் கண்டேன். பசும்பொன் சென்றது குறித்த என்னுடைய எண்ணங்களில் நான் சொல்ல விழைவதை மென்மையாகச் சொல்லி யிருக்கிறேன் என்றே எண்ணுகிறேன். சமகால அரசியலை சுடச்சுட விமரிசனம் செய்வது மிக எளிது. அதைச்செய்ய ஏராளமானவர்கள் இருக்கிறார்கள். நீண்ட வரலாற்றுப் பக்கங்கள் வழியாக ஒட்டுமொத்த மாகப் பார்ப்பது அத்தனை எளிய விஷயமல்ல. அதை சொல்லிப்

புரியவைப்பது கடினம். விளைவுகளைக் குறித்த புரிதலுடன் பொறுப்புடன் சொல்வது இன்னமும் கடினம்.

ஒற்றைவரியில் சாதி ஒழிப்பு பேசப்படும் காலகட்டம் கடந்த இருபது வருடங்களில் அபத்தமாக பின்னகர்ந்துவிட்டது. இன்று அத்தகைய குரல்கள் யதார்த்தத்துடன் எந்தவகையான தொடர்பும் இல்லாமல் மேடையில் ஒலிக்கும் போலிக்குரல்களாக மட்டுமே உள்ளன. சாதியால் ஒடுக்கப்பட்ட மக்கள் கிளர்ந்தெழுந்து சாதியை ஒழிப்பது என்ற கனவே இன்று உண்மையில் எவரிடமும் இல்லை.

ஏனென்றால் சாதியடுக்குகளின் கீழ் கீழ்நிலைகளில் உள்ள மக்கள் அரசியலுக்கும் அதிகாரத்திற்கும் வரும்தோறும் அவர்கள் மேலும் மேலும் சாதியாக ஒருங்கிணைந்தவர்களாகவே இருக்கிறார்கள் என்பதும், அவர்களால் சாதியை ஒருபோதும் விடமுடியாது என்பதும், அவர்கள் அதிகாரம் வழியாக அரசியல் சமூக தளங்களில் சாதியடை யாளம் மேலும் மேலும் வலுவடைந்தே வருகிறது என்பதும், நிரூபண மாகியபடியே இருக்கிறது.

சாதி போன்ற சமூக அமைப்புகள் வரலாற்றின் அடித்தளத்தில் இருந்து தன்னிச்சையாக முளைத்துவந்தவை. அவற்றுக்கு நடைமுறைப்பயன் உள்ளவரை வெற்று இலட்சியவாதத்தால் அவற்றை ஒழித்துவிட முடியாது. இலட்சியவாதி தன்னை இலட்சியவாதியாக முன்வைக்க அந்த கோஷம் பயன்படுமே ஒழிய நடைமுறையில் ஒன்றும் நிகழாது.

ஒருகாலத்தில் சாதி என்ற அமைப்பை சற்றும் புரிந்துகொள்ளாமல் சில அன்னியரால் 'ரூம்போட்டு யோசித்து' உருவாக்கப்பட்ட சதி என்று நம்பிய சீர்திருத்தவாதிகள் இருந்தார்கள். அப்போதே சாதியின் தோற்றத்தையும் வளர்ச்சியையும் குறித்து ஆழமான ஆய்வுகளைச் செய்த ஆராய்ச் சியாளர்களும் இருந்தார்கள். எம்.என்.ராய், அம்பேத்கார், டி.டி.கோஸாம்பி போன்று பல தளங்களில் ஆராய்ச்சிகள் நிகழ்ந்திருக்கின்றன. அவற்றை ஒருங்கிணைத்து பொதுவிவாதத்துக்குக் கொண்டுவருவதற்கான அரசியல் செயல்பாடு இங்கே இருக்கவில்லை. மாறாக எளிய மேடைக் கூச்சல்களே போதும் என்ற முடிவுக்கு வந்தனர் நம் அரசியல்வாதிகள்.

சாதியமைப்பின் வேர்கள் நமது பழங்குடி மரபில் உள்ளன. இந்திய நிலப்பரப்பில் இருந்த பல்லாயிரம் பழங்குடிச் சமூகங்களே அடுத்த கட்டத்தில் சாதிகளாகப் பரிணாமம் கொண்டன. இந்தியப் பழங்குடிச் சமூகங்கள் நிலப்பிரபுத்துவ அமைப்புக்குள் கொண்டுவரப்பட்டதன் விளைவே சாதியமைப்பு. நிலப்பிரபுத்துவ அமைப்புக்குள் நிலமே ஏற்றத்தாழ்வை தீர்மானிக்கும் அளவுகோல். ஆகவே நில உடைமை சார்ந்து சாதிகள் மேலே கீழே என அமைக்கப்பட்டன. நிலம் இழந்த

சாதிகள் கீழே செல்வதையும் நிலம் பெற்ற சாதிகள் மேலே வருவதையும் இந்திய வரலாற்றில் சாதாரணமாகக் காண்கிறோம். சிறந்த உதாரணம் தமிழகத்தில் உள்ள பள்ளர்கள் என்னும் தேவேந்திரகுல வேளாளர்கள். அவர்கள் நிலமிழந்து கீழே சென்றது சில நூற்றாண்டு களுக்குள் நிகழ்ந்த விஷயம் என நிரூபிக்கப்பட்டிருக்கிறது.

சாதியமைப்பில் உள்ள அதிகார அடுக்கை உறுதியான ஆசாரமாக நிலை நிறுத்துவதற்கான கருத்தியல்கள் வைதீக மதத்தில் இருந்து எடுத்து விரிவாக்கம் செய்யப்பட்டன. இன்று நாம் பார்க்கும்போது ஏற்றத் தாழ்வை உருவாக்க அக்கருத்தியல்கள் உதவின என்று படும். ஆனால் அன்றைய நிலையில் பழங்குடிச்சமூகம் நிலப்பிரபுத்துவச் சமூகமாக ஆவதற்கான முற்போக்கான பங்களிப்பையே அவை ஆற்றின என்றே ஒரு மார்க்ஸிய ஆய்வாளர் கூறுவார். பழங்குடிச் சமூகங்களின் தீராத பரஸ்பர மோதல்களை இல்லாமலாக்கி உறுதியான கட்டுமானம் கொண்ட ஒற்றைச்சமூகமாக அதை ஆக்கவும், யாருக்கு பலமிருக்கிறதோ அவனை பிறர் அங்கீகரிக்கச்செய்து அதன்வழியாக அரசுகளையும் பேரரசுகளையும் உருவாக்கவும் அந்தக் கருத்தியல் பயன்பட்டது.

அதன் பின்னர் வந்த பௌத்த, சமண மதங்கள் அடுத்தகட்ட பணியை ஆற்றின. அவை நிலப்பிரபுத்துவ சமூக அமைப்புக்குள் சீரான ஒத்திசை வையும் சமரசத்தையும் உருவாக்க முயன்றன. அதன் மூலம் வணிகத்தை வளர்த்தன. அதன் பின் உருவான பக்தி காலகட்டத்தில் ஒருங்கிணைக்கப்பட்ட சைவ வைணவப் பெருமதங்கள் அனைத்து மக்களையும் ஒருங்கு திரட்டும் அமைப்புகளாக ஆகி மேலும் வலுவான பேரரசுகளுக்கு அடித்தளம் அமைத்தன.

ஆக, சாதி என்பது இந்த நாட்டில் உள்ள மக்களின் பழங்குடி வேர். அவர்களின் அடையாளமாக தொன்றுதொட்டு இருந்து வருவது. அந்த அடையாளங்கள் காலப்போக்கில் பலவகையான மாற்றங்களுக்கு உள்ளாகி யிருக்கலாம் என்றாலும் அந்த வேர்ப்பிடிப்பு எப்போதுமே மாறியதில்லை. ஆகவே இன்றும் இந்தியாவின் எந்த ஒரு சாதியப்படிநிலையில் இருப்பவருக்கும் அவரது சுய அடையாளம் சாதியைச் சார்ந்தே உள்ளது. அவர் தன்னை வகுத்துக்கொள்வதே அதன் வழியாகத்தான்.

இந்தியாவில் சமானமான இயல்புள்ள சிறியசிறிய சாதிகள் இணைந்து பெரியசாதிகளாக ஆகும்போக்குதான் எப்போதும் காணக்கிடைக்கிறது. பெரியசாதிகள் ஒருபோதும் சிறிய சாதிகளாக பிரிவதில்லை. அதாவது மக்கள் சாதிகளாக பிரிக்கப்படவில்லை. சாதிகளாக தொகுக்கப் பட்டிருக்கிறார்கள். இந்தத் தொகுப்பு மூலமே அவர்கள் மக்கள்திரளாக ஆகி அதிகாரம் நோக்கி நகர்ந்து வந்துகொண்டிருக்கிறார்கள்.

உதாரணமாக மறவர்களில் உள்ள குலங்களான கொண்டையங் கோட்டையர், செம்புநாட்டார், ஆப்பநாட்டார் போன்றவர்கள் இன்றும் கூட பழக்கவழக்கம், ஆசாரம் அனைத்திலும் தனிச்சாதிகளாகவே இருக்கிறார்கள். தங்கள் தனியடையாளத்தை அவர்கள் விடுவதேயில்லை. ஆனால் மறவர் என்ற பொது அடையாளத்துக்குள் அவர்கள் ஐந்து நூற்றாண்டுகளுக்கு முன்னர் வந்ததன் வழியாக அதிகாரத்தை நோக்கி நகர்ந்தார்கள். அதன்பின் வெள்ளையர் எடுத்த முதல் சாதிவாரி மக்கள் கணக்கெடுப்பில் தங்களை சமானமான பிறசாதியினருடன் இணைத்துக் கொண்டு முக்குலத்தோர் என அடையாளப்படுத்திக்கொண்டது வழியாக அடுத்தகட்ட ஜனநாயக அதிகாரம் நோக்கிச் சென்றார்கள்.

இதுதான் இங்கே எல்லா சாதிகளும் அதிகாரமும் சமூக இடமும் பெறும் வழியாக இருக்கிறது. ஆகவே சாதியை 'ஒழிப்ப'தெல்லாம் சாத்தியமே அல்ல. கோடானுகோடி மக்களை அவர்களின் அடையாளத்தை விட்டு விடும்படி கொள்கைப்பிரசாரம் செய்வதென்பது நடைமுறைச் சாத்திய மான ஒன்றல்ல. சாதிகள் தங்களைத் திரட்டிக்கொண்டு ஜனநாயக அதிகாரத்தை நோக்கிச் செல்லும் இன்றைய போட்டியை இயல்பான ஒன்றாக எடுத்துக்கொள்ளத்தான் வேண்டும்.

தனிப்பட்ட முறையில் நான் சாதியை நம்பாதவன். சாதியடையாளத்தை துறந்தே தனிவாழ்க்கையை அமைத்துக்கொண்டவன். ஆனால் இன்றைய சூழலில் சாதியமைப்பு வலுவாகவே நீடிக்கும் என்றே நினைக்கிறேன். நானறிந்தவரை தமிழில் சாதியைப் பற்றிச் சொல்லும்போதே பாய்ந்து சாதிக்கு எதிராக கர்ஜனைசெய்யும் எவருமே தனிவாழ்க்கையில் சாதியை விட்டு விலகாதவர்கள். சொல்லப்போனால் ஒருவர் சாதி ஒழிக என்று கூவினாலே அவர் சாதியவாதி என்றுதான் பொருள்.

இங்கே இன்று பிரபலமாக இருக்கும் இடதுசாரிக் கட்சிகள் திராவிடக் கட்சிகள் இரண்டுமே சாதியழிப்பை கொள்கையாகக் கொண்டவை. தமிழ்நாட்டு மேடைகளில் சாதியொழிப்பு பேசப்படாத நாளே இல்லை. அவர்களில் வெறும் ஒரு சதவீதம் பேர் சாதியை விட்டு விலகினாலே இங்கே பெரும் மாற்றம் நிகழ்ந்திருக்குமே?

ஆனால் சாதி அழியாததா? அழிக்கப்படக்கூடாததா? இரண்டுக்குமே நான் 'அழியவேண்டியது, அழிக்கப்படக்கூடியது' என்றே பதில் சொல்வேன். இன்றைய இந்திய சமூகம் வாலை நிலப்பிரபுத்துவத்திலும் தலையை முதலாளித்துவத்திலும் வைத்துக்கிடக்கிறது. நிலப்பிரபுத்துவ மதிப்பீடுகளும் முதலாளித்துவ வாழ்க்கைமுறையுமாக இரட்டை வாழ்க்கை வாழ்கிறது. அதிநவீன ஹுண்டாய் காருக்கு திருஷ்டி பொம்மையை கட்டித்தொங்கவிடுபவர்கள் நாம். நாம் எதிர்காலத்தில் முழுமையாக நிலப்பிரபுத்துவத்தை முற்றிலும் விட்டுவிட்டு

உயர்முதலாளித்துவ அமைப்புக்குள் செல்லும்போது சாதி இல்லா மலாகலாம். அதாவது வெறும் பெயர் அடையாளமாக நீடிக்கலாம். அது நெடுங்காலம் நிகழக்கூடிய ஒரு வளர்சிதைப்போக்கு. அது வரை அது அரசியல் மற்றும் சமூகக் குழு அடையாளமாக, தனிமனிதனின் சுயமாக நீடிக்கும்.

ஆகவே தேவர் சாதியினர் தங்களை திரட்டிக்கொள்வதை நான் எதிர்மறை யானதாகப் பார்க்கவில்லை. அவர்கள் தங்களை ஜனநாயக அமைப்புக்குள் முன்னேற்றிக்கொள்ள இன்று சாத்தியமான ஒரு வழி என்றே அதைக் காண்கிறேன். இன்று அவர்களின் சமூகத்திற்குள் இருக்கும் பல்வேறு எதிர்மறைக்கூறுகளை அதன் மூலம் அவர்கள் களைந்துகொள்ள முடியும். உள்முரண்களை தீர்த்துக்கொள்ள முடியும். அதன்மூலம் அவர்கள் பொருளியல் ரீதியாகவும் சமூக ரீதியாகவும் முன்னேற முடியும். அது அவர்களுக்கு மட்டுமல்ல தமிழ்நாட்டுக்கும் நல்லதே.

ஆனால் இதற்குச் சில வழிமுறைகள் உள்ளன. ஜனநாயகம் அந்த வழி களை மட்டுமே வழங்குகிறது. அந்தக் கரைகளை மீறுவார்கள் என்றால் அதன் அழிவுகள் அவர்களுக்கு மட்டுமல்ல தமிழ்ச்சமூகத்திற்கே என்றுதான் நான் நினைக்கிறேன். பலவகையிலும் தேவர்சமூகத்திற்குச் சமானமானது நாயர் சமூகம். தேவரையும் வேளாளர்களையும் இணைத்தால் உருவாகும் சமூகம் என அதைச் சொல்லலாம். அதாவது போர்த்தொழிலும் அதற்கான மனநிலைகளும் பண்பாடும் உண்டு. அதேசமயம் வேளாளர்களைப்போல நில உடைமையும் ஆட்சியதி காரமும் மத அதிகாரமும் கல்வியும் உண்டு.

இருபதாம் நூற்றாண்டின் தொடக்கத்தில் நாயர் சமூகம் இன்றைய தேவர் சமூகம் எதிர்கொள்ளும் பெரும்பாலும் எல்லா வகையான சிக்கல்களையும் சந்தித்துக் கொண்டிருந்தது. ஒன்று, மிதமிஞ்சிய சுயபெருமிதம். ஆட்சியாளர்களே தாங்கள்தான் என்ற எண்ணம். இரண்டு, ஏராளமான உட்பிரிவுகளும் அவர்களுக்குள் மோதலும். மூன்று, இயல்பாகவே ரத்தத்தில் இருந்த வன்முறைப்போக்கும் அதன் விளைவான வெட்டிச்சண்டைகளும் வம்பு வழக்குகளும்.

1920களில் கூட கேரளநாயர் குடும்பங்கள் ஒருவருக்கொருவர் குடிப்பகை என்ற விஷயத்தைப் பேணி வந்தார்கள். ஒருகுடும்பத்தில் ஒருவரை பிறிதொரு குடும்பத்தினர் கொன்றுவிட்டால் அதற்கு இவர்கள் இருவரை கொலை செய்வார்கள். இந்தக் கணக்கு தலைமுறை தலை முறையாக நீண்டு செல்லும். நடுக்கேரளத்தில் ஒரு பிரபலமான குடிப்பகை எட்டு நூற்றாண்டு வரலாறு கொண்டது என்று கண்டு பிடிக்கப்பட்டிருக்கிறது! இன்றும்கூட கேரளத் திரைப்படங்களில் இந்த விஷயத்தைக் காணலாம்.

சுயபெருமிதம் காரணமாக வெட்டி ஆடம்பரங்களில் அழிந்து கொண்டிருந்தது நாயர் சாதி. திருமணங்கள் சாவு விருந்துகள் எல்லாம் பிரம்மாண்டமாகக் கொண்டாடப்படவேண்டும். பெரும்பாலும் சொத்துக்களை விற்றுத்தான் இவை செய்யப்படும். ஒரு விருந்தில் எத்தனை பாயசம் என்பதே அந்தக் குடும்பத்தை அளக்கும் அளவு கோலாக இருந்தது. பதிநான்கு பாயசத்துடன் விருந்து போட்டால் அந்தக்குடும்பம் ரொம்ப உசத்தி.

கண்ணெதிரே பிற சாதிகள் மேலெழுந்து வரக்கண்டு பொறாமையும் காழ்ப்பும் கொண்டு அவர்களுக்கு எதிராகப் போராடினார்கள் நாயர்கள். ஈழவர்களின் எழுச்சியை ஆரம்ப கட்டத்தில் வன்முறை மூலம் தடுத்தார்கள். ஈழவர்களின் குடுமிகளை அறுத்தார்கள். நாடார்களின் வளர்ச்சிக்கு எதிராக நின்று அவர்களின் மேலாடைகளை கிழித்தார்கள். அக்காலத்தைய பிரபலமான கருத்துப்படம் ஒன்றில் ஒரு நாயர் பெரிய மழையை சிறிய ஒரு கோவர்த்தன கிரியை தூக்கிக்கொண்டு தடுப்பதைக் காணலாம். கீழே கொஞ்ச நாயர்கள் படுத்து ஓய்வெடுக்கிறார்கள்.

ஆனால் நாற்பதுகளில் பாதிப்பங்கு நாயர் குடும்பங்கள் சண்டைகளில் வழக்குகளில் சிதிலமாயின. சொத்துக்கள் பறிபோயின, கௌரவம் மட்டும் மிஞ்சியது. முருங்கைக்கீரையும் வாழைத்தண்டும் வேகவைத்து தின்றுகொண்டு வெளியே தெரியாமல் பட்டினிகிடக்கும் நிலைக்கு வந்தார்கள். வாய்ச்சவடால் மட்டுமே துணை. ஊரில் வேலைசெய்ய முடியாது, கௌரவம் தடுக்கும். நாயர் ஆயுதமேந்தலாமே ஒழிய கலப்பை பிடிக்கக்கூடாது. பட்டினி கிடந்து குழந்தைகள் சாகாமலிருக்க வேண்டுமென்றால் ஊரைவிட்டே செல்லவேண்டுமென்ற நிலை. உங்களூருக்கு காதில் வெறும் பீடியுடன் வந்து இறங்கி சாலையோரம் டீக்கடை போட்ட நாயர் அதனால்தான் அப்படி வந்திருப்பார்.

இந்த இக்கட்டில் இருந்து நாயர் சாதியைக் காப்பாற்றியவர் மன்னத்து பத்மநாபன் என்ற தலைவர். 1878ல் பிறந்த பத்மநாபன் சுதந்திரப் போராளியாகவும் சமூகசீர்திருத்தவாதியாகவும் இருந்தவர். 1914ல் நாயர் சர்வீஸ் சொசைட்டி (NSS) என்ற அமைப்பை நிறுவினார். 1970ல் அவர் இறக்கும் வரை என்.எஸ்.எஸ் அமைப்பின் செயலர் பொறுப்பில் இருந்தார். அந்த அமைப்பை கேரளத்தின் எல்லா சின்னஞ்சிறு மூலைக்கும் கொண்டுசென்றார். கரையோகம் என்று சொல்லப்படும் ஊர்க்கிளை களை அமைத்து அதன்கீழ் ஒரு கிராமத்தைச்சேர்ந்த எல்லா நாயர் களையும் இணைப்பது அந்த இயக்கத்தின் வழிமுறை. ஒப்புநோக்க அது எளிதாகவே இருந்தது. ஏனென்றால் ஏற்கெனவே பெரும்பாலான கிராமங்களில் நாயர்களின் மரபான கிராமசபைகள் இருந்தன. அவற்றையே கரையோகங்களாக மாற்றிக் கொண்டார்.

மன்னத்து பத்மநாபனின் பங்களிப்பு என்ன? முதல் சாதனை, சமூக மாற்றத்துக்கு எதிரான திமிர்பிடித்த சக்தியாக இருந்த நாயர் சாதியை அந்த மூர்க்கத்தில் இருந்து விலக்கினார். கேரளத்தில் பிராமணர்களான நம்பூதிரிகள் மொத்தம் ஐம்பதாயிரம்பேர்தான். அடுத்தகட்ட உயர் சாதியான நாயர்கள் சாதியையும் ஆசாரங்களையும் பேணிச்சுமக்கும் பொறுப்பை தாங்களே எடுத்துக்கொண்டு காலக்கடிகாரத்தை பின்னால் திருப்ப முயன்று மொத்த சக்தியையும் வீணடித்துக்கொண்டிருந்தனர். நாயர் சாதியை நிகழ்ந்துகொண்டிருந்த முற்போக்கான சமூக மாற்றங் களுடன் ஒத்துப்போகிறவர்களாக ஆக்கியதே மன்னத்து பத்மநாபனின் பெரும் சாதனை.

1924ல் குருவாயூர், வைக்கம் ஆலயங்களில் தலித்துக்கள் நுழைவதற் கான போராட்டங்களில் என்.எஸ்.எஸ் அமைப்பை காங்கிரஸின் ஆதரவுச் சக்தியாக பங்கேற்கச் செய்தார் மன்னத்து பத்மநாபன். இந்திய சுதந்திரப்போராட்டத்திற்கு என்.எஸ்.எஸ்ஸை கொண்டுவந்தார். நாராயணகுருவின் இயக்கத்துடன் நல்லுறவைப் பேணி அவர்களுடன் சேர்ந்து போராடினார். அதாவது நாயர்களுக்கு கீழே இருந்த சாதிகள் நடத்திய உரிமைப்போராட்டங்கள் அனைத்தையும் அவரும் ஆதரித்தார். அவர்களுடன் சேர்ந்து போராடவும் முன்வந்தார். எந்தச் சாதியின் முன்னேற்றமும் நாயரின் முன்னேற்றமாகவே ஆகும் என்பதே அவரது கோஷமாக இருந்தது.

நாயர்களை நிலப்பிரபுத்துவ மனநிலையில் இருந்து வெளியே கொண்டு வந்ததே மன்னத்து பத்மனாபனின் முக்கியமான இரண்டாவது பங்களிப்பு. என்.எஸ்.எஸ் அமைப்பு கேரளம் முழுக்க நூற்றுக்கணக்கான பள்ளி களையும் கல்லூரிகளையும் ஆரம்பித்தது. இந்தியாவில் மிக அதிகமாக கல்வி நிறுவனங்களை நடத்தும் சாதியமைப்பு என்.எஸ்.எஸ் தான்.

நாயர்கள் அனைவரும் கண்டிப்பாக உயர்கல்வி வரை சென்றாக வேண்டும் என்ற உக்கிரமான பிரசாரத்தை அவர் முன்னெடுத்தார். கிறித்தவ மிஷனரிகளின் கல்விச்சேவையை நாயர்கள் முழுக்கமுழுக்க பயன்படுத்திக்கொள்ளவேண்டும் என்று சொன்ன மன்னத்து பத்ம நாபன் அவர்களை நட்புசக்திகளாகவே அணுகினார். இன்றுவரை நாயர் சமூகத்தின் வெற்றிக்கும் செல்வத்திற்கும் காரணமாக அமைந்திருப்பது கல்வியே. குறிப்பாக பெண்கள் பட்டப்படிப்பு படித்தாகவேண்டும் என்ற பிரசாரத்தை அவர் தொடர்ந்து செய்தார். சின்னஞ்சிறு குமரி மாவட்டத்தில் என்.எஸ்.எஸ் மூன்று கல்லூரிகளை தொடங்கி அரை நூற்றாண்டாக நடத்திவருகிறது. மூன்றுமே பெண்கள் கல்லூரிகள்!

நிலப்பிரபுத்துவ ஆசாரங்களுக்கு எதிரான சீர்திருத்தங்களும் குறிப்பிடத் தக்கவை. கெட்டுகல்யாணம் போன்ற பல ஆசாரங்களை என்.எஸ்.எஸ்

தடைசெய்தது. திருமணச் சீர்திருத்தங்கள் என்.எஸ்.எஸ் இயக்கத்தின் முக்கியமான சாதனைகள். ஆடம்பரமான திருமணங்கள் முழுக்க முழுக்க தடைசெய்யப்பட்டன. ஒரு திருமணத்துக்கு அதிகபட்சம் இத்தனைபேரை மட்டுமே அழைக்கவேண்டும் என்ற கட்டுப்பாடு விதிக்கப்பட்டது. ஒரு கரையோகத்துக்கு வெளியே யாரையுமே கூப்பிடக்கூடாது. திருமணங்களில் மொய், அன்பளிப்பு போன்ற நிதியுதவிகள் செய்யப்படக்கூடாது.

திருமணத்துக்கு பிராமணப் புரோகிதர் வருவதை என்.எஸ்.எஸ் தடைசெய்தது. ஹோமங்கள் போன்ற எதுவுமே கூடாது. பத்தே நிமிடத்தில் திருமணம் முடியும். அதாவது திருமணத்துக்கு வந்துவிட்டு கல்விச்சாலைகளுக்கோ வேலைகளுக்கோ போகமுடியவேண்டும். திருமணத்துக்கான பாத்திரங்கள் போன்றவற்றை என்.எஸ்.எஸ் கரையோகமே வைத்திருக்கும். அவை குறைந்த செலவில் வாடகைக்குக் கொடுக்கப்படும். கரையோகம் இளைஞர்கள் வந்து எளிமையாக திருமணத்தை நடத்தித் தருவார்கள். மரணச்சடங்கு இன்னமும் எளிமையானதாக ஆக்கப்பட்டது.

நாயர்களுக்குள் உள்ள அடிதடிச்சண்டைகளை தீர்க்கவும் சிவில் வழக்கு களை முடிக்கவும் கூட்டுச் சமரசமுறையை என்.எஸ்.எஸ் மேற் கொண்டது. நாயர்கள் பெரும்பாலும் கோயில் மரியாதைகளைச் சொல்லி வெட்டுகுத்தில் ஈடுபட்டுவந்தனர் - தேவர்களைப்போலவே. சமரசம் மூலமும் கடுமையான சமூக தண்டனைகள் மூலமும் இந்த வழக்கம் ஐம்பதுகளிலேயே முற்றாக ஒழிக்கப்பட்டது.

கடைசியாக, மிக முற்போக்கான விஷயம் ஒன்று நடந்தது. நாயர்களின் உபசாதிகள் மெல்ல மெல்ல ஒழிக்கப்பட்டு ஒரே சாதியாக அது ஆக்கப் பட்டது. இன்று உபசாதி அடையாளமே அனேகமாக இல்லை. திருமணங்களில்கூட பார்க்கப்படுவதில்லை. மேலும் சமானமான சாதிகளையும் என்.எஸ்.எஸ் உள்ளிழுத்துக்கொண்டது. கேரளத்தில் நூறாண்டுகளுக்கு முன்னால்வரை ஏராளமான தமிழக வேளாளர் இருந்தார்கள். திருவிதாங்கூர் மன்னர்களாலும் அதற்கு முன்னர் சோழர் களாலும் குடியேற்றப்பட்டவர்கள். பெரும்பாலும் ஊர்க்கணக்குப் பிள்ளைகள். அவர்கள் என்.எஸ்.எஸ்ஸில் உறுப்பினராகலாம், அவர்களும் நாயர்களே என என்.எஸ்.எஸ் அறிவித்தது.

இப்போது அரை நூற்றாண்டுக்காலம் கழித்து அவர்கள் அனேகமாக அனைவருமே நாயர்சாதிக்குள் இணைந்து மறைந்துவிட்டிருக் கிறார்கள். பல குடும்பங்களில் கேட்டுப்போனால் பாட்டி தாத்தாக்கள் தான் வேளாளர்களாக இருப்பார்கள். அதேபோல ரெட்டியார்களும் கணிசமானவர்கள் நாயர்களாக ஆகிவிட்டிருக்கிறார்கள்.

எப்படிப் பார்த்தாலும் நாயர்களுக்கு ஈழவர்கள்தான் போட்டிச் சமூகம். எண்ணிக்கையிலும் சமூக நிலையிலும் எல்லாம். அந்தப்போட்டி எப்போதும் உள்ளது. அரசியலில், இலக்கியத்தில் எங்கும். ஆனால் எப்போதுமே என்.எஸ்.எஸ் ஈழவர்களின் அமைப்புடன் நட்புறவைப் பேணி வருகிறது. என்.எஸ்.எஸ் உருவான பின்னர் கடந்த அரை நூற்றாண்டில் எங்குமே நாயர் - ஈழவர் கலகம் நிகழ்ந்ததில்லை. ஈழவர்களின் மாநாடுகளில் என்.எஸ்.எஸ் தலைவர்கள் பேசுவது சாதாரணம். அய்யன்காளி உருவாக்கிய புலையர் மகாசபையின் நிகழ்ச்சிகளிலும் என்.எஸ்.எஸ் தலைவர்கள் சாதாரணமாக பங்குகொள்கிறார்கள்.

ஆனால் என்ன சொன்னாலும் என்.எஸ்.எஸ் ஒரு வலதுசாரி அமைப்பு தான். அது எப்போதும் இடதுசாரி இயக்கங்களுக்கு எதிராகவே இருந்து வந்துள்ளது. அது ஒரு 'பண்ணையார்' அமைப்பும்கூட. அதன் தலைமை எப்போதுமே உயர்குடும்பங்களுக்குரியதுதான். சாதி என்பது நிலப் பிரபுத்துவம் சார்ந்தது. அதில் வேர்கொண்ட ஓர் அமைப்பில் ஜனநாயகம் இருக்க முடியாது. அதாவது அது ஒரு முற்போக்கு அமைப்பு அல்ல. அது நிலப்பிரபுத்துவ அமைப்புக்குள் உள்ள முற்போக்குத்தன்மை கொண்ட ஒரு நகர்வு எனலாம். நிலப்பிரபுத்துவத்தில் இருந்து ஒரு சமூகத்தை அது முதலாளித்துவத்திற்குக் கொண்டுவந்தது, அவ்வளவு தான்.

இன்று கேரளத்தில் என்.எஸ்.எஸ் அமைப்பு அதன் நேரடிப்பங்களிப்பு பெரிதும் குறைந்து ஒரு நிர்வாக அமைப்பாக மட்டும் எஞ்சியிருக்கிறது. இன்றைய நாயர்களுக்கு அந்த அமைப்பின் வழிகாட்டல் தேவை இல்லை. அவர்கள் புதுமுதலாளித்துவத்தில் வாழ்கிறார்கள். சாதியை விட பணமே இன்று அவர்களுக்கு முக்கியமான அடையாளமாக உள்ளது.

நான் தேவர்பூஜைக்குச் சென்றபோது கண்டது என்.எஸ்.எஸ் போன்ற ஓர் அமைப்பின் தேவையையே. முத்துராமலிங்கத்தேவர் அப்படி ஒரு அமைப்பை உருவாக்கியிருக்க வேண்டும். அவரால் முடியவில்லை. மூன்று முக்கியமான குறைபாடுகளைக் கண்டேன். ஒன்று தேவர்களின் உட்பிரிவுகளுக்கு இடையே இன்றும்கூட சரியான புரிந்துணர்வு இல்லை. இரண்டு, அந்தச் சாதி இன்னமும் ஓர் அமைப்பாக திரள வில்லை. ஆகவே எந்தவகையான கட்டுப்பாடும் இல்லை. ஒவ்வொரு பண்ணையாரும் ஒரு கும்பலை திரட்டி வருகிறார்கள். அவர் அழைக்கிறார் இவர் அழைக்கிறார் என விதவிதமான போஸ்டர்களை மட்டுமே எங்கும் காண நேர்ந்தது.

மூன்றாவதாக, அவர்களுக்கு எந்த இலக்கும் இல்லை. எந்த அரசியல் கனவும், எந்த சமூகத்திட்டமும், எந்த பொருளியல் இலக்கும் இல்லை.

தன்னிச்சையாகக் கிளம்பி வந்த ஒரு மக்கள்திரளாகவே இருந்தார்கள். ஆகவேதான் எளிதில் எதிர்மறை உணர்ச்சிகள் ஓங்குகின்றன. பிறசாதிகளுக்கெதிராக அவர்கள் எழுப்பிய கோஷமும் அவர்களில் தெரிந்த வெறுப்பும் அவர்களுடைய சொந்த முன்னேற்றத்துக்கே எதிரானவை.

பசும்பொன் முத்துராமலிங்கத்தேவர் அவர்களின் வாழ்க்கையை நாம் பலவகையில் இன்று பார்க்க முடிகிறது. அவரது ஆரம்பகட்டத்தில் தேசவிடுதலையில் பங்கெடுத்துச் சிறைசென்றவராக, சமூகசீர்திருத்தவாதியாக, தொழிற்சங்கவாதியாகக் காண்கிறோம். இரண்டாம் கட்டத்தில் அவர் காந்தியின் அகிம்சையில் நம்பிக்கை இழந்து காங்கிரஸில் இருந்து வெளியேறி, அரசியலில் தனிமைப்பட்டு, கசப்படைந்த சாதித்தலைவராக இருந்தார். அக்காலகட்டத்தில்தான் இம்மானுவேல் சேகரன் கொலைவழக்கில் அவர் சம்பந்தப்பட்டதாக சொல்லப்படுகிறது.

ஒரு நண்பர் இமானுவேல் சேகரன் கொலைவழக்கில் பக்தவல்சலம் அளித்த சட்டசபை அறிக்கையின் நகலை அனுப்பியிருந்தார். அந்த ஆவணங்களை மட்டுமல்ல பல தனிப்பட்ட கடிதங்களையும் அக்காலகட்ட பல வெறுப்பூட்டும் துண்டுப்பிரசுரங்களையும் நான் மறைந்த தாணுலிங்கநாடார் அவர்களின் சொந்த சேகரிப்பில் 1981ல் அவரது கோரிக்கைப்படி அவரது காகிதங்களை நான் சீராக்கியபோது வாசித்திருக்கிறேன். தெரிந்தே அந்த வரலாற்றுக்குள் இன்று நான் செல்ல விரும்பவில்லை. எப்படியானாலும் முத்துராமலிங்கத் தேவர் அவர்கள் இன்று அச்சாதியின் முத்திரை. அவரது ஒளிமிக்க ஆளுமைப்பக்கத்தை வைத்து அவரைக் கட்டமைத்துக்கொள்வதே அச்சாதிக்கு நல்லது.

தேவர்கள் தங்களை உறுதியான இலக்குள்ள அமைப்பாக ஆக்கிக் கொண்டு, சகசாதிகளுடன் இயல்பாக இணைந்துபோய், தங்களுடைய கல்வி மற்றும் தொழில் நலன்களுக்காக சீராக போராடுவார்கள் என்றால் இந்தச் சாதியடையாளம் அவர்களுக்கு ஓர் எல்லை வரை நன்மைபயக்கக் கூடும். இன்றைய கட்டற்ற போக்கையும் சகஜாதிகள் மேல் வெறுப்பையும் அவர்கள் முன்னெடுத்தால் இழப்பு அவர்களுக்கே. தேவர்கள் அல்ல, எவர் நினைத்தாலும் சமூக மாற்றத்தை தடுத்து நிறுத்திவிடமுடியாது. அது காலவெள்ளம்.

தேங்கியவர்கள் பின்னுக்குத் தள்ளப்படுவார்கள் என்பதே சமூக இயங்கியலின் விதியாகும்.

ஜெ

நவம்பர் 24, 2009

திராவிட இயக்கத்தை நிராகரிப்பது ஏன்?

தி.பொ.கமலநாதன் எழுதிய 'தலித் விடுதலையும் திராவிடர் இயக்கமும்' என்ற நூலை வாசித்துக் கொண்டிருந்தேன் (தமிழில் ஆ.சுந்தரம், எழுத்து பிரசுரம்). அதன் துணைத்தலைப்பு வித்தியாசமாக இருந்தது 'மறைக்கப்படும் உண்மைகளும் கறை படிந்த அத்தியாயங்களும்'.

இந்நூலின் வரலாறு ஆர்வத்திற்குரியது. 1980 களின் தொடக்கத்தில் பெங்களூரில் இருந்து வெளிவரும் 'தலித் வாய்ஸ்' என்ற ஆங்கில இதழ் திராவிட இயக்கம் தற்போது தலித்துக்களுக்கு எதிராக இருப்பதாகக் கூறி, தலையங்கம் ஒன்றை எழுதியது. திராவிட இயக்கம் இன்று தமிழ் நாட்டில் நடக்கும் தீண்டாமை முதலிய சாதிக் கொடுமைகளுக்கு எதிராக எதுவுமே செய்யாமலிருக்கிறது என்று குற்றம் சுமத்தியது.

அதற்குப் பதிலாக திராவிட இயக்கத்தின் தலைவர் கி. வீரமணி அவர்கள் ஒரு நீண்ட மறுப்புரை எழுதி அதற்கு அனுப்ப அது வெளியிடப்பட்டது. அதில் திராவிட இயக்கத்தின் வழக்கமான கருத்து வடிவம் முன்வைக் கப்பட்டது. ஒன்று, சாதி வேற்றுமை தீண்டாமை முதலியவை பிராமணர்களால் உருவாக்கப்பட்டு நிலைநிறுத்தப்படுபவை. ஆகவே அதில் பாதிக்கப்படும் அனைவருமே சேர்ந்து பிராமணர்களை எதிர்க்க வேண்டும். பிற்பட்ட சாதியினரும் தலித்துக்களும் சேர்ந்து பிராமண எதிர்ப்பில் ஈடுபட வேண்டும். பிற்படுத்தப்பட்டோர் செய்யும் சாதிக்கொடுமைகளை பிராமணர்களின் பிரித்தாளும் சதியாக மட்டுமே பார்க்க வேண்டும்.

இரண்டாவதாக தலித்துக்களின் விடுதலைக்கான குரல் தமிழ்நாட்டில் திராவிட இயக்கத்தால் தான் உருவாக்கப்பட்டது. ஈ.வெ.ரா அவர்கள் நடத்திய வைக்கம் சத்தியாக்கிரகத்திற்குப் பிறகே அத்தகைய

விழிப்புணர்ச்சி தமிழ்நாட்டில் ஏற்பட்டது. தலித் விடுதலைக்கான போராட்டங்களை நடத்தியதும், அவர்கள் இன்று அடைந்துள்ள எல்லா நன்மைகளைப் பெற்றதும் திராவிட இயக்கத்தின் வழியாகவே.

இவ்விரு கருத்துகளையும் விரிவாக மறுத்து கமலநாதன் அவர்கள் தலித் வாய்ஸ் இதழுக்கு நீண்ட கடிதம் எழுதினார். நீளம் கருதி அது பிரசுரிக்கப்படவில்லை. ஆகவே அதை அடிக்குறிப்புகள் சேர்த்து நூலாக பிரசுரித்தார். அந்நூலின் தமிழாக்கமே இந்த நூல்.

தலித்துக்களை அடிமைப்படுத்தியதிலும் இழிவுபடுத்தியதிலும் பிராமணியத்திற்கு உள்ள பங்களிப்பைப் பற்றி கமலநாதன் அவர் களுக்கும் மாற்றுக் கருத்து ஏதும் இல்லை. ஆனால் பிராமணியம் என்ற பொது எதிரியை முன்வைத்து தலித்துக்கள் மீது நேரடியான ஒடுக்கு முறையைச் செலுத்தும் பிற்பட்ட மக்களின் சாதிவெறியை மழுப்ப நினைப்பது தலித் உரிமைப் போராட்டத்திற்கு எதிரானது என்று கமலநாதன் வாதிடுகிறார். தலித் அடையாளத்தை திராவிடம் என்ற அடையாளத்தில் அடக்கி விடமுடியாது என்று கூறுகிறார்.

அவரது கூற்றின்படி தலித்துக்கள் அவர்கள் தலித்துக்கள் என்பதனால் தான் பிற்பட்டோர் உட்பட அனைத்து சாதியினராலும் ஒடுக்கப் படுகிறார்கள். ஆகவே அந்த அடையாளத்துடன் அவர்கள் ஒருங் கிணைவதே சிறந்த போராட்ட முறையாக அமையமுடியும். அதற்கு திராவிட இயக்கத்தின் பொதுமைப்படுத்தல்கள் தடையாக ஆகக்கூடும் என்கிறார்.

தலித்துகளின் உரிமைக்கான போராட்டத்தை 1920ல் ஜஸ்டிஸ் கட்சி ஆட்சிக்கு வந்தபோதிருந்து ஆரம்பிப்பது என்பது தலித்துகளின் உரிமைக்காகப் போராடிய தலித் தலைவர்களின் பங்களிப்பை குறைத்து மதிப்பிடுவதும் அவமதிப்பதுமாகும் என்று வாதிடுகிறார் கமலநாதன். மிகவிரிவான ஒரு வரலாற்றுச் சித்திரத்தை உருவாக்கிக் காட்டுகிறார். இந்தியாவுக்கு வந்த மிஷனரிகளிடமிருந்து தலித் விடுதலைக்கான கருத்துகள் ஆரம்பிக்கின்றன. அயோத்திதாச பண்டிதர், இரட்டைமலை சீனிவாசன், எம். சி. ராஜா ஆகிய தலித் தலைவர்களின் அயராத உழைப்பால் தலித் விடுதலைக்கான கருத்தியல் சட்டகம் உருவாகிறது.

உண்மையில் தலித் விடுதலைப் போர் தனித்த இயக்கமாக வளராமல் செய்தது திராவிட இயக்கம். இதை பிற்பட்ட சாதியினரின் நலனுக்கான இயக்கமாக இருந்த திராவிட அரசியலுடன் இணைத்தல் வழியாக அதன் தனித்தன்மையையும் போர்க்குணத்தையும் இல்லாமலாக்கியது. திராவிட இயக்கத்தின் பிடியில் இருந்து விடுபட்ட பின்னரே தமிழ் நாட்டில் மீண்டும் தலித் இயக்கம் உருவாகி முக்கால் நூற்றாண்டு

தாண்டிய பிறகும் தலித்துக்கள் மீதான ஒடுக்குதல்கள் அப்படியே இருந்தன. அவர்களின் கோரிக்கைகள் 1930 களில் எப்படி இருந்தனவோ அப்படியே நீடித்தன. அவற்றை 1980 களில் மீண்டும் புதிதாக கிளப்பி, போராட்டங்களை நிகழ்த்த வேண்டிய தேவை இருந்தது. அதன் விளைவாகவே இன்று தமிழகம் முழுக்க பலவகையான தலித் போராட்டங்கள் வேகம் கொண்டிருக்கின்றன.

அதாவது தங்களுடைய வரலாற்று ரீதியான போராட்டங்களையும் அதற்காக உருவாக்கிய கருத்துச் சட்டகத்தையும் திராவிட இயக்கம் எடுத்து வெறும் கோஷமாக மாற்றி பொருளிழக்கச்செய்தது என்றும் தங்கள் பிரச்சினைகளுக்காக அது எதையுமே செய்யவில்லை என்றும் தலித்தியக்கம் கூறுகிறது.

ஏறத்தாழ இதே வரலாற்றுச் சித்திரத்தை தமிழியர்களும் கூறுவார்கள். தமிழ் மொழி மற்றும் தமிழ்ப்பண்பாட்டின் தனித்தன்மை மறுக்கப் பட்ட ஒரு காலகட்டத்தில் வரலாற்றின் தேவையால் உருவானது தமிழியக்கம். தமிழ்நாடு ஏறத்தாழ 300 ஆண்டுகளாக தமிழரல்லாதவர் களால் ஆளப்பட்டது. தமிழகத்தை ஆண்ட நாயக்கர்களின் ஆட்சியும், மராட்டியர் ஆட்சியும் தமிழ்நாட்டின் பொருளியலுக்கும் மதத்திற்கும் பெரும் பங்களிப்புகளை ஆற்றியிருக்கின்றன. தமிழகத்தில் இன்றுள்ள சாலைகள், சந்தைகள், ஏரிகள் பெரும்பாலானவை இவர்களின் ஆட்சிக் காலத்தில் உருவானவை. இன்று நாம் காணும் தமிழக ஆலயங்கள் பெரும்பாலும் இவர்கள் காலகட்டத்தில் புதுப்பிக்கப்பட்டு எழுந்தவை.

ஆனால் இந்த அன்னிய ஆட்சிக்காலத்தில் தமிழ்ப்பண்பாடு புரவலர் களை இழந்து மெல்ல மெல்ல அழிய ஆரம்பித்தது. தமிழிசை கைவிடப் பட்டு மருவி கர்நாடக சங்கீதமாக ஆகியது. தமிழ் இலக்கியங்களை பேணிவந்த தமிழறிஞர் குடும்பங்கள் பேணுநரின்றி அழியவே தமிழ் நூல்கள் மறைந்தன. சமஸ்கிருதம் தெலுங்கு முதலியவை முன்னிறுத்தப் பட்டமையால் தமிழ் மொழிக்கலப்பு அடைந்து அதன் அழகை இழந்தது. இக்காலகட்டத்தில் தமிழின் மாபெரும் செவ்வியல் மரபு அனேகமாக மறக்கப்பட்டது. மதத்துடன் இணைந்திருந்த காரணத்தினால் பக்தி மரபு மட்டுமே உயிருடன் எஞ்சியது.

இந்திய மறுமலர்ச்சியின் காலகட்டத்தில் இந்தியா முழுக்க கிட்டத்தட்ட ஒரே சமயம் வட்டார மொழிகளைப் பற்றிய விழிப்புணர்வு உருவாகியது. அதே காலகட்டத்தில்தான் தமிழ்குறித்த விழிப்புணர்வு உருவாகியது. ஆங்கிலக்கல்வி மூலம் பண்பாட்டுப் பிரக்ஞை பெற்ற ஒரு புதிய தலைமுறை உருவாகி வந்ததே இதற்கு முதற்காரணம். அவர்கள் தங்கள் பண்பாடு குறித்த இனவுணர்ச்சியை உதறி பெருமிதத்தைப் பெற

ஆரம்பித்தார்கள். விளைவாக தமிழ்ப் பண்பாட்டுச் சின்னங்கள் மீட்கப் பட்டன. அதற்கு அன்று உருவாகி வந்த அச்சு, பதிப்பு முதலிய துறைகளும் உதவி புரிந்தன.

தமிழியக்கத்தை மூன்று தளங்களில் நிகழ்ந்த செயல்பாடுகளாகப் பிரிக்கலாம். 1) தமிழ் நூல்களை பதிப்பித்தல், 2) தமிழிசை இயக்கம், 3) தனித்தமிழ் இயக்கம்.

ஏட்டுச்சுவடிகளில் பேணப்படாது அழியும் நிலையில் இருந்த தமிழ் நூல்களை தேடிக் கண்டுபிடித்து பிழைதிருத்தம் செய்து பொருள் குறிப்பு உருவாக்கி சீராஞ் நூலாக கொண்டு வந்ததே தமிழை மீண்டும் உருவாகிய பெரும்பணி என்று கூறலாம். உ. வே. சாமிநாதய்யரே இப்பணியின் முன்னோடியாவார். சி. வை. தாமோதரம் பிள்ளை, ந.மு. வேங்கடசாமி நாட்டார், வ. உ. சிதம்பரம் பிள்ளை, வெள்ளக்கால் சுப்ரமணிய முதலியார், கெ.என்.சிவராஜ பிள்ளை, மனோன்மணியம் சுந்தரம் பிள்ளை, எஸ். வையாபுரிப் பிள்ளை போன்றவர்களை இத்துறையில் பெரும்பணியாற்றிய முன்னோடிகள் என்று கூறலாம்.

தமிழிசையே கர்நாடக இசையாக மருவியது என்று இலக்கணப்படியும் வரலாற்றின்படியும் நிலைநாட்டுவதும், வழக்கொழிந்து போன தமிழ்ப்பண்ணிசையினை மீண்டும் புத்துருவாக்கம் செய்வதும், தமிழ்ப் பாடல்களை மீண்டும் புழக்கத்திற்குக் கொண்டுவருவதும், தமிழ் பாடல்களை புதிதாக உருவாக்குவதும் தமிழிசை இயக்கத்தின் பணிகள். இதில் முன்னோடி என்று தஞ்சை ஆபிரகாம் பண்டிதரைச் சொல்ல வேண்டும். அண்ணாமலை அரசர், பரிதிமாற் கலைஞர், விபுலானந்த அடிகள், தண்டபானி தேசிகர், குடந்தை சுந்தரேசனார், கல்கி, டி.கே.சிதம்பரநாத முதலியார் போல பல முக்கியமான அறிஞர்கள் இத்துறையில் பெரும்பணி ஆற்றியிருக்கிறார்கள்.

தமிழில் மறந்துவிட்ட பிறசொற்களை விலக்குவது, தமிழின் தூய சொற்களை புழக்கத்திற்குக் கொண்டு வருவது, தமிழில் புதிய கலைச் சொற்களை உருவாக்குவது ஆகியவை இவ்வியக்கத்தின் பணிகள். மறைமலை அடிகளை இந்த இயக்கத்தின் முன்னோடி, வழிகாட்டி என்று கூறலாம். பரிதிமாற் கலைஞர், ரா. பி. சேதுப்பிள்ளை, திரு. வி. கலியாணசுந்தரனார் போன்றவர்கள் இவ்வியக்கத்தின் முதல்வர்கள்.

தமிழியக்கம் என்பது திராவிட இயக்கத்துடன் எவ்வகையிலும் சம்பந்தம் உடையதாக இருக்கவில்லை என்பதே வரலாறு. தமிழியக்கம் பெரும் பாலும் சைவச் சார்பு உடையது. அதன் முன்னோடிகளில் பலர் காங்கிரஸ் அனுதாபிகளும் கூட. அரசியலில் ஜஸ்டிஸ் கட்சியின் குழந்தையாக உருவாகி வந்ததே திராவிட இயக்கம். ஜஸ்டிஸ் கட்சிக்கு தமிழியக்கத்தில் பெரிய ஆர்வம் இருந்ததில்லை. காரணம் அதில்

பெரும்பாலானவர்கள் தமிழர்களல்ல. சொல்லப் போனால் அதற்கு தமிழ் அடையாளமே இருக்கவில்லை. தமிழர், தெலுங்கர், மலையாளிகள் கூடி உருவாக்கிய இயக்கம் அது. அதன் தலைவர்கள் ஆங்கில மோகம் கொண்ட அன்றைய உயர்குடிகள். பிரிட்டிஷ் அரசுடன் ஒத்துழைத்து தங்களுக்கான நலன்களைப் பேணிக்கொள்ள முயன்றவர்கள்.

ஜஸ்டிஸ் கட்சியில் இருந்து திராவிட இயக்கம் உருவான காலத்தில் கூட அதற்கு தமிழியக்கத்தில் ஆர்வம் இருந்ததில்லை. அக்காலத்தில் ஈ.வெ.ரா அவர்கள் தீவிரமாக ஆங்கிலத்தை ஆதரிப்பவராகவும் தமிழை காட்டு மிராண்டி பாஷை என்று கூறுபவராகவும் தான் இருந்தார். இது தமிழ் நீசபாஷை என்று கூறிய சனாதனிகளிடமிருந்து எவ்வகையிலும் வேறுபட்ட தரப்பு அல்ல. அந்தத் தரப்பில் இருந்து தமிழ்ப்பற்றை நோக்கி திடீரென்று ஒரு தாவலை நிகழ்த்தியது திராவிட இயக்கம். அதற்கு சி.என்.அண்ணாதுரை ஒரு காரணம்.

தமிழியக்கத்தின் ஆரம்பகால அறிஞர்களில் பலர் பிராமணர்கள். ஆனால் விரைவிலேயே பிராமணரல்லாத உயர்சாதியினரின் இயக்கமாக அது மாறியது. குறிப்பாக வேளாளர், முதலியார். இவர்களின் பிராமண எதிர்ப்புப் போக்கு காரணமாக திராவிட இயக்கத்திற்கும் இவர்களில் சிலருக்கும் இடையே ஒரு புரிந்துணர்வு உருவாகியது. ஆனால் அக்கால கட்டத்தில் திராவிட இயக்கத்திற்கும் தமிழியக்கத்திற்கும் நடுவேதான் கடுமையான மோதல்கள் உருவாகி நீடித்தன. தமிழியக்க முன்னோடி களில் பலர் ஈ.வெ.ராவை தமிழில் ஈடுபாடற்றவர், தமிழை அழிக்கவந்த கன்னடர் என்றே எண்ணினார்கள், இன்றும் அக்கால கட்டுரைகளில் அந்த விமரிசனங்கள் குவிந்துகிடக்கின்றன.

ஆனால் தமிழியக்கத்தின் ஆயுதங்களை சிறப்பாக பயன்படுத்த ஆரம்பித்த சி. என். அண்ணாதுரை அவர்கள் விரைவிலேயே தமிழியக் கத்திற்கும் திராவிட இயக்கத்திற்குமான முரண்பாடுகளை இல்லா மலாக்கினார். ‘ஒன்றே குலம் ஒருவனே தேவன்’ போன்ற வரிகள் இந்தச் சமரசத்தின் வழிகளே. திருமூலர் வரியை கூறுவதன் மூலம் பகுத் தறிவையும் இழக்காமல் சைவத்தையும் இழக்காமல் ஒரு சமரசத்தை அண்ணாதுரை மேற்கொண்டார். பின்னர் தமிழியக்கத்தின் எல்லா கோஷங்களையும் திராவிட இயக்கம் எடுத்தாள ஆரம்பித்தது.

இன்று திராவிட இயக்கம் தமிழியக்கத்தின் எல்லா கடந்த காலச் சாதனைகளுக்கும் உரிமை கொண்டாடுகிறது. தமிழ் நூல்களை மீட்டது, தமிழிசையை வளர்த்தது, தனித்தமிழைப் பரப்பியது எல்லாமே ஈ.வெ.ரா வில் தொடங்கும் திராவிட இயக்கத்தின் சாதனைகள் என்று இன்று சாதாரணமாக மேடைகளில் பேசுகிறார்கள். தமிழியக்க முன்னோடிகளான உ. வே. சாமிநாதய்யர், ஆபிரகாம் பண்டிதர், மறைமலை அடிகள் போன்றவர்கள் மறக்கப்பட்டு விட்டார்கள்.

ஆனால் உண்மையில் திராவிட இயக்கம் தமிழுக்கு என்ன செய்தது? நிலையாக எதுவுமே செய்யவில்லை என்பதே உண்மை. மேடைகளில் ஆர்ப்பாட்டமாகப் பேசுவதற்கு தனித்தமிழியக்கத்தின் சொல்லாட்சி களை கடன்பெற்று பயன்படுத்தி வெற்றி கண்டது அது. சி. என். அண்ணாதுரை அவர்களின் மேடைமொழி ரா.பி. சேதுப்பிள்ளை, நாவலர் சோமசுந்தர பாரதியார் போன்றவர்களின் அடுக்குமொழிப் பாணியில் இருந்து கடன்பெற்றது என்பதை நாம் காணலாம். அவரை ஒட்டி தமிழை அலங்காரமாகப் பயன்படுத்தும் பேச்சாளர்களின் பெரும் படை ஒன்று கிளம்பியது. அவர்களின் வாரிசுகள் இன்றும் உள்ளனர். இவர்களை வைத்தே தமிழை திராவிட இயக்கம் வளர்த்தது என்ற பாமர நம்பிக்கை உருவாகி நீடிக்கிறது.

ஆனால் சி.என்.அண்ணாதுரை, மு.கருணாநிதி போன்றவர்களின் மொழிநடையில் தனித்தமிழ் மிகக்குறைவே என்பதை பலர் கவனிப்ப தில்லை. குறிப்பாக சி.என்.அண்ணாதுரை அவர்களின் ஆரம்பகால பேச்சுகளில் கடினமான சமஸ்கிருதச் சொற்கள் புழங்கும். துவஜா ரோகணம் போன்ற சொற்களைக்கூட அவரது உரைகளின் அக்கால பதிப்புகளில் காணமுடியும். அன்றும் தனித்தமிழியக்கவாதிகளே நல்ல தமிழ் பேசினார்கள்.

ஒரு மொழி வளரவும் வேர்விடவும் தேவையான அடிப்படைப் பணிகள் எதுவுமே தமிழில் திராவிட இயக்கத்தால் செய்யப்பட வில்லை. திராவிட இயக்கம் போல மொழியரசியல் பேசியவர்கள் பதவியில் இல்லாத கேரளத்திலும் கர்நாடகத்திலும் செய்யப்பட்ட பெரும்பணியுடன் ஒப்பிடும்போது இது பரிதாபகரமான யதார்த்தம் என்பது புரியும்.

இந்தியாவுக்குச் சுதந்திரம் கிடைத்ததும் எல்லா இந்திய மாநிலங்களும் மாநில மொழிகளின் வளர்ச்சிக்காக திட்டங்கள் தீட்டி செயல்பட ஆரம்பித்தன. தமிழின் வளர்ச்சிக்காக அன்றைய காங்கிரஸ் அரசு மூன்று அடிப்படையான செயற்திட்டங்களை வகுத்தது. ஒன்று, தமிழை ஆட்சிமொழி ஆக்குவதற்கான கலைச்சொல்லாக்கம். இரண்டு, பேரகராதி தயாரிப்பு. மூன்று, தமிழில் கலைக்களஞ்சியம் கொண்டு வருதல், இம்மூன்று பணிகளையும் காங்கிரஸ் ஆட்சிக்காலத்தில் செய்து முடித்தார்கள். இன்றும் தமிழில் செய்யப்பட்ட மாபெரும் மொழிவளர்ச்சிப் பணிகளாக அவை நீடிக்கின்றன.

தமிழின் வளர்ச்சிக்கு பணியாற்றியவர்களில் தி. சு. அவினாசிலிங்கம் அவர்களின் பங்களிப்பு மகத்தானது. கல்வியமைச்சராக பணியாற்றிய அவர் அக்காலத்தைய திறன்மிக்க பேரறிஞர்களை எல்லாம் இப்பணிக்கு தன்னுடன் இணைத்துக் கொண்டார். ஏறத்தாழ இக்கால

கட்டத்தில்தான் தமிழகத்தின் மாபெரும் ஆரம்பக்கல்வி இயக்கம் ஆரம்பிக்கப்பட்டது. தமிழகத்தை இன்றும் பிற மாநிலங்களில் இருந்து ஒருபடி முன்னால் நிற்கச் செய்த இயக்கம் அது. தமிழ் ஆரம்பக்கல்வி முதல் உயர்தளம் வரை புத்தெழுச்சி கண்ட காலகட்டம் இதுவேயாகும்.

ஆனால் இன்று இந்தச் சாதனைகளை வரலாற்றில் இருந்து தோண்டி எடுத்து திரும்பத்திரும்பச் சொல்லி நிறுவ வேண்டியிருக்கிறது. திராவிட இயக்கத்தின் ஆர்ப்பாட்டமான மேடையுரைகளிலும் கூசாமல் செய்யப்படும் வரலாற்றுத் திரிப்புகளும் இந்த உண்மைகளை முற்றாகவே மழுங்கச் செய்து விட்டிருக்கின்றன. இன்றும் பெரிய அநீதி என்னவென்றால் காங்கிரஸின் பணி உட்பட இந்தத் தொடக்ககாலத்து தமிழ் மறுமலர்ச்சியின் சாதனைகளை எல்லாம் திராவிட இயக்கம் தன்னுடையது என்று சொந்தம் கொண்டாடுகிறது என்பதே.

காங்கிரஸ் ஆட்சிக்காலத்தில் உருவாக்கப்பட்ட பேரகராதிக்கு இன்று வரை ஒரு நல்ல மறுபதிப்பு கொண்டுவர பின்னர் வந்த திராவிட ஆட்சிகளால் இயலவில்லை. தமிழ்ப் பேரகராதிக்கு ஒரு மறு அச்சு கொண்டுவரக்கூட அவற்றால் முடியவில்லை. தமிழ்மொழிக்கு கடந்த ஐம்பதாண்டுக்கால திராவிட ஆட்சியில் செய்யப்பட்டது என எந்தப் பெரும்பணியும் கிடையாது. இதுவே நம் கண்முன் உள்ள உண்மையாகும்.

அதற்கு மாறாக நிகழ்ந்தது என்ன? எப்போதும் கவர்ச்சியான மேடை உரைகள், விழாக்கள், கொண்டாட்டங்கள், ஆர்ப்பாட்ட அறிவிப்புகள் மட்டுமே நிகழ்ந்தன. பெரும் திட்டங்கள் முன்வைக்கப்படும், ஆனால் அவை ஒரு போதும் எளிய முறையில் கூட நிறைவேற்றப்படாது. திராவிட ஆட்சியில் தமிழுக்கு என்று உருவாக்கப்பட்ட மிகப்பெரிய அமைப்பு என்றால் அது தஞ்சைத் தமிழ் பல்கலைக்கழகம்தான். அது கடந்த கால்நூற்றாண்டில் செய்த சாதனை என்ன என்று கேட்டால் சங்கடமான மௌனமே பதிலாக அமையும். அறிவிக்கப்பட்ட எல்லா திட்டங்களும் அரைகுறை முயற்சியாக முடிய இன்று செயலற்று பெறும் கட்டடக்குவியலாக கிடக்கிறது அது.

இதே போன்றுதான் சென்ற காலங்களில் திராவிட இயக்கத்தால் நடத்தப்பட்ட உலகத்தமிழ் மாநாடுகளையும் கூறவேண்டும். பாமரர்கள் தவிர பிறர் எவரும் இந்த மாநாடுகளால் தமிழுக்கு ஏதேனும் நன்மை விளைந்தது என்று கூறமாட்டார்கள். திராவிட இயக்கத்தின் அடிப்படை இயல்பே பெரும் திருவிழாக்களை நடத்துவதில்தான் இருக்கிறது. கூட்டம் ஆர்ப்பாட்டம் அலங்காரம் என்றே அதன் மனம் செல்கிறது. அழுத்தமான ஆக்கப்பணிகளை அதனால் நீடித்தகால உழைப்புடன் ஆற்ற இயலாது.

பொதுத்தளத்தில் திராவிட இயக்கம் தமிழுக்குச் செய்த பணிகள் அனேகமாக ஏதும் இல்லை. இன்றும் தமிழில் தமிழ்வழிக்கல்வி சாத்தியப்படவில்லை. நேர்மாறாக எங்கும் எதிலும் ஆங்கிலம் மேலோங்கியது திராவிட இயக்க ஆட்சிக்காலத்திலேயே என தமிழியர்களே சொல்கிறார்கள். தமிழகத்தில் மெல்ல மெல்ல தமிழ் அழியும் நிலையிலேயே உள்ளது. தனிப்பட்ட முயற்சிகளினாலேயே தமிழை நிலைநிறுத்தும் பணிகள் நடக்கின்றன. இத்தனை பெரிய இயக்கமும் அரசும் இருந்த போதிலும் கூட அம்முயற்சிகளுக்கு மிக எளிய ஆதரவு கூட அளிக்கப்படவில்லை என்பது அனைவருக்கும் தெரிந்ததே.

திராவிட இயக்கம் செல்வாக்கு பெறுவதற்கு முன்னர் தமிழா ராய்ச்சியின் ஒரு பொற்காலம் இருந்தது. உ. வே. சாமிநாதய்யர் முதல் தொடர்ச்சியாக இரண்டு தலைமுறைக்காலம் பிரமிக்கத்தக்க தமிழா ராய்ச்சி நூல்கள் வெளிவந்தபடியே இருந்தன. இன்றும் கூட ஒரு தமிழ் வாசகன் அந்த ஆய்வுகளை பார்க்கும்போது அவற்றுக்கு அளிக்கப் பட்டுள்ள ஈடிணையற்ற உழைப்பு அயரச் செய்கிறது. ஆனால் திராவிட இயக்கம் வலுப்பெறும்தோறும் தமிழாய்வு வலுவிழந்தது. தமிழறிஞர்கள் அரசியல்வாதிகளாயினர். அரசியல்வாதிகள் தமிழறிஞர்கள் என்று அறியப்படலாயினர்.

திராவிட இயக்கத்தின் சாதனை என்றால் நமது கல்விப் புலத்தை முழுமையாகக் கைப்பற்றி அங்கே தமிழாய்வே நிகழாமல் செய்தது தான். இன்று எந்த ஒரு இந்திய மொழியிலாவது ஒரு வருடத்தில் குறிப்பிடத்தக்க ஒரு ஆய்வுகூட வராத தேக்க நிலை உள்ளது என்றால் அது தமிழில்தான். எப்போதுமே தமிழாய்வுப் புலத்தைக் கூர்ந்து கவனிப்பவன் என்ற முறையில் இந்த வெறுமை எனக்கு பெரும் திகைப்பையே ஊட்டுகிறது. பழைய ஆய்வுகளை நகல் எடுப்பதே இன்று ஆய்வு என்று ஆகிவிட்டிருக்கிறது.

இன்று தமிழாய்வு நிகழ்வது கல்விப் புலத்திற்கு வெளியே தனிநபர் களின் அந்தரங்கமான ஈடுபாட்டின் விளைவாகத்தான். அவ்வப்போது குறிப்பிடத்தக்க நூல்கள் அவர்களிடமிருந்தே வெளிவருகின்றன. அவர்களில் சிலருக்கு திராவிட இயக்கம் குறித்து நல்லெண்ணம் இருக்கலாம். ஆனால் திராவிட இயக்கத்தில் இருந்து உருவாகி வரும் தமிழாய்வு என்று அனேகமாக ஏதுமில்லை.

மிகச் சாதாரணமான தலைமைத்துதிகள், கொள்கை விளக்கத் துண்டுப் பிரசுரங்களைத் தவிர இன்றுள்ள இருபெரும் திராவிட இயக்க அமைப்புகள் உருவாக்கும் இலக்கியமோ, ஆய்வோ என்ன என்று யோசித்துப் பாருங்கள். ஒரு வாசகனாக இத்தனை பெரிய திராவிட

இயக்கம் அதன் பல லட்சம் தொண்டர்கள் பலகோடி ஆதரவாளர்கள் கோடானு கோடி பணம், அரசு அதிகாரம் ஆகியவற்றின் மூலம் உங்களுக்கு வாசிப்பதற்காக உருவாக்கியளித்த நூல்கள் எவை? எத்தனை தத்துவ நூல்கள், எத்தனை இலக்கியப்படைப்புகள்?

எந்த ஒரு மொழியும் அறிவுத்துறைகளின் புதிய போக்குகளை உள்வாங்கிக் கொள்ளும் போதும் இலக்கியம் மூலம் நவீன கால கட்டத்தை எதிர் கொள்ளும்போதும் மட்டுமே வாழும் மொழியாக இருக்க முடியும். திராவிட இயக்கம் அதன் தொடக்கம் முதல் இன்று வரை நவீன இலக்கியத்திற்கு எதிரான சக்தியாகவே இருந்துள்ளது. தமிழில் உருவாகி வந்த நவீன இலக்கியத்தை அது ஒருபோதும் பொருட்படுத்தியதில்லை. இன்றுவரை புதுமைப்பித்தனின் பெயரை எந்த திராவிட இயக்க அறிவுஜீவியும் கூறியதில்லை.

மாறாக திராவிட இயக்கத்தின் ஆர்வம் தமிழின் வணிக இலக்கியத்தின் உத்திகளை கட்சிப்பிரசாரத்திற்குப் பயன்படுத்துவதாகவே இருந்தது. திராவிட இயக்கம் தமிழ்ச் சூழலை முழுக்க மூடியிருந்த சூழலில் அதை மீறி ஒரு சிறிய வட்டத்திற்குள் இலக்கியத்தில் ஈடுபட்டவர்களின் பிடிவாதம் மற்றும் அர்ப்பணம் மூலமே தமிழில் நவீன இலக்கியம் உருவாகி வந்தது. தமிழ் நவீன இலக்கியத்தின் மரபை சிற்றிதழ்கள்தான் உருவாக்கி பேணி முன்னெடுத்தன. மொத்தச் சிற்றிதழ் இயக்கமே திராவிட இயக்கத்தின் பரவலான பெரும் பண்பாட்டுக்கு எதிரான குறுங்குழுச் செயல்பாடுதான்.

இந்தக் குறுங்குழுவுக்குள்தான் தமிழில் உலக சிந்தனைகள் பேசப் பட்டன. கோட்பாடுகள் இறக்குமதியாயின. அறிவார்ந்த விவாதங்கள் நடந்தன. நீங்கள் இன்று பேசும் தமிழ்க் கலைச்சொற்களில் பெரும்பகுதி உருவாகி வந்தது. நீங்கள் இன்று தமிழின் இலக்கியச் செல்வங்கள் என எவற்றையெல்லாம் முன்வைக்கிறீர்களோ, எவற்றையெல்லாம் ரசிக்கிறீர்களோ அவையெல்லாம் இந்தச் சிறிய வட்டத்தால் உருவாக் கப்பட்டவை மட்டுமே. அவற்றை உருவாக்கியவர்கள் பணமோ அங்கீகாரமோ இல்லாமல் தங்கள் உள்வேகம் காரணமாகவே அவற்றை உருவாக்கினார்கள். எந்தவித கவனிப்பும் இன்றி மறைந் தார்கள். அவர்களின் வட்டத்திற்கு வெளியே தமிழ் தமிழ் என்று வெற்று ஓசையை எழுப்பியபடி ஊடகங்களை, மேடைகளை, கல்விப்புலத்தை நிறைத்து செயல்பட்டுக் கொண்டிருந்தது திராவிட இயக்கம்.

இந்தச் சிறிய அறிவியக்கத்தின் தொடர்ச்சியாக தன்னை உணரும் ஒருவர், இதன் விளைவுகளை அனுபவிக்கும் ஒருவர் ஒருபோதும் திராவிட இயக்கத்தின் மீது நம்பிக்கை கொள்ள இயலாது. பல வருடங்களுக்கு முன்னர் சிற்றிதழ் சூழலுக்குள் திராவிட இயக்கத்தின்

பெருமை பேசும் ஒரு சில குரல்கள் ஒலித்தன. உதாரணம் அ. இரா. வெங்கடாசலபதி. ஆனால் அவருடைய ஆய்வுகளை நிகழ்த்துவதற்கும் விவாதிப்பதற்குமான களத்தை சிற்றிதழ் சூழல்தான் தன் சிறிய வட்டத்திற்குள் உருவாக்கி அளித்தது. அவர் அந்த வாசகர்களை நம்பித்தான் பேசவேண்டியிருந்தது.

மாபெரும் பண்பாட்டு சக்தி என்று அவர் வருணித்த திராவிட இயக்கம் அவருக்கு எளிய ஒரு மேடையைக்கூட உருவாக்கவில்லை. இன்றும் அந்தத் தளத்தில் அவரைப்போன்ற ஓர் அறிஞருக்கு எந்த இடமும் இல்லை. திராவிட இயக்கமேடை அர்த்தமற்ற வெட்டிப்பேச்சுக் கானதாக மட்டுமே இருந்தது. திராவிட இயக்கம் காங்கிரஸ் ஆட்சியில் தொடங்கப்பட்ட திட்டங்களை முழுமையெசெய்யக் கூட முயலவில்லை. தூரனின் 'கலைக்களஞ்சியம்', வையாபுரிப்பிள்ளையின் 'பேரகராதி' முதலிய பெருமுயற்சிகள் மதிக்கப்படவில்லை என்று அவரே கூறினார் பிறகு.

திராவிட இயக்கம் மேடையில் தமிழை கொண்டுவந்தது என்று ஒரு பரவலான நம்பிக்கை உள்ளது. உண்மையில் இதுவும் ஒரு மூடநம்பிக்கையே. தமிழில் மேடையுரை என்ற வடிவம் திராவிட இயக்கம் உருவாவதற்கு முன்னரே உருவாகிவிட்டிருந்தது. அதற்கு நாம் பத்தொன்பதாம் நூற்றாண்டு சைவமறுமலர்ச்சி இயக்கத்திற்கே நன்றிக்கடன் பட்டிருக்கிறோம். சைவத்தை வெகுஜன இயக்கமாக ஆக்கும் நோக்குடன் ஏறத்தாழ ஐம்பதாண்டுக்காலம் தமிழில் பரவலாக நடைபெற்ற அவ்வியக்கம்தான் தமிழ் மரபின் மாபெரும் பேச்சாளர் களை உருவாக்கியது.

தமிழின் மேடையுரையின் முன்னோடி என்று சைவப்பேச்சாளரான ஞானியார் சுவாமிகளையே சொல்லவேண்டும். பின்னர் பெரும் பேச்சாளர்களாக ஆன திரு. வி. கல்யாணசுந்தரனார், மறைமலை அடிகள் போன்றவர்கள் அவரது பாணியை பின்பற்றியவர்களே. வாழ் நாளெல்லாம் ஒருநாள் கூட தவறாமல் மேடையில் பேசியவர் ஞானியார் சுவாமிகள். அடுத்த தலைமுறையில் ரா. பி. சேதுப்பிள்ளை, நாவலர் சோமசுந்தர பாரதியார் முதலியவர்கள். அந்த மரபின் நீட்சியே குன்றக்குடி அடிகளார், புலவர் கீரன் முதலியவர்கள்.

தூயதமிழை அழகிய முறையில் மேடையில் பேசுவதற்கும் பெரு வாரியான மக்கள் விரும்பும்படி சொற்பொழிவை எளிமையாகக் கொண்டு செல்வதற்கும் முயன்று பெருவெற்றி பெற்றவர்கள் இவர்கள். திரு.வி.க, மறைமலையடிகள் போன்றவர்களின் சுயசரிதைகளில் இவர்களின் கூட்டங்கள் எத்தனை பெரிய மக்கள் பங்கேற்புடன் நடந்தன என்று பதிவாகியிருக்கிறது. இவர்களின் உரை முறையை

தானும் பின்பற்றியவர்தான் திராவிட இயக்கத்தின் ஆகப்பெரிய பேச்சாளரான சி.என்.அண்ணாதுரை அவர்கள்.

மரபிலக்கியத்தை ரசிப்பதற்கும் மதிப்பதற்கும் திராவிட இயக்கம் கற்றுத்தந்தது என்பது கூட எந்தவகையில் சரி என்று பார்க்க வேண்டும். தமிழின் பிரம்மாண்டமான இலக்கியமரபில் ஒரு சிறுபகுதியை மட்டுமே திராவிட இயக்கம் கருத்தில் கொண்டது. சங்க இலக்கியம், சிலப்பதி காரம், குறள் அவ்வளவுதான். தமிழிலக்கிய மரபின் ஆகப்பெரிய இலக்கிய சாதனையும் தமிழ்ப்பண்பாட்டின் மகத்தான பதிவுமான கம்பரா மாயணம் திராவிட இயக்கத்தால் இகழ்ந்து ஒதுக்கப்பட்டது. ஈ.வெ.ரா அவர்களும் அவரது வழிவந்த சி.என். அண்ணாதுரை அவர்களும் கம்பராமாயணத்தை ஆபாச இலக்கியம் என்று வசைபாடினர்.

அவர்களுடைய இலக்கிய நோக்கு மிக எளிய விக்டோரிய ஒழுக்க வியலால் ஆனதாக இருந்தது. அத்தகைய ஒழுக்கவியலை வைத்துக் கொண்டு எந்தப் பேரிலக்கியத்தையும் மதிப்பிட முடியாது, பைபிளைக் கூட புரிந்துகொள்ள முடியாது என்று அவர்கள் உணர்ந்திருக்கவில்லை. அந்த அளவுகோலை வைத்து சங்க இலக்கியத்தையும் நிராகரித்துவிட முடியும் என்றுகூட புரிந்துகொள்ளவில்லை. ஈ.வெ.ரா அவர்கள் அந்த அளவுகோலை அப்படியே பயன்படுத்தி குறள், சிலப்பதிகாரம் அனைத்தையும் ஒட்டுமொத்தமாக நிராகரித்தபோது சி.என். அண்ணாதுரை அவற்றை மட்டுமாவது தக்கவைத்துக் கொள்வதற்காக தன் அளவுகோல்களை மழுப்பினார்.

தமிழின் பெரும் இலக்கியச் செல்வங்களான சீவகசிந்தாமணி, மணிமேகலை போன்றவை திராவிட இயக்கத்தின் எளிய இலக்கிய அணுகுமுறையால் மூடநம்பிக்கையை வளர்ப்பவை என புறக்கணிக் கப்பட்டன. தமிழின் பிரம்மாண்டமான பக்தி இலக்கிய மரபு முழுமை யாக நிராகரிக்கப்பட்டது. சிற்றிலக்கிய காலகட்டம் ஒதுக்கப்பட்டது. காரைக்குடி சா. கணேசன் அமைத்த கம்பன்கழகம் போன்ற அமைப்பு களாலும் டி. கே. சிதம்பரநாத முதலியார், நீதிபதி மு. மு. இஸ்மாயில் போன்றவர்களாலும் கம்பராமாயணம் திராவிட இயக்கத்தின் எதிர்பிரசார அலையில் இருந்து மீட்கப்பட்டு தமிழர்களின் ரசனையில் அழுத்தமாக நிலைநாட்டப்பட்டது. அவ்வியக்கம் இல்லாமலிருந் திருந்தால் ஒருவேளை கம்பனை ஒரு தலைமுறை தொலைப்பதற்கு திராவிட இயக்கம் காரணமாக அமைந்திருக்கும்.

அதேபோல வைணவ இயக்கத்தாரால் பிரபந்தங்கள் பேணப்பட்டன. சைவத்திருமுறைகள் சைவர்களால் நிலைநிறுத்தப்பட்டன. சேக்கிழாரின் பெரியபுராணத்தை திராவிட இயக்கத்தின் தாக்குதல்களிலிருந்து மீட்கவும் பாரதியை திராவிட இயக்கத்தின் திரிப்புகளில் இருந்து

மீட்கவும் தொடர்ச்சியான அறிவியக்கங்கள் தேவைப்பட்டன. இன்று கூட தலைமுறை தலைமுறையாக உருவாகிவரும் ஆய்வாளர்கள் பாரதி குறித்த அவதூறுகளுக்கு ஆய்வுகள் மூலம் பதில் கூறியபடியே உள்ளனர்.

கடைசியாக திராவிட இயக்கம் கடந்த அரைநூற்றாண்டுக்கும் மேலாக வலிந்து முன்னிறுத்திய நூல்களான திருக்குறள், சிலப்பதிகாரம், சங்க இலக்கியம் ஆகியவற்றுக்கு அவ்வியக்கம் இதுவரை உருவாக்கிய ஆய்வுகள் என்ன என்று பார்க்கும் எவரும் ஆழமான அயர்ச்சியை மட்டுமே உணர்வார்கள். குறள் மீது இதுவரை நடந்துள்ள ஆய்வுகளில் முக்கியமான அனைத்துமே திராவிட இயக்கத்திற்கு முன்னரே உருவாகி விட்டவை. குறளுக்கு இன்று கிடைக்கும் தரமான ஒரே ஆய்வுப் பதிப்பு கி. வா. ஜகன்னாதன் அவர்களால் செய்யப்பட்டது.

உண்மையில் அவற்றையும் கருத்தில் கொண்டு பார்த்தால் கூட தமிழில் குறள் குறித்து இதுவரை செய்யப்பட்டுள்ள ஆய்வுகள் முற்றிலும் போதாதவை என்பது ஓரளவு ஆய்வு நோக்குடன் அணுகக் கூடிய எவருக்குமே தெரியவரும். குறளுக்கும் இந்திய இலக்கிய மரபுக்கும் இடையேயான தொடர்புகள், குறளுக்கும் சமண மரபுகளுக்கும் இடையேயான தொடர்புகள், குறளுக்கும் இந்திய தர்மசாஸ் திரங்களுக்கும் இடையேயான தொடர்புகள், குறளுக்கும் இந்தியாவின் நாட்டார் நீதி மரபுகளுக்கும் இடையேயான தொடர்புகள் என ஆய்வு செய்யப்படாத பகுதிகள் விரிந்து பரந்து கிடக்கின்றன. ஏன், குறளுக்கும் சீவகசிந்தாமணிக்கும் இடையே உள்ள உறவுகள் இன்றும் ஆராயப்படாத ஒரு களம்தான்.

சிலப்பதிகாரம் குறித்து கூறவே வேண்டியதில்லை. இன்றுவரை ஒரு நல்ல ஆய்வுப்பதிப்புகூட சிலப்பதிகாரத்திற்கு இல்லை. ஔவை துரைசாமிப்பிள்ளைக்குப் பின் சங்க இலக்கியம் குறித்து நேரடியான ஆய்வுகளே நிகழவில்லை. முந்தைய ஆய்வுகளை பிரதிசெய்யும் ஆய்வுகளே உள்ளன. சங்க இலக்கியங்களுக்கும் இந்திய தொல் இலக்கியங்களுக்குமான ஒப்பீடு, இந்திய நாட்டாரியல் இலக்கி யத்துடன் சங்க இலக்கியத்தை ஒப்பிட்டு ஆராய்தல் போன்ற பெரும் பணிகள் அப்படியே விடப்பட்டிருக்கின்றன. திராவிட இயக்கம் உருவாக்கியதெல்லாம் சில மேலோட்டமான விளக்க உரைகளை மட்டுமே.

பிற ஆய்வுத்தளங்களில் தமிழ்ப் பண்பாடு மற்றும் வரலாற்று ஆராய்ச்சிக்கான முயற்சிகள் எவையும் நிகழவில்லை. இத்தகைய முழுமையான செயலிழப்பு எப்படி ஏன் நிகழ்ந்தது என்பதே கேட்கக் கேட்க ஆற்றாமை எழும் ஒன்றாக உள்ளது. தமிழகத்தின் வரலாற்றாய்வு

நீலகண்டசாஸ்திரி, சதாசிவப் பண்டாரத்தார் காலகட்டத்திற்குப் பிறகு எதுவுமே நிகழாமல் உறைந்துவிட்டது. அவர்கள் தமிழக வரலாற்றின் ஒரு கோட்டுச்சித்திரத்தை உருவாக்கி கால அட்டவணை போட்டுக் கொடுத்தார்கள். அது ஒரு முன்வரைவு. அதை நுண் வரலாறுகளால் நிரப்பும் பெரும்பணி முற்றிலுமாக கைவிடப்பட்டுவிட்டது.

இன்று கல்விப்புலம் சார்ந்து வரலாற்றாய்வே நிகழவில்லை. வரலாற்றாய்வில் அங்கொன்றும் இங்கொன்றுமாக சில தனிநபர் உதிரி முயற்சிகள் மட்டுமே நிகழ்கின்றன. ஆனால் உண்மையான வரலாற்றாய்வு என்பது அப்படி தனிமுயற்சிகளால் செய்யப்பட முடியாது. ஒவ்வொருவரும் ஒரு இடத்தை நிரப்ப ஒரு கூட்டுச்செயல் பாடாக, ஓர் அறிவியக்கமாக வரலாற்றாய்வு நிகழ்த்தப்படவேண்டும். அகழ்வாய்வு, நாணய ஆய்வு, கல்வெட்டாய்வு போன்றவற்றுக்கு மேலாக நாட்டாரியல், மானுடவியல், சமூகவியல், மொழியியல், குறியியல் போன்ற பலதுறைகளை இணைத்து அந்த ஆய்வுகள் செய்யப் படவேண்டும். அது கல்வித்துறையாலேயே செய்யப்பட முடியும். தமிழில் அதற்கான வாய்ப்புகள் ஏதும் இப்போது தெரியவில்லை.

கடந்த ஐம்பதாண்டுக்காலத்தில் பிரம்மாண்டமான திராவிட இயக்கத்தின் தரப்பில் இருந்து தமிழக வரலாற்றாய்வில் நிகழ்ந்த பங்களிப்பு என்று எதுவுமே கிடையாது. திராவிட இயக்கத்தின் பணி என்று உலக அரங்கில் எடுத்து வைக்கத்தக்க ஒரே ஒரு ஆய்வுநூல்கூட எழுதப்பட்டதில்லை, முன்வைக்கப்பட்டதுமில்லை. சுட்டிக்காட்டும் படியான ஒரே ஒரு திராவிட இயக்க வரலாற்றாசிரியர்கூட கிடையாது என்பதே உண்மை. திராவிடவியல் சார்ந்த ஆய்வுகளை குறிப்பிடும்படி செய்த அமைப்பு என்றால் வி.ஐ.சுப்ரமணியம் அவர்களின் முயற்சியால் சந்திரபாபு நாயுடுவின் ஆதரவில் ஆந்திரத்தில் அமைந்த குப்பம் திராவிடப் பல்கலையைதான் சொல்லவேண்டும்.

தமிழகத்தில்தான் இந்தியாவிலேயே அதிகமான அளவுக்கு கல்வெட்டுகள் கண்டடையப்பட்டுள்ளன. இந்தக் கல்வெட்டுகளில் முக்கால்பங்கு இன்னமும் பரிசோதிக்கப்பட்டு நூல்வடிவம் பெற வில்லை. ஆய்வாளர்களும் நிதியும் இல்லை என்கிறார்கள். இக்கல் வெட்டுகளை ஆராய்ந்து வரலாற்றுத் தகவல்களை உறுதிசெய்யும் பெரும்பணி அதற்குப் பின்னர்தான் தொடங்கப்பட முடியும். தமிழக வரலாற்றுடன் சம்பந்தப்பட்ட ஜேசுசபை குறிப்புகள், இலத்தீன், போர்ச்சுகல், ஜெர்மானிய மொழிகளில் ஏராளமாக இன்று பொது வாசிப்புக்கு வந்துள்ளன. அவை எதுவும் இன்னமும் தமிழில் மொழியாக்கம் செய்யப்படவில்லை. அவை சார்ந்து ஆய்வுகளும் செய்யப்படவில்லை.

தமிழகம் சார்ந்த காலனியாதிக்க காலகட்டத்து ஆவணங்கள் பிரெஞ்சு, டச்சு, ஆங்கில மொழிகளில் ஏராளமாக உள்ளன. அவை எதுவும் இன்றும் தமிழில் மொழியாக்கம் செய்யப்படவில்லை. பதினெட்டாம் நூற்றாண்டு முதல் தமிழக ஆலயங்கள், ஆலயச்சொத்துக்கள் குறித்த நீதிமன்ற ஆவணங்கள் பல்லாயிரம் உள்ளன. அவை இன்னமும் மொழியாக்கம் செய்யப்படவோ ஆய்வுக்குறிப்புகளாக தொகுக்கப் படவோ இல்லை. வள்ளலாரின் அருட்பா மருட்பா வழக்கு சம்பந்த மாக மஞ்சக்குப்பம் நீதிமன்றத்தில் இருந்து மூல ஆவணங்களை எடுத்து ப.சரவணன் செய்துள்ள ஆய்வு அவை எத்தனை பெரிய பொக்கிஷங்கள் என்பதைக் காட்டுகின்றது.

ஏன், தமிழக வரலாறு சார்ந்து ஆங்கிலத்தில் எழுதப்பட்ட பல நூல்கள் இன்னும் தமிழுக்கு மொழிபெயர்ப்பு செய்யப்படவில்லை. மலை யாளத்திலும் கன்னடத்திலும் எல்லாம் இந்த மொழியாக்கங்களை அரசாங்கத்தின் பிரசுரத்துறையே செய்து விடுகிறது. கேரள அரசின் பிரசுரத்துறை கேரளம் குறித்த முக்கியமான நூல்கள் அனைத்தையுமே மலையாளத்திற்கு கொண்டு வருகிறது. வருடம்தோறும் கிட்டத்தட்ட நூறு நூல்கள்! அவை மிகப்பெரிய ஓர் அறிவுக்குவை. அத்தகைய அமைப்போ முயற்சியோ நமது அரசு சார்பிலும் செய்யப்படவில்லை. பல்கலைக் கழகங்கள் சார்பிலும் செய்யப்படவில்லை. இத்தனைக்கும் 'செம்மொழியா'ன தமிழில் மலையாளத்திற்குச் செலவிடப்படுவதை விட பத்து மடங்கு அதிகமான தொகை வருடம்தோறும் செலவிடப் படுகிறது.

தமிழகத்தில் மாபெரும் ஆவணச் சுரங்கங்கள் இரண்டு உள்ளன. ஒன்று சென்னையில் உள்ள மக்கின்சி கீழ்த்திசை கைப்பிரதி ஆவண மையம். இன்னொன்று தஞ்சை சரஸ்வதி மகால் ஆவண மையம். இங்குள்ள தமிழ் சார்ந்த ஆவணங்களில் மிகச்சிறு பகுதியே ஆய்வுக்கு உட்படுத் தப்பட்டு நூல் வடிவம் பெற்றுள்ளது என்று சொல்லப்படுகிறது. மீதிப் பெரும்பகுதி இன்னமும் தீண்டப்படாமல் தூங்குகின்றது.

ஏன் தமிழின் பொக்கிஷங்கள் என்று சொல்லப்படும் பல மகத்தான ஆக்கங்கள் திராவிட இயக்கம் கோலோச்சிய இந்த அரைநூற்றாண்டுக் காலத்தில் மறுபதிப்பே வராமல் மறைந்தன என்றால் என்ன சொல்ல? ஆபிரகாம் பண்டிதரின் 'கர்ணாமிர்த சாகரம்' எத்தனை பதிப்பு வந்திருக்கிறது என்று பார்த்தால் வியப்பே ஏற்படும். விபுலானந்தரின் 'யாழ்நூல்' சிவதாசன் என்ற ஒரு புலம்பெயர்ந்த ஈழத்தமிழ் வணிகரால் பல வருடங்களுக்குப் பின்னர் மறு பதிப்பு செய்யப்பட்டது.

இந்தியாவில் வேறெங்கும் இல்லாத அளவுக்கு மாபெரும் நாட்டார் பண்பாடு உள்ள பகுதி தமிழ்நாடு. தமிழக நாட்டார்கலைகளை மூட

நம்பிக்கை சார்ந்தவை என்று திராவிட இயக்கம் புறமொதுக்கி அழிக்கத் தலைப்பட்டது. நாட்டார் கலைகள் அழிந்து அங்கே சினிமா சார்ந்த கேளிக்கைகள் இடம்பிடித்தமைக்கு திராவிட இயக்கத்தின் இந்த முதிரா பகுத்தறிவு வாதம் ஒரு முக்கியமான காரணம்.

ஆனால் திராவிட இயக்கத்தைவிட இறைமறுப்புக் கொள்கை கொண்டிருந்த போதிலும் இடதுசாரிகள் நாட்டார்கலைகளை மக்கள் கலைகளாகப் பேணி முன்னெடுத்தனர். நாட்டார்கலைகளை புரிந்து கொள்ளவும் பேணவும் வழியமைத்த கருத்துகளை உருவாக்கிய முன்னோடி என்று இடதுசாரி ஆய்வாளர் நா. வானமாமலை அவர் களையே குறிப்பிடவேண்டும். பி. எல்.சாமியை தமிழக நாட்டுப் புறவியலின் தந்தை என்றே சொல்லலாம். இன்றும் கூட அவர்களின் ஆய்வுகள் மறுபதிப்புகள் வராமல், அரசு அமைப்புகளால் கவனிக் கப்படாமல்தான் உள்ளன.

இத்தனை விரிவாக நான் உருவாக்கும் இச்சித்திரத்தில் கூறப்பட்டுள்ள தகவல்கள் எல்லாமே மிக அடிப்படையானவை. எவரும் எளிதாக உறுதிசெய்து கொள்ளக்கூடியவை. தமிழகத்தில் கடந்த ஐம்பதாண்டுக் காலத்தில் பண்பாட்டுக்கும் மொழிக்கும் பெரும் பங்களிப்பாற்றிய வர்கள் அத்தனை பேருமே திராவிட இயக்கத்தால் புறக்கணிக்கப் பட்டவர்கள். இவர்கள் திராவிட இயக்கத்தின் பேரலையை மீறி, புகழோ பணமோ பெறாமல் தங்கள் சுய அர்ப்பணிப்பால் மட்டுமே தங்கள் பணியை ஆற்றியவர்கள். இவர்களை எல்லாம் நான் அங்கீகரித்து இவர்களின் நீட்சியாக என்னை நிறுத்திக்கொள்ள விழைகிறேன். ஆகவே தான் திராவிட இயக்கத்தை நிராகரிக்கிறேன்.

அப்படியானால் திராவிட இயக்கத்தை ஓர் எதிர்மறைச் சக்தியாக, அழிவு சக்தியாகக் கருதுகிறேனா? இல்லை. அது ஒரு வரலாற்று நிகழ்வு. அதன் காரணத்தையும் விளைவுகளையும் புரிந்து ாகள்ள முயல்கிறேன். திராவிட இயக்கம் எனது பார்வையில் ஒரு 'பரப்பிய' இயக்கம் (Populist movement) பரப்பியம் என்ற சொல் ஒரு மார்க்சிய கலைச்சொல். அதற்குப் பொருள் 'ஆழமான கொள்கையும், சமூகத்தைப் புரிந்து கொள்ளும் கோட்பாட்டு முறையும் இல்லாமல் சமூகத்தைப் புரிந்து கொள்ளும் கோட்பாட்டு முறையும் இல்லாமல் சமூகத்தில் ஏற்கனவே இருந்து கொண்டிருக்கும் உணர்ச்சிகளைப் பயன்படுத்திக் கொண்டு அரசியலதிகாரத்தைப் பிடிக்க முயலும் இயக்கம்' என்பதாகும். திராவிட இயக்கத்தைப் போல இந்த வரையறை கச்சிதமாகப் பொருந்தும் இன்னொரு இயக்கம் இந்தியாவில் இல்லை.

திராவிட இயக்கம் பேசிய எந்த ஒரு கொள்கையைம் கோட் பாட்டையும் அது உருவாக்கவில்லை. அவற்றை தீவிரமாகவும்

ஆத்மார்த்தமாகவும் அது முன்வைக்கவும் இல்லை. அது அனைத்தையும் பிற சமூக, அரசியல் இயக்கங்களில் இருந்து எடுத்துக் கொண்டது. அவற்றை வெகுஜன கோஷங்களாக மாற்றி மக்கள் முன் வைத்தது. அதனூடாக அதிகாரத்தை நோக்கி நகர்ந்து. அதிகாரம்தான் அதன் இலக்காக இருந்ததே ஒழிய அந்தக் கொள்கைகள். அல்ல. ஆகவே அதிகாரத்தின் பாதையில் தேவையான இடங்களில் அதை உதறி உதறி அது முன்னகர்ந்தது. எது அதன் சாரமாக நமக்குத் தோன்றியதோ அதையெல்லாம் அது அதிகாரத்திற்காக உதறியது.

திராவிட இயக்கத்தின் ஊற்றுக் கண்கள் பல. ஏற்கனவே குறிப் பிட்டது போல் தமிழ்நாட்டில் சென்னையை மையமாக்கி 1890களிலேயே உருவாகிவிட்ட தலித் விழிப்புணர்ச்சி இயக்கத்தின் கோட்பாடுகளை அது எடுத்துக் கொண்டது. திராவிடம் என்ற கருதுகோள் அயோத்தி தாச பண்டிதர் போன்றவர்களிடம் இருந்துதான் அதற்கு வந்து சேர்ந்தது. திராவிடக் கோட்பாட்டின் இன்னொரு மூல ஊற்று தென்தமிழகத்தில் நெல்லையை மையமாக்கி உருவான சைவ மறு மலர்ச்சி இயக்கம். அது வெள்ளக்கால சுப்ரமணிய முதலியார், மனோன் மணியம் சுந்தரம்பிள்ளை முதலியோரால் முன்வைக்கப்பட்டது. இவர்கள் இந்து மதத்திலும் சைவத்திற்குள்ளும் இருந்த பிராமண ஆதிக்கத்திற்கு எதிராக இந்த திராவிட வாதத்தை உருவாக்கினர்.

அயோத்திதாசரும் மனோன்மணியம் சுந்தரம் பிள்ளையும் ஒரு வருக்கொருவர் முற்றிலும் எதிரிகளாகவே இருக்க இயலும், ஆனால் திராவிட இயக்கத்தின் பரப்பிய அரசியல் இரு ஊற்றுக் கண்களையும் பயன்படுத்திக் கொண்டது. அவற்றுக்கிடையே சமரசத்தை உருவாக்க வில்லை. இரண்டையுமே ஏமாற்றியது என்று கூறலாம். ஆனால் திராவிட இயக்கத்தின் சார்புநிலை மனோன்மணியம் சுந்தரனார் பிரதி நிதித்துவம் செய்த சைவ-உயர்சாதி கருத்தியல் நோக்கியே இருந்தது. திராவிட இயக்கத்தின் முகப்பு அடையாளமாக சுந்தரம் பிள்ளை முன்னிறுத்தப்பட்டபோது அயோத்திதாசர் முற்றாகவே புறக்கணிக்கப் பட்டு மறக்கப்பட்டார். தலித் இயக்கம் 1980களில் உருவாகி வந்த பிறகுதான் அயோத்திதாசர் முன்னிலைப்படுத்தப்பட்டார். இல்லையேல் வெறும் பெயராகவே எஞ்சியிருப்பார்.

திராவிட இயக்க அரசியலில் இன்னொரு ஊற்றுக்கண் ஜஸ்டிஸ் கட்சி, பிரிட்டிஷ் ஆட்சிக் காலத்தில் பிரிட்டிஷாருடன் ஒத்துழைத்து ஆட்சியதி காரங்களைப் பெறவிரும்பிய உயர்குடியினரின் கட்சி அது. மன்னர் களும் ஜமீன்தார்களும் நிலப்பிரபுகளும் வழக்கறிஞர்களும் அடங்கியது. காங்கிரஸுக்கு எதிராக அதைப் போணினார்கள் பிரிட்டி ஷார். ஜஸ்டிஸ் கட்சியின் அரசியல் என்பது பெரும்பாலும் 'நியமன அரசியலே'

பிரிட்டிஷ் அரசி இந்தியர்களுக்கு அரசியல் அதிகாரங்களைப் பகிர்ந்தளிக்க விரும்பி மாகாண சபைகளையும் மத்திய சட்ட மன்றத்தையும் உருவாக்கிய போது அது தேர்தல்களைப் புறக்கணித்த சந்தர்ப்பத்தில் தேர்தல்களில் 'வென்று' ஆட்சி அமைத்தது. ஜஸ்டிஸ் கட்சியின் பங்களிப்பாக இன்று கூறப்படும் இட ஒதுக்கீட்டு கோரிக்கைகள் இக்காலகட்டத்தில் உருவானவையே.

ஜஸ்டிஸ் கட்சி பேசிய ஒதுக்கீடுகள் எவையுமே மக்களுக்கான இடஒதுக் கீடுகள் அல்ல. மக்களுக்கு அன்று அரசியலதிகாரமே இல்லை. வரி கொடுப்பவர்களுக்கு மட்டுமே அன்று வாக்குரிமை. அது பெரும் பாலும் உயர்சாதியினருக்கு மட்டுமே இருந்தது. ஜஸ்டிஸ் கட்சி பெரும் பாலும் உயர் சாதியினருக்கு மட்டுமே இருந்தது. ஜஸ்டிஸ் கட்சி கோரிய இட ஒதுக்கீடு என்பது அந்த எல்லைக்குள் நின்று கோரப்பட்டதே. ஆகவே தான் பிராமண எதிர்ப்பு அன்று அத்தனை முக்கியமாக தேவைப்பட்டது. காரணம் அன்றைய வாக்கு முறையில் பிராமணர்கள் நில உரிமை, வரி கொடுக்கும் உரிமை காரணமாக அதிகளவில் வாக்கித் தார்கள். அவர்களை எதிர்த்து வெல்ல பிற சாதியினருக்கு இட ஒதுக்கீடு தேவையாக இருந்தது.

காங்கிரஸ் இந்தியாவிற்கு குடியரசை அமைத்த பின்புதான் வயதுவந்த அனைவருக்கும் வாக்குரிமை என்ற உண்மையான ஜனநாயகம் நடைமுறைக்கு வந்தது. அது எந்தவிதமான இடஒதுக்கீடும் இல்லாம லேயே பிற்படுத்தப் பட்டவர்களின் அதிகாரம் உருவாக வழிவகுத்தது. காரணம் பிற்படுத்தப்பட்டவர்கள்தான் எண்ணிக்கையில் அதிகமான வர்கள். நாம் இன்று காணும் பிற்படுத்தப்பட்டோர் அரசியல் இந்திய விடுதலைக்குப் பின்னரே உருவானது.

பிரிட்டிஷ் ஆட்சிக்காலத்தில் இருந்த ஜனநாயக உரிமை என்பது வெறும் கண்துடைப்பு தான். பிரிட்டிஷ் ஆட்சியாளர்களுக்கு உதவி செய்யக்கூடிய, ஆலோசனை சொல்லக்கூடிய அதிகாரம் மட்டுமே அந்த அரசுகளுக்கு இருந்தது. அந்த அரசியல்மூலம் மக்களுக்கு எந்தவிதமான நன்மையும் இல்லை. உயர்குடியைச் சேர்ந்த அரசியல் வாதிகள் பதவிசுகம் அனுபவிக்க முடியும் அவ்வளவுதான். ஆகவே காந்தி எப்போதும் அந்த அரசதிகாரத்தை நிராகரிப்பவராகவே இருந்தார். ஒரு பயிற்சி என்ற வகைப்பாட்டில்தான் அதை அவர் கடைசியில் தற்காலிக மாக அங்கீகரித்தார்.

இந்தியாவிற்கு சுதந்திரம் கிடைத்த பிறகே இந்திய மக்களுக்கு உண்மை யான ஜனநாயகம் கிடைத்தது. அந்த ஜனநாயகத்தின் விளைவே இன்று நாம் அனுபவிக்கும் எல்லா உரிமைகளும்; எல்லா வளர்ச்சிகளும். அந்தச் சுதந்திரத்திற்கு எதிராகப் பாடுபட்ட மரபுள்ளது, ஜஸ்டிஸ்

கட்சியின் மறுவடிவமே திராவிட இயக்கம் சுதந்திரத்திற்குப்பிறகு பிரிட்டிஷ் ஆட்சியிடம் சலுகை பெறுவதற்காக கேட்டுக் கொண்டிருந்த அதே இடஒதுக்கீட்டுக் கோரிக்கையை ஜனநாயக உரிமையாக மாற்றிக் கோரியது திராவிட இயக்கம். இந்திய சுதந்திரத்திற்குப் பிறகு இந்தியாவில் உள்ள ஒவ்வொரு சாதியும் அரசியலதிகாரத்திற்காகப் போராடிக் கொண்டிருந்த காலகட்டம் வந்தது. திராவிட இயக்கம் தமிழகத்தில் பிற்பட்ட சாதியினரின் அரசியல் குரலாக தன்னை மாற்றிக் கொண்டது. அதன்மூலம் அது அரசியலதிகாரம் நோக்கி நகர்ந்தது.

இவ்வாறு பிற்படுத்தப்பட்டவர்களின் அரசியதிகாரத்தை நோக்கி நகர்வதற்கு ஒரு மூடுதிரையாகவே திராவிட இயக்கம் தமிழியக்கத்தின் கோஷங்களை எடுத்தாண்டது என்பதே வரலாறு. தமிழியக்கத்தின் கோஷங்கள் ஏறகனவே தமிழ்நாட்டில் செல்வாக்கு பெற்றிருந்தன. அவற்றுக்கு ஒரு இலட்சியவாதச் சார்பு இருந்தது. ஆனால் அதைவிட முக்கியமாக தமிழியக்கம் அதன் ஆதார உணர்ச்சியாக பிராமண வெறுப்பைக் கொண்டிருந்தது. தமிழின் தனித்தன்மையையும், மரபையும் நிராகரித்த பிற்போக்குத்தனமான பிராமண மதத்தலைவர் களும் அறிஞர்களில் நிலரும்தான் அந்த உணர்ச்சி உருவாவதற்குக் காரண மானவர்கள். அந்த பிராமண வெறுப்பு ஆட்சியதிகாரத்திற்காக பிற சாதியினரை ஒருங்கிணையச் செய்வதற்கு மிக முக்கியமான ஆயுதம் என்று திராவிட இயக்கம் கண்டு கொண்டது. அது பலன் தந்தது.

திராவிட இயக்கம் அரசிலதிகாரம் நோக்கி நகர்ந்த வரலாறு ஒரு முன்னுதாரண பரப்பிய இயக்கம் எப்படி நடந்து கொள்ளும் என்பதற் கான ஆதாரம். மக்களுக்குக் கற்றுக் கொடுப்பதே ஒரு மக்களியக்கம் செய்யும் பெரும் பணியாக இருக்கும். கேரளத்திலும் தமிழ்நாட்டிலும் இடதுசாரி இயக்கங்கள் செய்தது அதையே. அது சற்று கடினமான பாதை ஆனால் மக்களின் அவ்வப்போதுள்ள ஐயங்களை, உணர் வெழுச்சிகளைப் பயன்படுத்திக் கொள்வதையே பரப்பிய இயக்கங்கள் செய்யும். அவை உடனடியான விளைவுகளையும் உருவாக்கும். ஆனால் ஒரு மக்களியக்கத்தின் உண்மையான வரலாற்றுப் பங்களிப்பு அவற்றுக்கு இருக்காது.

1940 முதல் இந்தியாவில் பஞ்சங்கள் ஆங்காங்கே உருவாகி 1943இல் உச்சம் கொண்டன. அவை சுதந்திர இந்தியாவை வேட்டையாடின. 1780 முதல் பிரிட்டிஷாரின் தவறான நிர்வாக முறை காரணமாகவும், சுரண்டல் காரணமாகவும், போர்கள் காரணமாகவும் இந்தியாவில் மாபெரும் பஞ்சங்கள் நிகழ்ந்து வந்தன என்பது வரலாறு. அப்பஞ் சங்களின் தூவானமே 1940 களின் பஞ்சங்கள். சுதந்திரம் கிடைத்த முதல் பத்து வருடங்கள் இப்பஞ்சங்களை சமாளிக்க காங்கிரஸ் ஆட்சி

திணறியது. ஆனால் மாபெரும் பாசனத்திட்டங்கள் மூலம் உணவு உற்பத்தியைப் பெருக்கி அடுத்த பதினைந்து வருடங்களில் இந்தியாவில் உணவுப் பஞ்சங்களே இல்லாத நிலையை உருவாக்கியது.

தமிழ்நாட்டிலேயே இன்றுள்ள மாபெரும் பாசனத் திட்டங்கள் பல காங்கிரஸ் ஆட்சிக்காலத்தில் உருவானவையே மொத்தக் கொங்கு நாடும் தீர்ப்பாசன் வசதி பெற்றது. சி.சுப்ரமணியம் அவர்களின் முயற்சியினாலேயே. தமிழகத்தின் விவசாய நிலத்தின் பரப்பு 30 சதவீதம் அதிகரிக்கப்பட்டது. ஆனால் ஆரம்பகாலத்தின் பஞ்சங்களும் அதன் விளைவாக உருவாக்கப்பட்ட ரேஷன் முறையும் தமிழக மக்களின் கடுமையான அதிருப்தியை உருவாக்கியது. அவர்கள் சுதந்திரம் கிடைத்ததுமே நாட்டில் பாலும் தேனும் ஓடும் என்று நம்பிய எளிய மக்கள். அந்த அதிருப்தியை திராவிட இயக்கம் பயன்படுத்திக் கொண்டது.

அக்காலத்து பிரச்சாரங்களை இன்று வாசிக்கும்போது பிரமிப்பே உருவாகிறது. 'தமிழகத்தில் தட்டினால் தங்கம் வெட்டினால் வெற்றி, அத்தனையும் எடுத்து மக்களின் வாட்டத்தைப் போக்குவோம்' என்று பேசினார் சி.என்.அண்ணாதுரை அவர்கள். வட இந்தியா உணவுப் பஞ்சத்தில் அழிந்து கொண்டிருந்த காலம் அது. நேரு உலக நாடுகளிடம் உணவுப்பிச்சை கேட்டு அலைந்து கொண்டிருந்தார். அமெரிக்க நிதியுதவியால் பிகாரில் அவுன்ஸ் கணக்கில் மக்காச்சோளம் ரேஷனில் அளிக்கப்பட்டது. ஆனால் 'வடக்கு வாழ்கிறது தெற்கு தேய்கிறது' என்று சி.என். அண்ணாதுரை அவர்கள் பிரச்சாரம் செய்தார். அந்த கோஷம் சாதாரண மக்களை விரைவிலேயே கவர்ந்தது.

இந்தியா ஒரு அரசியல் தேசமாக ஒருங்கிணைக்கப்பட்டபோது மொழி வாரி மாநிலங்களுக்கான கோரிக்கை உருவாகியது. பண்பாட்டு தனித் தன்மைகள் எங்கும் விவாதத்திற்கு வந்தன. அதுவரை திராவிட வாதம் பேசி வந்த திராவிட இயக்கம் எந்தவிதமான விசாதமும் விளக்கமும் இல்லாமல் மொழிவழி அரசியலுக்கு வந்து தமிழ் வாதம் பேச ஆரம் பித்தது. திராவிடமும் தமிழும் ஒன்றே என்று கூற ஆரம்பித்தார்கள். மொழிப் பிரச்சினையில் மக்களிடையே இருந்த ஐயங்களைப் பயன் படுத்திக் கொண்டு இந்தி எதிர்ப்புப் போராட்டம் முதலியவற்றின் மூலம் மக்களின் ஆதரவைப் பெற்றார்கள். இதன் பொருட்டே தமிழியக்கத்தின் தமிழ்முதன்மை வாதத்தை திராவிட இயக்கம் பயன்படுத்தின் கொண்டது.

மிகச்சிறந்த பரப்பிய இயக்கமாக விளங்கிய திராவிட இயக்கம் அன்று உருவாகிவந்த எல்லா வெகுஜன ஊடகங்களையும் திறம்படப்பயன் படுத்திக்கொண்டது. ஒலிபெருக்கி மேடை, திரைப்படம், பரபரப்பு

இதழியல் மூன்றுமே அதன் ஆயுதங்கள் ஆக மாறின. இத்தனைக்கும் அப்பால் இரு முக்கியமான கூறுகளைச் சுட்டிக்காட்டியாக வேண்டும். ஒன்று. சி.என்.அண்ணாத்துரை அவர்களின் ஈர்ப்புள்ள ஆளுமை. தன் லட்சக்கணக்கான ஆதரவாளர்களையும் நெருக்கமான தோழர்களையும் முழுக்க தன்னுடைய பெருந்தன்மையாலும் உண்மையான அன்பாலும் கடைசிவரை ஒரே அணியாகத் திரட்டி வைக்க அவரால் முடிந்தது. அவர்களின் அன்பையும் நம்பிக்கையையும் முழுமையாகவே அவர் பெற்றார்.

மறுபக்கம் தமிழகத்தின் மாபெரும் மக்கள்தலைவரான கு.காமராஜ் அவர்கள் தமிழகத்தை விட்டுவிட்ட டெல்லி அரசியலில் ஈடுபட்டது பெரும் அரசியல் வெற்றிடத்தை உருவாக்கியது. அவருக்குப் பதில் இங்கே ஆட்சி செய்த பக்தவத்சலம் அவர்கள் ஓர் கறாரான நிர்வாகி. தமிழகத்தின் தொழில் விவசாய வளர்ச்சியில் அவரது திட்டங்கள் பெரும்பங்காற்றியுள்ளன. ஆனால் மக்களிடம் பேசும் வல்லமை இல்லாதவர் அவர். இந்த வாய்ப்பை திராவிட இயக்கம் சரியாகவே பயன்படுத்திக்கொண்டது.

அப்படியானால் திராவிட இயக்கத்தின் வரலாற்றுப் பங்களிப்பு என்ன? அவற்றை சுருக்கமாக வரையறுத்து இவ்வாறு சொல்லலாம்.

1. திராவிட இயக்கம் தமிழகத்தில் உள்ள பிற்படுத்தப்பட்ட - மிகவும் பிற்படுத்தப்பட்ட மக்கள் ஒருங்கிணைந்து அரசியல் அதிகாரத்தை அடைவதற்கு ஒரு ஊடகமாகச் செயல்பட்டது. பிற்படுத்தப்பட்ட மக்கள் அரசியலதிகாரம் நோக்கிச் சென்றது என்பது இந்தியாவில் எங்கும் நிகழ்ந்த ஒரு நிகழ்ச்சி. அந்தப் பயணத்திற்கு ஒவ்வொரு மாநிலத்திலும் ஒவ்வொரு இயக்கம் பங்காற்றியிருக்கிறது. கேரளத்தில் இடதுசாரி இயக்கம். கர்நாடத்தில் சோஷலிச இயக்கம். தமிழ்நாட்டில் அது திராவிட இயல்பான இன்றியமையாத ஒரு ஜனநாயக நிகழ்வே.

2. ஒரு பரப்பிய இயக்கம் என்ற முறையில் திராவிட இயக்கம் கோடிக்கணக்கான மக்களைச் சென்றடைந்தது. ஆகவே அது எடுத்துப் பேசிய சமூக சீர்த்திருத்தக் கருத்துக்களும் தமிழ் முதன்மைக் கருத்துக்களும் தமிழகத்தின் அனைத்து மக்களுக்கும் அறிமுகமாயின. அறிவியக்கங்களின் கொள்கைகள் மக்களுக்குச் சென்றுசேர மிகவும் தாமதமாகும். பரப்பிய இயக்கம் சில வருடங்களிலேயே அவற்றை நிகழ்த்தும். பெரும் பாலான தமிழக மக்களின் சிந்தனையில் சாதி எதிர்ப்பு, மூடநம்பிக்கை எதிர்ப்பு, பழைமைவாத எதிர்ப்பு போன்ற முற்போக்குக் கருத்துக்கள் திராவிட இயக்கம் மூலமே சென்று சேர்ந்தன.

தமிழகத்தின் சமூக மாற்றத்துக்கு இந்தக் கருத்துக்கள் மெல்லிய பங்களிப்பையே ஆற்றுகின்றன என்பதே உண்மை. ஏனென்றால் இக்கருத்துக்கள் பரப்பிய இயக்கத்தால் வெறும் கோஷங்களாகவே சென்று சேர்க்கப்படும். அப்போது எல்லாரும் மேடையில் சாதி ஒழிக என்பார்கள், நடைமுறையில் சாதி அப்படியே இருக்கும். சாரமுள்ள அறிவியக்கம் மட்டுமே கருத்துக்களை வரலாற்றுப் புரிதலுடன் நடைமுறைத்தீர்வுகளுடன் முன்வைக்க முடியும். இருந்தாலும் இந்த அளவில் திராவிட இயக்கத்தின் பணி முக்கியமானதே.

3. ஒரு பரப்பிய இயக்கம் என்ற முறையில் திராவிட இயக்கம் பாமர மக்களுக்குரியதாக இருந்தது. ஆகவே இந்திய சுதந்திரத்திற்குப் பிறகு இந்திய மக்களை அரசியல் மயப்படுத்தும் பணியில் அது பெரும் பங்களிப்பு செலுத்த முடிந்தது. சுதந்திரப் போராட்டம் கூட சென்று தீண்ட முடியாத அடித்தட்டு மக்களுக்கும் அரசியல் பிரக்ஞையை ஊட்ட அதனால் முடிந்தது. அச்சு ஊடகம் போன்றவை சென்று தீண்ட முடியாத அளவுக்கு தனிமைப்பட்டுக் கிடந்த எளிய மக்களை திராவிட இயக்கத்தின் பரப்பிய ஊடகங்கள் சென்று உசுப்பின. நிலப்பிரபுத்துவ மதிப்பீடுகளுக்குள் வாழ்ந்த அவர்களை ஜனநாயக அரசியல்கருத்துக்களுக்குள் கொண்டுவந்தன.

தமிழகத்தில் கோடிக்கணக்கானவர்கள் இருபதாம் நூற்றாண்டை உலுக்கிய மானு சமத்துவம், அடிப்படை உரிமைகள், உரிமைக்கான போராட்டம் போன்றவற்றை எம்.ஜி.ஆர் திரைப்படங்கள் வழியாகவே அறிமகம்செய்துகொண்டிருப்பார்கள். அவர்களின் அரசியல் பிரக்ஞை ஆரம்பிப்பதே அங்கிருந்ததுதான். ஆகவேதான் இன்றும் எளிய மக்களில் கணிசமானவர்கள் திராவிட இயக்கம் மீது பற்று கொண்டிருக் கிறார்கள். இந்தியா போன்ற ஒரு பரந்து விரிந்தநாட்டில் இந்த ஜனநாய கப்படுத்தல் மிகவும் முக்கியமான ஒன்று.

இந்த மூன்றுமே திராவிட இயக்கத்தின் சாதனைகள் என்றே கூறுவேன். இவற்றுக்காக திராவிட இயக்கத்தை அங்கீகரிக்காமல் நான் எந்த விதமான விமரிசனத்தையும் கூறுவதில்லை. இவற்றின் அடிப் படையில் திராவிட இயக்கம் மீதான மதிப்பை முன்வைக்கும் ஆய்வு களையும் நான் ஏற்கிறேன். பிற சூழல்களில் காங்கிரஸும் இடது சாரி இயக்கங்களும் ஆற்றிய பணி இது. அவை பரப்பிய இயக்கங்கள் அல்லாத காரணத்தால் அப்பணி மெதுவாகவே நடைபெற்றது.

அனைத்தையும்விட முக்கியமான பங்களிப்பு ஒன்றுண்டு. ஆதரவு போலவே எதிர்ப்பும் ஜனநாயக இயக்கத்தில் முக்கியமானது என்று காட்டியது திராவிட இயக்கமே. பிரிட்டிஷ் அதிகாரம் காங்கிரஸுக்கு வந்தது. அந்த அதிகாரத்தை ஒருவகை மன்னராட்சியாகவே பிற

பகுதிகளில் பெருவாரியானவர்கள் புரிந்துகொண்டிருக்கிறார்கள் என்ற எண்ணம் அறுபதுகளில்கூட முன்வைக்கப்பட்டதுண்டு. ஆனால் அரசை விரும்பாதபோது தூக்கி வீச முடியும் என எளிய மக்களுக்கு திராவிட இயக்கம் கற்றுத்தந்தது. எதிர்ப்பு என்பது ஜனநாயக அரசியலின் அடிப்படை செயல்பாடு என்றது.

பிற இடங்களில் அந்தப்பணியை ஆற்றியவை இடதுசாரி இயக்கங்கள். இடதுசாரி இயக்கங்கள் வலுவாக இல்லாத இடங்களில் சாதி இயக் கங்கள் இப்பணியை ஆற்றின. இவை தமிழகத்தில் திராவிட இயக்கங்கள் வலுவிழக்கும் போது அந்த இடத்தை சாதி இயக்கங்கள் நிரப்புகின்றன என்று பார்க்கையில் திராவிட இயக்கங்களின் பங்களிப்பு ஒருவகையில் ஆக்கபூர்வமானதும் முற்போக்கானதும்தான் என்றே எண்ணுகிறேன்.

தமிழகம் சாதி அரசியல் வழியாக அரசியல்மயமாக்கப்பட்டிருந்தால் மோதல்களும் வன்முறைகளும் உருவாகியிருக்கும். அது அழிவுப் பாதைக்கே நம்மைக் கொண்டு சென்றிருக்கும். அதன் அத்தனை குறை களுடன் திராவிட இயக்கம் ஒரு ஜனநாயக இயக்கமாகவே இருந்தது. ஜனநாயக நடவடிக்கைகளுடன்தான் அது தன் அரசியலை முன்னெடுத்தது. அத்தனை விமரிசனங்களுடன்கூட திரு. மு.கருணாநிதி அவர்களை திராவிட இயக்கத்தின் கடைசி ஜனநாயகவாதி என்றே கூற வேண்டியிருக்கிறது. அவருக்குப் பதிலாக மூர்க்கமான சுயமைய நோக்குள்ள சாதித்தலைவர்களே நமக்குக் கிடைக்கிறார்கள் இன்று.

ஒரு வேளை திராவிட இயக்கத்திற்குப் பதில் இடதுசாரிகள் அந்தப் பணியை நிறைவு செய்ய திராவிட இயக்கத்தை உருவாக்கியது. அவ்வளவு தான். என் நோக்கில் இவ்வாறே திராவிட இயக்கத்தின் பங்களிப்பின் சாதக பாதகங்களை வகுத்துக்கொள்கிறேன்.

எதிர்காலத்தில் திராவிட இயக்கத்தால் மழுங்கடிக்கப்பட்ட தன்னுடைய உரிமைக்குரலை மீட்டு தலித் இயக்கங்கள் முன்னகரத் கூடும். பிற்பட்டோர் அரசியலுக்கு மாற்றாக எழும் சக்திகள் திராவிட இயக்கத்தை உதறித்தான் ஆக வேண்டும். அவையெல்லாம் வரலாற்று முரணியக்கத்தின் சாத்தியங்கள். அவற்றைப்பற்றி தீவிரமான கருத்துக்களை முன்வைக்க நான் விரும்பவில்லை. அந்த மாற்றம் எந்திலையிலும் ஜனநாயக பூர்வமானதாக இருக்க வேண்டும் என்று மட்டும் கூற விழைகிறேன்.

நான் செயல்படுவது பண்பாட்டுத்தளத்தில். இங்கே திராவிட இயக்கம் என்ற பரப்பிய இயக்கத்தின் விளைவுகள் முற்றிலும் எதிர் மறை யானவை. முழுமையாக எதிர்த்து ஒழிக்கப்படத்தக்கவை. அல்லாமல் ஆக்கபூர்வமாகச் சிந்திக்கவும் செயல்படிவும் வேறு வழியில்லை. அதுவே என் தரப்பாகும். திராவிட இயக்கத்தின் எதிர்மறைக் கூறுகள் என நான் எண்ணக்கூடிய அனைத்துமே அது ஒரு பரப்பிய இயக்கம்

என்பதில் இருந்து ஆரம்பிக்கிறது. என் கருத்துக்களைச் சுருக்கி இவ்வாறு கூறலாம்.

1. பரப்பிய இயக்கம் எப்போதுமே சிந்தனைகளை கோஷங்களாக சுருக்கும் தன்மை கொண்டது. சிக்கலான ஊடுபாவுகளும் வரலாற்றுப் பின்புலமும் உடைய சிந்தனைகள் அதற்குத் தேவையில்லை. எளிய ஒற்றைப்படையான உண்மைகளையே அது முன் வைக்கும். அதன் மூலம் சிந்தனைகள் மேலும் வளர்வதற்கான வழி அடைபடுகிறது. மூர்க்கமான நிலைப்பாடுகள் மட்டுமே உருவாகின்றன. இன்றைய சூழலில் நாம் சிந்தனைகளை வளர்க்கவும் முன்னெடுக்கவும் திராவிட இயக்கம் உருவாக்கிய இந்த மனநிலையை வென்றே ஆக வேண்டும்.

2. பரப்பிய இயக்கம் எப்போதுமே பாமர மக்களைச் சார்ந்தது. ஆகவே அது எல்லாவற்றையும் அந்தத் தளம் நோக்கி இழுக்கிறது. கலை இலக்கியங்களில் சீரிய முயற்சிகளை அது வரவேற்காது. கேளிக்கைகளையும் பரபரப்புகளையும் அது நாடும். திராவிட இயக்கம் வணிகக்கலையும் வணிக இலக்கியமுமே முக்கியமானது என்று தமிழ் மனதில் நிறுவிவிட்டது. அந்த மனநிலையை உடைத்து ஆழத்தையும் நுண்மையையும் நிறுவியாக வேண்டும்.

3. பரப்பிய இயக்கம் எந்த ஒரு விஷயத்தையும் அர்ப்பணிப்புடன் நெடுங்காலம் நெடுந்தூரம் கொண்டு செல்வதில்லை. அதன் உடனடிப்பயன் முடிந்ததும் அதை அப்படியே விட்டுவிடும். தமிழியக்கத்தின் கனவுகளும் அப்படியே திராவிட இயக்கத்தால் கைவிடப்பட்டன. தலித் இயக்கம், இடதுசாரி இயக்கங்களின் இலட்சியங்களும் அவ்வாறே திராவிட இயக்கத்தால் கொஞ்ச நாள் மேடையில் முழங்கப்பட்டு கைவிடப்பட்டன. திராவிட இயக்க அரசியலில் இருந்து இந்த இலட்சியங்களை மீட்டு மீண்டும் உயிர்த்துடிப்புடன் முன்னெடுத்தாக வேண்டும்.

4. பரப்பிய இயக்கம் கவனத்தைக் கவரும் செயல்களை மட்டுமே முன்னிறுத்தும். அவ்வாறு கவனத்தைக் கவரும் மனிதர்களே அதன் நாயகர்கள். அர்ப்பணிப்பும் ஆழமும் கொண்ட அறிவியக்கம் அதற்கு ஒரு பொருட்டே அல்ல. ஆகவேதான் திராவிட இயக்கம் உண்மையான அறிஞர்களைப் புறக்கணித்தது. மேடைப் பேச்சாளர்களை முன் வைத்தது. விளைவாக காலப்போக்கில் மேடைப் பேச்சாளர்கள் பெருகினார்கள். ஆய்வாளர்கள் அருகினார்கள். ஆய்வாளரும் அறிஞரும் தேவையற்றவர்களாக உணரப்பட்டார்கள். இன்று திராவிட இயக்கத்தின் மனநிலையை முழுக்க நீக்கி நம் சமூகத்தில் அறிவார்ந்த செயல்பாடுகளுக்கும் ஆய்வுகளுக்கும் உள்ள முக்கியத்துவத்தை நிறுவியாக வேண்டும்.

5. பரப்பிய இயக்கம் வெகுஜன் ஊடகங்களை மட்டுமே பொருட் படுத்தும். திராவிட இயக்கத்தின் ஊடகமாக சினிமா, மேடை இரண்டுமே இருந்துள்ளன. இது அடிப்படையில் எழுத்துக்கு எதிரான இயக்கம். இடதுசாரி இயக்கங்களுடன் திராவிட இயக் கத்தை ஒப்பிடும் எவரும் இதை உணரலாம். திராவிட இயக்கம் அதன் உச்சத்தில் இருந்த நாட்களில், சி.என். அண்ணாதுரை அவர் களின் ஒரு கூட்டத்துக்கே பல்லாயிரம்பேர் வந்த காலகட்டத்தில் அவரது இதழ்கள் சில ஆயிரம் பிரதிகளுக்குமேல் விற்றதில்லை என்பதே வரலாறு. அவரது நூல்கள் விற்பதில்லை என்பதை அவரே பலமுறை சொல்லியிருக்கிறார்.

இந்தியாவின் எல்லா அறிவியக்கங்களும் பற்பல பெரும் நாளி தழ்களையும் பிரசுர அமைப்புகளையும் உருவாக்கியிருக்கின்றன. திராவிட இயக்கம் அப்படி பெரிய அமைப்புகள் எதையுமே உருவாக்கவில்லை. காரணம் அது எழுத்து வாசிப்பு சார்ந்தது அல்ல என்பதே. அதன் விளைவாகவே இன்றைய தமிழ் மனம் எழுத்து-வாசிப்பு இரண்டிலும் அக்கறையற்றதாக உள்ளது. திராவிட இயக்கத்தின் பாதிப்பில் இருந்து மீளாத வரை அதை எழுத்து, வாசிப்புக்குக் கொண்டு வரஇயலாது.

6. திராவிட இயக்கம் உருவாக்கிய எளிய பகுத்தறிவு வாதம் நம் மரபின் தொன்மையையும் அழத்தையும் புரிந்து கொள்ள உதவி யானது அல்ல. இன்னும் சொல்லப்போனால் அது பெரிய தடையும் ஆகும். இன்னும் விரிவான வரலாற்று ஆய்வு முறைகள் நமக்குத் தேவைப்படுகின்றன. இந்தியச் சூழலில் இடதுசாரிகளும் அம்பேத்கார் முதலிய தலித்தியர்களும் விரிசான ஆய்வுமுறை களை உருவாக்கியிருக்கிறார்கள். அவை திராவிட இயக்கத்தின் எளிமைப்பாட்டுக்கு எதிராக முன்னெடுக்கப்படவேண்டும். அவற்றையும் தாண்டிச்செல்லும் புதிய சிந்தனைகள் வந்துசேர வேண்டும்.

7. ஒரு பரப்பிய இயக்கமாக திராவிட இயக்கம் பிரச்சாரத்தையே எல்லாவகையான அறிவுச் செயல்பாட்டுக்கும் ஆதாரமாகக் கொண்டிருக்கிறது. கலைப்படைப்பின் சவால்களும் சாதனைகளும் திராவிட இயக்கக் கருத்தமைவால் உள்வாங்கப்பட முடியாதவை. ஆகவேதான் ஒரே ஒரு கலைப் படைப்பினைக்கூட அது உருவாக்க முடியவில்லை. இலக்கியம் திராவிட இயக்கத்தின் பாதிப்பை முற்றாக உதறாதவரை கலையில் வெற்றிகளைச் சாதிக்க இயலாது.

ஆகவேதான் பண்பாட்டுச் செயல்பாட்டாளன், இலக்கியவாதி என்ற முறையில் நான் திராவிட இயக்கத்தை முழுமையாகவே நிராகரிக்கிறேன்.

அறுவை சிகிச்சைக்கு கடப்பாரை : ஈ.வெ.ரா.வின் அணுகுமுறை

இக்கட்டுரை, ஈ.வெ.ரா குறித்த எனது முழுமையான மதிப்பீடு அல்ல. அவரது மொத்த எழுத்துக்களையும் ஆனைமுத்து தொகுப்பில் கூர்ந்து படித்ததுண்டு. அவர் மீது விமரிசனங்களை அவ்வடிப்படையில் முழுமையாக ஆதாரங்களுடன் முன் வைக்க என்னால் முடியும். அது இச்சந்தர்ப்பத்தில் எளிதாகச் செய்யப்பட வேண்டிய ஒன்றல்ல. இக்கட்டுரையை என் மனப் பதிவும், நிலைப்பாடும் என்ன என்பதை இவ்விவாதச் சூழலில் விளக்குவதற்கே எழுதியிருக்கிறேன்.

பொதுவாக ஈ.வெ.ரா குறித்துப் பேசுபவர்களுக்கு ஒரு போக்கு உண்டு. அவர்கள் மற்ற சிந்தனையாளர்களை அச்சிந்தனையாளர்களின் சொந்த வாழ்க்கை, பொதுச் செயல்பாடுகள், அவற்றின் விளைவுகள் ஆகிய வற்றை முக்கியமாகக் கொண்டு மதிப்பிடுவார்கள். ஆனால் ஈ.வெ.ரா வை மதிப்பிட முன் வருபவர்கள் அவரது பேச்சுகளை மட்டுமே கணக்கில் கொள்ள வேண்டும் என்றும், மற்ற விஷயங்களைக் கணக்கில் கொண்டால் அது அவதூறு என்றும் சொல்ல ஆரம்பித்து விடுவார்கள்.

பெரியாரியர்களுக்கும் இது பொருந்தும். அவர்கள் மற்ற அனை வரையும் தனி வாழ்க்கை சார்ந்தே விமர்சித்து வந்துள்ளனர். ஆனால் அவர்கள் தனி வாழ்க்கை எப்போதுமே விசித்திரமான முறையில் மர்மமாக இருக்கும். தமிழகத்துப் பெரியாரியர்களில் தங்கள் சொந்த சாதியின் எல்லையை கடந்தவர்கள் மிக மிகக் குறைவு என்ற எளிய உண்மை கூட, இதனால் விவாதத்துக்கு வருவது இல்லை.

என்னைப் பொறுத்தவரை, ஒருவர் என்ன சொன்னார் என்பது ஒரு போதும் முதன்மையான அளவுகோல் அல்ல. சொல்வது யார்க்கும்

எளிய அரியவாம் சொல்லிய வண்ணம் செயல். ஈ.வெ.ரா தன் நீண்ட வாழ்வில் பல்வேறு இடங்களில் பேசிய பேச்சுகளில் பலவகைப்பட்ட கருத்துகள், உணர்ச்சி வெளிப்பாடுகள் உள்ளன. பொதுவாக அவரது இயல்பு, மிகையாக உச்சகட்ட வேகம் வெளிப்பட கருத்து சொல்வது. ஆகவே இன்று, அவரைத் தங்கள் விருப்பப்படி சித்தரிப்பது மிக எளிது.

எஸ். வி. ராஜதுரை, அ.மார்க்ஸ், கி. வீரமணி ஆகியோர் முன் வைக்கும் மூன்று கோணங்களும் அவரது பேச்சுகளில் இருந்து உருவாக்கப் பட்டவை. ஈ.வே. ரா வை ஒரு இந்து ரிஷி எனச் சித்தரிக்கும் பல நூறு மேற்கோள்களைத் திரட்டி ஒருவர் வைத்திருந்ததைப் பார்த்திருக் கிறேன். ஆகவே எஸ். வி. ஆர், அ. மார்க்ஸ் ஆகியோரின் முயற்சிகளை ஒருவகை அறிவுத் தொழில் நுட்பங்களாக மட்டுமே நான் பார்க்கிறேன். எனக்கு அவரது வாழ்க்கையும், அவரது செயலின் விளைவுகளும் முக்கியமே. பேச்சுகளை மட்டும் வைத்து மதிப்பிட வேண்டுமென்றால் தமிழ் சரித்திரத்திலேயே பெரிய கலகக்காரர் சாரு நிவேதிதா தான், ஈ.வெ.ரா உறை போடக் கூட காணாது.

ஈ.வெ.ரா வின் வாழ்க்கையை வைத்து அவரை ஒரு கலகக்காரர் என்றோ, சமூக அமைப்பை முழுமையாக மறுதலித்தவர் என்றோ சொல்வது வேடிக்கையானது. சொத்து சேர்ப்பது, அச்சொத்தை வாரிசுகளிடம் விட்டுச் செல்ல முனைவது, அதற்காக வயதில் பாதி கூட இல்லாத பெண்ணை மணம் செய்வது, சொந்த சாதியின் எல்லைகளை மீறாமலிருப்பது, ஏன், சொந்த மதத்தின் அடையாளத்தைக் கூட துறக்க மறுப்பது என ஈ.வெ.ராவின் மனம் ஒரு மரபார்ந்த முறையிலேயே செயல்பட்டுள்ளது.

அவரது எழுத்துக்களில் ஒட்டுமொத்தமாக ஒரு ஒழுக்கவாதியின் பார்வையையே காண முடிகிறது - மதத்துக்குப் பதிலாக ஒழுக்கத்தை முன் வைத்தவர் என்று ஈ.வெ.ராவை கூறி விட முடியும். அந்த ஒழுக்கங்கள் பல மரபால், மதத்தால் உருவாக்கப்பட்டவை. அவர் அவற்றின் மூல ஊற்று குறித்தெல்லாம் சிந்தித்ததே இல்லை. எந்த சந்தர்ப்பத்திலும் அவர் மரபான அறம், ஒழுக்கம் சார்ந்த அறிவுரை களையே தன்னை நாடி வந்தவர்களின் சொந்த வாழ்க்கை குறித்து சொல்லியுள்ளார் .

பல நூல்களை இது குறித்து சொல்லலாமென்றாலும் முக்கியமாகச் சொல்லவேண்டிய நூல் 'கோவை அய்யாமுத்துவின் சுயசரிதை'. ஈ.வெ.ராவின் நண்பராகவும், குடியரசு வெளியீட்டாளராகவும் இருந்த சர்வோதயத் தலைவர் அவர். அவர் காட்டும் ஈ.வெ.ரா மரபான மனப் போக்கும், லௌகீக விவேகமும், சக மனிதர்களிடம் அபாரமான கனிவும் கொண்ட, அதே சமயம் மிகக் கறாரான, துடுக்குத்தனமும், நிலையற்ற சிந்தனைப் போக்கும் கொண்ட, ஒரு மேலான மனிதர் மட்டுமே.

இன்று ஈ.வெ.ரா தமிழகத்தில் விமரிசனத்துக்கு அப்பாற்பட்ட பிம்ப மாகக் கட்டமைக்கப்பட்டு வருகிறார். படிப்படியாக அவர் குறித்த நினைவுகளும் அப்படியே தொகுக்கப்பட்டு பதிவாகும். வரலாறும் அப்படியே சமைக்கப்படும். ஆயினும் சிலராவது இம்மாதிரி படிமச் சமையல்களை மீறி விஷயங்களைக் காண முற்படவேண்டிய அவசிய முள்ளது. ஆனால் இங்கு அறிவுஜீவிகள் கூட இவ்வாறு உருவாக்கப் படும் கெடுபிடிகளை அஞ்சியே செயல்படுகிறார்கள்.

உதாரணமாக ஒரு நிகழ்ச்சி: நான் எவருடைய பட்டப் பெயரையும் குறிப்பிடுவதில்லை. ஆகவே மகாத்மா என்றோ, பெரியார் என்றோ எழுதுவதில்லை. சிலகாலம் முன்பு கன்னட சிந்தனையாளர் டி. ஆர். நாகராஜ் அவர்களை, காலச்சுவடுக்காக பேட்டி கண்டேன். நாகராஜ் ஈ.வெ.ராவின் இயக்கத்தில் தொடர்பு கொண்டிருந்து பிறகு தலித் சிந்தனையாளராக ஆனவர். ஈ.வெ.ரா மீது மதிப்பை வெளியிட்டு, கூடவே அவர் ஒரு சிந்தனையாளர் அல்ல, பாமரத்தனமான சீர் திருத்தவாதியே என்றும் கருத்து சொல்லியிருந்தார். தன் பேட்டியில் அவர் ஈ.வெ.ரா (E.V.R) என்று மட்டுமே சொல்லியிருந்தார். ஆனால் காலச்சுவடு, பெரியார் என்று போடாவிட்டால் இதழுக்கே பிரச்சினை வரும் என்று பயப்பட்டது. அது உண்மையும் கூட. அவர்கள் வற்புறுத்தலுக்கு இணங்கி கடைசியில் ஒரு சமரசமாகப் பெரியார் என்று தான் போட வேண்டி வந்தது. இன்று இம்மாதிரி கெடுபிடிகளை மீறி அவரை, அவரது பங்களிப்பின் ஒட்டுமொத்தத்தை வைத்துதான் மதிப்பிட வேண்டும்.

ஈ.வெ.ரா முற்றிலும் மரபான மனம் கொண்டவர் என்று நான் சொல்ல வரவில்லை. முற்றிலும் மரபை எதிர்த்தவர் என்று சொல்ல முடியாது என்றுதான் சொல்கிறேன். யதார்த்த மனம் கொண்ட எவருமே அப்படி எல்லாவற்றையும் தலைகீழாக்க வேண்டுமென்று சொல்லவும் மாட்டார்கள். ஈ.வெ.ரா வாய்ப்பந்தல்காரர் அல்ல, செயல்வாதி. அவர் வரையில் எதை நம்பினாரோ அதைச் செய்ய முயன்றவர் அவர். அவ்வகையில் திராவிட இயக்கத்தவரில் அவர் விதிவிலக்கு.

ஒவ்வொன்றும் அதன் உள்ளார்ந்த பல காரணங்களுடன், ஒரு தொடர்ச்சி நிலையில்தான் இங்கு காணப்படுகிறது. ஒவ்வொரு விஷயமும் ஏராளமான பிற விஷயங்களுடன் கலந்தும் உள்ளது. முழுப்புரட்சி பேசும் மார்க்ஸியர் கூட அதை ஏற்றுத்தான் பேச முடியும். அந்தச் சிக்கலை ஓரளவேனும் புரிந்துகொண்டவன் தான் சீர்திருத்த வாதியாக ஏதேனும் செய்ய முடியும். ஈ.வெ.ரா அமைப்புக்கு வெளியே போய் தீர்வு காண முயன்றவர். மற்ற அத்தனை பேரும் அமைப்புக் குள்ளேயே தீர்க்க முயன்றவர்கள், என்றெல்லாம் பொத்தாம் பொது வாகச் சொல்ல என்ன ஆதாரம்? (மேற்கோள் என்றால் காஞ்சி சங்கராச்

சாரியாரில் இருந்தே அதேபோல எடுத்துக் காட்டுகிறேன்.) இம்மாதிரி பொது சொற்றொடர்களைத் தவிர்த்துவிட்டுப் பேச முயல்வது நல்லது.

என்னைப் பொறுத்தவரை ஈ.வெ.ரா ஒரு சமூக சீர்திருத்தவாதி மட்டுமே. எல்லா சீர்திருத்தவாதிகளிடமும் மேலான ஒரு சமூகம் குறித்த கனவு இருக்கும். அது எப்போதுமே நடைமுறையிலிருக்கும் அமைப்புக்கு வெளியேதான் இருக்கும். அதை நடைமுறைக்கு கொண்டு வருவதற்குரிய ஒரு குறைந்தபட்ச செயல்திட்டமும் இருக்கும். அத்துடன் அவர்கள் அடிப்படையில் சார்ந்து இருக்கும் ஒரு சமூகப்பின்னணி (அல்லது ஆதரவுத்தளம்) இருப்பதையும் காணலாம். அது அக்காலத்தைய வரலாற்றுச் சந்தர்ப்பத்தால் இயல்பாக உருவாகி வரக்கூடிய ஒன்று.

ஒரு சமூகவியல் ஆய்வாளன் அச்சீர்திருத்தவாதியை முற்றிலும் தவிர்த்துவிட்டு அவரது எழுச்சியையும், சாதனைகளையும் முழுக்க ஒரு சமூக வர்க்கப் போராட்டமாக மட்டும் காணமுடியும் – ஈ.எம்.எஸ் எப்போதுமே அப்படித் தான் பார்க்கிறார். நாராயண குரு ஈழவப் பின்னணி உடையவர். பூலே மகர்களின் பின்னணி உடையவர். இப்படி அனைத்து சீர்திருத்தவாதிகளைப் பற்றியும் சொல்லலாம். அதே சமயம் அவர்கள் இப்பின்னணியின் உருவாக்கம் மட்டுமே என்று சொல்லும் அணுகுமுறைகளை என்னால் ஏற்க முடியவில்லை. இப்பின்னணிக்கு அப்பாலும் அவர்கள் இருக்கிறார்கள். உண்மையில் அவர்களுடைய தனி ஆளுமைக்கும், இப்பின்னணிக்கும் இடையேயான ஒரு மோதல்-சமரசப் புள்ளியாகவே அவர்களின் செயல்பாட்டுத்தளம் அமைகிறது.

நீண்ட காலமாக ஒடுக்கப்பட்ட ஈழவ மக்கள் ஆட்சியிலும், சமூக அதிகாரத்திலும் பங்குபெறும் பொருட்டு கொண்ட சமூக எழுச்சி, நாராயண குருவின் பின்னணியில் உள்ளது. அதை அவர் உருவாக்கினார், அது அவரையும் உருவாக்கியது. இரண்டையும் பிரிக்க முடியாது. அந்த எழுச்சியின் தேவைகளும், விதிகளும் அவரை தீர்மானித்தன. கூடவே அவரது தத்துவத் தேடல், தனிப்பட்ட ஆளுமை அம்சங்களும் அவரை தீர்மானித்தன. அவரது வாழ்க்கை முழுக்க இவ்விரு சக்திகளுக்கும் இடையேயான மோதலும், சமரசமும் மாறி மாறி நடக்கும் வலி மிக்க நாடகத்தை நாம் காணலாம். அவரது வாழ்க்கை குறித்து, கறாரான வரலாற்றுப் பதிவுகள் பல எழுதப் பட்டிருப்பதனால் நமக்கு இன்று இது தெரிகிறது.

ஈழவர்களுக்கு, மற்ற தீண்டப்படாதாருடன் உள்ள துவேஷத்தை நீக்க, நாராயண குரு தன் வாழ்வின் கடைசிக் கணம் வரை போராடினார். அதில் ஏராளமான மனக் கசப்புகளையும் விரோதங்களையும் கூட அவர் அடைந்தார். ஈழவர்களின் அதிகாரப் போட்டிகளை அவர் தொடர்ந்து காண நேர்ந்தது. அவரது பிரியப்பட்ட மூன்று முக்கிய மாணவர்களும் (நடராஜ குரு, 'புலையன்' அய்யப்பன், குமாரன் ஆசான்) அவரது

இயக்கத்திலிருந்து வெளியேற நேர்ந்தது. இறுதிக் கட்டத்தில் அவரும் வெளியேறினார். இதெல்லாம் தான் நிதரிசனங்கள். எல்லா சீர்திருத்த வாதிகளின் வாழ்க்கையிலும் இந்தப் போராட்டமும், அவலமும் இருக்கும். உண்மையில் இது இலட்சியவாதத்துக்கும், யதார்த்தத்துக்கும் இடையேயான போராட்டம்.

ஈ.வெ.ரா குறித்து தமிழில் வரலாற்றுப் பதிவுகள் இல்லை, துதிகளே உள்ளன. ஆயினும் அவர் ஏறத்தாழ சமகாலத்தவர், நானே அவரைப் பார்த்து, பேச்சைக் கேட்டிருக்கிறேன். ஆகவே பல விஷயங்களை நாம் இப்போதும் அறிய முடிகிறது. ஈ.வெ.ரா வின் ஆதரவுத் தளம் அவரது அரசியலில் தெளிவாகவே இருக்கிறது. பிராமணரல்லாத உயர் சாதியினர் ஆட்சி மற்றும், சமூக அதிகாரத்துக்காக நடத்திய சமூகப் போராட்டத்தின் பின்னணியே ஈ.வெ.ரா வின் இயக்கம். அந்த எல்லையைத் தாண்டிப் போகும் அம்சங்களும் அவரிடமிருந்தன. அவை அந்த அரசியலில் சமரசத்துக்கும் உள்ளாயின. அதிகாரம் கிட்ட நெருங்கியபோது அவரும், நாராயணகுரு போலவே புறக்கணிக்கப்பட்டார்

ஈ.வெ.ராவின் இயக்கம், பிரிட்டிஷ் அரசதிகாரத்துடன் சமரசம் செய்து கொண்டு, அதற்கு குற்றேவல் புரிந்தது என்றுகூட சொல்லலாம். ஆட்சியதிகாரத்தைக் கையாள விரும்பிய உயர்குடியினரால் உருவாக் கப்பட்ட, ஜஸ்டிஸ் கட்சியில் இருந்து உருவானது. அன்று வரி செலுத்துவோர் மட்டுமே வாக்களித்தனர். ஆகவே நிலமும், சொத்தும் வைத்திருந்த பிராமணர் வலுவான சக்தியாக இருந்தனர். அதனால் அந்த இயக்கம் பிராமணரல்லாதார் இயக்கமாக ஆரம்பித்து ஆட்சிக்கு முயன்றபோது ஜஸ்டிஸ் கட்சியாக ஆகியது.

சுதந்திரத்திற்குப் பின்னர் அனைவருக்கும் வாக்குரிமை வந்த போது, பிற பிற்பட்ட சாதியினர் எண்ணிக்கை பலம் காரணமாக அரசியல் சக்தியாக ஆனார்கள். அப்போது ஈ.வெ.ராவின் இயக்கம் அவரை மீறி சி.என். அண்ணாதுரை தலைமையில் பிற பிற்பட்ட சாதியினர் இயக்கமாக ஆகியது. பிராமணர் வெறுப்பு என்ற கொடியின் கீழ் உயர் சாதி நிலப் பிரபுக்களையும், குடியானவ சாதிகளையும் இணைக்கவும், அதிகாரத்தை நோக்கி செல்லவும் அது முயன்றது. ஒரு கட்டத்தில் உயர் சாதியினர், பிற பிற்பட்ட சாதியினரின் எண்ணிக்கை பலத்தால் ஓரம் கட்டப்பட்டு முற்றிலும் பிற்பட்ட சாதியினருக்கான அரசியலியக்கமாக அது ஆகியது. இத்தருணத்தில் ஈ.வெ.ராவும் அதிகார அரசியலில் ஓரம் கட்டப்பட்டார். அவரது மரணத்துக்குப் பின்னரே அவர் ஒரு புனிதத் தந்தைச் சின்னமாக ஆக்கப்பட்டார்.

தலித்துக்கள் மீதான ஈ.வெ.ராவின் அணுகுமுறை இன்று தமிழ் நாட்டில் மிகக் கடுமையாக விமரிசிக்கப்படுகிறது. வரும் காலத்தில் அது மேலும் வலுப்படவே செய்யும். நடைமுறையில் ஈ.வெ.ரா தலித்துக்களுக்காக

ஏதும் செய்யவில்லை. அவரது ஆதரவுத் தளங்களில் இருந்த கடுமையான சாதிக் கொடுமைகளைத் தடுப்பதற்காகக் குரல் கொடுக்கவோ, திட்ட வட்டமான போராட்டங்களில் ஈடுபடவோ இல்லை. பல தலித் போராட்டங்களில் அவர் எடுத்த மேம்போக்கான நிலைப்பாட்டை, இன்று தலித் சிந்தனையாளர்கள் பலர் கடுமையாக விமரிசித்தும் வருகிறார்கள்.

தமிழகத்தில் தலித்துக்கள் தங்களை நேரடியாக அடக்கி ஆண்ட பிற்படுத்தப்பட்ட மக்களிடமிருந்து விடுதலை பெறுவதற்கான எந்தப் போராட்டத்தையும் அவர் நிகழ்த்தவில்லை. இந்த உண்மையை மறைக்கவே அவர் கேரளத்தில் பங்கு கொண்ட ஒரே போராட்டமான வைக்கம் ஆலய நுழைவுப் போராட்டம் பெரிதுபடுத்தப்படுகிறது. இங்கே கவனிக்கத்தக்கது என்னவென்றால் வைக்கத்தில் ஆலய நுழைவுக்காகப் போராடியவர்கள் தலித்துக்கள் அல்ல, பிற்படுத்தப் பட்டவர்களான ஈழவர்களே. அவர்களுடன் இணைந்தே ஈ.வெ.ரா போராடினார். இந்த உண்மை இங்கே பேசப்படுவதே இல்லை.

தமிழகத்தில் ஈ.வே ராவின் அரசியல் பிரவேசத்துக்கு முன்னரே தலித் எழுச்சி உருவாகிவிட்டிருந்தது. அயோத்திதாச பண்டிதர், இரட்டை மலை சீனிவாசன், எம்.சி.ராஜா போன்றவர்கள் அவ்வெழுச்சியின் நாயகர்கள். ஆனால் அந்த எழுச்சியை பிராமணரல்லாத உயர் சாதியினரின் பிராமண எதிர்ப்பு அரசியலுடன் பிணைத்தது வழியாக அதை மழுங்கடித்தார் ஈ.வெ.ரா. அவரது கொள்கைகள், பிற்படுத் தப்பட்டவர்கள் அரசியலதிகாரம் நோக்கிச் செல்லத் தோள் கொடுக்கும் சக்தியாக தலித்துக்களை முக்கால் நூற்றாண்டுக் காலம் நிறுத்தி வைத்தன. பிற்படுத்தப்பட்டவர்கள், தலித்துக்களை ஒடுக்குகிறார்கள் என்ற நடைமுறை உண்மையை பிராமண எதிர்ப்பு என்ற ஒற்றைக் கோஷத்தால் மூடி வைத்தது ஈ.வெ.ராவின் இயக்கம்.

ஈ.வெ.ரா மறைந்து அரை நூற்றாண்டு கழித்து, உருவான தலித் இயக்கங்கள் தங்கள் முன்னோடிகள் நிறுத்திவிட்ட புள்ளியில் இருந்து, ஈ.வெ.ரா தொடங்கிய புள்ளியில் இருந்து மீண்டும் புதிதாகத் தொடங்க வேண்டி யிருந்தது. இந்த அடிப்படையிலேயே அவர்கள் ஈ.வெ.ராவை எதிர்க்கிறார்கள். இன்று தலித் இயக்கங்கள் உருவாகி தலித் விடுதலைக்கான 'உண்மையான' போராட்டங்கள் நடக்கும்போது ஈ.வெ.ராவின் ஆதரவுத் தளமே அவர்களின் முதல் எதிரியாக இருப்பதையும், எவரும் காணலாம்.

தலித்துக்கள் அறிவும் விவேகமும் சற்று குறைவானவர்கள், அவர் களையும் நாம் சற்று அணைத்துப் போக வேண்டும் என்பதே அவரது பார்வையாக இருந்துள்ளது. இந்த உயர்சாதிப் பார்வையை அவர் தவிர்த்திருக்க முடியாது, அது ஓரளவு அவரது அந்தரங்க நம்பிக்கை, ஓரளவு அரசியல் சமரச நிலைப்பாடு. அவருக்கு ஆதரவுத் தளமாக

இருந்த உயர், நடுத்தர சாதிகளின் நம்பிக்கை அது. அந்த மனப் போக்குக்கு வெளியே அவரால் அதிகம் நகர்ந்திருக்க முடியாது.

ஈ.வெ.ரா அரசியலுக்கு வருவதற்கு முன்னரே தலித்துக்களின் வரலாற்றுக் கான ஒரு முன் வரைவு பண்டித அயோத்தி தாசரால் முன் வைக்கப்பட்டு பிற இரு தலித் தலைவர்களால் வலுவாக முன்னெடுக்கப் பட்டிருப்பதை இன்று தலித் ஆய்வாளர்கள் நமக்கு எடுத்துக் காட்டியிருக்கிறார்கள். தலித்துக்கள் தங்கள் மரபாலோ, குணத்தாலோ இழிந்தவர்கள் அல்ல என்பதே அந்த வரலாறு. அவர்கள் இந்நிலத்தின் பூர்வகுடிகள். நில உடைமையாளர்கள். பழைய பௌத்தர்கள். பௌத்தம் வீழ்ச்சியடைந்த போது நிலம் பிடுங்கப்பட்டு மெல்ல மெல்ல ஒடுக்கப்பட்ட நிலை அடைந்தவர்கள். இதை அயோத்தி தாசர் ஆதாரங்களுடன் முன்வைத்து பேசியிருக்கிறார். அக்காலத்து மேலை ஆய்வாளர்களான கர்னல் ஆல்காட் போன்றவர்கள் இதை ஏற்றிருக்கிறார்கள்.

ஆனால் ஈ.வெ.ரா இந்த நம்பிக்கையை, ஒரு போதும் முழு மனதாக ஏற்கவில்லை என்பதை அவரது மொத்த எழுத்துக்களை வாசிக்கையில் காணலாம். அவரது இயல்புக்கு ஏற்ப அவர் தன் தரப்பை மாற்றி மாற்றிச் சொல்லியிருந்தாலும் தலித்துக்கள் புராதனமான காலத்தில், பண்பாட்டின் ஆரம்பத்திலேயே, ஆரியர்களின் புராணங்களால் தாழ்த்தப்பட்டவர்களாக ஆனவர்கள் என்பதே, அவர்களின் கொள்கை யாக இருந்துள்ளது.

இங்கே ஒரு நிகழ்ச்சியைச் சொல்லவேண்டும். என்னுடைய 'விஷ்ணுபுரம்' நாவல் 1997ல் வெளிவந்தபோது, அதில் பத்தாம் நூற்றாண்டில், பறையர்கள் நகர, வீதிகளில் நடமாடும் உரிமையுடன், கோயில்சேவையில் இருந்ததாக எழுதியிருந்ததை சென்னையில் நடந்த ஒரு கூட்டத்தில் அ.மார்க்ஸ் மிகக் கடுமையாக விமரிசித்து அது ஒரு 'இந்துத்துவ அஜெண்டா' என்று குற்றம் சாட்டினார். 'பறையரை ஒருத்தர் 'நீர் பறையரா?' என்று கேட்கிறார். அவர்கள் பறையுடன் கோயிலுக்குள் செல்கிறார்கள். இதென்ன இந்துத்துவ சொர்க்கமா? ஆயிரமாயிரம் ஆண்டுகளாக, இந்து மரபால் அடிமைப்படுத்தப்பட்ட தலித்துக்கள், மனிதர்களாகக் கருதப்பட்டதே கிறித்தவ மிஷனரிகளால் தான். அந்த யதார்த்தத்தை மூடிவைத்து இந்துக்கள் பறையர்களை மதித்தார்கள் என்ற கட்டுக்கதையை இந்நூல் உருவாக்குகிறது' என்றார் அ. மார்க்ஸ்.

அப்போது அயோத்தி தாசரின் படைப்புகள் வெளியாகவில்லை. நான் அவர் பெயரையே கேள்விப்பட்டிருக்கவும் இல்லை. ஆனால் நான் அப்படி எழுதியமைக்கான காரணத்தை விளக்கினேன். பறையர்களும், கேரளத்தில் புலையர்களும் நில உடைமையாளர்களாக இருந்தமைக்

கான ஆதாரங்கள் உள்ளன. கேரள ஆய்வாளர்கள் விரிவாகவே எழுதியிருக்கிறார்கள். அபிதான சிந்தாமணியில் கூட திருவாரூர் கோயிலில் பறையர்களுக்கு உள்ளே நுழையும் உரிமை கொடுக்கும் ஆசாரம் உள்ளது என்றும் இது அவர்கள் எப்போதோ உயர்நிலையில் இருந்திருக்க வேண்டும் என்பதற்கான ஆதாரம் என்றும் சொல்லப் பட்டிருக்கிறது. அதனால்தான் எழுதினேன் என்றேன். அ.மார்க்ஸ் அதை ஏற்காமல் மீண்டும் மீண்டும் அது ஓர் இந்துத்துவப் பொய் என்றும், அதை ஈ.வெ.ரா 'தோலுரித்து' ஐம்பதாண்டுகள் ஆகின்றன என்றும் சொன்னார். பெரியாரியர்களின் மனப்போக்குக்கு அ.மார்க்ஸின் இந்த அணுகுமுறை சரியான உதாரணம்.

கூட்டம் முடிந்து வெளியே செல்லும்போது ஒருவர் என்னிடம் நான் சொன்னதே உண்மை என்றும் அதற்கு ஆதாரங்கள் ஏராளமாக உள்ளன என்றும், அயோத்திதாசர் என்பவரைத் தெரியுமா என்றும் கேட்டார். 'இல்லை' என்றேன். 'பாருங்கள் பெயரே தெரியாமல் புதைத்து விட்டார்கள்' என்று வருந்திய பின் சென்னையில் உள்ள அன்பு. பொன்னோவியம் என்ற அறிஞரை நான் சந்திக்கவேண்டும் என்றார். நான் அடுத்த சென்னைப் பயணத்தில் அன்பு பொன்னோவியத்தைச் சென்று சந்தித்தேன். ஆனால் அவர் உடல்நலம் குன்றியிருந்தமையால் சிறிதளவே பேச முடிந்தது. பின்னர் அயோத்திதாசர் நூல்கள் பாளையங் கோட்டை தூய சவேரியார் கல்லூரியால் வெளியிடப்பட்டன.

ஈ.வெ.ரா தலித் அரசியலின் அடிப்படையாக இருக்கும் அவர்களின் வரலாற்றுவாதத்தை ஏற்க வில்லை. அதை ஒரு மூட நம்பிக்கை என்றே அவர் எண்ணினார். ஏனென்றால் அவர் அதை வெளிப்படையாக திட்டவட்டமாக ஏற்றிருந்தால் அவரால் அவரது ஆதரவு வட்டமான பிராமணரல்லாத உயர்சாதியினர் மற்றும் பிற்பட்ட மக்களின் ஆதரவை இழக்க வேண்டியிருக்கும்.

இதே போல ஈ.வெ.ரா தொழிலாளர் இயக்கங்களுடன் கொண்டிருந்த உறவு குறித்தும், ஆழமான விமரிசனங்கள் எதிர்காலத்தில் வரும் என்று தான் நான் நம்புகிறேன். இன்றைய இடதுசாரி கட்சிகள் திராவிட இயக்கம் உருவாக்கியுள்ள உணர்ச்சி வேகங்களை எதிர் கொள்வதை விட அதனுடன் சேர்ந்து போவதே மேல் என்று முடிவு செய்து வெகு நாள் ஆகிவிட்டது. தொழிலாளர் இயக்கங்களில் ஈ.வெ.ராவின் உறவு அவரது ஆதரவுத் தளமான நடுத்தர வியாபாரிகள், நிலவுடமையாளர்கள் ஆகியோரின் மனநிலையால் கட்டுப்படுத்தப்பட்டது.

ஈ.வெ.ராவின் மீதான என் முக்கிய விமரிசனங்கள் இவற்றின் அடிப் படையிலானவை அல்ல. எந்த சீர்திருத்தவாதியும் அவனது சமூகச் சூழலினாலும், வரலாற்று சந்தர்ப்பத்தினாலும் தான் தீர்மானிக்கப் படுகிறான். ஈ.வெ.ரா உருவாக்கிய அறிவார்ந்த விவாதத் தளம் மிக

மேலோட்டமானது. அவசர முடிவுகளின் அடிப்படையில் அதி மூர்க்கமான செயல்பாடுகளில் இறங்கும் போக்கு கொண்டது. அறிவியக்கத்தின் அடிப்படை விதிகளை பாமரத்தனமாக நிராகரிக்கும் இயல்பு கொண்டது என்பதே என் விமரிசனம். அதனால்தான் அவரது இயக்கம் ஒரு அறிவியக்கமாக ஆகாமல் போயிற்று. தமிழின் பொது வான அறிவுச் செயல்பாடுகளுக்கு ஆழமான பின்னடைவை அது உருவாக்கியது. பல விதமான விமரிசனங்களைத் தொடர்ந்து முன் வைத்த ஒருவர் மீது, இம்மாதிரி ஒரு விமரிசனத்தை முன் வைப்பது ஒன்றும் பெரிய பழி பாவமல்ல என்றுதான் நான் எண்ணுகிறேன்.

இவ்வகையில் ஈ.வெ.ராவின் முதல் பிரச்சினை அவர் எதைப் பற்றி யெல்லாம் பேசினாரோ அதைப்பற்றி அவருடைய ஞானம் மிக மிகக் குறைவு என்பதே. அவர் சமத்துவம், பொதுவுடைமை குறித்துப் பேசுகிறார். அதைப் பற்றிய அவரது அறிவு பாமரத்தனமானது. அவர் ஜாதி குறித்து கடுமையான விமரிசனங்களை முன்வைக்கிறார். அதைப் பற்றி ஒரு குறைந்தபட்ச ஆய்வை அவர் மேற்கொண்டதற்கான தடயங் களை அவரிடம் காண முடியாது. அவர் மதம் குறித்தும், கடவுள் குறித்தும் பேசுகிறார், ஆனால் அவை குறித்த அவரது புரிதல் மிக சாதாரணமானது. அவருக்குச் சமானமான தளத்தில் இயங்கிய பூலே, அம்பேத்கார் ஆகியோரின் விரிவான அசல் ஆய்வுகளை இங்கு சுட்டிக் காட்டலாம். அதை விட முக்கியமாக அவருக்கு முன்னரே தமிழில் இயங்கிய அயோத்திதாச பண்டிதரின் ஆய்வுகளை.

ஏன் இந்த ஆய்வுகள் தேவை என்ற கேள்வி எழுப்பப்படுகிறது. அடிப்படை ஆய்வுகளின் பலம் கொண்ட செயல் திட்டங்களே நிதரிசனத்துக்கும், வரலாற்றுத் தேவைகளுக்கும் நெருக்கமாக வர முடியும். சாதி என்பது பிராமணச் சதி என்ற ஒற்றை வரியில் புரிந்து கொண்ட ஈ.வெ.ரா உண்மையில் சாதியின் எடையின் அடித்தட்டில் நசுங்கிக் கிடந்த தலித்துக்களை ஏமாற்றுகிறார். சாதியைக் கற்பித்தவன் பார்ப்பான். ஆகவே தேவர்களும், நாயுடுகளும், பார்ப்பானை ஒழிப்பார்கள். தலித்துக்களை தீண்டாமலும் இருப்பார்கள் என்ற விபரீத நிலைமை தமிழ் நாட்டில் உருவாக இதுவே காரணம்.

இரண்டாயிரம் வருடங்களாக இங்கு வேரூன்றியவை மதங்கள். அவற்றுக்கு மிக விரிவான தத்துவக் கட்டமைப்பு உள்ளது. அவற்றின் படிமங்களே நம் ஆழ்மனத்தை உருவாக்கியுள்ளன. ஆயிரம் வருட கலையிலக்கியப் போக்குகள் அவற்றிலிருந்து முளைத்தவை. போகிற போக்கில் கடவுள்களைத் திட்டினால் மதத்துக்கு ஏதும் ஆகிவிடுவது இல்லை. அதுவும் ஈ.வெ.ரா மதம் உருவாகிய குறியீட்டு அமைப்புகளைக் கூட அப்படியே நேரடி அர்த்தம் எடுத்துக்கொண்டு விளாசியவர் . அவர் வாழ்ந்த காலத்திலேயே மதச் சொற்பொழிவாவளர்கள் அவற்றுக்கு

திட்டவட்டமான பதிலை அளித்துவிட்டார்கள். ஈ.வெ.ரா கேட்ட கேள்விகள் மிக மேலோட்டமானவை மட்டுமல்ல அவற்றுக்கு திட்ட வட்டமான பதிலும் மரபில் ஏற்கெனவே இருந்தது. கடவுளை empirical ஆக நிரூபிக்க முடியுமா என்றார் அவர். அப்படியானால் empirical ஆக நிரூபிக்க முடியாத எல்லாமே பொய்யா, தேவையற்றவையா என்று திருப்பி கேட்கப்பட்டபோது பதில் சொல்ல முடியவில்லை.

சில வருடங்களுக்கு முன்பு நாகர்கோவிலில் ஒரு தி.க கூட்டம் நடந்தது. அதில் ஈ.வெ.ராவின் ஒரு மேற்கோளை சொல்லிப் பேசினார் ஒருவர். 'சரஸ்வதி நாவில் இருக்கிறாள் என்றால் அவள் மலம் கழிப்பது எங்கே? 'நான் போன ஆட்டோ ஓட்டுநரிடம் அவரது கருத்தைக் கேட்டேன். 'இவர்கள் இதயத்தில் குடிகொண்டிருக்கும் அண்ணாவுக்கு அங்கே என்ன கக்கூஸா கட்டி வைத்திருக்கிறார்கள்?' என்றார் அவர். 'சரஸ்வதின்னா ஒரு சக்தி சார். வீணை நாதத்திலேயும், பாட்டோட அழகிலேயும் அது இருக்குது. நம் நாக்கிலும், புத்தியிலும் அது வரணும்னு ஆசப்படறோம். கும்பிடற வசதிக்காக அத அம்மான்னு சொல்லிக்கிறோம். வேற மாதிரியும் சொல்லலாம்... அவரு பாவம் வயசானவரு. படிச்சவர் கூட கெடயாது. ஏதோ சொல்லிட்டார். இவரு எம்மே படிச்சவர்தானே, இவருக்கு எங்கே போச்சு சார் புத்தி?' இது தான் தமிழ்நாட்டில் இன்று ஈ.வெ.ராவின் இடம்.

அதாவது அறிவார்ந்த ஆய்வின் பலம் இல்லாமல் பொதுப் புத்தியால் (பிராமண காங்கிரஸ் தலைவர்கள் மீதுள்ள தனிப்பட்ட கோபங் களாலும்) ஈ.வெ.ரா உருவாக்கிய எளிய வாதகதிகள் உடனடியாக உடைத்து எறியப்பட்டன. இந்தியா முழுக்க சனாதனப் போக்குக்கு எதிராக தத்துவப் பரிமாணமுள்ள, வரலாற்றுப் பிரக்ஞை உள்ள ஆழமான விமரிசனங்கள் உருவாயின. அவற்றை இன்றுவரை சனாதன மதம் எதிர் கொள்ள முடியவுமில்லை. நாராயண குரு முதல் அம்பேத்கர் வரை பல உதாரணங்கள் சொல்லலாம். தமிழில் ஈ.வெ.ரா உருவாக்கிய சருகு வேலி உடைபட்டதும் சனாதன மதம் விஸ்வரூபம் கொண்டு வளர்ந்துள்ளது. இதை எவரும், இன்றைய தமிழ்ச் சூழலை அவதானித் தால் காணமுடியும்.

பதினாறு வருடம் முன்பு பி.கே. பாலகிருஷ்ணன் (கேரள வரலாற்றா சிரியர்) சொன்னார். 'இனி தமிழ் நாட்டில் பிராமணர்களுக்கு நல்ல காலம். யாகமும், ஹோமமும் தூள் கிளப்பப் போகின்றன'. 'ஏன்?' என்று கேட்டேன். 'எளிமையான ஒரு பிராமண எதிர்ப்பு மட்டுமே அங்கே உருவாக்கப்பட்டுள்ளது. பிராமண தத்துவம் எதிர் கொள்ளப் படவேயில்லை. அங்கே வெள்ளைக்காரன் காலத்தில் பிராமணன் கைப்பற்றிய ஆட்சி அதிகாரத்தை இனி மற்ற சாதியினர் கைப்பற்றியதுமே

சமரசம் ஆரம்பித்துவிடும். அவர்களுக்காக பிராமணன் யாகம் செய்ய ஆரம்பித்துவிடுவான்.' மேற்கொண்டு இதற்கு ஆதாரம் தேவை என்றால் ஸி.ஜெ.ஃபுல்லர் எழுதிய தேவியின் திருப்பணியாளர்கள் என்ற நூலை பார்க்கலாம்.

மதமும், பாரம்பரியமும், அன்றாட நம்பிக்கைகளும் பின்னிப் பிணைந்துள்ள நம் சூழலில் மிகுந்த ஆய்வுக்குப் பிறகு நிதானத்துடன் தான் ஒரு சீர்திருத்தக் கோணத்தை முன் வைக்க முடியும். முளைப்பாரி இல்லாத மாரியம்மன் விழா இல்லை. முளைப்பாரி, பல்லாயிரம் வருட விவசாய வாழ்க்கையின் தொடர்ச்சியான விவசாயச் சடங்கு. மாரியம்மன் கோயில்களை இடித்துவிட்டு அங்கே கிராம கக்கூஸ் கட்டலாம் என்று சொல்வது எளிய விஷயம். அதன் விளைவாக மாரியம்மன், பராசக்தியாக மாறுவதும் பல்லாயிரக்கணக்கான முளைப் பாரித் தட்டுகளை மேல்மருவத்தூருக்குக் கொண்டு போவதும்தான் நடந்தது தமிழ்நாட்டில்.

முன்வைத்த ஒரு சீர்திருத்தக் கருத்தை, மெல்ல மெல்ல வளர்த் தெடுப்பது அதைவிட முக்கியமான விஷயம். அப்போக்கில் அது பல மாற்றங்களுக்கு உள்ளாகும் என்பது ஓர் உண்மை. அது மக்கள் அக்கருத்தை உள்வாங்கிக் கொண்டதன் விளைவு. ஈ.வெ.ராவை தமிழகம் எந்த அளவுக்கு உள்வாங்கிக் கொண்டது? இங்குள்ள தந்தை (முதுமை) வழிபாட்டு மனநிலை அவரை மதிக்கச் செய்தது. தமிழ் இளைஞர்களில் ஒரு சிறு சாரார் இளமையின் ஒரு கட்டத்தில் அவர் மீது எளிய ஈர்ப்பினை அடைந்து சில வருடங்களிலேயே நேர் எதிராகத் திரும்பியும் விடுகிறார்கள். ஈ.வெ.ராவின் கருத்துக்கள் முளைக்காத கூழாங்கல் விதைகள்போல இன்று தமிழ்நாட்டு அகநிலத்தில் சிதறிக்கிடக்கின்றன என்பதே உண்மை. அவர் மீது ஏன் தீவிரமான விமரிசனங்கள் எழவில்லை, ஏன் எளிய மரியாதையுடன் எல்லாரும் தாண்டிச்செல்கிறார்கள் என்றால் ஈ.வெ.ராவை ஏற்றுக்கொண்டு வாழ்க்கையின் பகுதியாக ஆக்கிக் கொள்வதில்லை.

'தன் தரப்புக்கு வலு சேர்க்கும் விஷயங்களைக்கூட ஈ.வெ.ரா கற்றுக் கொள்ளவில்லை' என்கிறார் டி ஆர் நாகராஜ் (காலச்சுவடு பேட்டி). இந்திய மரபிலேயே அழுத்தமான நாத்திக போக்குகள், அவைதீக போக்குகள் பல உள்ளன. அவற்றை அடையாளம் கண்டு தமிழ் மரபின் ஆக்கபூர்வமான கூறுகளுடன் பிணைக்க முயலும் அயோத்தி தாச பண்டிதர் மிக முக்கியமான முன்னுதாரணமாக இங்கு ஏற்கெனவே இருந்தார். தத்துவ மேதையாக ஈ.வெ.ராவைக் காட்ட பெரும் பணமும், உழைப்பும் செலவிடப்படும் இன்றும் கூட பலவகையிலும் நவீனத் தமிழின் முதல் தத்துவ சிந்தனையாளரான அயோத்திதாச பண்டிதர் ஏன் அப்படி முன்வைக்கப்படுவது இல்லை?

தமிழ் அறிஞர்களை தேடித் தேடிப் படித்த எனக்கு அவரது படைப்புகள் தலித் இயக்கங்கள் தலையெடுத்த பிறகே வாசிக்கக் கிடைத்தன என்ற நிதரிசனத்தை ஒருபோதும் நான் மறக்க சித்தமாக இல்லை. தமிழ் பௌத்தம் குறித்த எனது பத்தாண்டு தேடலின் அடிப்படை விடைகளை பண்டிதர் அரை நூற்றாண்டுக்கு முன்னரே எழுதி விட்டிருந்தார் என்பதும் அவை மறைக்கப்பட்டன என்பதும் எனக்கு தமிழ் அறிவுத் துறையில் செயல்படும் சாதி மனநிலையின் ஆதாரமாகவே தெரிகிறது. விஷ்ணுபுரம் எழுதுவதற்கு முன்பு அயோத்தி தாச பண்டிதர் கிடைத்திருந்தால் பல தளங்களை விரிவு செய்திருப்பேன்.

ஈ..வே.ரா வின் நடைமுறை வெற்றி அவர் தன் இயக்கத்தை ஜஸ்டிஸ் கட்சியுடன் (பிராமணரல்லாதார் இயக்கத்துடன்) இணைத்துக் கொண்டதில் தான் உள்ளது. சமூக/அரசியல் ரீதியாக தவிர்க்க முடியாத ஒரு தரப்பு அது. இந்தியா முழுக்க அந்தத் தரப்பு வலுப் பெற்று அதிகாரத்தைப் பிடித்தது. இப்போது இந்திய அரசியல் பிற்பட்ட (குடியானவ/மேய்ச்சல்) சாதிகளுக்கு ஆதரவாக உள்ளது. நாளை அது தலித்துக்களுக்கும் பிற்பட்ட சாதிகளுக்கும் இடையேயான ஒரு சம நிலையாக இருக்கும். இவ்வாறு பிற்பட்ட சாதிக்குரிய அரசியல் அலையின் திவலையாக, ஒரு முத்திரையடையாளமாக மட்டுமே ஈ.வெ.ரா இன்று முக்கியத்துவம் பெறுகிறார்.

ஈ.வெ.ரா திராவிட இயக்கம் முன்வைத்த தமிழ் தேசியம், தமிழ் கலாசார அடையாளத்தேடல் முதலியவற்றுக்கு முற்றிலும் எதிரானவர் என்பது ஒரு உண்மை. இன்று திராவிட இயக்க அரசியல் தமிழ் இன அரசியலாக மாற்றப்பட்டுள்ளது. கொள்கை ரீதியாக ஈ.வெ.ரா தோற்று, புறக்கணிக் கப்பட்டுள்ளார் என்பதற்கு இதுவே சான்றாகும். இப்போது தன் தெலுங்கு அடையாளத்தை மறக்காத, அவரே தமிழ் இன அரசியலின் தொடக்கப்புள்ளி என்று கூசாமல் வரலாறு திரிக்கப் படுகிறது. அதே சமயம் தமிழ் இன அரசியல் அதன் தீவிரத் தளத்தை அடையும்போது ஈ.வெ.ராவே தெலுங்கு ஆதிக்கவாதி என குற்றம் சாட்டப்படும் நிலையும் இங்கு உள்ளது (பார்க்க: குணாவின் திராவிடத்தால் வீழ்ந்தோம்) எப்போது உண்மையிலேயே தமிழின அரசியல் அதிகாரம் நோக்கி நெருங்குகிறதோ அப்போதே ஈ.வெ.ராவும் அவர்களால் தூக்கி வீசப்படுவார் என்பதற்கான சான்று அது.

ஈ.வெ.ராவை முன்னிறுத்த இன்று நடக்கும் எல்லா முயற்சிகளுக்கும் பின்னால் அரசியல் நோக்கமே உள்ளது என்பது என் புரிதல். உயர்சாதியி லிருந்தும் (எஸ்.வி.ராஜதுரை, வ.கீதா, ஆ.இரா. வேங்கடாசலபதி, ராஜன் குறை) பிற்படுத்தப்பட்ட சாதியிலிருந்தும் (அ.மார்க்ஸ், எம். எஸ். எஸ். பாண்டியன்) செய்யப்படும் இம்முயற்சிகள் உருவாகி வரும்

தலித் எழுச்சி கண்டு அஞ்சி செய்யப்படுபவை. பிராமணர்களை பொது எதிரியாகக் காட்டி தங்கள் மீதான தலித்துக்களின் அதிருப்தியை சமாளிக்கும் நோக்கம் கொண்டவை. தலித்துக்களைத் தங்கள் தலைமையின் கீழ் சேர்க்கும் பொருட்டு ஈ.வெ.ராவை பொதுவான தத்துவ வழிகாட்டியாக சித்தரிக்க முயல்பவை.

கிட்டத்தட்ட ஒரே காலகட்டத்தில் ஈ.வெ.ரா அவசர அவசரமாக 'மறுகண்டுபிடிப்பு', செய்யப்பட்டிருப்பது தற்செயலல்ல. ஈ.வே.ராவைத் தத்துவ அறிஞராகச் சொல்லும்போது ஏன் பெரும் பாலானவர்களுக்குச் சிரிப்பு வரவில்லை என்றால் நாம் செத்துப்போன அனைவரையுமே அமரர் ஆகக் காண்பவர்கள் என்பதனால்தான். ஈ.வெ.ரா சிலைக்குப் பிறந்த நாளுக்கு மாலை போட்டு சுண்டல் வினியோகித்து வழிபடுகிறார்கள் தமிழர்கள். அதைப் போன்ற ஒரு வழிபாடுதான் இதுவும், வேறெதுவும் அல்ல.

தமிழ்ச் சூழலில் ஈ.வெ.ரா உருவாக்கிய அறிவார்ந்த வெளிறலை பற்றி ஏராளமாகச் சொல்லலாம். தர்க்க பூர்வ விவாதத்தில் கோபம் எழுவது இயல்புதான். தர்க்கமே இல்லாமல் எளிய ஒற்றை வரியைத் தன் தரப்பாக முன்வைப்பது, அதற்கு எதிராகச் சொல்லப்படும் தர்க்கங் களைக் கூட எளிய ஒற்றை வரியாக மாற்றிக் கொள்வது எனும் போக்கு ஈ.வெ.ராவில் இருந்து தமிழ்ச் சூழலில் பரவிய ஒன்று.

இரண்டாவது விஷயம், எல்லா அறிவார்ந்த விஷயங்களையும், பாமரத் தனமாகக் குறுக்கி எளிய ஒற்றை வரிகளாக மாற்றி கொள்வது. பேசும் விஷயம் குறித்து அடிப்படை ஆய்வுகூட செய்யாமலிருப்பது. இப்போக்கு தமிழில் எதையுமே வசையாக மட்டுமே முன்வைக்க முடியும் என்ற நிலையை ஏற்படுத்திவிட்டது. மாற்றுத் தரப்பை எளிமைப்படுத்துவது போன்று அறிவார்ந்த விவாதத்துக்குத் தீங்கு செய்வது பிறிதில்லை. விவாதத்தை நடத்தவே முடியாது போகும். முடிவில்லாமல் 'ஐயா, நான் சொல்ல வந்தது அதல்ல' என்று மாற்றுத் தரப்பினர் சொல்லிக்கொண்டே இருக்க வேண்டும்.

உதாரணமாக பெரியாரியர்களின் சங்கர மட எதிர்ப்பையே எடுத்துக் கொள்வோம். அந்த மரபார்ந்த சாதியமைப்பின் மீதுள்ள விமரிசனத்தை அப்படியே அவர்கள் மீதான விமரிசனமாக ஆக்கி விடுவார்கள். அத்வைதம் ஒரு சாதிய சித்தாந்தம், அதைக் கற்பித்த சங்கரர் சாதியை நம்பினார் என்பதனால் – என்று சொல்வது இன்றைய பெரியாரிய நோக்கு. ஆகவே அது புதைந்து போகவிடுவதே மேல்! பிளேட்டோ முதல் ஹெகல் வரையிலான மேற்கத்திய சிந்தனையாளர்கள் அடிமை முறையில் நம்பிக்கை கொண்டவர்கள். அத்தனை பேரையுமே குழி தோண்டிப் புதைத்துவிட்டார்களா? இந்திய மறுமலர்ச்சிக்கால

சீர்திருத்தவாதிகளில் பலர் அத்வைதிகள். விவேகானந்தர் போன்ற சூத்திரர்கள், நாராயண குரு, அய்யா வைகுண்டர் போன்ற தீண்டப்படாத சாதியினர்... தலித்துக்களில் மீட்பின் முதல் செய்தியை கொண்டு சென்ற சுவாமி ஆத்மானந்தா, தலித் துறவியான சுவாமி சகஜானந்தா போல (150 பேரை நான் பட்டியலிட முடியும்) இவர்களெல்லாம் அத்வைதிகளே. இது எப்படி?

சங்கரர் குறித்து பல வகையான ஐயங்கள் இது வரை பதிவு செய்யப் பட்டுள்ளன. பிரம்ம சூத்திர பாஷ்யம் எழுதிய சங்கரரும், கேரள ஜாதியமைப்பின் இலக்கண கர்த்தா என்று அடையாளம் காட்டப்படும் சங்கரரும், இந்திய சங்கர மடங்களை நிறுவிய சங்கரரும் ஒருவரல்ல என்று ஆய்வாளர்களால் கூறப்படுகிறது. பல ஐதிகங்கள் அவர் பெயரின் வலிமையைப் பயன்படுத்திக் கொள்ளும் பொருட்டு உருவாக்கப் பட்டவை. பல நூல்கள் அவர் பெயரில் பிறகு எழுதி சேர்க்கப் பட்டவை. நித்ய சைதன்ய யதி போன்றவர்கள் சௌந்தர்ய லஹரிக்கும், பிற நூல்களுக்கும் இடையே மொழி அமைப்பில் பெரிய கால வேறு பாடு உள்ளது என்று சொல்லியிருக்கிறார்கள். 18 ஆம் நூற்றாண்டில் கூட சங்கரர் பேரில் நூல்கள் எழுதப்பட்டுள்ளன.

இப்படிப்பட்ட ஒரு விஷயத்தில் கருத்துகளை உருவாக்கிக் கொள்வது மிகச் சிக்கலான விஷயம். ஆனால் இதோ எளிதாக ஒற்றை வரியை உருவாக்கியாகிவிட்டது. ஆகவே சங்கரரைப் படிக்க வேண்டிய அவசியமே இல்லை. புதைத்து கையைத் தட்டிக் கொள்ள வேண்டியதுதான் மீதி. ஆனால் அம்பேத்கார் அத்வைதத்தைப் படித்தார். ஈ.எம். எஸ் படித்தார். அயோத்தி தாசர் படித்தார். இதுதான் ஈ.வெ.ரா உருவாக்கிய மனோ பாவத்தின் சரியான உதாரணம்.

சங்கரரில் இந்திய பௌதிக வாத மரபின் மிகச் சாரமான பகுதி உள்ளடங்கியுள்ளது. அத்வைதத்தின் எதிர்முனை பிற்கால பௌத்த சிந்தனை. பௌத்த சிந்தனை நியாய மரபின் அடிப்படையிலானது. அவ்விவாதத்தினூடாக அத்வைதம் நியாய மரபின் தருக்கக் கட்டுமானத்தை அப்படியே தானும் சுவீகரித்துக் கொண்டிருக்கிறது. அதே போல தூய தருக்கத்தை முன்னிறுத்தும் பௌதிகவாத சிந்தனை யான நியாயத்தில் முதல் கட்ட வேதாந்த மரபின் அடிப்படைகள் சில உள்ளடங்கியுள்ளன. சிந்தனையை அதன் விவாத வடிவில் மட்டுமே பயில, மீட்க, தக்க வைக்க முடியும். மார்க்ஸையும் - ஹெகலையும், கிராம்ஷியையும் - குரோச்சேவையும் சேர்த்தே பயில முடியும். மிக எளிமையாக சொல்லப் போனால் பக்தி, சடங்கு ஆகியவற்றுக்கு எதிராக தூய அறிவை முன் வைக்கிறது அத்வைதம். அதனாலேயே அது இந்திய மறுமலர்ச்சிக் கால சீர்திருத்தவாதிகளுக்கு முக்கியமான

கருவியாகியது. அத்வைதத்தின் வழியாக, நியாய மரபே அப்பங் களிப்பை நடத்தியது என்றும் சொல்லலாம்.

அத்வைதத்தின் எதிர் முனையாகவே இங்கு மார்க்ஸியம் செயல்பட முடியும் என்றே ஈ.எம்.எஸ் சொல்கிறார். அத்வைதத்தை வசதியாக புறக்கணித்து விடலாம். ஆனால் நம் சமூகத்தின் அடிப்படை சிந்தனையில் (மொழியில்) அது வலுவாக உட்கார்ந்திருக்கும் வரை அதை விவாதித்து வென்றடக்கியே ஆகவேண்டும். நமது பழமொழி களில் கணிசமானவை அத்வைதச் சார்பு கொண்டவை. நமது பக்திப் பாடல்கள் அத்வைத உள்ளடக்கம் உடையவை. ஒரு சிந்தனை காலப் போக்கில் மொழியில் கலந்து விடுகிறது. பிறகு அதன் பாதிப்பு பெரிதும் நனவிலி சார்ந்தது. ஆக அத்வைதம் அல்லது சங்கரர் போன்ற ஒரு வரலாற்று நிகழ்வை அணுகுவதற்கு மிக நுட்பமான பகுப்பாய்வு நோக்கு தேவை. மிக விரிவான வரலாற்று அணுகுமுறை தேவை. ஆனால் ஈ.வெ.ரா செய்வது அவருக்குத் தெரிந்த சில்லறைத் தகவல் களை வைத்துக் கொண்டு ஆங்காரத்துடன், வன்மத்துடன் மண்டையில் ஓங்கிப் போடுவதை மட்டுமே. அது சிந்தனைத் தளத்தில் மிக மிக ஆபத்தான போக்குகளையே உருவாக்கும். அதன் விளைவே இன்றைய தமிழ்ச் சூழலின் தேக்க நிலை.

அம்பேத்கார் போன்றவர்கள் உருவாக்கியது ஒரு விவாதக்களத்தை. அடிப்படை தருக்கக் கட்டுமானமும் சுயமான ஆய்வுகளும் கொண்டது அது. முரண்படவும் விரிவுபடுத்திக் கொள்ளவும் அதில் இடமுண்டு. ஈ.வெ.ரா உருவாக்கியது மூர்க்கமான ஒரு வசை பாடல் பாணியை மட்டுமே. என்னதான் சிறப்பான நோக்கங்கள் இருப்பினும் அது நேர் எதிரான விளைவுகளையே தான் உருவாக்கும். ஈ.வெ.ராவின் பங்களிப்பு அற்பமானதல்ல என்றே நான் கருதுகிறேன். இறந்த காலத்தின் கைதிகளாக வாழும் பெரும் மக்கள் திரள் உடைய பகுதி தமிழகம். நவீன விஞ்ஞானத் தொழில்நுட்ப, நுகர்வோர் கால கட்டத்துக்கு (முதலாளித்துவ காலகட்டத்துக்கு என கலைச் சொல்லாகக் கூறலாம்) நகர்வதற்கான கருத்தியல் ஆயுதங்கள் சிலவற்றை அவர்களுக்கு உருவாக்கித் தந்த சக்தி மிக்க சமூக சீர்திருத்தவாதி அவர். அவரை நவீனத்துவத்தின் பிரசாரகர் என்று சொல்லலாம். அவரது நோக்கங் களோ, அவரது தனிப்பட்ட மனிதாபிமான நோக்கோ ஐயத்துக்கு உரியவை அல்ல. அவர் ஒரு முக்கியமான வரலாற்று நாயகர் என்றே நான் கருதுகிறேன். ஈ.வெ.ரா மூலம் ஒரு குறிப்பிட்ட அளவுக்கு மாற்றம் கண்டிப்பாக உருவாகியுமுள்ளது. ஆனால் எது மூட நம்பிக்கை, எது மரபான குறியீட்டுச் செயல்பாடு என்றெல்லாம் தெரியாத ஒட்டு மொத்த மட்டையடி பகுத்தறிவையும், கலாசாரம் சார்ந்த ஒரு வகை மூடநம்பிக்கையாகவே மாற்றிவிட்டது.

பெரியாரியர்களின் மனம் எப்படி செயல்படும் என்பதை இக்கட்டுரையில் நான் எழுதியதை என்னை ஒரு பிராமணிய வெறியனாக முத்திரை குத்திய பிறகே அவர்களால் மேற்கொண்டு விவாதிக்க முடியும் என்ற யதார்த்தத்தை வைத்தே புரிந்து கொள்ளலாம். விவாதங்களை மறுக்கும், முத்திரை குத்தி வசைபாடும், வெறுப்பை உமிழ்வதையே கருத்துப் போராக எண்ணும் இந்த மூர்க்கம் ஈ.வெ.ரா உருவாக்கியதுதான்.

நான் என் குரு மரபாகக் கொண்டுள்ள நாராயண குருவின் குருகுலம் என்பது இந்திய ஞான மரபை வேதங்களையும், வேத விரோத ஞான நூல்களையும் எல்லாம் ஒருங்கிணைத்து ஒரு மாபெரும் விவாதக் களனாகக் காணும் போக்கு கொண்டது. அடிப்படையிலேயே பிராமணர் எதிர்ப்பு கொண்ட ஓர் அறிவியக்கம் அது. அடிப்படையில் எனக்கு அவைதீக மரபுகள் மீது, குறிப்பாக பௌத்தம் மீது மட்டுமே ஓரளவாவது சார்பு நிலை உள்ளது. தமிழில் கடந்த 15 வருடங்களில் என்னளவுக்கு வைதிக மரபை ஆக்கபூர்வமாக விமரிசித்த, அவைதீக மரபைத் தீவிரமாக முன்வைத்த இன்னொரு படைப்பாளி இல்லை. தமிழ்நாட்டில் மட்டுமல்ல இந்தியா முழுக்கவே சனாதன, புரோகித மரபிற்கு மாற்றான அசலான சிந்தனைப் போக்குகள் உருவாக்கப்பட, மறு கண்டுபிடிப்பு செய்யப்பட வேண்டுமென நான் எண்ணுகிறேன்.

அத்தகைய அவைதீக மரபு வெகு காலம் இந்தியாவில் வலுவாக இருந்துள்ளது. இந்தியாவின் தத்துவ வெற்றிகளுக்கு முக்கியமான காரணமாக அமைந்தது, அது உருவாகிய விவாத சாத்தியம்தான். (நான் வேத விரோதி என்று என்னை சொல்லிக் கொள்வேன். ஆகவே இங்கு வேத மரபும் இருந்தாகவேண்டும் — டி.ஆர்.நாகராஜ்) நான் அதைக் கற்று ஆராய்ந்து முன் செல்லவே விரும்புவேன். மாறாக நான் பெரியாரை ஏற்றால் சங்க இலக்கியத்தை, பதஞ்சலி யோக சூத்திரத்தை, திருக்குறளை, நியாய சூத்திரங்களை எல்லாம் முழுமையாக நிராகரிக்க வேண்டியிருக்கும். வேதங்களை கீதையை, கம்பராமாயணத்தை, பாரதியை, அரவிந்தரை, கொளுத்த வேண்டியிருக்கும். பிறகு எனக்கு மிஞ்சுவது ஐரோப்பிய அறிவொளிக் காலத்தின் தூறல்களான சில அரைத் தத்துவவாதிகள் மட்டுமே. மூளை சூம்பிப் போன ஆசாமிகள் அதை மட்டும் ஏற்றுக்கொண்டு வாழ்வதில் எனக்கு பிரச்சினை இல்லை. அது எனக்கு ஒவ்வாது. என் சவாலே வேறு என்றுதான் சொல்கிறேன். அந்த முரட்டு மட்டையடி தமிழ்க் கலாசாரத்தில் செல்லாக் காசு என நிரூபணமாகிவிட்டது என்றுதான் சொல்கிறேன்.

தமிழகத்தைப் பொறுத்தவரை இங்குள்ள மதம், மொழி அனைத்திலும் சனாதன மரபின் பாதிப்பு அதிகம். தமிழகத்தின் மூல மரபுகள் பல ஒடுக்கப்பட்டுள்ளன. அவற்றை மீட்டெடுப்பதும் நிலைநாட்டுவதும் ஒரு பெரும் கலாசாரப் பணி. அது ஒருபோதும் எதிர்மறையான செயல்

பாடுகள் மூலம் உருவாகாது. தஞ்சை ஆபிரகாம் பண்டிதரும், அயோத்தி தாச பண்டிதரும் (நாராயணகுருவும், நடராஜ குருவும்) ஆற்றிய ஆக்க பூர்வமான பணிகளே, எனக்கு உத்வேகம் ஊட்டுபவைகளாக உள்ளன. கலை இலக்கியங்களைப் புறக்கணிக்கும், கொச்சையாக மதிப்பிட்டு இழிவுபடுத்தும் மனநிலை அப்பணிக்கு நேர் எதிரான ஒன்று. ஏனெனில் கலை இலக்கிய மரபுகளில் இருந்தே நம் சாராம்சமான கலாசார அம்சங்கள், குறிப்பாக தமிழ் கலாசாரக் கூறுகள் கண்டடையப்பட முடியும்.

ஓர் உதாரணம் சொல்லலாம். இப்போது என் முன் கணிப்பொறி அருகே நான் படித்துக் கொண்டிருக்கும் இரு முக்கிய ஆய்வாளர்களின் ஆய்வுகள் உள்ளன. தஞ்சை ஆபிரகாம் பண்டிதரின் 'இசை ஆய்வு' (வட்டப்பாலை குறித்தது) குமரிமைந்தன் 'பண்டைத்தமிழ் கால, நில அமைப்பு' குறித்து எழுதிய ஆய்வு. இரண்டுமே சோதிடத்தை, குறிப் பாக ராசி சக்கரத்தை முக்கியமான கருவியாகப் பயன்படுத்துபவை. பழந்தமிழரின் அறிதல் முறையை ஆய்வு செய்ய மிக முக்கியமான ஒரு தளம் சோதிடம். அது குறித்து இன்னும் நமக்கு முழுக்கத் தெரியாத நிலையில் உடனடி முன்முடிவுகளுக்கு வருவதை பொறுப்பான ஆய்வாளர் தவிர்க்கிறார்கள்.

இன்று சோதிடத்துக்குப் பயன்படுத்தப்படும் ராசி சக்கரம் என்ற அமைப்பு முன்பு தமிழரின் கணித முறையாக இருந்தது என்கிறார் குமரி மைந்தனும், அவரது நண்பரும் ஆய்வாளருமான வெள்ளுவனும். குமரிமைந்தன் ஈ.வெ.ரா மீது பிடிப்புள்ளவர் என்றபோதிலும் தமிழ்நாட்டு சோதிட ஆய்வு முறைகளை மூட நம்பிக்கை என எள்ளி நிராகரிக்கக் கூடாது என்கிறார். தமிழக ஆலயங்களின் சடங்குகளை மாற்றக் கூடாது என்கிறார். பண்டைத் தமிழரின் காலக் கணிதமும், வானியலும் அவற்றில் உறைகின்றன என்பது அவரது கூற்று. ஈ.வெ.ரா உருவாக்கும் மனோபாவம் இந்த மரபான அறிவுகளை முழுக்க துடைப்பத்தால் அள்ளி குப்பையில் போடத்தானே நமக்கு கற்பிக்கிறது?

இன்று நாம் சிந்தனைக்கும், கலாசாரத்துக்கும் எதிரான ஈ.வெ.ராவின் மூர்க்கமான எதிர்மறைப் போக்குகளை தவிர்த்துவிட்டு படைப் பூக்கத்துடன் முன்னகர வேண்டிய அவசியம்தான் உள்ளது.

❖

பதிவுகள்

❖

சுனாமிப் பேரழிவும் பேரழிவு அரசியலும்: அனுபவக் குறிப்புகள்

சுனாமி தாக்கிய இரண்டாவதுநாள் நான் மனம் சரியில்லாத நிலையில் ஒருநாள் முழுக்க அர்த்தமில்லாமல் சுற்றிக்கொண்டு சாப்பிடாமல் இருந்தேன். என்னைச் சந்திக்க வந்து சென்ற கேரள நண்பர்கள் என்ன ஆனார்கள் என்ற ஐயம். அவர்கள் முட்டம் செல்லவில்லை, போலீஸ் தடுத்துவிட்டமையால் நேராக திருவனந்தபுரம் சென்றுவிட்டார்கள், நன்றாக இருக்கிறார்கள் என்ற தகவல் மூன்றுநாட்கள் கழித்துதான் கூப்பிட்டுச் சொன்னார்கள். எனக்கு குழப்பம் ஏற்படுத்தியதை அவர்கள் பதற்றத்தில் மறந்துவிட்டார்கள்.

மூன்றாம்நாள்முதல் அனேகமாக தினமும் நான் பாதிக்கப்பட்ட பகுதிகளுக்கு மீட்பு தொடர்பான பணிகளுக்காகச் சென்றேன். என்ன செய்தேன் என்பதை பதிவுசெய்ய விரும்பவில்லை, எழுதும் வலிமை எனக்கிருப்பதனால் நான் செய்தவை பதிவாகி பல்லாயிரம் பேரின் உழைப்பும் அர்ப்பணிப்பும் பதிவாகாது போய்விடுவது நியாயமல்ல. நான் செய்தது ஒப்பீட்டளவில் மிகக் குறைவும்கூட. பொருட்களை கணக்குவைத்து கொண்டுசேர்ப்பது வண்டிகளின் வழிகாட்டியாக கூடப்போவது போல மிக மேலோட்டமானது .

நான் சென்ற பகுதிகள் தக்கலை வட்டாரத்தைச்சேர்ந்த கடலோரப் பகுதிகள். முட்டம் கடியபட்டினம், அழீக்கல், குளச்சல். அதிகமாக பாதிக்கப்பட்ட பகுதிகளும் இவையே.

நான்செல்லும்போது பிணம் தேடும்வேலைகள் மும்முரமாக நடந்து கொண்டிருந்தன. கத்தோலிக்க சர்ச்சின் பாதிரியார்கள் தலைமையில் மீனவ இளைஞர்களே முதன்மையாக களத்தில் இருந்தார்கள். கூடவே

சீருடை அணிந்த ஆர். எஸ். எஸ். தொண்டர்கள். சேவாபாரதியின் பாட்ஜ் அணிந்த ஆர். எஸ். எஸ். காரர்கள். குளச்சல்பகுதியில் தமிழ்நாடு முஸ்லீம் முன்னேற்றக் கழகத் தொண்டர்கள். அப்போது பார்த்த பிணங்க ளெல்லாம் அதிகமாக சேதமடையாமல் ஈரமாக உயிருடனிருப்பதுபோலத் தான் இருந்தன. இந்த மும்மதக் கூட்டணி மிகுந்த ஒற்றுமையுடன் வேலைசெய்வதைக் கண்டேன். என்னுடன் வந்த அதிகாரி ‘பதினைந்து நாள் இந்த ஒற்றுமை நீடிக்குமா ‘என்று கிண்டலாகக் கேட்டார்.

சேதம் கடற்கரையின் அமைப்பை ஒட்டியது. உதாரணமான மேல முட்டத்தில் அதிக சிக்கல் இல்லை. அது உயரமான இடம். கீழ முட்டம் அலைகளில் அடிவாங்கியது. முட்டம் முதல் குளச்சல் வரையிலான பகுதிகளின் அமைப்பு பொதுவாகவே மனித வாழ்க்கைக்கு உகந்தது அல்ல. கடல். கடற்கரையை ஒட்டி குடியிருப்பு. அதன் பிறகு முந்நூறு வருடம்முன்பு வெட்டப்பட்ட ஏவிஎம் (அனந்த விக்டோரியா மெமோரியல்) கால்வாய். அது முன்பு திருவனந்தபுரத்துக்கு தோணிகளில் நெல் கொண்டுசெல்லும் வழியாக இருந்தது. 100 வருடம் முன்பே தூர்ந்து போய் பெரிய சேற்றுக்குழியாக உள்ளது. அதன் பிறகு கடற்கரையோரச் சாலை. அதன் பிறகு அடர்ந்த தென்னந்தோப்புகள். அதற்குள் தேங்காய் மட்டையை ஊறப்போடும் சதுப்புக் குழிகள்.

சுனாமி கடலோரக்குடியிருப்புகளை மனிதர்களுடன் அள்ளி அப்படியே சுருட்டி சதுப்புக்குழிகளில் செருகிவிட்டது. 700க்கும் அதிகமான சடலங்களை இக்குழிகளிலிருந்தே எடுத்தார்கள்.

நான்காம்நாள்தான் சேற்றிலிருந்து சடலங்கள் எடுக்கப்பட்டன. சடலம் காலில் கயிற்றைக் கட்டி அப்படியே இழுத்து எடுத்து கரையில் கூட்டி போட்டிருப்பதை ஒரு கணம் பார்த்தேன். மனித சடலங்களுக்கு ஒரு மரியாதையை நாம் எப்போதுமே அளிப்போம். இங்கே எதுவுமே இல்லை. தலைமாடு கால்மாடாக தாறுமாறாகக் கிடந்தன. ஆண் பெண் கலந்து. அரை நிர்வாணமாக. ஊதி உப்பி தோல் உரிந்து. குறிப்பாக குண்டான பெண்களின் மேல்தொடைகளும் ஆண்களின் தொப்பை களும் நம்பமுடியாதபடி பெரிதாக ஊதியிருப்பது அசப்புப் பார்வைக்கு துணுக்குறச்செய்வது.

மனம் குமையவைப்பவை குழந்தை உடல்கள். நாம் கொஞ்சி முத்த மிட்டு மகிழ்ந்த குண்டுக்கால் கைகள் குட்டித்தொப்பைகள். அவற்றைப் பார்ப்பது ஒரு தகப்பனின் நரகம்.

மீட்புப் பணியில் மிகத்தீவிரமாக இருந்த பையன்கள் பலர் 20க்குள் வயதுள்ளவர்கள். பல த.மு.மு.க பையன்களை சிறுவர்கள் என்றே சொல்லலாம். கைகளில் பாலிதீன் கவர்களை சுற்றிக்கட்டிக்கொண்டு அழுகிச்சொட்டும் உடல்களை துணிப்பொட்டலங்களில் கம்பில்

தூக்கிச்சென்றார்கள். இம்மாதிரி கடுமையாக வேலைசெய்யும்போது சீக்கிரத்தில் துக்கம் பின்னுக்குப்போய் வேலை ஆட்கொள்கிறது. அவர்கள் சாதாரணமாக இருந்தார்கள்.

இப்பணியில் முனிசிப்பல் தோட்டிகளின் வேலை மகத்தானது. கடுமையாக அர்ப்பணிப்பு உணர்வுடன் அவர்கள் உழைப்பதைக் கண்டேன். ஆனால் அவர்கள் மற்றவர்களைப்போலன்றி எந்தவிதமான பாதுகாப்பு முறைகளும் இல்லாமல் வெறும்கை வெறும் கால்களுடன் வேலைசெய்தார்கள்.

நான் முகாம்களுக்குப் போனபோதுதான் ஆட்கள் வர ஆரம்பித்திருந்தனர். மரணத்தால் பாதிக்கப்பட்டிருந்தவர்கள் ஒரு வகை, அஞ்சி ஓடிவந்தவர்கள் இன்னொரு வகை. இரண்டாம் வகையினர் புகார் செய்து சளசளவென்று பேசிக் கொண்டிருந்தவர்கள். எல்லாரையும் அப்பெண்கள் சரமாரியாகத் திட்டினார்கள்.

அரசு உதவிகள் புதன்கிழமைவரை சொல்லும்படி எங்கும் இல்லை. எங்கள் அதிகாரி (பி எஸ் என் எல்) ஜெகத்சிம்மன்நாயர் முதல்முதலாக கடற்கரைக்குச் சென்ற அதிகாரிகளில் ஒருவர். தைரியமாக கையிருப்புத் தொகையை செலவிடவும் ஆரம்பித்தார். அப்படிப்பட்ட பல அதிகாரிகள் இருந்தார்கள். ஆனால் பெரும்பாலான அதிகாரிகள் அதை ஒரு வகை கூலியற்றவேலை என எண்ணி தவிர்க்கவே முயன்றார்கள், பொறுப்பில்லாமலும் எரிச்சலுடனும் இருந்தார்கள் என்று சொன்னார்கள். குறிப்பாக ரெவினியூ அதிகாரிகள் (கிராமநிர்வாக அதிகாரி) பிணங்களைப் பதிவு செய்ய அவர்கள் ஆதாரங்கள் கேட்டு நிறைய சிக்கல் செய்தார்கள் என்றார்கள். இன்னும் குறிப்பாக பெண் அதிகாரிகள் எந்த விதமான பொறுப்பும் இல்லாமல் இருந்தனர். களத்துக்குப்போன பெண் அதிகாரிகள் அனேகமாக எவருமே இல்லை என்று பலர் சொல்லி கேள்விப்பட்டேன். நான் எவரையுமே பார்க்கவில்லை.

பல அதிகாரிகள் பொறுப்பே இல்லாமல் நிலைமை புரியாமல் இருந்தார்கள். நான் கேட்கவே ஒரு அதிகாரி மீனவ மக்கள் அவரை மதிக்கவில்லை என்று சொல்லிக் கொண்டிருந்தார். அதிகாரிகள் ஊருக்கு வந்தால் ஆட்கள் வந்து மரியாதையுடன் சூழ்ந்து உபசரிப்பது போல எவரும் செய்யவில்லை என்று அவருக்கு மனக்குறை. பிரச்சினை என்னவென்றால் அதிகாரிகள் வேறுவழி இல்லாமல் கடற்கரைக்கு வந்தார்கள். தாழ்ந்தநிலை ஊழியர்கள் வரவில்லை. அதிகாரிகளுக்கு வேலை ஏவிமட்டுமே பழக்கம். பல இடங்களில் இவர்கள் தன்னார்வக் குழு ஆட்களை அதட்டி அதிகாரத்தொனியில் பேசி அவர்களால் அவமானப்படுத்தப்பட்டிருக்கிறார்கள்.

கன்யாகுமரி அருகே ஒரு மருத்துவமுகாமுக்குப் பொறுப்பாக அனுப்பப்பட்டிருந்த எட்டுப்பேர்கொண்ட மருத்துவக்குழு நேராக

அந்த வாகனங்களை எடுத்துக்கொண்டு கன்யாகுமரிக்கு சுற்றுலாபோல சென்றுவிட்டார்கள். ஒரு பெண் டாக்டரும் உண்டு. அமைச்சர் தளவாய் சுந்தரம் அவர்களை தேடிப் பிடித்தபோது கன்யாகுமரியில் மதில் மீது அமர்ந்து பேசி சிரித்துக்கொண்டு இருந்தார்களாம். அமைச்சர் தளவாய் சுந்தரம் சஸ்பெண்ட் செய்தார். இது சுனாமி நடந்த மூன்றாம் நாள் — செவ்வாய் அன்று நடந்தது. எல்லா முகாம்களிலும் அடிபட்டவர்கள் குவிந்து கிடக்கும்போது. இதுதான் சாதாரண அரசு ஊழியர்களின் மனநிலை. அந்த ஊழியர்களை ஒன்றுமே செய்ய முடியாது. இந்த டாக்டர்களை அவர்கள் சார்ந்துள்ள தொழிற்சங்கம் கண்டிப்பாக பாதுகாக்கும். நியாயமான சங்கம் என்றால் அவர்களை அதுவும் சேர்ந்து கண்டிக்கவேண்டும். இந்தியாவில் அப்படி இதுவரை நடந்ததே இல்லை.

வருவாய் துறையில் ஊழியர்போதவில்லை. வேறு அரசுத் துறை ஊழியர்களை கட்டாயப்படுத்தி நிவாரண நடவடிக்கைகளில் ஈடுபடுத்தக் கூடாது என்று எதிர்ப்புதெரிவிக்கப்பட்டது என்று தெரியவந்தது.

அரசு தரப்பிலிருந்து மிகப்பெரிய தவறு பஸ்களை நிறுத்தியது. சுனாமி அடித்த ஞாயிற்றுக்கிழமை ஏராளமான மக்கள் டிக்கெட் எடுக்காமல் பஸ்களில் ஏறி தப்பி ஓடினார்கள். அவர்கள் வழக்கப்படி ஆத்திரத்தில் சில பஸ்கள் மேல் தாக்கியதாகவும் சொன்னார்கள். உடனே நேசமணி போக்கு வரத்து நிர்வாகம் எல்லா கடலோர பஸ்களையும் ரத்துசெய்துவிட்டது. செவ்வாய் கிழமைவரை எதுவும் ஓடவில்லை. அது உருவாக்கிய சிக்கல் சாதாரணமல்ல. ஆட்கள் வெளியேறுவது மிகமிக கஷ்டமாகப்போயிற்று. எல்லா வண்டிகளையும் ஆட்கள் கைகாட்டி கெஞ்சிக் கொண்டிருந் தார்கள். இம்முடிவை யார் எடுத்தது என்று தெரியவில்லை.

வியாழன், வெள்ளிக்கிழமையன்று சேற்றிலிருந்து மட்கிய சடலங் களை எடுத்தார்கள். கிழிந்த உடல்கள். கடுமையான நாற்றம். அப்போது பொக்லைன் இயந்திரங்கள் வந்து ஏவிஎம் கனாலை அள்ள ஆரம்பித்தனர். இன்னமும் அள்ளிக் கொண்டிருக்கிறார்கள். ஒரே சேற்று மலை. அந்த கனாலுக்குள் ஏராளமான வீட்டுச்சாமான்கள். எவர்சில்வர் அண்டாக்கள் நிறைய. அப்பகுதி மக்களுக்கு குடிநீர் பிரச்சினை உண்டு. வீட்டுக்குள் தண்ணீர் பிடித்துவைக்கும் பாத்திரங்கள் அவை. அவை சப்பிக் கிடப்பதைப்பார்த்தால் அலையின் வேகம் தெரியும். இப்போது கூட பல பீரோக்கள் அதில் கிடக்கின்றன.

வீடுகள் போரில் குண்டுபோட்டதுபோல இடிந்து கிடக்கின்றன. படகுத்துண்டுகள் இரு கி.மீ.தூரம்கூடதாண்டிவந்து கிடக்கின்றன. கான்கிரீட் கூரைகளும் சுவர்களும் உடைத்து வீசப்பட்டுள்ளன.

ஞாயிற்றுக்கிழமை மதுரையிலிருந்து நண்பர் சண்முகசுந்தரம் பொருட்களுடன் வந்தார். அவற்றை ஒப்படைத்தோம். அப்பகுதி

களுக்குப் போனபோது வீடு உடையாதவர்கள் மீண்டுவந்திருப்பதைக் கண்டோம். ஏவிஎம் கனால் தூர்வாரப்பட்டு முடியவில்லை. ஆனாலும் பிணம் அழுகிய நாற்றம் கடுமையாக அங்கே உள்ளது.

இச்சம்பவத்தில் மனதைப்பாதித்தவை தமிழக அரசியல் சமூகச் சீரழிவுகள் வெளிப்பட்ட விதம். முக்கியமாக இரு திராவிடக்கட்சிகளும் நடந்துகொண்ட முறை.

அரசு இயந்திரம் வழக்கம்போல மிகமிக மெத்தனமாகவே இருந்தது. அதை இயங்கச்செய்ய அரசியல்வாதிகள் நேரடியாக களத்தில் இறங்க வேண்டும். பாண்டிச்சேரியில் முதல்வர் ரங்கசாமி வேட்டியை மடித்துக் கட்டிக்கொண்டு களத்தில் இருந்தார். கேரளத்தில் உம்மன்சாண்டி முழுநேரமும் கடற்கரையில் தனியாக அலைந்தார். அப்படி திடீர் விசிட் இருந்தால் அதிகாரிகள் அஞ்சுவார்கள். வேலை செய்வார்கள். ஒழுங்காக வேலைசெய்யாத ஆலப்புழை கலெக்டரை ஸ்தலத்திலேயே சஸ்பெண்ட் செய்தார் உம்மன் சாண்டி. கேரளத்திலும் பாண்டிச் சேரியிலும் வேலைகள் சிறப்பாக நடந்தன.

தமிழ்நாட்டில் ஜெயலலிதா அரசிபோல ரதகஜ துரக பதாதிகளுடன் இறங்கி முன்னரே வகுக்கப்பட்ட பாதையில் தேர்ந்தெடுக்கப்பட்ட சிலரைக் கண்டு பேசி வாக்குறுதி வழங்கிவிட்டு அரண்மனைக்கு மீண்டார். நாகர்கோவிலில் அவர் வருவதற்காக அசிசி வளாகத்தில் செயற்கையாக மருத்துவமுகாம்களை உருவாக்கி அவர் போனதுமே கலைத்துவிட்டார்கள் என்று பிஷப் லியோன் தர்மராஜ் வெளிப் படையாகவே டிவியில் குற்றம்சாட்டினார். அமைச்சர் தளவாய்சுந்தரம், எம்பி பெல்லார்மின் ஆகியோர் மிகவும் அர்ப்பணிப்புடன் இருந்ததாகச் சொன்னார்கள். நான் இருமுறை அவர்களை பாதிக்கப்பட்ட இடங்களில் பார்த்தேன்.

சன் டிவி மீண்டும் மீண்டும் ஒருவாரமாக அரசு செயலிழந்துவிட்டது என்று சொல்லிக்கொண்டே இருக்கிறது. எளிமையான கேள்வி சன் டிவி நாளெல்லாம் காட்டும் மத்திய அமைச்சர்கள் 'பார்வையிட்டதை' 'தவிர இதுவரை செய்தது என்ன என்பது. இன்னும்கூட உரியமுறையில் மத்திய அரசு உதவிகளை அறிவிக்கவில்லை. முறையாக 'இது தேசியப் பேரழிவு' என்ற அறிவிப்பும் அதற்கான நிதியும் வரவில்லை.

இந்த விஷயத்தில் சன் டிவியின் நோக்கமே இதை அதிமுகவுக்கு எதிராக திருப்புவது மட்டும்தானா என்ற எண்ணம் ஏற்படுகிறது. விளம் பரங்களை செய்திகள் நடுவே அள்ளித் திணிப்பது புத்தாண்டு கொண்டாட்ட நிகழ்ச்சிகள் என சன் டிவி அப்படியே சுனாமியைக் கொண்டாடுகிறது. இது சுனாமி வாரம் என்று ஒரு நண்பர் சொன்னார்.

இந்த விஷயத்தில் மனதை மிக மிக பாதித்த விஷயம் மீட்புக்கு உடனே களமிறங்கியவர்கள் மூன்றுமத அமைப்புகளைச் சேர்ந்தவர்கள் என்பது. சாதாரண மாநாட்டுக்குக் கூட நான்குலட்சம் பேரைக்கூட்டும் திமுக ஏன் சில நூறு தொண்டர்களைக் கூட அனுப்ப முடியவில்லை? மதிமுகவின் களநடைபோடும் சீருடைத் தொண்டர்கள் எங்கே? எந்த அரசியல் கட்சியும் வியாழன்வரை என் கண்ணுக்குப் படவில்லை. ரஜினி ரசிகர்கள், விஜயகாந்த் ரசிகர்கள், அஜித் விஜய் ரசிகர்கள் எவரும் இல்லை. தமிழ்நாடு முழுக்க இதுதான் நிலைமை என்றுதான் என் நண்பர்கள் அனைவருமே சொன்னார்கள். செய்தித்தாள்களும் ஜூனியர் விகடன் போன்ற இதழ்களும் அதையே பதிவுசெய்தன. இப்போது நிறைய வாசகர் கடிதங்களும் இதை குறிப்பிடுகின்றன . மாறாக அமிர்தானந்தமயி, ஜக்கி வாசுதேவ், ரவிசங்கர் தொண்டர்கள் களத்தில் இருந்தார்கள். ஏன் அரசியலால் மக்களை தூண்ட முடியவில்லை? ஏன் மதம் அதை செய்ய முடிகிறது?

சன் டிவி தமிழக அரசை குறை சொன்னதே, திமுக தலைவர்கள் தங்கள் தொண்டர்கள் ஒருலட்சம் பேருடன் களமிறங்கியிருந்தால் அது எவ்வளவு பெரிய இமேஜை உருவாக்கியிருக்கும்! கோடிக்கணக்கான ரூபாய் செலவில் நடத்தும் நூறு மாநாடுகளுக்கு அது சமம் அல்லவா? வை. கோபால்சாமி செய்திருக்கலாமே? அவருக்கு சீருடைப்படை உண்டே? அடுத்த தேர்தலுக்குக் கூட அது பெரிய உதவியாக இருக்குமே. ஏன் செய்யவில்லை? சன் டிவி தொண்டு நிறுவனங்கள் களத்தில் உள்ளன என்று பொதுவாக சொல்லியபடியே இருந்தது. அவை யெல்லாம் மத நிறுவனங்கள் என்று சொல்லவில்லை.

இடதுசாரி அமைப்புகள் மிக மிகப் பிந்தி நிதிவசூல் என்ற அளவில் பணிகளை செய்ய ஆரம்பித்துள்ளன. அவை முக்கியமே. இடதுசாரிகள் அதை ஓரளவு செய்யவும் முடியும். அவர்களைச் சொல்லிக் குற்ற மில்லை. இடதுசாரி கட்சிகளின் அடிப்படைக் கட்டுமானம் தொழிற் சங்கம் சார்ந்தது. தொழிற்சங்க ஈடுபாடு உடையவன் என்ற முறையில் அரசு ஊழியர்கள் போன்றவர்களை 'motivate' செய்ய இயலாது என நான் உறுதியாக அறிவேன். தலைவர்கள் ஆத்மார்த்தமாக செயல்படு வார்கள் அவ்வளவுதான், டி.மணி பெல்லார்மின் போல. தொழிற் சங்கங்கள் அவற்றில் உள்ள வெள்ளைக்காலர் மனிதர்களை பிணம் தூக்கச் சொல்ல முடியாது.

நான் கண்டது இருக்கட்டும். சுனாமி தாக்கிய சிலநாட்களில் வந்த செய்திகளை மட்டுமே ஆதாரமாகக் கொண்டு பார்க்கலாம். கத்தோலிக்கர்களை தவிர்த்தால் ஆர்.எஸ்.எஸ், முஸ்லீம் முன்னேற்றக் கழகம் ஆகியவை முக்கியமாக களத்தில் இருந்தன. அவர்கள்தான் உயிரைப் பணயம்வைத்து பிணம் தூக்கியவர்கள். அது தினத்தந்தி,

தினமலர், இந்து போன்ற நாளிதழ்களில் பதிவாகியுள்ளது. பெரும் பாலான பொதுவான புகைப்படங்களிலேயே சீருடை அணிந்த ஆர். எஸ். எஸ்காரர்களையும் தொப்பி அணிந்த த.மு.மு.க காரர்களையும் காணலாம். (எங்குமே முதல் மூன்று நான்கு நாள் தௌஹீத் பேரவையைக் காணவில்லை. அதாவது அவர்களது பிரிவினைக்குப் பின் தொண்டர்கள் த.மு.முகவிடமே உள்ளனர். அவ்வமைப்பில் பிளவு என்பது ஊடக உருவாக்கமே.)

ஆனால் சிலநாட்களில் செய்திகள் வடிகட்டப்பட ஆரம்பித்தன. ஆர். எஸ். எஸ், த.மு.மு.க பெயர்கள் முற்றாக தவிர்க்கப்பட்டது. தொண்டு நிறுவனங்கள் என்றே எல்லாரும் பொதுவாகச் சொன்னார்கள். நகரப் பக்கத்தில் உள்ளூர் நிருபர் தற்செயலாக இவர்களைப்பற்றி ரிப்போர்ட் செய்கிறார். முக்கிய பக்கங்களில் அதன் ஆசிரியர்கள் வெட்டி விடுகிறார்கள். (இப்போதும் சேவாபாரதி களத்தில் முகாம்களுடன் தீவிரமாக உள்ளது.)

காரணம் நம் இதழ்களின் ஆசிரியப்பொறுப்பில் இடதுசாரிகள் அதிகம்பேர் இருப்பதே. உதாரணமாக வியாழனன்று நான் குளச்சலில் இருந்து அலுவலகம் போனேன். சங்கு என்ற இதழ் வந்திருந்தது. அதன் அட்டையில் ஞாநியின் ஒரு மேற்கோள். எந்த மத அமைப்பும் எவருக்கும் எந்த நன்மையும் செய்ய முடியாது என்று அவருக்கு மகா உறுதி இருப்பதாக சொல்லியிருந்தார். நான் கோபத்துடன் சிரித்து விட்டேன். இவர் தினமணி ஆசிரியராக இருந்தால் இப்போதுள்ள செய்திகள் எப்படி வடிகட்டப்பட்டிருக்கும் திரிக்கப்பட்டிருக்கும் என ஊகிக்கலாம். தகவல்களை இவர்கள் விரும்பியபடி செய்திகளாகச் சமைப்பார்கள், அவ்வளவுதான்.

இந்த அனுபவம் எனக்குக் காட்டியது ஒன்றையே. நாம் வாசிக்கும் செய்தி கள உண்மைகளுக்கு தொடர்பே இல்லாத சிலரால் மேஜைமீது வைத்து அவர்களின் நோக்கங்களுக்கு ஏற்ப உருவாக்கப்படுவது. இந்தக் கடலோர மக்களுக்கு இன்று கத்தோலிக்கச் சர்ச் அப்பாவின் இடத்தில் இருக்கிறது. அரசியல்வாதிகளை — அவர்கள் முற்போக்கினராக இருந்தாலும் – அவர்கள் நம்பியிருந்தால் நடுத்தெருதான்.

ஞாநி அவரது இந்த மெய்ஞானத்தை எப்படி அடைந்தார்? ஒரு மூத்த சிந்தனையாளன் தன் பத்துவரியை அப்படியே பிரசுரிக்கமுடியாத ஊடகச் சூழல் இங்கு உள்ளது. (பார்க்க காலச்சுவடு) அது இதுபோன்ற மேஜை ஞானிகளால் கட்டுப்படுத்தப்படுகிறது. மிக மிக அபாயகரமானது இது.

இம்மாதிரி விஷயங்களை இணையத்தில் ஓயாது வாய்ச்சண்டை போடும் நமது முற்போக்காளர் எப்படிப் பார்ப்பார்கள் என்ன சொல் வார்கள் என்று தெரியும். ஆனாலும் இதைச் சொல்லியாக வேண்டியிருக்கிறது.

நம் அரசியல்வாதிகள் களத்துக்கு வருவதை இருமுறை கண்டேன். ஏராளமான கார்கள் சூழ மன்னர்கள் போல வந்து இறங்கி சிலரிடம் மிக தோரணையான விசாரணையை செய்கிறார்கள். கூடவே டிவி குழு. மொத்தமே கட்சிக்காரர்கள் ஏற்பாடு செய்யும் நாடகம். அமைச்சர் ஒருவர் வருவதற்கு முன் அதற்கேற்ப ஆட்களைத் தயார் செய்வதை, கூட்டம் கூடி நிற்பதை நானே கண்டேன். இதில் சோகம் என்ன வென்றால் வருகிற ஒவ்வொருவரும் கலெக்டர் வலதுபக்கமும் எஸ்பி இடதுபக்கமும் நிற்க வேண்டும் என்றும் இல்லாவிட்டால் முக்கியத்துவம் போய்விடும் என்றும் நினைக்கிறார்கள். மக்கள் மத்தியில் வைத்து கலெக்டரிடம் சில கேள்விகள் கேட்டு சில கட்டளைகள் போட்டுவிட்டு அப்படியே போவார்கள். திமுக மந்திரிகள் ஒருபடிமேலேபோய் அதிகாரிகளை மக்கள்முன்வைத்து திட்டி வசைபாடினார்கள். அதை டிவியில் காட்டினார்கள்.

ஆனால் நம் நிர்வாக முறையில் கலெக்டர் என்பவர் மிக முக்கியமான அதிகாரி. எல்லா ஃபைலும் அவரால்தான் கையெழுத்து போடப்பட வேண்டும். அவர் இல்லாமல் வேலைகள் அப்படியே நிற்கும். ஒரு வி.ஐ.பி வந்து போனால் உடனே அடுத்த விஐபி வந்தார். கலெக்டர் இப்படி மாட்டிக் கொள்வதைப்பற்றி பலரும் திட்டி வருத்தப் பட்டார்கள். ரெவினியூ அதிகாரிகள் பிணங்களை பதிவுசெய்ய என்ன அடையாளம் கேட்க வேண்டும் என்று குழப்பம். அதை கலெக்டர் கூடிப்பேசி உத்தரவாக இறக்க வேண்டும். கலெக்டர் வி.ஐ.பிக்களை உபசரித்தபடி அலைந்தார். மூன்றாம்நாள்தான் உத்தரவு போடப் பட்டதாக சொன்னார் ஒருவர். மீட்புப்பணிக்கு எட்டு வேன் நிற்க மந்திரி கூட பந்தாவுக்கு எண்பது வேன் போயிற்று. போலீஸ், ரெவினியூ அதிகாரிகள் என்று நிர்வாகமே அரசியல்வாதிகளுக்கு காவல் நின்றது. அரசு செயலிழந்ததற்கு பாதி காரணம் இதுதான். இங்கே திமுக, அதிமுக இரண்டுமே ஆளும் கட்சி. இதுதான் சிக்கலே. மீட்புப்பணி செய்த பலர் கெட்டவார்த்தை சொல்லி திட்டியதைக் கேட்டேன்.

நிவாரணப்பணி என்பது கூட நம் மக்களின் அற்பத்தனத்தைக் காட்டு வதாக இருந்தது. இதையும் பதிவுசெய்தாக வேண்டும். சம்பவம் நடந்த மறுநாளே ஆட்கள் வீடுவீடாகப்போய் பழைய துணிகள் வசூல் செய்தார்கள். வீட்டுப்பெண்கள் பாத்திரக்காரன்கூட எடுக்காத துணி களையே அதிகமும் போட்டிருக்கிறார்கள். கிழிசல்கள் அழுக்குக் கந்தைகள். வாங்கியவர்கள் எடுத்துச் சொல்லியிருக்கவேண்டும். அல்லது அவற்றை தரம் பிரித்து மடித்திருக்க வேண்டும். எல்லா வற்றையும் சேர்த்து கட்டிக் கொண்டுபோய் முகாம்களில் தள்ளி விட்டார்கள். சிலசமயம் மாவு அல்லது உரம் வைத்த சாக்குகளில் கட்டி. அவற்றை சீந்த ஆளில்லை. சிலநாட்களிலேயே தமிழகம் முழுக்க

இருந்து கந்தல்கள் கடற்கரைப்பக்கமாக குவிந்துவிட்டன. எஸ்.எல்.பி பள்ளியில் ரெட் கிராஸ் முகாமில் மலைமலையாக இந்தக் குப்பைகள்.

இவற்றை என்னசெய்வதென்பது பெரிய சிக்கல். சண்முக சுந்தரம் நான் சொன்னபோது நம்ப மறுத்தார். கூட்டிச்சென்று காட்டினேன். கிழிந்த கந்தல்கள்தான் பெரும்பகுதி. 'என்ன சார் இப்படி செய்திருக்கிறார்கள்' என்று புலம்பிக்கொண்டே இருந்தார். இன்று ஒரு வேட்டி 30 ரூபாய். ஒரு சட்டை 60 ரூபாய். பிச்சைக்காரன்கூட கந்தலை வாங்கமாட்டான். அவை இன்று மறுசுழற்சிக்காகவே வாங்கப்படுகின்றன. எல்லாருக்கும் இது தெரியும். இருந்தும் போடுகிறார்கள். மீனவர்கள் மிகவும் தன்மானம் உள்ளவர்கள். அவர்கள் இவை தங்களை அவமானப் படுத்துவதாகவே நினைக்கிறார்கள். நாம் ஒருவருக்கு ஒன்றை அளிக்கையில் அது அவர் மீதான மதிப்பை இம்மிகூட குறைக்காமல் இருப்பதே நல்லது. பழைய துணிகள் அப்படி அல்ல.

கடைசியில் முகாம் ஆட்கள் சொல்லி தினமலரில் பெரிய செய்தியை போட்டார்கள். பழையதுணியை கொடுக்காதீர்கள் அவை சூழல் பிரச்சினையாக உள்ளன என்று. ஆனால் ஞாயிற்றுக்கிழமைகூட (3-1-05) ஒரு லாரி கந்தல்துணிகள் வந்து இறக்க ஆளில்லாமல் எஸ்.எல். பிபள்ளியின் – ரெட்கிராஸ் வாசலில் நிற்பதைக் கண்டேன்.

அதேபோல சாப்பாடு. முகாம்களுக்கு உதவ விரும்புபவர்கள் முகாமுக்கு போய் அல்லது ஃபோன் செய்து அவர்களுக்கு என்ன தேவை என்று விசாரித்து அதைக் கொடுக்கவேண்டும். இங்கே போர்வைகள் பாய்கள் தேவைப்பட்டன. ஒருகட்டத்தில் பல்பொடி பிரஷ் கூட தேவைப்பட்டது என்று முகாமிலிருந்த நீலகண்டன் அரவிந்தன் சொன்னார். (அமுல் நிறுவனம் பதப்படுத்திய பால் சில லாரிகள் அனுப்பியிருந்ததைப் பார்த்தேன். அதுமிக உதவிகரமானது). ஆனால் பல ஆட்கள் இஷ்டத்துக்கு எதையாவது சமைத்து எங்காவது கொண்டுபோய் கொடுத்தார்கள். ஒரு முகாமில் எல்லாரும் சாப்பிட்ட பிறகு புளிசாதப் பொட்டலம் கொண்டுவருவது அபத்தம். அவை வீணாக குவிந்து கிடக்கும். குளச்சல் முகாமில் அப்படி வீணான சோறு நிறைய கிடந்தது. ஒருவரிடம் கேட்டேன், அவர்களுக்கு வேண்டியதைக் கேட்டு அதைக் கொடுக்கலாமே என்று. இல்லை அன்னதானம் செய்தால்தான் புண்ணியம். அவர்கள் சாப்பிட்டுவிட்டு வாழ்த்துவதை நாம் காதால் கேட்கவேண்டும் என்றார். மதத்தின் இன்னொரு முகம் இது.

பாதிக்கப்பட்ட மக்கள் ஒருவகை குழப்ப மனநிலையில் இருக்கிறார்கள். உட்காரவைத்து ஓசிச்சோறு போடுவது அவர்களுக்கு கஷ்டமாக உள்ளது. வள்ளமும் வலையும் கொடுங்கள் நாங்களே மீன்பிடித்துக் கொள்கிறோம் என்கிறார்கள். அது அவ்வளவு எளிதல்ல என்றும் புரிவது இல்லை. இதை மோசமாக ஆக்கியது சன் டிவியின் பிரசாரம்.

அரசு செயலிழந்துவிட்டது என்று கேட்டுக் கேட்டு மக்கள் மூன்றாம் நாளே எங்கே வீடுகட்டிக் கொடுக்கவில்லை என்று கலாட்டா செய்தார்களாம். பெரும்பாலானவர்களுக்கு முற்றிய குடிப்பழக்கம். மன அழுத்தம் வேறு. ஆகவே குடிக்காமல் தூங்க முடியவில்லை. ஆனால் காசு இல்லை. காசுகொடு, துணிவேண்டாம் என்று பலர் கலாட்டா செய்தார்களாம். குடித்தால் உடனே சண்டை, அடிதடி. கலெக்டர் 31-12-04 அன்று கடலோர பார்களை எல்லாம் மூடிவிட உத்தரவிட்டிருக்கிறார்.

பொதுவாக சேவை என்பது எவ்வளவு சிரமம் என்பதும் தெரிந்தது. பாதிக்கப்பட்ட மக்களுக்கு எப்போதுமே அதிருப்தி கோபம். நன்றி என்றெல்லாம் எதிர்பார்ப்புக்கள் உள்ளவர்களுக்கு மனச்சோர்வு. பலர் அப்படி என்னிடம் சொன்னார்கள்.

நாகர்கோவில் தனியார் டாக்டர்களில் தொழிலை விட்டுவிட்டு வந்து உதவியவர்கள் மிக மிகக் குறைவு என்று சொன்னார்கள். முதல் திங்கள்கிழமை குளச்சல் ஆஸ்பத்திரியில் மிகச்சில மருத்துவப்பணி யாளர்களே இருந்தார்கள். செவ்வாய்க்கிழமை திருவனந்தபுரம் மருத்துவக்கல்லூரி, கொல்லம் அமிர்தா மிஷன் டாக்டர்கள் நிறைய வந்திருந்தார்கள்.

இங்கே போஸ்டர் புயல் ஆரம்பித்துவிட்டது. தமிழனின் சுரணையின் மையின் தடையம். கேரள ஆட்கள் காறித்துப்புகிறார்கள். வைரமுத்து தன் ஆபாசக்கவிதை மூலம் ஆரம்பித்துவைத்தது. 'கடலே உனக்கு இதயம் இல்லையா 'சுனாமியே நீ மரணத்தின் பினாமி ' என்றெல்லாம் இஷ்டத்துக்கு அச்சடித்து தங்கள் பேரைப்போட்டு ஒட்டிக் கொண்டே இருக்கிறார்கள். மதுரையில் பலகோடி ரூபாய் இதில் செலவிடப் பட்டிருக்கும் என்றார் நண்பர். தமிழகமெங்கும் இதுதான். இதில் போர் வேறு. 'கடல்கொண்ட கிறித்தவ பரவர் மக்களுக்கு அஞ்சலி – கிறித்தவ பரவர் மக்கள் கூட்டுறவு சங்கம்' 'என்று ஒரு போஸ்டர். அருகே 'கடல் கொண்ட உயிர்களுக்கு அஞ்சலி' என்று கோட்டார் திமுகவின் போஸ்டர்.

மாதா அமிர்தானந்தமயி 100 கோடி ரூபாய் அளவில் மறுநிர்மாண பணிகள் செய்யப்போவதாக செய்தி. 500 குடும்பங்களை ராமகிருஷ்ண மடம் தத்தெடுக்கும் என்றும் செய்தி. அரசு வேலைகளைவிட இவை சிறப்பாக அமையும் என்பதை நான் பலமுறை கண்டிருக்கிறேன். இவற்றில் ஒரு 'புரஃபஷனல்' தன்மை இருக்கும். அரசு அமைக்குள் இருப்பவன் என்ற முறையில் அதிகாரிகளை நம்பிச்செய்யப்படும் எந்த வேலையும் உருப்படாது என்பதே என் அனுமானம். நினைத்தாலும் செய்யமுடியாது. மேலும் அமிர்தானந்தமயி அவரே ஒரு மீனவர் என்றமுறையில் மேலும் அக்கறை காட்டலாம். கேரளத்தில் இடிந்த

எல்லா வீடுகளையும் அவர்களே கட்டப்போவதாக செய்தி. நல்ல விஷயம். சத்ய சாயிபாபா நிறுவனம், ஜக்கி வாசுதேவ் ஆசிரமம் போன்ற அமைப்புகளே இங்கும் முக்கியபணிகளைச் செய்யப் போகின்றன. அவர்களால் முடியும். காரணம் அவர்களின் மத அடிப்படை. மதம் பல்லாயிரம் வருட ஆழம் கொண்டது. அதன் பாவ புண்ணிய உருவகங்கள் மனித மனதில் ஆழமாக வேரூன்றியவை. அமிர்தா கேட்டார் என்று எனக்குத்தெரிந்த ஒரு பேராசிரியர் ஒரு லட்சம் நன்கொடை கொடுத்தார், பெயரை வெளியே சொல்லவும் இல்லை. எந்த அரசியல் தலைவர் வந்து சொன்னாலும், காந்தியே சொன்னாலும் அவர் கொடுக்கமாட்டார் என்று நான் அறிவேன்.

'இது ஏசு கொடுத்த தண்டனை, மனம் திரும்பி பெந்தேகொஸ்தே சபைக்கு வாருங்கள்' என்று சொல்லி துண்டுப்பிரசுரம் அளித்தார்கள் சிலர். நான் பிளீச்சிங் பௌடர் லாரியில் மூச்சுத்திணறி போய்க் கொண்டிருந்தபோது கைகாட்டி வண்டியை நிறுத்தி கொடுத்தார்கள். அலை அடித்த மறுநாளே சுடச்சுட அச்சடித்திருக்கிறார்கள். அவர்கள் சேவை ஏதும் செய்யமாட்டார்கள். தங்களுக்கே கூட நோய்வந்தால் மருந்தும் சாப்பிடமாட்டார்கள். எல்லாம் ஏசுவின் சித்தம் என்பவர்கள்.

இதேபோன்ற நிறைய மதப்பிரசார பிரசுரங்கள் கையில் கிடைத்தன. இணையத்தில்கூட ஒரு முஸ்லீம் அப்படி எழுதியிருப்பதாக மெயில் மூலம் கேள்விப்பட்டேன்.

பார்வதிபுரம் அக்ரஹாரத்தைச் சேர்ந்த ஒருவருடன் பஸ்ஸில் பேசினேன். 'என்னிக்கு பெரியவாளை கைது செய்தாங்களோ அன்னிக்கே இதெல்லாம் நடக்கும்னு ஆயிடுத்து. நடக்கக் கூடாதுண்ணு அப்டி பிராத்தனை பண்ணேன். நடந்துடுத்து. என்ன சொல்றது போங்கோ' என்றார். 'இந்தோனேசியா இலங்கையெல்லாம் என்ன தப்பு செஞ்சாங்க?' என்றேன். ' பெரியவா லோககுருவாக்கும். நல்லவேளை ஆசியாவோட அடி நின்னுடுத்து' என்றார். நக்கல் செய்கிறாரா என்று கண்ணையே பார்த்தேன். நம்பித்தான் சொல்கிறார். மதம் உருவாக்கும் மூடத்தனம்! ஆனால் இந்த மனநிலைதான் அமிர்தானந்தமயி கேட்டதும் நூறுகோடி ரூபாயைக் குவிக்கவும் வைக்கிறது. இதை புரிந்துகொள்வது எளிய வாய்ப்பாடுகளுக்குள் அடங்கும் செயல் அல்ல.

இன்று *(4-1-05)* அன்று பரவிய வதந்தி. ஆர்.எஸ்.எஸ். காரர்கள் ஏதோ வெடிகுண்டு காம்புக்குத்தான் கடற்கரைக்கு வந்தார்கள், அலைகளில் 80 ஆர்.எஸ்.எஸ். காரர்கள் செத்துப்போய்விட்டார்கள், அவர்களின் பிணங்களைமட்டுமே ஆர்.எஸ்.எஸ். காரர்கள் தூக்கினார்கள், அந்தப் படங்கள்தான் பத்திரிகைகளில் வந்தது என்று. ஏறத்தாழ எல்லா கிறிஸ்தவர்களும் இதை மிகவேகமாக நம்பி படுவேகமாகப்

பரப்பினார்கள். நிதானமாக சிந்திப்பவரான வேத சகாய குமாரே என்னிடம் ஃபோன் செய்து ஆணித்தரமாக இது உறுதியான செய்தி என்றார். அப்படி ஏகப்பட்ட பிணங்களை செய்தியாளர்களுக்கே தெரியாமல் மறைக்க முடியுமா என்றுகூட யோசிக்கவில்லை. வருத்தமாக இருந்தது.

இதேபோல த.மு.மு.க.வினர் முஸ்லிம் பிணங்களை மட்டுமே தூக்கினார்கள் என்று ஏராளமான வதந்திகள். இதற்கு நான் கண்ணால் கண்டதே எதிரான சாட்சி. அவர்கள் கிறித்தவ பிணங்களையே அதிகமும் சுமந்தனர். சர்ச்சுகளுக்குள் கூட கொண்டுசென்றனர்.

ஆர்.எஸ்.எஸ், த.மு.மு.க. போன்ற அமைப்பினரின் அமைப்பின் உலகப் பார்வை எனக்கு ஏற்புடையதல்ல. இருந்தும் இதை பதிவுசெய்தாக வேண்டியுள்ளது. இவ்வமைப்புகளின் கொள்கைகளைப்பற்றிய விவாதமோ எதிர்ப்போ உருவாக்கப்படுவதற்குப் பதிலாக அவற்றை பேய் பிசாசு என்று பிரசாரம் செய்யும் போக்கு உருவாக்கப்படுகிறது. குறிப்பாக கிறிஸ்தவ அடிப்படைவாதிகள். அதற்கு இம்மாதிரி தருணங்களில் சிக்கல் வருகிறது. அதை இப்படி எதிர்கொள்கிறார்கள். இதை ஒரு பொது நியாய உணர்வில் சுட்டிக்காட்டுபவர்கள்கூட மதவெறியர்களாக சுட்டிக்காட்டப்படுவார்கள் என்று எனக்கும் தெரியும்.

ஆர்.வெங்கடேஷ் என்பவர் 'அன்புடன்' என்ற பத்தியில் எழுதியிருந்த குறிப்பு பலரை வருத்தம் கொள்ளச்செய்திருந்தது. எனக்கும் சிலர் அதை எடுத்து அனுப்பி அப்படி வருந்தி எழுதினார்கள். அது இயல்பான நடுத்தரவர்க்க மனப்பதிவுதான் என்றே நான் நினைக்கிறேன். அவர்கள் தங்கள் குடும்பவட்டத்துக்கு வெளியே சிந்திப்பதேயில்லை. சென்னையில் உள்ள பலர் ஃபோனில் இதேபோல பேசியதைக் கேட்டேன். ' நல்ல வேளை எங்க வீட்டுப்பக்கம் இல்லை ' என்று சொல்லாதவர்கள் குறைவு. எது 'நல்ல வேளை'?

நான் பிராமணவிரோதி இல்லை என்பதை சொல்லவேண்டியதில்லை. உண்மையான மனப்பதிவைச் சொல்கிறேன். பிராமணர்கள் பெரும் பாலும் இப்படித்தான் இருக்கிறார்கள். சேவைக்காக ஒரு பிராமணராவது நேரடியாகக் களமிறங்கினார் என்று இன்றுவரை நான் காணவோ கேட்கவோ இல்லை. பல நூற்றாண்டுகளாக தனித்து வாழ்ந்த அக்ரஹார வாழ்க்கை அவர்களுக்கு உருவாக்கியிருக்கும் மன அமைப்பு அது. அதைத் தாண்டியவர்கள் மிக மிகக் குறைவே. இயல்பான சாதிசமூக மனதைத் தாண்டுவது மிகவும் சிரமம்.

இந்த அழிவிலும் சி.எஸ்.ஐ. (சர்ச் ஆஃப் சவுத் இண்டியா. குமரி மாவட்டத்தில் அது நாடார்களின் சபை) பரதவர்களினாலான கத்தோலிக்க சபையுடன் ஒரு உரசல் போக்கையே மேற்கொண்டது என்ற தகவல்கள் பல கிடைத்தன. சி.எஸ்.ஐ காரர்களே கோபமாகச் சொன்னார்கள். நெய்யூர்

ஆஸ்பத்திரி டாக்டர் ஆம்புலன்ஸ்களை விட டிரைவர் இல்லை என்று சாக்கு சொன்னாராம். பல கடலோர சி.எஸ்.ஐ சர்ச்சுகளை மூடி விட்டார்கள் என்று தகவல்.

என் குடியிருப்புப் பகுதியில் கிறிஸ்துமஸ் புத்தாண்டுக்காக போட்ட வண்ணமய அலங்காரங்களை கத்தோலிக்கர்கள் எடுத்துவிட்டார்கள். சி எஸ்.ஐ காரர்கள் எடுக்கவில்லை. புத்தாண்டு கொண்டாட்டமும் நடந்தது. நள்ளிரவில் வெடியொலிகளைக் கேட்டேன்.

பல சி.எஸ்.ஐ கிறித்தவர்கள் இது கடவுள் கொடுத்த தண்டனை என்று சொல்வதையும் மீனவர்கள் திமிராக நல்ல உணவும் புத்தாடையும் கேட்கிறார்கள் என்று கிண்டல் செய்வதையும் கேட்டேன். இப்பேச்சு இப்போது வலுவாக உள்ளது. நாங்கள் ஞாயிற்றுக்கிழமை *(3-1-05)* அன்று குளச்சலில் அழிவைக் கண்டுவிட்டு திரும்பி வேதசகாய குமாரின் அக்காவின் பெட்ரோல் பங்கில் நிற்கையில் அங்கிருந்த ஊழியர் அப்படி உரக்கப்பேசி சிரித்தார். நண்பர்களுக்கு மிகவும் மனக்கஷ்டமாக இருந்தது.

இன்று பத்தாம் நாள் ஏறத்தாழ சாமானிய வாழ்க்கை திரும்பியிருப் பதை சற்றுமுன் போனபோது பார்த்தேன். சேற்றுநாற்றமும் கடற்குப்பை களும் குடலைப்புரட்டும் நெடி. அது அம்மக்களுக்கு பழகிவிட்டிருக்கிறது.

நமது நாளிதழ்கள் செய்தி வெளியிடும் விதம் பொறுப்பின்மையின் உச்சம். மாலைமுரசு, மாலைமலர் போன்ற இதழ்களில் பெரும்பாலும் தினமும் ' இதோ வருகிறது சுனாமி' என்ற தலைப்புச்செய்திதான். நேற்றுகூட 'பூகம்ப அபாயம்' என்று செய்தி. கடலோரத்தில் நிற்கையில் அதைப்படித்தால் இவர்களைப்பற்றி நன்கு அறிந்த நமக்கே மனம் பதைக்கும். இப்போதுதான் ஆட்கள் கடலோரமாகச் செல்ல ஆரம்பித் திருக்கிறார்கள். இப்போது பொறுப்பற்று வரும் இத்தகைய செய்திகள் மிகவும் தொந்தரவு அளிப்பவை. மேலும் நாளை உண்மையிலேயே சுனாமி எச்சரிக்கை இருந்தால்கூட அவை அலட்சியம் செய்யப்படும்.

வெறுப்பை உருவாக்கிய இன்னொரு அம்சம் இப்போது 'ஆறுதல் கூற' வரும் சிதம்பரம், கார்த்திக் சிதம்பரம், முக ஸ்டாலின் ஆகியோருக்கு கட்சிக்காரர்கள் 'வருங்கால முதல்வரே தமிழகத்தின் எதிர்காலமே' 'என்றெல்லாம் சொல்லி வெளியிடும் பத்திரிகை விளம்பரங்களும் சுவரொட்டிகளும். அவை பல்லாயிரக்கணக்கான ரூபாய் மதிப்புள்ளவை. அப்பணம் நிவாரணத்துக்கு அளிக்கப்படலாகாதா என்ற கேள்வி போகட்டும், இது அநாகரிகமாக உள்ளது.

அதேபோல இங்கே வடக்கன்குளம் எஸ்.ஏ.ராஜா போன்ற 'கல்வித் தந்தைகள்', மற்றும் பல்வேறு விளம்பரப்பிரியர்களான தொழிலதிபர்கள்

சில்லறை உதவிகள் செய்ய அவர்களின் விசுவாசிகள் வாழ்த்தி பல்லாயிரம் ரூபாய் செலவில் பத்திரிகை விளம்பரம் செய்கிறார்கள். சிறுமையைக் கண்டு கண்டு மரத்துவிட்டது. தமிழ்நாட்டுக்கு வெளியே இம்மாதிரி அற்பத்தனங்கள் இத்தனை அப்பட்டமாக வெளியாகுமா தெரியவில்லை.

என் உடல் எதற்கும் ஒத்துழைக்கவில்லை. எட்டுவருடங்களாக எனக்கு கழுத்தெலும்புத்தேய்வு சிக்கல் உண்டு. வண்டியில் உடைந்த சாலைகளில் போனால் காட்சிகள் இரண்டாக தெரிகின்றன. கடுமையான கழுத்து வலி, தலைவலி, குமட்டல். பிளீச்சிங் பவுடர் சுவாசித்து நான்குநாட்களாக மூச்சு அழற்சி. நான் பாதிக்கப்பட்ட இடங்களில் தங்கவில்லை. எங்கும் தண்ணீர்கூட குடிக்கவில்லை. ஆனால் டென்ஷன் ஆகும்போது நகம் கடிக்கும் பழக்கம் உண்டு. அதன்வழியாக தொற்று ஏற்பட்டு கடுமையான வயிற்றுப்போக்கு. மொத்தத்தில் என் பங்களிப்பு வெட்கக் கேடானது. பிறருக்கு பாரமாக ஆகாமல் இருக்கவேண்டுமென வேண்டிக்கொண்டேன் . இருபது வருடம் முன்பு இதேபோன்ற ஒரு தருணத்தில் இரவுபகல் மறந்து உழைத்திருக்கிறேன். என் காலம் முடிந்துவிட்டது என்று தெரிகிறது.

நிதி உதவிசெய்பவர்களுக்கு. களத்தில் கண்டவற்றின் அடிப்படையில் சொல்கிறேன் இதை. அரசு நிதிக்கு கொடுக்கப்படும் பணம் அதிமுகவின் தேர்தல் நிதிதான். இப்போதே நிதியுதவிக்கு கமிஷன் பேச்சுகள் காதில் விழுகின்றன. அதிகாரிகளில் பலர் நிவாரணப் பொருட்களில் நிறைய சாப்பிட்டிருக்கிறார்கள். இன்று *(4-1-05)* நிவாரண நிதி முறைகேடுகளை விசாரிக்க மத்திய உளவுப்படை குமரி மாவட்டத்துக்கு வந்துள்ளதாக செய்தித்தாள் செய்தி. மத்திய நிதி வந்தால் மிகப்பெரிய அளவில் முறைகேடுகள் நடக்கும். கடலோரத் தோப்புகள் அரசியல்வாதிகள், தொழிலதிபர்களுக்கு உரியவை. அங்கே மீனவக்குடியேற்றங்கள் வராமல் தடுக்க பெரிய அளவில் லாபி தொடங்கிவிட்டதாக தகவல். அதிலும் பணம் விளையாடும்.

ஆகவே நிதி உதவியை ஏற்கெனவே இம்மாதிரி பணிகளை தாங்களே செய்துவரும் தனியார் நிறுவனங்களுக்கு மட்டுமே அளிக்கவேண்டும்.

ஜனவரி 6, 2005

சுனாமி: மீட்சியின் இதிகாசம்

சுனாமி பாதித்த பகுதிகளைத் தொடர்ந்து கண்டுவருகிறேன். நாகப் பட்டினம் போய் மீண்டேன். சென்ற வாரம் எழுதிய மனநிலையில் இருந்து என்னுடைய மனநிலை வெகுவாக மாறியிருக்கிறது. சென்ற வாரம் கண்ணில்பட்ட எல்லா எதிர்மறைக்கூறுகளும் இப்போதும் கண்முன் உள்ளன. ஆனால் பொதுவாக இந்தியா என்ற வல்லமையைப் பற்றி என்றுமே என் மனதில் உள்ள சித்திரம் மிக மிக வலுப்பெற்றுள்ளது.

முதலில் உறுத்தல்கள். நாகர்கோவில் முதல் நெல்லை வரை சரத் குமார் ரசிகர்மன்றம் பதினாறுவண்ண ஆப்செட் படமாக அவர் சுனாமிக்காக கதறி அழுவதுபோல (அது ஒரு சினிமா ஸ்டில் என்றார்கள்) ஒரு மிகப்பெரும் போஸ்டர் அடித்து ஆயிரக்கணக்கில் ஒட்டியிருந்தார்கள். ஒரு போஸ்டர் நூற்றைம்பது ரூபாய் மதிப்பில் குறைந்தது ஐம்பது லட்சம் செலவிடப்பட்டிருக்கும். அவர் கடலோரப்பகுதிக்கு வரவில்லை. அவரது ரசிகர்கள் எட்டிப்பார்க்கவில்லை. அவர் அளித்த நன்கொடை ஏழுலட்சம் என்று நினைக்கிறேன்.

பலர் மீனவர்களின் 'திமிர்' பற்றி பேசியபடியே இருக்கிறார்கள். இதில் கம்யூனிஸ்டுகள் அதிகம். 'பழைய துணி வேண்டாமாம், தயிர்சாதம் சாப்பிட மாட்டானாம். இங்க ஊரிலே ஜனங்கள் சோற்றுக்கு அலை கிறார்கள். கொழுப்புதானே? 'என்ற பல்லவி கேட்காத இடமே இல்லை. நம் நாட்டில் உடலால் உழைப்பவனுக்கு அப்படி ஒரு திமிர் இருந்தால் அது எத்தனை மகிழ்ச்சிக்குரிய பெருமிதத்துக்குரிய விஷயம்! உண்மையிலே 'வள்ளம் போதும் சார் வேற ஒண்ணுமே வேண்டாம்' என்ற சொல் நம்மை புளகாங்கிதம் கொள்ளச் செய்கிறது.

ஒரு ஆரம்பகட்ட குழப்பத்துக்குப் பிறகு ஜெயலலிதா அரசு மிகத் தீவிரத்துடன் இறங்கியிருப்பதாகவே எண்ணத்தோன்றுகிறது. பெரிய

அளவில் திட்டங்கள் தொடங்கி அமைச்சர்கள் நேரடிக் கண்காணிப்பில் வேகமாகவே வேலைகள் நடக்கின்றன. இன்றைய நிலையில் தமிழக அரசு பாராட்டுக்குரியது. பொதுவாக சன் டிவி அல்லாத ஊடகங்களும் இதையே சொல்கின்றன.

ஆனால் எல்லா இடங்களிலும் கரைவேட்டிக்காரர்கள் கொத்து கொத்தாக அலைகிறார்கள். ஏராளமான அளவில் ஊழல் நடப்பதாக பேச்சுகள் உள்ளன. சம்பந்தமில்லாதவர்கள் எல்லாம் வள்ளமும் வலையும் போச்சு என்று எழுதிக்கொடுப்பதாக எங்கும் புலம்பல்கள் உள்ளன.

சில சமயம் புகார்கள் தனிப்பட்ட கோபங்கள் காரணமாக அம்மக்கள் தங்களுக்குள் வேண்டுமென்றே சொல்வதாகவும் உள்ளன. இப்போது கிராமங்களுக்கு இடையே எப்போதும் இருந்துவந்த பகைகள் வெளியே தெரிய ஆரம்பித்துள்ளன.

கடலோரங்களில் தற்காலிகக் குடியிருப்புகள் அமைக்கப்படுகின்றன. நிலைமை சரியாகும் வேகம் ஆச்சரியமளிப்பது. இந்தியமனநிலை மிக எளிதாக துயரங்களைத் தாண்டும் வலிமை கொண்டது. எதையும் தாக்கு பிடிப்பது. இந்த ஏழைமக்களை விதியெல்லாம் அத்தனை எளிதில் தோற்கடித்துவிட முடியாது. பல இடங்களில் மீன்பிடி தொடங்கி விட்டது. சந்தையில் மீன்கள்வர ஆரம்பித்துவிட்டன.

1986-88 வருடங்களில் நான் இந்தியாவெங்கும் அலைந்திருக்கிறேன். இந்தியா என்ற யதார்த்தம் பற்றிய ஓர் ஆழமான சுயபுரிதல் எனக்கு உண்டு. இமையம் முதல் குமரி வரை இந்நாட்டை இணைக்கும் ஒரு மைய உணர்ச்சிப்பிணைப்பு உண்டு என்பதை நான் தொட்டறிந் திருக்கிறேன். நமது அரைவேக்காட்டு அறிவுஜீவிகளின் கோட்பாட்டுப் புலம்பல்களையும் அரசியல்வாதிகளின் பிளவுவேலைகளையும் எப்போதும் இளக்காரமாகவும் வெறுப்புடனும்தான் கண்டுவந்திருக் கிறேன் என்றால் அதற்குக் காரணம் இதுதான். விழிப்பிருக்கும் தருணங்களில் அந்த இந்தியாவின் தரிசனம் அடிக்கடி கிடைக்கும். அத்தகைய காட்சிகளில் ஒன்று இது. மொத்த இந்தியாவே ஆதுரத்துடன் கடற்கரை நோக்கிக் கைநீட்டுவதைக் கண்டேன். ஜெயின்கள், மார் வாடிகள், குஜராத்திகள், வெளிநாடுவாழ் இந்தியர்கள் என்று நிதியும் பொருட்களும் குவிவதைக் கண்டேன். ஒப்புநோக்க தமிழகத்தின் பங்கு குறைவென்றே எனக்கு பொதுவாகத் தோன்றியது.

ஒரு கணத்தில் இந்தியாவே திரண்டு நம் கடற்கரைகளுக்கு வந்தது போல உள்ளது. சில நாட்களில் இவ்வழிவின் தடங்களே எஞ்சாது. அந்த மறு அமைப்பில் இந்தியாவில் அனைத்துப் பகுதிகளின் பங்களிப்பும் இருக்கும். உலகம் முழுக்க உள்ள இந்திய வம்சாவளியினரின்

பங்களிப்பும் இருக்கும். ஆம், எந்த வெளிநாட்டு உதவியும் இந்த நாட்டுக்குத் தேவை இல்லை. இந்தியாதான் இலங்கை போன்ற பிற நாடுகளுக்கு உதவவேண்டும்.

இந்தியா எப்படி அரசியலால் சீரழிக்கப்பட்டிருந்தாலும் அதன் ஆத்மா இன்னும் சுடர்விடுகிறது என்பதைக் கண்கூடாகக் காணும் நிமிடங்கள் மிக மிக நெகிழ்ச்சிகரமானவை.

தனியார் தொண்டு அமைப்புகள் சிறிய அளவில் ஆக்கபூர்வமாகச் செய்யும் பணிகளின் மகத்துவத்தையும் கண்டேன். மிகச்சிறிய அளவில் செய்யப்படும் ஒரு நேர்நிலைப்பணிக்கு எதைவிடவும் முக்கியத்துவம் உண்டு என்பதை அறிந்தேன்.

விஷயமறிந்தவர்களுக்கே உரிய சோர்வையும் அவநம்பிக்கையையும் மீறி சிலசமயங்களில் மட்டுமே நம்மால் 'வாழ்க இந்தியா' என்று சொல்ல முடிகிறது. இது அப்படிப்பட்ட நேரம்.

ஜனவரி 13, 2005

மலேசியா, மார்ச் 8, 2001

மலேசியாவில் கம்போங் மெடான் வட்டாரத்தில் 2001 மார்ச் மாதம் எட்டாம் தேதி முதல் தொடங்கி மார்ச் 24 வரை தொடர்ந்து அங்கு வாழும் இந்திய வம்சாவளி மலேசியர்கள் மேல் கடுமையான தாக்குதல் நடைபெற்றது. ஐந்து இந்திய வம்சாவளியினரும் ஒரு இந்தோனேசியரும் இதில் கொல்லப்பட்டார்கள். தொண்ணூறுக்கும் மேற்பட்ட இந்திய வம்சாவளியினர் இதில் கடுமையாக காயம் அடைந்தார்கள். இந்தக் கலவரம் தொடர்பான ஆவணங்களையும் கள ஆய்வுத்தகவல்களையும் திரட்டி முனைவர் சு.நாகராஜன் எழுதிய ஆய்வேட்டுப் பக்கங்களையும் பிற ஆதாரங்களையும் கொண்டு கா.ஆறுமுகம் தொகுத்திருக்கும் நூல் 'மார்ச் 8.'

இந்த வன்முறையை இனக்கலவரம் என்றே அரசும் ஊடகங்களும் சொல்லிவருகின்றன. ஆனால் பாதிக்கப்பட்டவர்கள் அனைவருமே ஏழை இந்திய வம்சாவளியினர் என்ற தகவலை அங்கே அவர்கள் தங்களிடம் இருந்து ஒளிக்க முடியவில்லை. பல காலமாக அங்கே தமிழர்களும் பிற இந்திய வம்சாவளியினரும் வாழ்ந்து வருகிறார்கள். கடுமையான உழைப்பின் வழியாக அந்த நாட்டை முன்னேற்றியதில் அவர்களுடைய பங்கு முக்கியமானது. மலேசியா அவர்களுடைய மண்ணும் கூடத்தான். மலேசிய சுதந்திரப் போராட்டத்தில் அவர்கள் ரத்தம்.சிந்தியிருக்கிறார்கள்.

ஆனால் 1957ல் ஆங்கிலேயரிடமிருந்து பெற்ற விடுதலைக்குப் பின் மெல்லமெல்ல அங்கே ஆட்சியாளர்களால் மலேசிய இனவாதம்-இஸ்லாமிய மதவாதம் இரண்டும் வளர்க்கப்பட்டன. கல்வி, வேலை வாய்ப்பு, நில உரிமை, குடியிருப்பு ஒதுக்கீடு அனைத்திலும் மலேசியர் களுக்கு அதீதமான முன்னுரிமை அளிக்கப்பட்டது. மலேசியாவின் இன்னொரு தேசிய இனமான சீனர்கள் பொருளியல் ரீதியாக தங்கள்

மேலாதிக்கத்தை தக்கவைத்துக் கொண்டவர்கள். தமிழர்களும் பிற இந்தியவம்சாவளியினரும் எற்கனவே வறுமையின் விளிம்பில்தான் வாழ்ந்துகொண்டிருந்தார்கள். இந்த பாகுபாட்டின் பலியாடுகள் முழுக்க முழுக்க இவர்களே.

தொடர்ச்சியாக இந்திய வம்சாவளியினர் மனதில் இருந்து வந்த கசப்பும் அச்சமும் 2001ல் நிகழ்ந்த இந்தக் கலவரம் மூலம் உறுதிப்பட்டன என்றால் அது மிகையல்ல. அரசாங்கத்தால் மலேசியர்கள் மனதில் உருவாக்கப்பட்ட 'மண்ணின் மக்கள்' வாதத்தின் விளைவே இந்தக் கலவரம். ஏற்கெனவே சீனர்கள் மேல் மலேசிய முஸ்லீம்கள் தாக்குதல் நடத்தியிருந்தாலும் அதன் பின் அத்தகைய தாக்குதல்களின் பின் விளைவுகளை அரசு உணர்ந்தது. ஆகவே இப்போது இந்திய வம்சாவளியினர் எளிய இலக்காக இருக்கிறார்கள். இன்று இண்டிராஃப் அமைப்பால் முன்னெடுக்கப்பட்டுள்ள கிளர்ச்சியின் பின்புலம் இதுவே. அதைப் புரிந்துகொள்ள மிக உதவியான நூல் இது.

நூலின் முதல் பகுதியில் வன்முறையால் பாதிக்கப்பட்ட பத்துப்பேரின் அனுபவங்களைத் தொகுத்துக் கொடுத்திருக்கிறார்கள். பொதுவான அம்சங்களாக காணக்கிடைத்தவை இவை. பெரும்பாலும் பாதிக்கப் பட்டவர்கள் ஏழை எளிய மக்கள். உழைப்பாளிகள். உழைப்புக்காக இரவிலும் அலையநேர்பவர்கள். அவர்கள் எவருக்குமே தாங்கள் தாக்கப் படலாம் என்ற எண்ணமே இல்லை. நேரடியான வன்முறைக்குப் பழக்கம் இல்லாதவர்கள். சாதாரணமாக தனியாகவோ நண்பர்களுடனோ அவர்கள் வாகனங்களில் செல்லும்போது பத்திருபது இளம் மலேசிய முஸ்லீம்களின் குழு அவர்களை தடுத்து நிறுத்துகிறது. எந்தவிதமான விசாரணையும் இல்லாமல் மூர்க்கமாக அடிக்க ஆரம்பிக்கிறார்கள். பெரும்பாலும் குண்டாந்தடிகள், கற்கள், ஹாக்கி மட்டைகள். வாகனங் களில் ஓடித்தப்ப முயல்பவர்களும் துரத்திப் பிடிக்கப்படுகிறார்கள்.

தாக்கியவர்களும் கொல்வதில் பயிற்சி இல்லாதவர்கள். ஆள் செத்து விட்டான் என அவர்களே அனுமானித்து அப்படியே விட்டுவிட்டு செல்கிறார்கள். பல நிகழ்ச்சிகளில் தாக்குதல்கள் மையச்சாலைகளில் நடக்கின்றன. ஆகவே போலீஸ் வரக்கூடும் என்ற அச்சம் காரணமாக விட்டுவிட்டுச் செல்கிறார்கள். சில சமயங்களில் போலீஸ் வந்து விடுகிறது. கணிசமான நிகழ்ச்சிகளில் இவர்கள் பொது இடங்களில் தாக்கப்படும்போது சுற்றி இருப்பவர்கள் உதவிக்கு வருவதில்லை. மண்டைஓடு பிளந்தும் எலும்புகள் வெளியே வந்தும் குடல் சரிந்தும் காயம்பட்டவர்கள் தாங்களே ஓடி போலீஸுக்குச் சொல்கிறார்கள். அல்லது அங்கேயே நினைவிழந்து கிடந்து ஆஸ்பத்திரியில் கண்விழிக்கிறார்கள்.

பெரும்பாலான நிகழ்ச்சிகளில் தாக்கியவர்கள் வெளியே இருந்து வந்தவர்கள் என்று தாக்கப்பட்டவர்கள் தெளிவாகவே சொல்கிறார்கள். அவர்களை தங்களால் அடையாளம் காட்ட முடியும் என்று சொல் கிறார்கள். ஆனால் இச்சம்பவங்களை ஒட்டி கைதானவர்கள் மொத்தம் 327 பேர். இவர்களில் 206 பேர் மலாய் இனத்தவர்கள். 109 பேர் இந்திய வம்சாவளியினர். 12 பேர் இந்தோனேசியர்கள். இவர்களில் எவருமே தண்டிக்கப்படவில்லை. குறிப்பாக மலாய்க்காரர்கள் விசாரணை கூட இல்லாமல் நீதிமன்றங்களால் வெளியே விடப்பட்டார்கள்.

இனத்தாக்குதல்களுக்கே உரிய வழக்கமான நிகழ்ச்சி நிரல் ஒன்று இதிலும் உள்ளது. நெடுங்காலமாகவே சந்தேகமும் மனக்கசப்பும் புகைந்துகொண்டிருக்கிறது. ஒரு சிறு சம்பவம் நிகழ்கிறது. அதை ஊதிப்பெரிதாக்கி வதந்திகளைக் கிளப்புகிறார்கள். வன்முறை வெடிக்கிறது. வன்முறை மேலும் வதந்திகளை உருவாக்குகிறது. அரசியல்வாதிகள் உள்ளே புகுந்து தூண்டிவிடும் செயல்களில் ஈடுபட்டு அரசியல் லாபம் பெற முயல்கிறார்கள். ஊடகங்கள் ஒருசார்பான செய்திகளை வெளியிடு கின்றன. அரசாங்கம் செய்திகளை மழுப்ப முயல்கிறது. காலப்போக்கில் பிரச்சினை அப்படியே இருக்க காயங்கள் மறக்கப்படுகின்றன.

இந்தியாவில் பெரும் மதக்கலவரங்கள் எப்போதும் பெரும் புறநகர்களி லேயே நடந்துள்ளன. நான் பம்பாய் அருகே மதக்கலவரம் நடந்த ‘பிவாண்டி’யை நன்றாகவே சுற்றிப்பார்த்திருக்கிறேன். இப்பகுதிகள் நகரின் குப்பைத்தொட்டிகள். மனிதர்களே குப்பைகள். எந்தவித வசதியும் இல்லாமல் தானாகவே ஊதிப்பருத்த பகுதிகள் இவை. பல்வேறு வகையான உதிரித்தொழிலாளர்கள் வாழும் இடங்கள். இவர் களுக்கு இடையே வாழ்க்கைக்கான போட்டி உக்கிரமாக நடந்து கொண்டிருக்கும். அவர்களில் ஒருசாராரிடம் இன்னொரு சாரார் உங்கள் வாய்ப்புகளை திட்டமிட்டு பறிக்கிறார்கள் என்று பிரசாரம் செய்து வெறுப்பை வளர்ப்பது மிக எளிது.

தென் பெட்டாலிங் ஜெயா நாடாளுமன்ற தொகுதியின் கீழ் வரும் கம்போங் மேடான் 200,000 மக்கள் வாழும் ஒரு மாபெரும் குடிசைப் பகுதி. இவர்களில் 40000 பேர் 7300 புறம்போக்குக் குடிசைகளில் வசிக்கிறார்கள். இவர்கள் தோட்டப்புறங்களில் வேலைவாய்ப்பிழந்து இங்கே வந்து குடியேறி நகர்ப்புறப் பாட்டாளிகளாக வாழ்பவர்கள்.

வன்முறைக்கான தூண்டுதல் மிகச்சாதாரணமானது. மார்ச் 4 ஆம் தேதி பி.சுப்ரமணியம் என்பவரது மரணத்தை ஒட்டி சிலர் இந்திய வம்சாவளியினர் கூடியிருந்தார்கள். ஒரு இந்திய வம்சாவளி இளைஞன் அவ்வழியாக மோட்டார் சைக்கிளில் சென்று சற்று அப்பால் அல்வி

யூனுஸ் என்பவரின் வீட்டு திருமண நிகழ்ச்சிக்குள் புகுந்து கலாட்டா செய்து அவரை தாக்கிவிட்டு திரும்பிவந்து மோட்டார் சைக்கிளை மரணவீட்டின் அருகே போட்டுவிட்டு செல்கிறான். அவன் மரண வீட்டைச் சேர்ந்தவன் என எண்ணிய யூனுஸின் ஆட்கள் மரண வீட்டுக்கு வந்து அங்கே நின்ற வாகனங்களை எரிக்கிறார்கள். அங்கே நின்றவர்கள் நிலைமையை விளக்கி மன்றாடியபோது பிரிந்து சென்றார்கள். இச்சம்பவமே தொடக்கம். இதிலிருந்து இந்திய வம்சாவளியினர் மலாய் முஸ்லீம்களை தாக்குகிறார்கள் என்ற வதந்தி பரப்பப்பட்டு வன்முறை உருவாகியது.

உண்மையில் இந்த நிகழ்வுகளில் போலீஸ் நுழைந்து பாரபட்சமில்லாது நடவடிக்கை எடுத்திருந்தால் வன்முறை நிகழ்ந்திருக்காது. ஆனால் போலீஸ் பொதுவாகவே மௌனம் காத்தது. பின்னர் நடந்த வன்முறைத் தாக்குதல்களில் பாதிக்கப்பட்டவர்களைப் பாதுகாக்க அவர்கள் எதுவுமே செய்யவில்லை. பல தருணங்களில் அவர்களின் கண்ணெதிரே வன்முறையாளர்கள் தாக்குதல்கள் நடத்தும்போது பேசாமல் இருந்தார்கள். அவர்கள் இனரீதியாகவும் மத ரீதியாகவும் அவர்களை ஆதரித்தார்கள்.

அரசியல்வாதிகளின் பங்களிப்பும் இதில் எதிர்மறையானது. இது ஒரு சாதாரண வன்முறை மட்டுமே என்ற நிலைப்பாட்டையே அப்போதைய பிரதமர் மஹாதீர் மொகம்மது எடுத்தார். அப்போது பொறுப்பிலிருந்த அப்துல்லா படாவி கலவரம் நடந்த இடத்துக்கே செல்லவில்லை. நோர்கைலா ஜமாலுதீன் என்ற பெண் பாராளுமன்ற உறுப்பினர் 'இப்பகுதியில் உள்ள இந்தியர்கள் மலாய்க்காரர்களை தொடர்ந்து தாக்கி வருகிறார்கள். இருந்தும் மலாய்க்காரர்கள் நெடுங்காலமாக அமைதி காத்து வந்தார்கள்' என்றார். ஒரு பாராளுமன்ற உறுப்பினர் கையில் கட்டு போடப்பட்ட மலாய்க்காரருக்கு ஆறுதல் சொல்லும் படத்தை வெளியிட்டார்.

மலாய் நாளிதழ்கள் தொடர்ச்சியாக இனவாதச் செய்திகளை வெளியிட்டன. பல வன்முறை நிகழ்ச்சிகளை அவை குடிசைவாசிகள் தங்களுக்குள் போட்ட சண்டை என்றே வர்ணித்தன. மலேசிய இந்தியர் காங்கிரஸ் கட்சியின் டத்தோ சாமிவேலு நிதியுதவி வழங்குவதன் மூலம் ஆதரவை பெற முயன்றார். நீதி வேண்டும் என்று கேட்ட மக்களை அவர் துரோகிகள், நன்றிகெட்டவர்கள் என்றார்.

ஆக, இந்தக் கலவரமே இந்திய வம்சாவளியினர் நடுவே ஒற்றுமையை உருவாக்கியது. இனியும் அரசியல் உரிமைகளை விட்டுக்கொடுத்தால் அழிந்துவிடுவோம் என்ற எண்ணத்தை எழுப்பியது. மலேசிய அரசின் உறுதியான ஆதரவாளர்களாக இருந்துவந்தவர்கள் இந்திய

வம்சாவளியினர். தொடர்ந்து எல்லா தேர்தல்களிலும் அவர்கள் ஆளும் கட்சிக்கே வாக்களித்துள்ளார்கள். அந்த ஆதரவை அவர்கள் மறுபரிசீலனை செய்ய ஆரம்பித்தார்கள். இன்றைய அரசியல் கிளர்ச்சிக்கான விதை இவ்வாறு பரப்பப்பட்டது.

'இனவாதமும் சமயவாதமும் ஓங்கும்போது நாம் ஒதுக்கப்பட்டுள்ளோம் என்ற உணர்வுகள் கிளம்புகின்றன' என்று சொல்லும் இந்த நூல் 'நடைமுறையின் எல்லையில் அழிவு என்பது காத்திருக்கிறது என்பதை உணரும்போது நாம் ஏன் எல்லைவரும் காலம் வரை காலத்தை ஓட்டவேண்டும்?' என்று கேட்கிறது. மானமும் மரியாதையும் உள்ள குடிமக்களாக ஏன் வாழக்கூடாது என்கிறது.

மலேசியா இன்று சென்றுகொண்டிருக்கும் அபாயகரமான ஓர் இடத்தை தெலிவாகவே அடையாளப்படுத்துகிறது 2006ல் வெளிவந்த இந்த நூல். இது எழுப்பும் வினாக்கள் பலவகையானவை. முதல் விஷயம் இந்தக் கலவரம் மற்றும் இதுசம்பந்தமான செய்திகள் அனைத்துமே நம்முடைய தமிழ்நாட்டு ஊடகங்களில் முழுமையாகவே தவிர்க்கபட்டன. இச்செய்திகளை நான் மலேசியாவின் இவ்வகை வெளியீடுகள் வழியாக மட்டுமே அறிகிறேன். ஏன் இந்த சுயதணிக்கை?

இன்னும் சொல்லப்போனால் நம் தமிழ் இதழ்கள் முழுக்க முழுக்க டத்தோ சாமிவேலுவின் புகழ்பாடக்கூடியவையாக மட்டுமே ஒலித்தன, ஒலித்துக் கொண்டிருக்கின்றன. மலேசியாவில் இண்டிராஃப் மேலெழுந்து உரிமைப்போராட்டம் வலுத்து உலக ஊடகங்களே அதைக் கவனிக்கும்போதுகூட நம் இதழ்கள் அச்செய்திகளை முழுமையாக வெளியிடவில்லை. ஒரு நல்ல கட்டுரைகூட இதுவரை வெளிவரவில்லை. பன்னிப் பன்னி எதையும் விடாது எழுதும் நம் சிற்றிதழ்களில் நான் ஒரு கட்டுரையைக்கூட இன்றுவரை வாசிக்கவில்லை. ஓரளவேனும் செய்திகளை வெளியிட்ட இதழ் 'தமிழரல்லாதோர்' நடத்தும் தினமணி மட்டுமே. 'தி இந்து' போன்ற இதழ்கள் மலேசியத் தமிழர்களைப்பற்றி எதிர்மறையான செய்திகளையும் அவதூறுகளையுமே வெளியிட்டன.

இணையத்தில் நிகழும் விவாதங்களில் அப்பட்டமான மதவெறிபேசும் இஸ்லாமியர் முதல் மனிதாபிமான இஸ்லாமியர் வரை அனைவருமே அவசரப்பட்டு பாய்ந்து வந்து மலேசியாவில் இனப்பிரச்சினையே இல்லை என்றும் செயற்கையாக இப்போது தூண்டப்படுகிறது என்றும் எழுதினார்கள். இவர்களில் பலருக்கு மலேசியாவுடன் தொடர்புகள் உண்டு. மலேசியாவில் நடந்த இந்த இன, மதக்கலவரம் பற்றிய நேரடித் தகவல்களே அவர்கள் அறிந்திருக்கக் கூடும். நமது பொதுக்கருத்துக்கள் கூட மதத்தால் பிளவுபட்டுக் கிடக்கின்றன.

மலேசியாவின் இந்த போராட்டத்தை ஒட்டியும் என் கருத்துப்களை மீண்டும் வலியுறுத்திச் சொல்ல விரும்புகிறேன். எந்த ஒரு நிலையிலும் ஒரு மக்கள் கூட்டத்தின் வளர்ச்சிக்கும் வெற்றிக்கும்உருவாகும் தடைகளுக்கு இன்னொரு மக்கள் கூட்டமே காரணம் என்று சொல்லும் 'சதிக் கோட்பாடுகளை' நான் ஏற்றுக் கொள்ள மாட்டேன். அத்தகைய சதிக் கோட்பாடுகள் பேச எளிதாக, நம்ப வசதியானவையாக இருக்கும். நம்முடைய பலவீனங்களை மறைக்க அவை உதவும். மக்கள்திரள் அவற்றையே ஏற்கும். ஆனால் அவை வரலாற்றை திரிப்பவை. வெறுப்பை உருவாக்குபவை. வெறுப்பில் இருந்து ஆக்கபூர்வமாக எதுவுமே உருவாகாது. படிப்படியாக பேரழிவுகளே உருவாகிவரும். மிகச்சிறிய வெறுப்பின் விதைகூட எதிர்பாராமல் மாபெரும் மானுடக்கொலையாக ஆகக்கூடும்.

மக்கள் சேர்ந்து வாழும்போது வாழ்க்கை போராட்டங்கள் உருவாகும். அவநம்பிக்கைகள், கசப்புகள் உருவாகும். அவற்றை ஏதோ ஒரு நிலையில் அறிவுஜீவிகளே கோட்பாடுகளாக ஆக்குகிறார்கள். அந்தக் கோட்பாடுகளை அதிகாரக் கருவிகளாக அரசியல்வாதிகள் மாற்று கிறார்கள். அரசியலில் இருந்தே இனவெறுப்பு உருவாகிறது. அது இயல்பானது அல்ல. மலாய் மக்களுக்கு எதிராக இந்திய வம்சாவளியினர் சதி செய்வதாகச் சொல்லப்படும் அவதூறு போன்றதே இந்திய வம்சாவளியினருக்கு எதிராக மலாய் மக்கள் சதிசெய்கிறார்கள் என்று சொல்லப்படுவதும். அத்தகைய வெறுப்பை உருவாக்கினால் அதற்கு வரலாறு பெரிய விலையை நம்மிடமே கோரும். எப்படியானாலும் அதே மண்ணில் அவர்களுடன் சேர்ந்து வாழ்ந்தாகவேண்டியவர்கள் இந்திய வம்சாவளியினர் என்பதை ஒருபோதும் மறக்கலாகாது.

அத்தகைய ஒரு வெறுப்பு நமது குறைபாடுகளை நாம் காண முடியாது செய்யும். நமது குறைபாடுகள் என்னென்ன என நாமறிவோம். முதன்மையாக ஒற்றுமை இன்மை. சாதிப்பாகுபாடுகள். ஒரு சிறந்த சிவில்சமூகமாக நாம் திரள நமக்குள்ள தடைகள் என்ன, ஏன் பிளவு இல்லாமல் ஒரு சிறு அமைப்பைக்கூட நம்மால் நடத்த முடிவதில்லை என நாம் எண்ணிப்பார்க்க வேண்டும். அரசியல் ரீதியாக திரண்ட ஒற்றுமையான ஒரு சமூகம் ஒருபோதும் அடிமையாக இருக்காது.

நம் குறைகளை களைவதன் வழியாக நாம் ஒற்றுமையான வலிமை யான சமூகமாக ஆக முடியும். உலகின் ஆதரவை பெற முடியும். ஆனால் குறுக்குவழி ஒன்று உள்ளது. நமது எதிரிகளை கற்பிதம்செய்து, அவர்கள் மேல் கடும் வெறுப்பை உருவாக்கி, அதன் அடிப்படையில் உடனடியாக ஒரு ஒற்றுமையை உருவாக்கலாம். அந்த ஒற்றுமை தற்காலிகமானது. அதைவிட அப்படி உருவாக்கப்படும் வெறுப்பு

உடனடியாக வன்முறை அரசியலாளர்களின் கைக்கு ஆயுதமாகச் சென்றுவிடும். பிறகு அதை மீட்கவே முடியாது.

இந்நூற்றாண்டில் வன்முறையின் அரசியல் அழிவை அன்றி வேறெதையும் உருவாக்காது என்பதில் எனக்கு இம்மி கூட ஐயமில்லை. சுதந்திரத்துக்காக வன்முறையைக் கைக்கொள்ளும் சமூகங்கள் மேலும் அடிமைத்தனத்தையே அடையும். சுயமரியாதைக்காக வன்முறையைக் கைக்கொள்ளும் சமூகங்கள் மேலும் இழிவையே தேடிக்கொள்ளும். ஏன் ஒருசமூகம் வெறுமே தங்கிவாழ்தலுக்காக வன்முறையைக் கைக்கொள்ளுமென்றால் அது பூண்டோடு அழியும். இதுவே நடைமுறை உண்மை. வன்முறை நம்மிடம் இருப்பதை பறிக்கும், ஒருபோதும் எதையும் அளிக்காது.

வன்முறை என்பது எப்போதுமே உட்பூசல்களும் பல்வேறு சமூக சீர்கேடுகளும் கொண்ட பலவீனமான சமூகங்களால் கையாளப்படும் அரசியல் ஆயுதம். அச்சமூகத்தின் அனைத்து சிக்கல்களையும் வன்முறை மூலம் மறைத்துவிடலாம். தொடக்கத்தில் அது சாத்தியம். பின்னர் அந்தச் சிக்கல்களே வன்முறையை தங்கள் கையில் எடுத்துக் கொண்டுவிடும். அப்பட்டமாகவே சொல்கிறேன். மலேசிய சமூகம் வன்முறையை ஆயுதமாகக் கொண்டதென்றால் அடுத்த கட்டத்தில் அச்சமூகத்தின் உள்ளே உள்ள போராட்டங்களுக்கே அந்த வன்முறை கையாளப்படும். அது தன்னைத்தானே கொன்றுகொள்ள ஆரம்பிக்கும்.

வன்முறையற்ற போராட்டம் உண்மையில் கடினமானது, கவர்ச்சியும் பரபரப்பும் இல்லாதது. தொடர்ச்சியான சுயமேம்படுத்தல் மூலம் தன் குறைபாடுகளை களைந்தபடியே இருக்கும் ஒரு சமூகத்திற்கு உரியது அது. அதன் பலன்கள் மிகமெல்ல காலப்போக்கில்தான் கிடைக்கும். ஆகவே வெற்றிகள் சுடச்சுட கண்ணில் படாது. ஒரு காலகட்டத்துக்குப் பின்னர்தான் வெற்றிகள் கிடைத்துள்ள விஷயமே போராடியவர் களுக்கே தெரியவரும். ஆனால் அது உறுதியான வெற்றிகள் கொண்ட ஒரு பாதை. முக்கியமாக கிளையில் உள்ள பலாப்பழத்தைக் காட்டி கையில் உள்ள களாப்பழத்தையும் பறிக்கும் பாதை அல்ல.

1996 ல் நான் சர்வோதயப் போராளி ஜெகன்னாதனை சந்தித்து ஒரு பேட்டி எடுத்திருக்கிறேன். கிருஷ்ணம்மாள் உடனிருந்தார். அப்போது அவர்கள் இறால்பண்ணைகளுக்கு எதிராகப் போராடிக் கொண்டிருந்தார்கள். அப்போது உச்சநீதிமன்ற தீர்ப்பு அவர்களுக்குச் சாதகமாக வந்திருந்தது. அதைப்பற்றி நான் தினமணிகதிரில் ஒரு கட்டுரை எழுதியிருந்தேன். பேட்டியில் தீர்ப்பைப்பற்றி நான் உற்சாகமாகச் சொன்னேன். ஜெகன்னாதன் உற்சாகம் காட்டவில்லை. இது ஒரு படி மட்டுமே என்றார். தன்னுடைய போராட்டமுறையை அவர் விளக்கினார்.

அப்போது இங்குள்ள சில இடதுசாரி அமைப்புகளும் இறால்பண்ணை களுக்கு எதிரான போராட்டத்தை நடத்தின. அவர்களின் போராட்டம் வேறுவகை. 'இறால்பண்ணை அழிப்புப் போர்' என்று தெருத்தெரு வாக பயங்கரமாக எழுதிப்போடுவார்கள். கடைசியில் ஒரு இருபது முப்பதுபேர் இருநூறடி தூரம் கோஷமிட்டுச் சென்று கைதாகி விடுதலை அடைந்து அடுத்த வேலைக்குச் சென்றுவிடுவார்கள். அவர்களின் அப்படிப்பட்ட ஒரு போராட்டத்தை நானே கண்டேன் – பதினெட்டுப் பேர். உண்மையில் அது ஒரு பொறி. எளிய விவசாயிகள் அதில் சிக்கினால் நக்சலைட் முத்திரை குத்தி போலீஸ் அவர்களை வேட்டையாடி ஒழித்துவிடும். உண்மையில் அரசாங்கம் ஒரு சிறிய காரணத்துக்காக, ஒரே ஒரு வன்முறைச் சம்பவத்துக்காக, காத்திருந்தது. வன்முறை வாசகங்களை அவர்கள் தங்களுக்கான வாய்ப்பாகவே கண்டார்கள்.

ஜெகன்னாதனின் வழிமுறை நேர் எதிரானது. அவர் முடிந்தவரை பெண்கள் குழந்தைகள் உட்பட சம்பந்தப்பட்ட அனைவரையும் போராட்டங்களில் பங்குபெற வைத்தார். ஆகவே போராட்டங்களை மிக எளிமையான அடையாள நிகழ்வுகளாக மாற்றினார். சட்டம் அளிக்கும் எல்லா வாய்ப்புகளையும் பயன்படுத்திக் கொண்டார். நீதிமன்ற வழக்குகள் தொடர்ந்து தீர்ப்புபெறுதல் அதில் ஒரு பகுதி. பின்னர் அந்தத் தீர்ப்பை அமல் செய்வதற்கான போராட்டம். அப்போராட்டம் மூலம் அந்த மக்களின் சமூக உட்சிக்கல்களை தீர்க்க முயன்றார். அதற்கான சிறிய சபைகளை உருவாக்கினார். உண்மையில் அந்தப் போராட்டம் மூலம் உருவான குழுக்கள் தொழிற்குழுக்களாக ஆகி இன்று மகளிர் சுய உதவிக் குழுக்களாக நீடிக்கின்றன.

ஜெகன்னாதன் வன்முறை என்றோ அத்துமீறல் என்றோ அரசாங்கத்தால் அப்போராட்டம் வர்ணிக்கப்பட சிறு வாய்ப்பும் அளிக்கவில்லை. அம்மக்கள் தங்கள் தொழிலையும் வாழ்வையும் விட்டுவிட்டு போராட வரச்சொல்லவில்லை. தொடர்ச்சியாக வருடக்கணக்காக அப்போராட்டத்தை முன்னெடுத்தார். ஆதரவளிக்கும் எல்லா சக்தி களையும் உள்ளே இழுத்தார். முடிந்தவரை எதிரிகளை உருவாக்காமல் பார்த்துக் கொண்டார். அதிகார மமதை கொண்ட அதிகாரிகளுடன் கூட நல்லுறவை தக்கவைத்துக் கொண்டார். அப்போராட்டத்தை தொடர்ச்சி யாக தேசிய அமைப்புகளின் கவனத்தில் வைத்திருந்தார். அந்தப் போராட்டத்துக்கு மேதாபட்கர், சுந்தர்லால் பகுகுணா ஆகியோர்கூட வந்திருக்கிறார்கள்.

இதுவே காந்திய வழிமுறை. 'ஏழைகளுக்கு காந்திய வழிமுறை மட்டும் தான் ஒரே வழி... வேறு வழி என்றால் அவர்கள் மேலும்

கொடுமையான சக்திகளின் கைப்பாவைகளாகத்தான் ஆவார்கள், அல்லது கூண்டோடு அழிக்கப்படுவார்கள்' என்றார் ஜெகன்னாதன்.

கா.ஆறுமுகத்தின் இந்த நூல் அத்தகைய புரிதல் அவர்களிடம் இருப்பதன் அடையாளமாகவே எனக்குப் படுகிறது. 'பலிக்குப் பலி அனைவரையும் குருடாக்கும் என்பதை கருத்தில்கொண்டு எழுதப்பட்ட நூல்' என இதன் சமர்ப்பணம் குறிப்பிடுகிறது. 'கம்போன் மேடான் கலவரத்தில் தங்கள் உயிரை பணயம் வைத்து மலாய்க்காரர்களை எதிர்த்து இந்திய வம்சாவளியினர்களைக் காத்த மலாய்காரர்களுக்கு' இந்த நூல் சமர்ப்பணம் செய்யப்பட்டுள்ளது. மிக முக்கியமான ஒரு மனநிலை இது. இன்று இண்டிராஃப் அமைப்பின் போராட்டங்களில் இந்த மனநிலை காணக்கிடைக்கிறது. அது தொடரும்வரை அவர்களுக்கு வெற்றி உறுதிதான்.

நேர் மாறாக இந்தியாவிலும் தமிழகத்திலும் இன்று மதவெறி, இனவெறி, பிராந்தியவெறிக் குரல்கள் எழுந்து கொண்டிருக்கின்றன. அக்குரல்கள் மலேசிய உரிமைப்பிரச்சினையை எளிதில் மதப் பிரச்சினை அல்லது மொழிப்பிரச்சினையாக ஆக்கி மிகையான உணர்ச்சிக்கொந்தளிப்புகளுக்குள் தள்ளிவிடக்கூடும். புண்பட்ட மனம் வெறுப்பை எளிதில் வாங்கிக் கொள்ளக்கூடியது.

மலேசியர்கள் இதில் இந்தியர்களிடம் மட்டுமே மிகமிக கவனமாக இருக்க வேண்டும் என்று தோன்றுகிறது. குறிப்பாக செயற்கையான வீராவேசப் பேச்சுகளைத் துப்பும் நமது அரைவேக்காட்டு மேடைப் பேச்சாளர்கள் மேல் மலேசியத் தமிழர்களுக்கு இருக்கும் பற்றை நினைக்கும்போது இதை வலுவாகவே சொல்லவேண்டும். தமிழ் நாட்டில் உள்ள மொழிச்சிறுபான்மையினர் இனச்சிறுபான்மையினரை துரத்தியடிக்கவேண்டும் என்று இங்கே பேசும் ஒருவர் மலேசியாவுக்குச் சென்று அங்கே சிறுபான்மை உரிமைக்குக் குரல்கொடுப்பதில் என்ன அறம் இருக்க முடியும்? அத்தகைய குரல்கள் ஒலிக்கையில் ஒருபோராட்டம் அதன் தார்மீகத்தை முற்றிலும் இழந்துவிடுமல்லவா? இந்தக் கணத்தில் போலி ஆவேசக்குரல்களை எந்த அளவுக்கு மலேசிய இந்தியர் தவிர்க்கிறார்கள் என்பதிலேயே அவர்களின் எதிர்காலம் உள்ளது.

மலேசியாவில் நிகழ்வது ஜனநாயக உரிமைகளுக்காக ஜனநாயக முறையில் நிகழும் ஒரு உரிமைப்போராட்டம். அது இனப்போர் அல்ல. மதப்போரும் அல்ல. அரசியல் போராட்டங்கள் அரசியல் களத்தில் நீண்டகாலப்போராட்டங்கள் மூலம் வெல்லப்படவேண்டியவை. அதை அப்படியே புரிந்துகொள்ளும் முதிர்ச்சி அவர்களுக்கு இருப் பதையே இந்நூலும் காட்டுகிறது.

இதன் ஆசிரியர் கா.ஆறுமுகம் ஒரு பொறியாளர். சட்டத்துறையிலும் பட்டம் பெற்றவர். வன்முறை நடந்த பகுதியில் பத்துவருடங்கள் வாழ்ந்தவர். பல்வேறு சமூக இயக்கங்களில் பங்கேற்று வருபவர். சிறுகதைகளும் கட்டுரைகளும் எழுதுகிறார்.

SEMPARUTHI PUBLICATIONS SDN BHD (409768-U]
NO 3, JALAN YAP AH SHAK
50300 KUALALUMPUR

ஜூன் 14, 2008

கேரள வன்முறை அரசியல்

பெரு பற்றியும் சிலி பற்றியும் 'ஆதாரபூர்வமான' கட்டுரைகள் எழுதப்படும் தமிழில் அண்டை மாநிலம் பற்றி ஒரு நல்ல கட்டுரையைப் பார்க்க முடிவதில்லை. நான் பல காலமாக கேரள அரசியல் பற்றிய தமிழகக் கட்டுரைகளை கவனித்து 'என்ன இது!' என வியந்ததுண்டு.

முக்கியமான காரணம் அரசியல் சார்புதான். நேற்று நாகர்கோயிலில் தங்கள் மீதான தாக்குதலுக்கு எதிராக இடதுசாரி அமைப்புகள் நடத்திய பேரணி என்னைக் கடந்துசென்றது, உருளைக் கிழங்கு வாங்க கடைக்குச் சென்றபோது. கேரளத்தில் ஆர்.எஸ்.எஸ் வந்த பின்னரே அரசியல் படுகொலைகள் தொடங்கின என்று இடதுசாரி இதழில் கட்டுரை கண்டேன். இந்நிலையில் எதுசொன்னாலும் அது ஒரு தரப்பாகவே ஆகும், என்றாலும் ஒரு பதிவு.

நான் 1984 ல் கேரளமாநிலம் காஸர்கோட்டுக்கு வேலைக்குச் சென்ற போது அப்போதுதான் ஆர்.எஸ்.எஸ் அங்கே வேரூன்ற ஆரம்பித் திருந்தது. ஆகவே வன்முறைகள் தொடர்ந்து நடந்தன. அதைவிட அதிகமான வன்முறைகள் காங்கிரஸ் கட்சிக்கும் இடது கம்யூனிஸ்டுக் கட்சிக்கும் இடையே நடந்து வந்தன. முஸ்லீம் லீக் கட்சிக்கும் இடது கம்யூனிஸ்டுக் கட்சிக்கும் இடையே தொடர்ந்து கொலைகள் நிகழ்ந்து வந்தன.

இந்த வன்முறைகளை கட்சி அரசியலை வைத்து புரிந்துகொள்ளவே முடியாது என்பது என் எண்ணம். வடக்குக் கேரளத்தில் எல்லா கட்சிகளும் இந்த வன்முறையில் ஈடுபடுகின்றன. எழுபதுகள் முழுக்க இடது கம்யூனிஸ்டுக் கட்சியும் வலது கம்யூனிஸ்டுக் கட்சியும் மோதிக் கொண்டு இப்போது நடப்பதைவிட பலமடங்கு அதிகமான வன்முறை நிகழ்ந்து ஏராளமானவர்கள் கொல்லப்பட்டிருக்கிறார்கள்.

எண்பத்தேழில் எம்.வி.ராகவன் என்ற கண்ணூர் வட்டார இடது கம்யூனிஸ்டு தலைவர் கட்சியை விட்டு நீக்கப்பட்டபோது கம்யூனிஸ்டுக் கட்சிக்குள்ளேயே படுகொலைகள் நடந்தன. இன்றும் அம்மோதல் கொலைத்தொடராக நீள்கிறது. ராகவன் இப்போது தனிக்கட்சி கண்டு காங்கிரஸ் கூட்டணியில் இருக்கிறார். காங்கிரஸ் எஸ் என்று ஒரு கட்சி இருந்தது. சரத் பவார் தொடங்கிய கட்சி. அவர் மீண்டும் காங்கிரஸில் சேர்ந்த பின்னும் வடகரை என்ற ஊரில் மட்டும் பி.உண்ணிகிருஷ்ணன் என்பவர் தலைமையில் நீடித்தது. அந்தக் கட்சிக்கும் இடதுசாரிகளுக்கும் இடையே வடகராவில் படுகொலைகள் மாறி மாறி நடந்துள்ளன.

கோழிக்கோட்டுக்கு வடக்கே உள்ள கேரளம் பண்பாட்டில் முற்றிலும் வேறுபட்டது. அதை ஒரு 'பழங்குடி கேரளம்' என்று சொல்லலாம். மரபாக இது கோலத்து நாடு என்று சொல்லப்பட்டது. இங்குள்ள கோரப்புழ என்ற ஆறு கோலத்து நாட்டையும் கோழிக்கோட்டையும் பிரித்தது. கோழிக்கோட்டு சாமூதிரியின் ஆட்சியின் கீழ் இருந்தாலும் கோரப்புழாவுக்கு வடக்கே உள்ளவர்கள் வேறு ஆட்கள். கோலத்து நாட்டு மக்கள் எக்காரணத்தாலும் கோரப்புழாவை தாண்டலாகாது என்ற 'கோரப்புழ விலக்கு' இந்நூற்றாண்டின் தொடக்கம் வரை அமலில் இருந்தது.

புராதன சேர நாட்டின் வட எல்லை பந்தளாயனி என்று சொல்லப்படும் கோயிலே. அது கோழிக்கோட்டுக்கு வடக்கே உள்ளது. அதற்கு மேலே உள்ள பகுதி பேரரசு பெரும் பண்பாடு ஆகியவற்றுக்கு உள்ளே வரவே இல்லை. இங்கு பழங்குடி அரசுகள் மூத்து உருவான பலநூறு சிறு சிறு ஆட்சியாளர்கள் ஆண்டார்கள். இவர்களை நாடுவாழிகள் என்றும் மாடம்பிகள் என்றும் வரலாறு சொல்கிறது. இவர்களுக்கு இடையே எப்போதும் சண்டைகள் நடந்து கொண்டே இருந்தன. படுகொலைகள் ஓயாத மண் இது.

இப்படி படுகொலை செய்யப்பட்டவர்களை தெய்வமாக்கி வணங்குவதே இப்பகுதியில் மேலோங்கியிருந்த மதம். இது தெய்யம் ஆட்டு என்று சொல்லப்படுகிறது. இன்றும் இங்கே செல்வாக்குடைய தெய்வங்கள் மறுதா, அறுகொலை, தெய்யம் என்றெல்லாம் அழைக் கப்படும் படுகொலை தெய்வங்களேயாகும்.கோரப்புழைக்கு தெற்கே தெய்யங்கள் பிரபலம் அல்ல.

ஓயாத சண்டைகளுக்கு இங்கே பல வடிவங்கள் உண்டு. விரித்துச் சொல்லப்போனால் பெருகும். இரண்டு விஷயங்களை மட்டும் சொல்லலாம். ஒன்று இங்கே போருக்காகவே உருவான சேவகர்கள் என்ற சாதியினர் உண்டு. இரு சிறுமன்னர்கள் நடுவே பூசல் உருவானால்

அவர்கள் ஆளுக்கு ஒரு சேவகரை வாடகைக்கு எடுக்கிறார்கள். நாள் குறிக்கப்படுகிறது. இருவரில் ஒருவர் சாகும் வரை போர் நடக்கும். இப்படிப்பட்ட சேவகர்களின் கதைகளையே வடக்கன் பாட்டுகள் என்ற வீரகதைப்பாடல்கள் போற்றிப் புகழ்கின்றன. இவற்றை ஒட்டியே ஏராளமான மலையாளப்படங்கள் எடுக்கப்பட்டுள்ளன. 'ஒரு வடக்கன் வீர கதா' என்ற எம்.டி.வாசுதேவன் நாயர் - ஹரிஹரன் சினிமா நினைவுக்கு வரலாம்.

இன்னொன்று குடிப்பகை என்ற அம்சம். ஒரு குடும்பத்தில் (தாய்வழிச் சொத்துரிமை உள்ள குடும்பம் தறவாடு என்று அழைக்கப்படும்) ஒருவர் கொல்லப்பட்டால் கொன்றவர் குடும்பத்தில் ஒரு தலையை எடுப்பது வரை கொல்லப்பட்டவனின் குடும்பத்தினர் ஆக மாட்டார்கள். இந்த 'தலைக்கணக்கு' பல நூறு வருடம் பற்பல மனிதர்கள் வழியாக தொடரும். இந்நூற்றாண்டின் இறுதிவரை இது இருந்திருக்கிறது.

இத்தகைய 'பண்பாட்டு' சூழலில் இன்று அரசியல் கட்சிகள் வன்மங்களை விதைத்து வருகின்றன. ஒரு பகுதியின் அடிப்படையான பண்பாடே அவர்களின் அரசியலிலும் பிரதிபலிக்கும். ஒரு பகுதி மக்களின் குலதெய்வம் என்ன என்று பார்த்தாலே அம்மக்களின் பண்பாட்டு நிலையும் தெரியும். அரிவாள் ஏந்தி போர்க்கோலமாக நிற்கும் குலதெய்வம் கொண்ட மக்களின் ஆழ்மனதில் இருந்து வன்முறையை அப்படி எளிதில் எடுத்துவிடமுடியாது.

வடகேரளத்தில் கட்சிகள் என்பவை கிட்டத்தட்ட இனக்குழுக்கள் போலவே உள்ளன. ஒரு குழு அதன் உறுப்பினருக்கு ஆறுதலையும் பாதுகாப்பையும் அளிக்கிறது. நான் பலர் என்ற உணர்வை கொடுக்கிறது. அப்படி ஒரு குழு ஒன்றாக இருக்க அதற்கு எதிரிகள் தேவை. எதிரி மீது கடும் வெறுப்பை அது உருவாக்கி வைத்திருக்கிறது. அவ்வெறுப்பு வன்முறையை இயல்பாகவே நாடுகிறது.

எல்லைகள் மீறப்படுவதைப்பற்றி நாகார்ஜுனன் சொல்கிறார். ஐந்து வருடம் முன்பு ஜெயகிருஷ்ணன் என்ற ஆரம்பப்பள்ளி ஆசிரியரை, அவர் ஆர்.எஸ்.எஸ். ஊழியர், ஆரம்பப்பள்ளிக் குழந்தைகள் கண்முன் வகுப்பறையில் வைத்து மார்க்ஸிஸ்ட் கட்சியினர் வெட்டிக் கொன்றார்கள். அந்தக்குழந்தைகளில் பல இன்றும் தீவிரமான உளச்சிக்கல்களுடன் உள்ளன. வன்முறைக்கு எல்லைகள் என ஏதும் இல்லை. நல்ல வன்முறை தீய வன்முறை என ஏதும் இல்லை. வன்முறை ஒருபோதும் நேரடியாக வருவதில்லை. இலட்சியவாத வன்முறை, விடுதலைப் போராட்ட வன்முறை என்றெல்லாம் பெயரிட்டபடிதான் எல்லா வன்முறையும் நம் முன் வருகின்றன.

வன்முறை பழங்குடி மனநிலை சார்ந்த ஒன்று என நான் நினைக்கிறேன். தன்னை ஒரு குழுவாக பன்மைப்படுத்திக் கொள்வதும் பிறனை உருவாக்கி அவனை வெறுப்பதும் அதன் இரு பக்கங்கள். வடகேரளம் பிரிட்டிஷ் ஆட்சிக்காலம் வரை வன்முறை மண்டிய பழங்குடிப் பண்பாட்டின் பிடியில் இருந்ததை வில்லிம் லோகன் போன்ற ஆய்வாளர்கள் காட்டுகிறார்கள். பிரிட்டிஷ் ஆட்சி அவர்களுக்கு ஒரு கட்டுப்பாட்டைக் கொண்டு வந்தது. ஆனால் உள்ளே வன்முறையின் விதைகள் இருந்தன. கட்சி அரசியல் அதை வைத்து விளையாடுகிறது. இதுவே உண்மை. இதில் மார்க்ஸிஸ்ட் கட்சி முதல் எல்லா கட்சிக்கும் பங்கு உண்டு. விதிவிலக்கான கட்சி ஏதும் இல்லை.

வடகேரளம் தொழில்மயமானதல்ல. கிராமியத்தொழில்கள். வெளி நாட்டு பணவரவு, நுகர்வோர் பண்பாடு மட்டுமே அங்கே பரவியிருக்கிறது. அது இன்னும் நவீன காலகட்டத்துக்கே வரவில்லை. அங்கே தொழில்கள் வந்தாலே போதும் இம்மனநிலை மாறிவிடும் என நான் நினைக்கிறேன். அதற்கு முன் வன்முறைக்கு சித்தாந்த சாயம்பூசும் ஆசாமிகளை அப்புறபப்டுத்தவேண்டும்.

மார்ச் 13, 2008

நீரும் நெறியும்

பேச்சிப்பாறை அணையில் இருந்து சானல்களுக்குத் தண்ணீர் விட்டு பத்துநாள் தாண்டிவிட்ட பிறகும் பார்வதிபுரத்துக்கு நீர் வரவில்லை. நடக்கச் சென்றபோது கணபதியா பிள்ளை கலுங்கில் அமர்ந்திருந்தார். 'ஞாற்றடி பெருக்கியாச்சா?' என்றேன். 'வெள்ளம் வரல்லேல்லா?' என்றார். 'விடல்லியோ?' 'விட்டு பத்துநாளாச்சு... வந்துசேரணுமே' எனக்கு புரியவில்லை. நீர் எங்கே போகிறது?

கணபதியாபிள்ளை சொன்னார். பேச்சிப்பாறை நீரின் அரசியலை. 1906ல் அப்போதைய திருவிதாங்கூர் மகாராஜா மூலம்திருநாள் அவர்களால் கட்டப்பட்டது அந்த அணை. குமரிமாவட்டத்தின் வளத்தைப் பெருக்கியதில் அந்த அணைக்குள்ள பங்கு சாதாரணமல்ல. உண்மையில் இன்று மாபெரும் வயல்வெளிகளாக உள்ள பகுதிகள் எல்லாம் அந்த அணை வந்தபின் நீர் பெற்ற தரிசு நிலங்கள்தான். மொழி அரசியல் காரணமாக இன்றைய குமரிமாவட்ட நாடார்களில் இளைய தலைமுறை மன்னரை வெறுக்கிறார்கள். சாதி அரசியலும் மத அரசியலும் உருவாக்கிய குறுகிய, இருண்ட ஒரு வரலாற்றுணர்வே இங்கே உள்ளது.

ஆனால் குமரிமாவட்ட நாடார்களிடம் இன்றுள்ள செழிப்பான தென்னந்தோப்புகள் எல்லாமே பேச்சிப்பாறை அணைநீர் மூலம் உருவானவையே. அவ்வணையே இங்குள்ள நாடார் எழுச்சியில் பெரும்பங்கு வகித்தது என்றால் அது மிகையல்ல. சமீபத்தில் பேச்சிப்பாறை அணையின் நூற்றாண்டு நிறைவுவிழா (இரண்டுவருடம் பிந்தி) கொண்டாடப்பட்டது. மொத்தப் பேச்சாளர்களும் இப்போதைய ஆட்சியாளர்களைப் பற்றி மட்டுமே பேசினர், ஒருவர் கூட மூலம்திரு நாளைப் பற்றியோ அவரது கனவை நனவாக்கிய எஞ்சினியர் பற்றியோ ஒரு சொல்லும் சொல்லவில்லை என்று நாளிதழ்களில் செய்திவந்தது.

வரலாறு எப்போதுமே அப்படித்தானே? பண்டைய வரலாற்றை எடுத்துப் பார்த்தால் இன்றைய குமரிமாவட்டத்தின் வளத்துக்கு மூலகாரணமானவர் இருவர். மதுரை ஆட்சியாளர்களிடமிருந்து குமரி நிலப்பகுதிகளை மீட்டு 1731 முதல் இருபதாண்டுக்காலம் ஆட்சி செலுத்திய மார்த்தாண்டவர்மா மகாராஜா. அவரது படைத்தலைவரான காப்டன் பெனடிக்ட் டி லெனாய் என்ற டச்சுக்காரர். டி லெனாயின் சமாதி தக்கலை அருகே உதயகிரிக் கோட்டையில் பாழடைந்து கிடக்கிறது. நான் அறிந்து திருவனந்தபுரம் அரச குலம் அல்லாமல் எவருமே அவரை நினைவு கூர்ந்து அஞ்சலி செலுத்தியதில்லை.

பேச்சிப்பாறையைப் பற்றி கணபதியா பிள்ளை சொன்னார். அணை கட்டப்பட்டதும் ஆயக்கட்டு பகுதிகள் முழுமையாக சர்வே செய்யப் பட்டன. சானலின் ஒரு மடை வழியாக பயன்பெறும் வயல்கள் ஒரு அலகாக வகுக்கப்பட்டன. அவர்கள் இணைந்து நீரை பங்கிட்டுக் கொள்ள ஒரு உழவர் குழுவை அமைக்க வேண்டும். கிடைக்கும் நீரை அவர்கள் சீராக பங்கிடவேண்டும். அவர்களுக்கு தேவையான நீர் கணக்கிடப்பட்டு அது கிடைக்கும்வரை மட்டுமே மடை திறக்கப்படும். அதை அதிகாரிகள் கறாராகவே கண்காணிப்பார்கள். நீரை அவர்கள் குளங்களில் சேமித்துக்கொண்டு சீராக செலவிடுவார்கள்.

சுதந்திரத்துக்குப் பின்னர் மெல்ல மெல்ல நீர்ப்பங்கீட்டு அமைப்புகள் சீரழிந்து கடந்த நாற்பது வருடங்களாக எந்தவிதமான கட்டுப்பாடும் இல்லை. பெரும்பாலான இடங்களில் மக்கள் அவர்களே மடைகளை திறந்துவிட்டுக் கொள்கிறார்கள். இன்று வேளாண்மைப் பகுதி பத்து மடங்காக ஏறியிருக்கிறது. நீர் அரிதிலும் அரிதாக உள்ளது. அந்த நீரை மடை திருப்பி தோப்புகளையும் ரப்பர் எஸ்டேட்டுகளையும் சதுப்பாகும் வரை நனைக்கிறார்கள். பல இடங்களில் நீர் நிறைந்து காடுகளை யெல்லாம் நனைத்து ஓடைகள் வழி ஆற்றுக்குப் போய் வீணாகிறது.

‘அவனுகளுக்கு நெறைஞ்ச பெறவுதான் பய்ய வெள்ளம் இங்க வந்து சேரும்... அதாக்கும் காரியம்’ என்றார் பிள்ளைவாள். ‘எஸ்டேட்டுக் காரனுகளை தட்டிக் கேக்க எங்கிளுக்கு சங்குறப்பு இல்லல்லா? அவனுக பைசா உள்ளவனுக...’

அப்படி வந்த நீரை தேக்கிவைப்பது இன்னும் கஷ்டம். பெரும்பாலான ஏரிகள் தூர்க்கப்பட்டுவிட்டன. கணியாகுளம் ஏரியே உதாரணம். அதன் நான்குபக்கமும் பங்களா வீடுகள் வந்துவிட்டன. நீரை நிரப்பி விட்டு விவசாயி வீட்டுக்குச் சென்றால் நள்ளிரவிலேயே ஆள்வைத்து மதகை திறந்துவிட்டுவிடுவார்கள். அல்லது தோண்டி விடுவார்கள். ஐந்து வருடத்தில் ஒருமுறைகூடஏரியில் நீர் நிற்க அவர்கள் விட்டதில்லை. சுங்கான்கடையில் உள்ள மாபெரும் குதிரைபாஞ்சான்குளம் நிறைந்தால் ஐந்தே நாளில் காலியாகி மணல் ஓடிக்கிடக்கும்.

‘என்னசெய்ய? ஆரிட்டன்னு சண்டைக்குப் போறது? சாவுகது வரை நாம செய்வோம். பின்ன கெடந்து முள்ளு முளைக்கட்டு’ என்றார் பிள்ளை. ‘செரி அப்பம் கடமடைக்கு எப்பம் வெள்ளம் போறது?’ என்றேன்.

‘கடமடைக்கு வெள்ளம் போகணுமானா அவனுக நாலுநாள் பஸ்ஸை மறிக்கணும்...’ என்றார் கணபதியாபிள்ளை. ‘கலெக்டர் வந்து பேசி எடுத்து கொஞ்சம் தண்ணி விட்டுக்குடுப்பாக.... தலையெளுத்து கடப்பொறம் ஆளுகளுக்குத்தான். அவனுகளுக்கு இந்த வெள்ளம் எங்க போயி என்னைக்கு அவனுக குடிக்கது?’

‘இதையா குடிக்காங்க?’ என்றேன். பார்வதிபுரம் தாண்டினால் நகரில் உள்ள முக்கிய கழிவுநீர் ஓடைகள் எல்லாமே இதில்தான் கலக்கின்றன. அரசாங்கமே பெரிய சிமிட்டி ஓடையாக கட்டி, கொண்டுவந்து சேர்த்திருக்கிறது. ‘பின்ன? வேற தண்ணி வேணும்லா? குளோரினை அடிச்சு குடுப்பானுக... அப்டிபார்த்தா பழையாத்திலதானே நாகரு கோயிலுக்க சாக்கடையும் கக்கூஸும் முழுக்க கலக்குது... அதைத் தானே கன்யாகுமரி முதல் உள்ள எல்லா கடப்பொறம் ஆளுகளும் குடிக்கானுக?’

நாகர்கோயிலில் எந்த ஆஸ்பத்திரியிலும் நேர் பாதிப்பேர் கடற்கரை பரதவர்களாகத்தான் இருப்பார்கள். வருடம் தோறும் செப்டம்பர் அக்டோபர் நவம்பர் மாதங்களில் கடற்கரைகளில் ஒரு வயிற்றுப் போக்கு அலையுண்டு. பலர் சாவார்கள். ‘பீச்சுனாமி’ என்று அவர்கள் சொல்லிக் கேட்டிருக்கிறேன். நாகரிகத்தின் சாக்கடை குடிக்கவைக் கப்பட்ட மனிதர்கள்.

‘இது இங்க மட்டும் உள்ள காரியமில்ல... தமிழ்நாடு முழுக்க இந்தக் கதைதாலா... தண்ணி இல்ல. உள்ளவன் இல்லாதவனுக்கு விடமாட்டான். விட்டாலும் அவனுக்க பீயக் கலக்கித்தான் குடுப்பான்... என்ன செய்யியது?’ என்றார் கணபதியா பிள்ளை.

ஜூன் 21, 2008

விளிம்புக்கும் கீழே சில குரல்கள்

சில மாதங்களுக்கு முன் ஒரு நண்பர் வீட்டுக்கு வந்திருந்தார். இலக்கிய வாசிப்பு உள்ளவர். கேரள அரசுத்துறை ஊழியர். மார்க்ஸிய கம்யூனிஸ்டுக் கட்சியின் அதிதீவிர உறுப்பினர். தமிழிலக்கிய உலகம்பற்றி ஒரு குத்துமதிப்பான புரிதல்தான். கருத்துகள் சற்றே மையம் விலகிச் சென்று விழும். எல்லா தளங்களிலும் அவருக்கே உரித்தான ஒரு புரிதல் உண்டு. பேச்சுவாக்கில் நான் தலித் இலக்கியம் என்று ஏதோ சொன்னேன். அவர் சட்டென்று அதைப் பிடித்துக் கொண்டார். தலித் என்றாலே ஒரு ஆதிக்க மோசடிச் சொல், தலித்துக்கள் எல்லாரும் வன்முறையாளர்கள், அவர்கள் எழுதுவதெல்லாம் மானுடமறுப்பு என்று ஆவேசமாக வாதிட்டார். அவரது ஆவேசத்தை என்னால் புரிந்துகொள்ள முடியவில்லை.

அவர் கிறித்தவர் என்பதனால் நாடாராக இருப்பாரோ என்று எண்ணினேன். குமரிமாவட்ட நாடார்கள் அளவுக்கு ஆவேசமான சாதிவெறி கொண்டவர்களைப் பார்ப்பது கஷ்டம். சாதிப்பற்று மற்றும் ஒற்றுமை மூலம்தான் சென்ற காலங்களின் தாழ்வுநிலையில் இருந்து அவர்கள் போராடி மேலே எழுந்தார்கள். எங்கும் தங்களவர்களைக் கண்டுகொண்டு ஒன்றுபடவும், ஒருவரை ஒருவர் கைதூக்கி விடவும், அவ்வுணர்வு கைகொடுத்தது. ஆனால் இன்று அவர்கள் மிக முன்னேறிய, செல்வாக்குமிக்க சாதியாக ஆனபின்னரும் அந்த சாதிவேகம் அப்படியே நீடிக்கிறது.

உண்மையில் உயர்சாதியினருடன் ஒப்பிடும்போது நாடார்கள் சமநிலைக்கோ அவர்களை விட மேல்நிலைக்கோ சென்று நடைமுறையில் சமாதானமாகிவிட்டார்கள். அவர்களை விட தாழ்நிலையில் உள்ள தலித்துக்கள் மேல் தீவிரமான வன்முறையைச் செலுத்துகிறார்கள். நாடார்களுக்குரிய சி.எஸ்.ஐ (சர்ச் ஆஃப் சவுத் இண்டியா)

திருச்சபையிலிருந்து தலித்துக்களை அனேகமாக வெளியேற்றி விட்டிருக்கிறார்கள். குமரிமாவட்டத்தில் ஒருவரை என்ன சர்ச் என்று கேட்டு சாதியைச் சொல்லிவிடமுடியும். (நாடார் - சி.எஸ்.ஐ சபை, பரதவர் - கத்தோலிக்க திருச்சபை, சாம்பவர் - லூத்தரன் மிஷன், புலையர் - ரட்சணியசேனை) அலுவலகங்கள், கல்விநிறுவனங்களில் தலித்-நாடார் சண்டைதான் பெரும்பாலும் தீவிரமாக நடந்து கொண்டிருக்கும்.

ஆனால் நண்பர் திடீரென்று நாடார்களையும் தாக்க ஆரம்பித்தார். என் குழப்பம் அதிகரித்தது. பொதுவாக இந்தச் சாதிப்போர்களில் வேடிக்கை யான நடுநிலைமை ஒன்று எனக்கு கைகூடிவிடும். நான் என் சாதியில் திருமணம் செய்யவில்லை, சாதி உறவுகளும் இல்லை. நண்பர் திருமாவளவன், கிருஷ்ணசாமி, ரவிக்குமார் எல்லாரையும் வசைபாடி சம்பந்தமில்லாமல் காலச்சுவடையும் திட்டி மெல்ல சமனடைந்தார். ‘எல்லாவனும் ஃப்ராடுப் பயக்க சார். எங்க சாதிக்காக நான் போராடு தேன்னு சொல்லு. என்ன மயித்துக்கு தீண்டாமைன்னு சொல்லுதே? நீ தீண்டாமைய விட்டாச்சா? இல்ல, கேக்கேன்..’ என்று கண்முன் இல்லாத பலரிடம் கேட்டார்.

அவர் சென்றபின் வேதசகாயகுமாரிடம் கேட்டேன், இவர் இப்படிச் சொல்கிறாரே என்று. ‘அவர் அடிவயித்திலேருந்து சொல்லுதார்... அவரு காட்டுநாயக்கருல்லா?’ என்றார். ‘அப்படியா?’ என்றேன். நாயக்கர் ஆட்சியின்போது குமரிமாவட்டத்தில் குடியேறிய காட்டு நாயக்கர்கள்தான் இங்கே சுத்திகரிப்பு வேலையையும் செய்கிறார்கள். குமரிமாவட்ட சாதிகளில் ஆகக்கடைசி இடத்திலிருப்பவர்கள். அவர்களை பிறசாதியினர் அனைவருமே தீண்டத்தகாதவர்களாகவே நடத்துகிறார்கள். நடைமுறையில் அவர்கள் அதிகம் புழங்குவது பிற தலித் சாதியினரிடம் என்பதனால் இவர்கள் அவர்களிடமிருந்தே அதிகபட்ச சாதிய ஒதுக்குதலை அனுபவிக்கிறார்கள். ஐம்பதுகளில் கம்யூனிஸ்டுக்கட்சி அவர்களிடம் அரசியல் பணியை தொடங்கியது. அதை சுந்தர ராமசாமி ‘ஒரு புளியமரத்தின் கதையில்’ பதிவு செய்திருக்கிறார். ஆனால் அது தொழிற்சங்கம் என்ற நிலையை விட்டு மேலெழவில்லை.

அந்த நண்பர் கேரள அரசு அலுவலகத்தில் கடைநிலை ஊழியர் என்றார் வேதசகாயகுமார். ஆனால் குமாஸ்தா என்றே சொல்லிக் கொள்வார். அவரது விருப்பு வெறுப்புகள் எல்லாமே வேகமானவை. ‘இந்த விசயத்தை கெவுனிச்சிருக்கியளா? எல்லா ஆபீஸிலயும் எஸ்டி எஸ்டி ஃபெடரேஷன் உண்டு. ஆனா அதில சக்கிலியர்களும் காணிக் காரர்களும் காட்டுநாயக்கர்களும் அதிகமா இருக்க மாட்டாங்க. அவங்க

சிபிஎம் யூனியனிலதான் இருப்பாங்க. காரணம் அவங்கள சமானமா நடத்த மத்த தலித்துக்கள் ரெடியாட்டு இருக்கிறதில்ல...' அதை நானும் கவனித்திருக்கிறேன். தமிழக தலித் இயக்கம் என்பது இங்கே எண்ணிக் கையில் அதிகமாக இருக்கும் பறையர், தேவேந்திரகுல வேளாளர் என்ற இரு சாதிகளின் இயக்கமே. நேற்றுவரை அவர்களிடம் அதிகாரம் இருக்கவில்லை. இன்று அந்த அதிகாரம் சற்றே கைவரும்போது அந்த அதிகாரத்தை பகிர்ந்துகொள்ள அவர்கள் தயாராக இல்லை.

'சாதீன்னு பேசினாலே அதன் அடிப்படையான மன அமைப்பும் உள்ள வந்திருது. அதனால சாதிக்குள்ள நின்னு சாதிய எதுக்கிறதுன்னு சொல்றமாதிரி ஹம்பக் வேற ஒண்ணுமே இல்ல. என் சாதிய நான் எப்டி டிஃபைன் பண்ணுறேன்? நான் மத்தவங்களிலே இருந்து வேற, அவன விட உயர்ந்தவன், இவனை விட கீழ இருக்கேன்னுதானே? நம்ம தலித் சிந்தனையாளர்களில உச்சம்னா அது அயோத்திதாசர்தான். அவரு ஒரு பெரிய ஜீனியஸ்னு நெனைக்கேன்... ஆனா அவரும் இதைத்தானே சொல்லுதார்? பறையர்கள் உசந்த சாதிதான்னு அவர் வாதாடுறப்ப குறவன் சக்கிலியன்லாம் ஓணானைத் திங்கிறாங்க பறையர்கள் அப்டி திங்கிறதில்லைங்கிறார். அவங்க குளிக்கமாட்டாங்க ஆனா பறையர்கள் ரொம்ப சுத்தமா இருப்பாங்கங்கிறார்... உணவு, உடல்சுத்தம் ரெண்டும் தான் பிராமணன் சாதிபிரிப்புக்குச் சொல்ற அளவுகோல். அதைத்தானே இவரும் சொல்லுதார்?'

நுட்பமான தந்திரத்துடன் தலித் உரிமை என்ற குரலுடன் தமிழ் தேசியம் என்ற குரல் கலக்கப்படுவது தலித்துக்களில் முற்றிலும் ஒடுக்கப்பட்ட நிலையில் இருக்கும் அருந்ததியர் போன்றவர்களை விலக்கிவைப் பதற்கே என்று அன்று நண்பர் உக்கிரமான குரலில் வாதாடினார். வாய்ச்சொல் உபசாரங்கள் தாண்டி உண்மையான அதிகாரப் பங்கிடல் என்று வரும்போது தலித் சாதிகளின் அதிகார இச்சையே வெளிப்படும் என்றார். அச்சிலும் மேடையிலும் கடந்த கால்நூற்றாண்டாக தலித் உரிமைக்குரல் கொடுத்த பலரும் இப்போது அருந்ததியரை கைகழுவ அழகிய வாதங்களுடன் வருவதை நாம் காண்கிறோம்.

அருந்ததியருக்காக காலம்பிந்தியாயினும் மார்க்ஸிய கம்யூனிஸ்டுக் கட்சி குரல்கொடுத்திருப்பது மிக மிக வரவேற்கத்தக்கது. மார்க்ஸிய கம்யூனிஸ்டுக் கட்சி ஏன் குரல் கொடுக்கவேண்டும்? மிக எளிய விடைதான். அருந்ததியர்கள் பெரும்பாலும் அந்தக் கட்சியில்தான் உள்ளனர். நடைமுறையில் அருந்ததியர், காட்டுநாயக்கர் போன்ற மக்களைப்பற்றி பேசும் உரிமை இப்போது இரு தரப்பினருக்கே உள்ளது. ஒன்று, மார்க்ஸிய கம்யூனிஸ்டுக்கட்சி. இரண்டு கிறித்தவ மிஷனரிகள். அவர்களை மதித்து அவர்களுக்காக ஏதேனும் செய்ய முன்வந்தவர்கள் அவர்களே.

மார்க்கு எழுதி தூய சவேரியார் கல்லூரி பாளையங்கோட்டை வெளியீடாக வந்துள்ள 'அருந்ததியர் வாழும் முறை' அவர்களைப்பற்றி அறிய மிக உதவியான நூல். நரிக்குறவர்களைப்பற்றி முனைவர் பத்மாவதி எழுதி தமிழினி வெளியீடாக வந்துள்ள 'நரிக்குறவர் இனவரைவியல்' ஒரு குறிப்பிடத்தக்க நூல். பிற சாதியினரைப்பற்றி இன்னமும் அடிப்படை தகவல்கள்கூட திரட்டப்படவில்லை.

நம் சூழலில் சாதி சார்ந்த ஒரு வெளிப்படையான விவாதத்துக்குள் செல்வது மிகமிக சிரமமானது. அதில் உறையும் அதிகாரம் காரணமாக தீவிரமான வன்முறையுடன் மட்டுமே அந்த விவாதம் நிகழ்த்தப் படுகிறது. இங்குள்ள முக்கியமான உத்தி என்பது பிறரை சாதியவாதி என்று முத்திரை குத்துவதன் வழியாக தன் சாதிவெறியை ஒளித்துக் கொள்வது. இதன் மூலம் அச்சிலும் மேடையிலும் உக்கிரமான சாதி ஒழிப்புக்குரல்கள் முழங்கிக் கொண்டே இருக்கையில் தனிவாழ்வில் சாதிவெறி அதன் உக்கிரத்துக்குச் செல்லும் ஒருநிலை இங்கே உருவாகி விட்டிருக்கிறது. தமிழ்நாட்டில் பிறரை சாதிவெறியன் எனக் குற்றம் சாட்டி எழுதியவர்களில் அனேகமாக அனைவருமே தங்கள் சாதியின் மேடைகளில் கூசாமல் ஏறியமர்ந்துகொண்டிருக்கிறார்கள் என்பதைக் காணலாம்.

ஒருவன் தன் சொந்த வாழ்வில் எந்த அளவுக்கு சாதியிலிருந்து வெளியே வருகிறான், எந்த அளவுக்கு தன்னை விமரிசனபூர்வமாக பார்த்துக் கொள்கிறான் என்பதே நேர்மையான அளவுகோலாக அமையும் என்பதே நான் கண்டது. எல்லா இடங்களிலிருந்தும் எழும் வெற்றுக் குரல்கள் உண்மையைப் பேசாதே கோஷம் மட்டும் போடு என்று கூவிக் கொண்டிருக்கின்றன. அவற்றை மீறி சிலவற்றை பேசியாகவேண்டிய நேரம் இது.

விசை இதழில் அருந்ததியர் உள் ஒதுக்கீடும் தலித் கட்சிகளும்: எம். அசோகன் கட்டுரையை வாசிக்கும்போது இதையெல்லாம் எண்ணிக் கொண்டேன். அது வெளிப்படையான கறாரான ஒரு கட்டுரை.

ஜூலை 12, 2008

காய்கறியும் அரசியலும்

பார்வதிபுரம் வழியாக வரும்போது நெடுஞ்சாலையை ஆக்ரமித்து போடப்பட்ட பழக்கடையில் ஒரு கூடை நாவற்பழங்கள் இருப்பதைக் கண்டேன். அருகே சென்றபோது கடையில் ஆளில்லை. ஒரு நாவல் பழத்தை எடுத்து வாயில்போட்டேன். சுமாரான பழம்தான். 'வாங்கலாம் அப்பா' என்றான் அஜிதன். 'இருடா ஆள் வரட்டும்' என்றேன்.

கடைஆள் சாலைக்கு அப்பால் சிறுநீர் கழிக்கச் சென்றிருந்தார். எங்களைப் பார்த்ததும் வந்தார்.'பழம் என்ன விலை?' என்றேன். 'சார், கிலோ நூறு ரூபாய்' என்றார். அதிர்ந்துவிட்டேன். அப்படியானால் நூறுகிராம் பத்து ரூபாய். பத்து பழம்கூட நிற்காது. ஒருபழமே ஒரு ரூபாய்க்கு மேல். நாவற்பழம் என்பது பெரும்பாலும் கொட்டைதான். அதன் மேல்பூச்சுதான் தின்பதற்கு. ஒரு ரூபாய்க்கு வாயில் ஒருமுறை புரட்டுவதற்குக் கூட ஒன்றும் இருக்காது. 'எடுக்கவா?' என்றார். 'வேண்டாம்...' என்று வந்துவிட்டேன்.

வரும் வழியெங்கும் புலம்பியபடியே வந்தேன். சின்னவயதில் நாங்கள் தோட்டங்களில் நாவல் பழங்கள் பொறுக்கச் சென்றால் கைகொள்ளாமல் தான் திரும்பிவருவோம். குமரி மாவட்டத்தில் அது எந்தவிதமான விலையும் இல்லாத பழம். இங்கே ஒரு ஊரில் பெயரே நாவல்காடுதான். நாஞ்சில்நாடன் ஊருக்குப்போகும் வழி. காடுகளில் நாவல்மரங்கள் காடுபிடித்துக் கிடக்கும். ஒருகிலோவுக்கு மேல் வரக்கூடிய கூறு ஒரு ரூபாய் என்று சமீபத்தில் கூட கிராமங்களில் விற்கப் படுவதைக் கண்டிருக்கிறேன். 'என்ன அநியாயம் இது' என்றேன் 'சும்மா வாப்பா... நீ வாங்கல்லை... பைசா உள்ளவன் வாங்கிட்டுபோறான்.. ஏன் புலம்பறே?' என்றான் அஜிதன்.

எங்கள் வீட்டிலிருந்து மூன்று கிலோமீட்டர் சென்றால் பாறையடி மலையடிவாரம் வரும். அங்கிருந்து மேலே காடுகள் வானில் தொங்கிக்

கிடக்கும் வேளிமலை. நாங்கள் வரும்போது அப்பகுதியே வயல் வெளியாக கிடந்தது. இரண்டு எஞ்சீனியரிங் கல்லூரிகள் வனநிலத்தை நூறாண்டு குத்தகைக்கு எடுத்து கட்டப்பட்டன. எட்டு வருடங்களில் அப்பகுதியே நகர விரிவாக்கமாக ஆகிக் கொண்டிருக்கிறது. செண்ட் லட்ச ரூபாய். ஆனாலும் இப்போதும் நடப்பதற்கு ஏற்ற இடம்தான். ஆனிமாதத்தில் காற்று பிடித்துத் தள்ளும்படி இருக்கும்.

மாலை நடக்கச் சென்றபோது நேசமணியை பார்த்தேன். எங்களுக்கு அவ்வப்போது சின்ன வேலைகளுக்கு வருவார். 'வயலு சோலி இல்லியா?' என்றேன். 'அருவு வெட்டுத சோலிகள் இப்பம் தொடங்கு மில்லா... இப்பம் ஞாறு பிடுங்கல் நடக்குவு' என்றார். 'அப்பம் பின்ன சோலி?' 'சோலிகள் பலதுண்டு சார். நேற்று மலைக்கு செண்ணு ஒரு கடவம் நாவல்பழம் கொண்டு வந்து வித்தேன்... அது அன்னைக்குள்ள பாடாப் போச்சு...' என் மூளை நரம்பு லேசாகப் புரண்டது 'எம்பிடு வச்சு குடுத்தேரு?' என்றேன். 'சொமடுக்கு இருநூறு கேட்டேன்...குடுக்க மாட்டேன்னு சொல்லிப்போட்டாவ... பின்ன நின்னு பெசகி நூற்றம்பதுக்கு குடுத்தேன்... சாயகுடிக்குள்ள வகையாட்டு மேலே ஒரு இருவது ரூவா.'

நான் பிரமித்து நின்றுவிட்டேன். அந்தக்கூடை இருபதுகிலோவுக்கு மேல் இருக்கும்... கிட்டத்தட்ட இருபது மடங்கு அதிக விலை. 'வாங்கப்போனாக்க கொள்ள வெலையில்லாவே சொல்லுகான்?' என்றேன். 'சொல்லுவானுக... அதுபின்ன கடையெல்லாம் அவனு களுக்க ஏற்பாடுல்லா... அவன் சொன்னதுதான் வெலை' என்றார் நேசமணி. 'வரட்டா சார்? பட்டி சும்மா கெடக்கா?' அவருக்கு லாப்ரடார் நாய் மிருகங்களில் ஒரு தேவதூதன் என்ற எண்ணம்.

வில்லுக்குறியில் ஒரு தேங்காய் மூன்றுரூபாய் வீதம் மொத்தமாக எடுக்கப்படுகிறது. பத்து கிலோமீட்டர் தள்ளி நாகர்கோயிலில் ஒன்பது ரூபாய். பலசரக்கு கடையில் பத்து ரூபாய். அதைவிடக் கொடுமை, முருங்கைக்காய். ஒரு ஆள் சுமக்கும் அளவுக்கு முருங்கைக்காய்க்கு சமயங்களில் இருபது ரூபாய் விலை இருக்கும். எப்படியும் ஐநூறு காய் நிற்கும். ஒருகாய் இரண்டுரூபாய்க்கு விற்பார்கள். தமிழ்நாட்டில் விற்கப்படும் எந்த வேளாண் விளைபொருளுக்கும் விலையே கிடையாது.

விவசாயி என்ன செய்ய முடியும்? அவனே கொண்டுபோய் தெருத் தெருவாகக் கூவி விற்கலாம். ஆனால் முடியாது. தெருவியாபாரிகள் ஒரு குழு. அவர்கள் அவனை அப்படி விற்க விடமாட்டார்கள். தெரு வோரம் விற்பது கனவிலும் நடக்காது. கடைகள், தெருவோர ஆக்ரமிப்புக் கடைகள், தலைச்சுமை வணிகர்கள், கூடைக்காரர்கள்

அனைவருமே இங்கே ஒரே பெரிய அமைப்பின் உறுப்பினர்கள். விலையை அவர்கள்தான் தீர்மானிப்பார்கள், வாங்கும் விலை விற்கும் விலை இரண்டையும். வேறு எவரும் உள்ளேயே நுழைய முடியாது. வேறுவழியே இல்லை இவர்களிடம்தான் விற்றாக வேண்டும். வடசேரி கனகமூலம் சந்தை, ஒழுகினசேரி அப்டா மார்க்கெட் எல்லாமே இவர்கள்தான். மிகமிகக் கறாராக நடத்தப்படும் ஒரு பெரும் 'சிண்டிகேட்' இது.

அவர்கள் சிலரிடம் அந்தரங்கமாகப் பேசியிருக்கிறேன். ஆச்சரியம் ஊட்டும் பல தகவல்கள் உண்டு. காய்கறி, மளிகை இரண்டிலும் இந்த சிண்டிகேட்டுகள் உள்ளன. இந்த சிண்டிகேட்டுகள் முறைப்படி நிர்வாகம் செய்யப்படுகின்றன.

தென் தமிழக நகரங்களில் சுவர்கள் முழுக்க ரவுடிகளின் சுவரொட்டி களைக் காணலாம். நற்பணி மன்றங்கள் என்றபேரில் அவர்களை வாழ்த்தியும், பிறந்தநாள் கொண்டாடியும், கொல்லப்பட்டவர்களுக்கு நினைவஞ்சலி செலுத்தியும் போஸ்டர்கள் ஒட்டப்பட்டுக்கொண்டே உள்ளன. ஒவ்வொரு ஊர்களுக்கும் அவ்வூருக்கான ரவுடிகள் உண்டு. உண்மையில் அவர்கள் அரசியலை தீர்மானிக்கும் இடத்தில் உள்ளனர். ஆகவே அரசே அவர்களுக்கு கைகட்டி நிற்கிறது. மிக அபூர்வமாக அவர்கள் அரசால் களையெடுக்கப்படுகிறார்கள். அதற்கான காரணங்கள் நிழலானவை. இந்த மளிகை, காய்கறி சிண்டிகேட்டுதான் இவர்களை வளர்த்து பயன்படுத்திக் கொள்கிறது. நடைபாதை வணிகரிடம் கேட்டால் தன் லாபத்தில் கணிசமான பகுதி இந்த சிண்டி கேட்டுக்கான கப்பமாகவே செல்கிறது என்கிறார்கள். அதில் அரசியல் வாதிகள் வரை பணம் போகிறதாம். இருக்கலாம்.

தமிழகம் முழுக்க இதுவே இன்றுள்ள நிலை. விவசாயிகள் இந்த வணிகர்குழுக்களால் மூச்சு திணறச்செய்து கொல்லப்படுகிறார்கள் என்பதே உண்மை. நேரடியாகவே கேரள வணிகர்களுக்கு விற்பனை செய்ய வாய்ப்புள்ள தென்குமரிமாவட்ட வாழை விவசாயிகள் மட்டும் இந்த இக்கட்டில் இல்லை. அவர்கள் லாபகரமாகவே இயங்குகிறார்கள்.

உழவர் சந்தை போன்ற அமைப்புகளை உருவாக்கி இந்த அமைப்பை உடைக்க முந்தைய கட்டத்தில் இப்போதைய முதல்வர் முயன்றார். நான் அப்போது சில மாதங்களில் வடசேரிச் சந்தையின் நாலில் ஒருபகுதி விலையில் அருகே உள்ள உழவர் சந்தையில் காய்கறி வாங்கி யிருக்கிறேன். ஆனால் ஒரு வருடத்திற்குள் சிண்டிகேட் பெரும்பாலான உழவர் சந்தைகளைக் கைப்பற்றிவிட்டது. கோவை, பொள்ளாச்சி போன்ற சில ஊர்களில் மட்டும் விவசாயிகள் ஒன்றுபட்டு உழவர் சந்தைகளை நடத்தினர். செல்வி ஜெயலலிதா அவர்கள் ஆட்சிக்கு

வருவதற்காக சிண்டிகேட்டுக்கு வாக்குறுதி அளித்ததன்படி வந்ததுமே எல்லா உழவர் சந்தைகளும் செயலிழக்கச் செய்யப்பட்டன.

அதன்பின் மு.கருணாநிதி அவர்கள் பதவிக்கு வந்தபின் உழவர் சந்தைகளை மீண்டும் செயல்படச் செய்ய எதுவுமே செய்யவில்லை. அதற்கும் சிண்டிகேட் பெரும் கட்டணம் கட்டியதாகச் சொல்கிறார்கள். சமீபத்தில் காலையில் உழவர் சந்தைக்குள் நுழைந்தேன். வடசேரி சந்தையின் கிளையான இரண்டு கடைக்காரர்கள் மட்டுமே லாரியில் வந்த காய்களை விற்றுக் கொண்டிருந்தார்கள். உழவர்கள் உள்ளே நுழைந்தாலே அடி உறுதி என்றார்கள். நானும் சொல்லேருழவன் ஆனதனால் அஞ்சிவிட்டேன்.

இந்த சிண்டிகேட்டை நயது எந்த ஆட்சியாளரும் உடைக்கப் போவதில்லை. உடைக்கும் வலிமை உள்ள ஒரே சக்தி ரிலையன்ஸ். பல இடங்களில் அவர்கள் சிண்டிகேட்டை கலகலக்கச் செய்திருக்கிறார்கள் என்று தெரிகிறது. ஆரம்பத்தில் அலட்சியமாக இருந்த சிண்டிகேட் இப்போது பயப்படுகிறது. பணத்தை அள்ளி இறைக்கிறது. நான் நேரடியாகப் பேசியபோது அறியவந்தது வியப்பூட்டுகிறது. விவசாய விளைபொருட்களுக்கு எட்டு மடங்குவரை ரிலையன்ஸ் விலை அளிக்கிறது!

சிண்டிகேட்டின் பணமே நம் அரசியல்வாதிகளை ரிலையன்ஸுக்கு எதிராக கொதித்தெழச் செய்தது. பட்டினியால் வாடும் சிறு வியாபாரி களைப்பற்றி இதழ்களை கட்டுரைகள் வனையச் செய்தது. ஏழை வணிகர்களின் வயிற்றில் அடிக்கும் முதலாளிகளுக்கு எதிராக நக்சலைட் உட்பட எல்லா தோழர்களையும் பொங்கிப் போராட வைத்தது. அரசுப் பாதுகாப்பு கிடைக்காமல் ரிலையன்ஸ் தன் திட்டங் களை மெல்ல சுருக்கிக் கொண்டது என்று என் இதழியல் நண்பர்கள் சொன்னார்கள். குறிப்பாக ஊட்டி, மதுரையில் அவர்கள் நிறுவ இருந்த கொள்முதல் நிலையங்கள் நிறுத்தம் செய்யப்பட்டன.

வழக்கம்போல நம் ஆட்கள் ஆளுக்கொரு காரணம் சொன்னார்கள். ரிலையன்ஸ் வடக்கத்தி நிறுவனம் என்று திராவிட கட்சிகள், அது பெருமுதலாளியின் அமைப்பு என்று கம்யூனிஸ்டுகள். என் தி.க.நண்பர் சொன்னார், 'ரிலையன்ஸெல்லாம் பார்ப்பான் கம்பெனி சார்.' சுத்தம்!

ஜூலை 8, 2008

நீர் பங்கீடு

'வெள்ளிமலை மக்கள் அமைதியான வழியில் பேச்சுவார்த்தை மூலம் பிரச்சினையை தீர்த்துக்கொள்ள முன்வரவேண்டும், மாவட்ட ஆட்சித் தலைவர் விண்ணப்பம்' என்று ஒரு செய்தி படித்தேன். வெள்ளிமலை ஊரைச்சேர்ந்த நண்பர் ஒருவரிடம் கேட்டேன்.

'அந்த பணி போய் பள்ளீல சொல்லணும்... நடக்கப்பட்ட காரிய மில்லை' என்றார் அவர் ஆவேசமாக. '...எங்க வெள்ளத்தை எடுத்து அப்பிடி அவனுக குடிக்க வேண்டாம்... வெளையாடுதானுகவளா...?'

நான் சமாதானமாக 'குடிவெள்ளம்தானே...' என்றேன். 'அப்டி அவனுக எங்க வெள்ளத்த எடுத்து குடிக்க வேண்டாம்...' என்று இறுதியாகச் சொல்லிவிட்டார்.

பிரச்சினை இதுதான். குமரிமாவட்டத்தில் குடிநீர் பிரச்சினை என்பது பொதுவாக எங்கும் இல்லை. இங்கே குடிநீர் இல்லை என்றால் தமிழகம் பாலைவனமாகிவிட்டது என்று பொருள். இரண்டு பருவக் காற்றுகளால் மழைபெறும் பசுமைப்பகுதி இது. ஆனால் இங்கும் கடுமையான குடிநீர் பிரச்சினை உண்டு. அது கடற்கரையில். மண்ணுக்குள் உப்புநீர் இருக்கும் நிலங்களில்.

இந்தச் சிக்கலைத் தடுக்கவும் சேர்த்துத்தான் இங்கே ஏ.வி.எம் கால்வாய் வெட்டப்பட்டது. (அனந்தவிக்டோரியா மெமோரியல்) மகாராஜா காலத்தில் படியளக்கும் 'பொன்னுதம்புராட்டியான' விக்டோரியா மகாராணியின் அறுபதாவது வயது நிறைவைக் கொண்டாடும் பொருட்டு அப்பெயர் சூட்டப்பட்டது.

குமரி மாவட்டத்தில் சமநிரப்பான நிலத்தை கடலோரமாகத்தான் காண முடியும். ஆகவே இந்தக் கால்வாய் கடலோரமாக வெட்டப்பட்டு

கன்யாகுமரி அருகே உள்ள மணக்குடி காயலையும் திருவனந்தபுரத்தையும் இணைத்தது. பல ஆறுகள் ஓடைகள் அதில் கலந்தன. கோட்டாறு கம்போளத்தில் இருந்து அரிசி மளிகை மூட்டைகளை இலகுவாக தோணிகளில் திருவனந்தபுரம் கொண்டு போக முடிந்தது. அதை விட முக்கியமாக இது கடற்கரையின் உப்புநீரை கட்டுப்படுத்தியது. ஏவிளம் கால்வாய்க்கு இக்கரையில் எப்போதும் கிணறுகளில் நல்ல நீர் ஊறியது.

சுதந்திரம் கிடைத்து சாலைவழிப்போக்குவரத்து பெருகியதும் ஏவிளம் கால்வாய் கைவிடப்பட்டது. ஒரு மாபெரும் சாக்கடையாக மாறியது. பல இடங்களில் அதை மறித்து மேடாக்கி வீடுகள் கட்டிக் கொண்டிருக் கிறார்கள். பல இடங்களில் கடற்கரை மக்களுக்கு கொசு காலரா என்று மரணத்தை அள்ளி வழங்குகிறது இந்தக் கால்வாய். ஐம்பது வருடம் முன்பு அவ்வப்போது மட்டும் தூர்வாரி ஆக்ரமிப்புகளை கட்டுப் படுத்தியிருந்தால் ஒருவேளை இப்பகுதிக்கு இது ஆலப்புழை படகுவழி போல சுற்றுலாப்பணத்தை கொண்டுவந்து கொட்டியிருக்கும்.

இன்று கடற்கரைமுழுக்க குடிநீர் பஞ்சம். அங்கே மிக நெருக்கமாக வாழும் மக்கள் குடிநீருக்காக அலைவதைக் கண்டால் மனம் கலங்கும். சின்னஞ்சிறு குழந்தைகள் வரை குடிநீருக்காக குடங்களுடன் நள்ளிரவிலும் திரிவார்கள். அதிலும் கடும் உடலுழைப்புள்ள மக்கள் நீருக்கும் சேர்ந்து காவல் கிடந்து வசைபாடி சண்டையிட்டு பிடித்து நிரப்ப வேண்டும். அவர்களுக்கு அவ்வப்போது சில்லறை குடிநீர் திட்டங்கள் நிறை வேற்றப்படும். குறைந்தது, திட்டங்களாவது போடுவார்கள். அப்படிப் பட்ட ஒரு திட்டம்தான் வெள்ளிமலை கூட்டுக் குடிநீர் திட்டம்.

எளிய திட்டம். வெள்ளிமலை பகுதியில் பேச்சிப்பாறை கால்வாய் நீராலும் குளங்களாலும் நீர் நிறைந்த பகுதியில் ஆழ்குழாய் கிணறுகளை அமைத்து அந்நீரை கடியபட்டிணம் கடற்கரைப்பகுதிக்குக் கொண்டு செல்லுதல். இதுகூட வருடம் முழுக்க அல்ல. பேச்சிப்பாறை நீர் வராத சில மாதங்களில் மட்டும். அதை வெள்ளிமலை பகுதி மக்கள் 'பல்லும் நகமும்' பயன்படுத்தி எதிர்க்கிறார்கள்.

'வெள்ளிமலையிலே தண்ணிக்கு என்ன பஞ்சம்? குடுத்தா என்ன?' என்றேன். 'சார் என்ன சொல்லுதீக? இன்னைக்கு தண்ணி இருக்கு... நாளைக்கு தண்ணிக்கு நம்ம சந்ததிகள் கேட்டா என்ன உத்தரம் சொல்லுகது? இல்லேன்னாலும் அது என்னத்துக்கு நம்ம தண்ணிய அவன் குடிக்கணும்?'

கூட இருந்த இன்னொரு வெள்ளிமலைக்காரர் அடுத்த நியாயத்தைச் சொன்னார். 'அவன் கடலிலே மீம்பிடிக்கான். சும்மாவா குடுக்கான்? ஒரு சாளை இந்நேற்று ஒரு ரூவா சொல்லுதான். அம்மையாண உள்ளது, செறுவெரலு கனம் இல்ல... அதில பாதி தலை... மிச்சம் வாலு.'

‘அது அவங்க பிடிக்கப்பட்டதுல்லா?’ என்றேன். ‘அவன் கடலில மீன்பிடிக்கான்... இது மண்ணில எடுக்கப்பட்ட வெள்ளம்... பொறவு?’ என்றார் அந்த நண்பர். அதற்குப் பதில் சொல்ல என்னால் முடியவில்லை.

‘இன்னைக்கு நாம பாவம்பாத்து குடுப்போம். நாளைக்கு அவன் அவகாசமும் பேசிட்டு வந்து நிப்பான். தேவையா, இல்ல கேக்கேன். பாதி வெள்ளம் எங்க அம்மைக்க ஆமக்கனுக்க சொத்தாக்கும்னுட்டு லாப்பாயிண்டு பேசுவான்...’

‘இந்த மண்ணு தமிழ்நாட்டு சர்க்காருக்குள்ளதாக்குமே... நாமெல்லாம் சர்க்கார் பிரஜைகள்லா?’ என்றேன்.

‘மயிராக்கும்... பிரஜையும் பிண்ணாக்கும் பேசிட்டு வரட்டும்... வாரியலால சாத்துவோம்... எங்க ஊருல உள்ள எல்லா கட்சியும் இப்பம் ஒண்ணாக்கும்... ஒற்ற துள்ளி வெள்ளம் குடுக்க முடியாதுன்னு நிக்கோம்... அதில தீமூக்கா, ஆத்தீமூக்கா. தேத்தீமூக்கா, பாஜாக்கா எல்லாவனும் உண்டு...’

‘செவப்பனுக?’

‘அவனுக அம்மைக்க தாலி அறுத்தானுக...’ என்றார் நண்பர் ‘அவனுக கொள்கைபேசி நின்னு களிக்கானுக... சவிட்டி எல்லெடுக்கணும்...’

‘அப்பம் இதே கட்சிகள் அங்க கடப்பொறத்துலே என்ன செய்யானுக?’

‘அங்க உள்ள இதே கட்சிக்காரனுக வெள்ளம் கொண்டுவான்னு சொல்லி போராட்டம் செய்யானுக’ என்றார் அவர் ‘அதிப்பம், ஓட்டுல்லா?’

‘இருந்தாலும் இது சரியில்லை... இப்பம் காவேரி தண்ணிய கர்நாடகக் காரன் தரமாட்டேங்கான்... அது மாதிரில்லா இது இருக்கு.. நாமெல்லாம் ஒரு ஸ்டேட்டு. ஒரு சனம்...’

‘அதுக்காச்சுட்டி நம்ம தண்ணிய அவன் குடிச்சுப்போடுவானா?’

ஒன்றும் புரியவில்லை. இதை எப்படி சமாளிப்பார்கள்? எனக்குத் தெரிந்த அதிகாரியிடம் கேட்டேன்.’...அப்டியே போட்டிருவோம்... ஆறுமாசம் கழிஞ்சா எல்லாவனும் விட்டுட்டு வேற சோலிக்கு போவானுக...’

‘போகல்லேன்னா?’

‘அப்பம் திட்டம் அம்பிடுதான்... அப்டி பல திட்டங்கள் தமிழ்நாட்டிலே பாதியிலே நிக்கிது... கேட்டிருப்பீய காரைக்குடிக்கு தண்ணி விடமாட்

டோம்னுட்டு திருப்பத்தூர்காரனுக அஞ்சுவருசம் நின்னு போராடினானுக. பழ.கருப்பையான்னு ஒரு காங்கிரஸ்காரரு காரைக்குடியிலே தண்ணிகேட்டு சாகக்கெடந்தாரு...'

நண்பரிடம் ஜெயிக்காமல் விட்டு வர அப்போது மனம் வரவில்லை. '...நீங்க சொல்லுத ஒரு காரியம் கரெக்டாக்கும்' என்றேன். 'நம்ம தண்ணிய அவனுகளுக்கு குடுக்கப்பிடாது... அப்பிடிப்பாத்தா இந்த தண்ணியில பாதியும் பேச்சிப்பாறை தண்ணியாக்கும். நாளைக்கு காணிக்காரனுக அதை குடுக்க மாட்டேன்னு சொன்னானுகன்னா?'

'சவிட்டி எல்லை எடுத்துப்போடணும்... சொல்லீருவானா?' என்றார் நண்பர் ஆவேசமாக.

'நீரு சொல்லிக் குடுக்காம இருந்தா போரும்... அல்லாம அவனுக எங்ககூடி கேக்குதது' என்றார் நண்பரின் நண்பர்.

ஜுன் 2, 2008

ஒரு கனவின் கதை

ஜமா அத் ஏ இஸ்லாமி அமைப்பின் மாத இதழான 'சமரசம்' மார்ச் மாத இதழில் வெளியிடப்பட்டிருக்கும் 'உச்சகட்டம்' என்ற கதை படித்தேன். 'தாழை மதியவன்' எழுதியது.

சுருக்கமான கதை இதுதான்.

பெங்களூரில் பேலஸ் மைதானத்தில் புத்தகத்திருவிழாவில் பத்து தமிழ் பதிப்பகங்கள் கடைபோட்டிருக்கின்றன. அதில் எங்கள் நிறுவனமும் ஒன்று. எங்களுடையது இஸ்லாமிய புத்தகங்களுக்கான கடை. கணிசமான பெண்கள் வந்தாலும் பர்தா அணிந்த பெண்கள் குறைவு. பெரும்பாலானவர்கள் டிஷர்ட்டும் ஜீன்ஸும் அணிந்த பெண்கள்.

ஒரு ஜீன்ஸ் பெண் வருகிறாள். அவளது முகமும் தோற்றமும் அவளை இன்னாரென அடையாளம் காட்டவில்லை என்றாலும் அவளை ஒரு கிறிஸ்தவப்பெண் என்று நான் எண்ணினேன். அவள் சில ஆங்கில நூல்களைப் பார்த்தபின் என்னிடம் வந்து 'இஸ்லாமிய திருமணச் சட்டங்களைப்பற்றி ஏதேனும் புத்தகங்கள் உள்ளனவா?' என்று கேட்டாள்.

பல நூல்கள் உள்ளன என்று நான் சொல்லி 'எல்லாமே குர் ஆனில் சொல்லப்பட்டுள்ளனவே?' என்றேன். 'அதெல்லாம் எனக்கு தெரியும். எனக்குத்தேவை இஸ்லாமிய பெண் ஒரு கிறிஸ்தவரை மணக்கலாமா என்றுதான்' என்கிறாள் அவள்.

'அதற்காக புத்தகங்களை நாடவேண்டாம். நானே சொல்கிறேன். ஒரு இஸ்லாமியர் வேதம் வழங்கப்பட்ட கிறித்தவர்களையும் யூதர்களையும் மணக்கலாம். இஸ்லாமியப்பெண் அப்படி மணக்க இஸ்லாம் அனுமதிக்காது' என்றேன்.

‘இது என்ன சார் நியாயம்?’ என்கிறாள் அவள். ‘ஆணுக்கு ஒரு நீதி பெண்ணுக்கு ஒரு நீதியா?’

‘அப்படி இஸ்லாமியரால் மணக்கப்பட்ட கிறித்தவப் பெண்ணோ யூதப்பெண்ணோ நாளடைவில் இஸ்லாமின் வழிமுறைகளுக்குள் கொண்டு வரப்பட்டுவிடுவாள். ஆனால் முஸ்லீம் பெண்ணுக்கு கணவராகும் யூதரோ கிறித்தவரோ இஸ்லாமியவட்டத்துக்குள் வரமுடியாமல் போகலாம். ஆகவே அவ்வாறு மணந்துகொள்ளக் கூடாது என்று இஸ்லாம் விலக்குகிறது’ என்று நான் விளக்கினேன்.

அந்தப்பெண்ணின் பெயர் நிஷா என்று தெரிந்தது. அவள் மணமாகி தலாக் பெற்று இப்போது கிறிஸ்தோபர் என்பவரை மணந்துகொள்ள ஆசைப் படுகிறாள். இதை அவள் வேறுபக்கம் போனபோது அவளுடன் வந்த அவளது நண்பனான தாமஸ் என்பவன் சொல்கிறான்.

அப்போது அங்கே பர்தா அணிந்த ஒரு பெண் வருகிறாள். மைசூர்க்காரி. அவளைக் கண்டதும் நிஷா ஓடிவந்து அவளைக் கட்டிக் கொள்கிறாள். அவள் நிஷாவின் அண்ணன் மனைவி. நிஷாவைக் கண்டதும் அவள் முகம் சிவந்து கடுகடுக்கிறது. பர்தா அணியாமல் வந்தமைக்காக நிஷாவைத் திட்டுகிறாள்.

நான் பர்தா பற்றிய உருது நூலை அவளுக்கு அளிக்கவா என்று கேட்டேன். அவள் அதில் பர்தா போடவேண்டும் என்றுதானே போட்டிருக்கும் என்கிறாள். பர்தா போடாத பிரான்ஸ் தேசப்பெண்களின் சீரழிவைப்பற்றி யெல்லாம் சொல்லியிருக்கிறது என்றேன்.

அந்தப் பெண்கள் போகிறார்கள்.

அன்று எனக்கு நல்ல களைப்பு. அறைக்குப் போய்ப்படுத்தேன். அப்போது உதவியாளனான சுலைமான் நிஷாவைப்பற்றிச் சொல்கிறான். நிஷாவின் அத்தா பெங்களூரில் பெரிய எரிசாராய ஆலை அதிபராம். நிஷா ஒரு கிறிஸ்தவனைக் காதலிக்கிறாள். அவர் அவளை கட்டாயமாக இன்னொரு முஸ்லீமுக்குக் கட்டிவைக்கிறார். அவள் அவருடன் வாழாமல் ஏதேதோ சொல்லி தலாக் செய்துகொள்கிறாள். தன் காதலனை மணக்க ஆசைப்படுகிறாள். அத்தா அதற்கு சம்மதிக்கவில்லை. ஆகவே காதலனுடன் ஓடிப்போகிறாள். இஸ்லாமிய முறைப்படி அப்பா வாழாத காரணத்தால்தான் பெண்ணும் அப்படி ஆகியிருக்கிறாள் என்கிறான் சுலைமான்.

இஸ்லாமிய முறைப்படி வாழாதவர்களுக்கு ஏற்படக்கூடிய முடிவுதானே இது என்று எண்ணியபின் நான் சொன்னேன். ‘உனக்குத் தெரியுமா நிஷாவையும் காதலனையும் அவளது அப்பா மங்களூர் கடற்கரையில் தேடிக் கண்டுபிடித்து பிடித்து எரிசாராயம் ஊற்றி எரித்துவிட்டார்.’

‘எப்படி தெரியும்?’

‘இன்றைய நாளிதழில் செய்திபோட்டிருக்கிறது’ என்றேன்.

சுலைமான் அழ ஆரம்பித்தான். ஒரு காதலின் சோக முடிவை எண்ணி அவன் கண்ணீர் உகுக்கிறான். அவனது கண்ணீர் என் முகத்தில். அது எப்படி என்று நான். வியந்தபடி கண்விழித்தேன். மழைத்துளிகள்.

அது ஒரு பகல்கனவு!

புத்தகக் கண்காட்சியின் கடைசிநாள். சேலைமுந்தானையை தலைமேல் போட்டபடி அண்ணி வருகிறாள். அருகே பர்தா அணிந்தபடி நிஷா!

‘நீங்க கொடுத்த புத்தகத்தை இன்னும் படிக்கலே’ என்றாள். நான் சிரித்தேன். என் கனவை நினைத்து சிரித்தேன். அவர்கள் புத்தகங்கள் வாங்குகிறார்கள்.

சுலைமான் புன்னகைத்தான். அப்புன்னகையில் கேள்விக்கணைகள்.

அதை உணர்ந்து நிஷா சொன்னாள். ‘அன்று தாமஸ் உங்களிடம் சொன்னதை என்னிடமும் சொன்னான். நான் அவனை திட்டினேன்.’

‘உங்கள் முயற்சியில் ஏதேனும் முன்னேற்றம்?’ என்று சுலைமான் கேட்டான்.

‘மாமா கிறிஸ்தோபரை மருமகனாக ஒத்துக் கொண்டுவிட்டார். கிறிஸ்தோபரும் ‘கிதுர் அகமதா’க மாறிவிட்டார்’என்று அண்ணி சொன்னாள்.

நிஷாவின் கண்களில் புன்னகை!

இவ்வளவுதான் தாழை மதியவனின் சிறுகதை. விசித்திரமான கதை. அதிலும் அந்தக் கனவு!

மார்ச் 27, 2008

தீண்டாமைக்கு உரிமை கோரி

1992ல் தருமபுரியில் ஒருமுறை ஒரு டீக்கடைக்குப்போய் டீ கேட்டேன். என்னை உற்று நோக்கியபின்னர் 'பால் இல்லை' என்றார் டீக்கடைக்காரர். இன்னொருநாள் போனபோது 'சீனி இல்லை' என்றார். பிறர் டீ குடிப்பதை நான் கவனித்தேன். 'ஏன் டீ இல்லை என்கிறீர்கள்?' என்றேன். 'இங்கே வேற சமூகத்து ஆட்கள் சாப்பிடமாட்டார்கள். நாங்கள் தீண்டாச்சாதி' என்றார் கடைக்காரர் மிகவும் தயங்கியபடி. 'நான் சாப்பிடுவேன்' என்றேன். அவர்கள் நம்பவில்லை. பிடிவாதமாக டீ வாங்கி சாப்பிட்டேன். அடிக்கடி நடைபோகும்போது அங்கே போய் அமர்ந்து டீ சாப்பிடுவேன். அந்த டீக்கடையைப்பற்றி அதிகம் எழுதியிருக்கிறேன். குறிப்பாக பன்றிகளைப்பற்றி. சில நாட்களில் ஒன்று தெரிந்தது, டீக்கடைக்காரர் என்னை ஒரு நக்சலைட் என்று எண்ணிவிட்டார். மிக ஜாக்ரதையான உபசரிப்பு கிடைக்கும். யாரும் இல்லாதபோது 'எங்கள்' அமைப்பு பற்றி பேசுவார். அப்போது அம்மாவட்டத்தில் சத்தமில்லாமல் நக்சலைட் வேட்டை நடந்து கொண்டிருந்தது. எதற்கு வம்பு என்று விலகிவிட்டேன்.

தர்மபுரியில் பணியாற்றிய நாட்களில் பெண்ணாகரம் பகுதி கிராமங் களிலும், ஓசூர் கெலமங்கலம் பகுதி கிராமங்களிலும் நான் சுற்றிய துண்டு. அங்கே விளைநிலங்களில் பெருமளவுக்கு நாயுடுக்கள், மராட்டிய பிராமணர்கள், சில இடங்களில் கொங்குவேளாளர்கள் ஆகியோருக்குச் சொந்தமானவை. வன்னியர்களுக்கு நிலம் குறைவு. என்பதுடன் அவர்கள் அதிக ஊக்கத்துடன் வேளாண்மையிலும் ஈடுபடு வதில்லை. 'களி புளி கம்பிளி' என்று தர்மபுரிவாசிகளைப்பற்றி பிறர் சொல்வார்கள். புளியமரம் இருக்கும். வருடத்திற்கு ஒருமுறை பொறுக்கி விற்றால் வருடம்தோறும் சுருட்டு வாங்க பணம் கிடைக்கும். கேழ்வரகு போட்டு அறுத்து பானைகளில் வைத்துக் கொண்டால்

எப்போதும் களி. குளிரான இடமாகையால் கம்பிளி புகைத்து வெட்ட வெளியைப் பார்த்துக் கொண்டு சும்மா உட்கார்ந்திருப்பது அவர்களின் இயல்பு. வெளியே இருந்து வந்த கொங்கு கவுண்டர்கள் வாங்கிய இடங்கள் பச்சைபொலியும் தோட்டங்களாக இருக்கும்.

தொண்ணூறுகளில் நான் அங்கே கண்ட சமூக மாற்றம் என்பது வன்னியர் நடுவே உருவான சலனம். ஏற்கெனவே கிராமத்தில் நிலம் வைத்திருந்த நாயுடுக்களும் ராவ்களும் நிலங்களை நகர்ப்புறச் சொத்துக் களாக மாற்றிக் கொள்ள ஆரம்பித்திருந்தனர். தொண்ணூறுகளில் எஞ்சிய நிலங்கள் மெல்லமெல்ல வன்னியர் கைகளுக்குப் போக ஆரம்பித்தன. வன்னியர்களுக்கு உருவான அரசியல் செல்வாக்குதான் காரணம். அரசியல்செல்வாக்கு மூலம் உருவாகும் ஆயிரம் தொழில் வாய்ப்புகளும் அதன் மூலம் உருவாகும் செல்வமும். அத்துடன் நகர்சார் சொத்துக்களும் படிப்படியாக வன்னியர்கள் கைக்கு மாறிக் கொண்டிருக்கும் மனச்சித்திரம் உருவாயிற்று.

இது இயல்புதான் என்பதே என் எண்ணம். ஒரு சாதி தன்னைத் திரட்டிக் கொண்டு அந்த ஒற்றுமையை அரசியலதிகாரமாக ஆக்கிக் கொண்டு மூலதனத்தைக் கைப்பற்றி அதன்மூலமே தன்னை முன்னேற்றிக் கொள்ள முடியும். சமூகத்தில் எப்போதும் நடந்துகொண்டிருப்பது இப்படிப்பட்ட கடுமையான உயிர்வாழ்தல் போராட்டமே. ஏதோ ஒருவகையில் பலமானது பலவீனமானதை தின்னத்தான் செய்யும். தமிழ்நாட்டு பிற்பட்டசாதிகளின் முன்னேற்றம் என்பது ஒட்டு மொத்தமாக தமிழ்நாட்டின் வளர்ச்சியே.

சமீபத்தில் என் நண்பர் ஒருவர் பாட்டாளிமக்கள் கட்சி மீது எனக்கு ஒரு பொருந்தா அனுதாபம் இருப்பதாக இணையத்தில் எழுதியிருந்தார். அக்கட்சியை ஆதரித்து நான் ஏதும் எழுதியதில்லை. அதன் பல போக்குகள் எனக்கு பிடிப்பதில்லை, பல போக்குகள் புரிவதுமில்லை. ஆனால் கட்சியரசியலுக்கு வந்துவிட்ட பின்னர் பணஅதிகாரம் இல்லாமல் ஒன்றும் நடப்பதில்லை. மேலும் அக்கட்சி ஒன்றும் இலட்சியவாதத்துக்காக அரசியலுக்கு வரவில்லை, பொருளியல் அதிகாரம் தேடியே அரசியலுக்கு வந்துள்ளது. அதன் சந்தர்ப்பவாத அரசியல் கூட்டுகள் எல்லாமே இதற்காகத்தான். அதையெல்லாம் நான் ஏற்கிறேன் என்றல்ல. அதை புரிந்துகொள்கிறேன் என்றுதான் சொல்கிறேன்.

இந்தப் பின்னணியில் ஒன்று மட்டும் எனக்குத் தோன்றுகிறது. இப்போதுள்ள அரசியல்வாதிகளில் சமூகத்தைப்பற்றி கொஞ்சமாவது சிந்திக்கும் தன்மை கொண்டவர் ராமதாஸ் என்றே எண்ணுகிறேன். பல சமூகப்பிரச்சினைகளை அவரன்றி பிற தமிழ் அரசியல்வாதிகளில்

பலரும் புரிந்துகொள்ள மாட்டார்கள் என்றே எண்ணுகிறேன். மிகவும் பின்தங்கி நிலைத்துக்கிடந்த தருமபுரி போன்ற பல பகுதிகளில் பாட்டாளி மக்கள் கட்சி ஓர் வளர்ச்சியசைவை உருவாக்கியிருக்கிறது என்றுதான் நம்புகிறேன்.

ஆனால் தருமபுரி பகுதிகளில் தலித்துக்களின் நிலை மிகவும் பின்தங்கிய நிலையிலேயே இருப்பதைக் கண்டேன். ஆனால் கண்டிப்பாக மதுரை தஞ்சைப் பகுதிகளில் உள்ள அளவு சீரழிந்தும் இல்லை. காரணம் தருமபுரி நிலத்துக்கு அதிக மதிப்பு இல்லாத பிற்பட்ட பகுதியாக இருந்தமையால் தலித்துக்களிடமும் ஓரளவுக்கு நிலம் உள்ளது. இப்பகுதிகளில் வன்னியர்கள் தலித்துக்களை ஒடுக்குவதை விட ஒதுக்குவதில்தான் தீவிரமாக இருக்கிறார்கள். எவ்வகையிலும் அவர்களை தங்களுடன் சேர்த்துக் கொள்ள முடியாது என்ற எண்ணம். தருமபுரி நகரில்கூட இந்த ஒதுக்குதல் உண்டு.

ஒருமுறை ஒரு தலித் நண்பர் வீட்டில் தங்கியிருந்த நான் அப்படியே ஊருக்குள் சென்று அம்மன்கோயிலுக்குள் சாதாரணமாக நுழைந்து பிடிபட்டு ஓரிரு அடிகள் வாங்கியிருக்கிறேன். தலித் நண்பர்களின் திருமணங்களுக்கு அழைப்பு இருக்காது. சென்றால் அவர்களே சங்கட மாக உணர்ந்து விழிப்பார்கள். அப்போது தலித்துகளுக்கான அரசியல் இயக்கங்கள் உருவாகியிருக்கவில்லை. காவலர்கள் மாதாந்திர வழக்குக்கு குறைவு வரும்போது காலனிகளுக்குள் வந்து அகப்பட்ட இளைஞர்களைப் பிடித்து வழக்கு பதிவுசெய்வார்கள். இந்த ஒடுக்கு முறை காரணமாக எல்லா தலித் காலனிகளும் எம்.எல் அமைப்புகளின் களங்களாக இருந்தன. எம்.எல் அமைப்பை ஒடுக்குவதை காரணம் காட்டி தலித் காலனிகளை போலீஸ் மேலும் சூறையாடியது. அவர் களுக்கு அன்று இருந்த மிகப்பெரிய தேவையே ஒரு சிக்கல் என்றால் போலீஸ் ஸ்டேஷனுக்குப் போய் பேச போலீஸால் பொருட் படுத்தப்படும் ஒருவர் வேண்டும் என்பதுதான்.

ஆகவே அச்சூழலில் தருமபுரி மாவட்டத்தில் கிறித்தவம் வேகமாக பரவிக் கொண்டிருந்தது. திருவண்ணாமலை, திருப்பத்தூர், தருமபுரி பகுதிகளில்தான் மதமாற்றம் அதிகளவில் நடக்கிறது. மதம் மாறினால் உடனே ஒருவகை அதிகாரப் பாதுகாப்பு ஏற்படுகிறது. போதகர் அங்கியுடன் போலீஸ் ஸ்டேஷனுக்கு வருவார். மேலும் சிக்கல் என்றால் தன் மேலிடத்துக்கு புகார் செய்வார். சிறுபான்மையினரின் உரிமை என்ற ஆயுதத்தை கையில் எடுப்பார். முதன் முதலாக தலித்துக் களுக்கு அவர்கள் முறையிடுவதற்கு என ஒரு அமைப்பு கிடைக்கிறது. ஒரு மேலிடம் உருவாகிறது!

மதமாற்றம் நிகழும் விதம் பற்றி ஓர் அனுபவம் எனக்குண்டு. எம்.எல் அமைப்பில் ஆர்வமுடைய ஒரு தலித் நண்பர் சொன்னார். அவரது

‘காலனியில்’ இருந்து சாலைக்கு வர ‘ஊர்’வழியாக ஓரமாக ஓர் ஒற்றை யடிப்பாதை மட்டுமே உண்டு. காலனிக்குள் இருசக்கர வாகனம்கூட போக முடியாது. அங்கே சிலர் படித்து வேலைக்குப்போய் வீடுகட்ட விரும்பியபோது ஒரு வண்டிச்சாலை போட விரும்பினார்கள். வன்னியர்கள் அதை எவ்வகையிலும் ஏற்கவில்லை. பலவகையான மனுக்கள், போராட்டங்கள், பேச்சுவார்த்தைகள். அதிகாரிகள் வந்தால் இரு தரப்பையும் சமாதானம் செய்து வைக்க மட்டுமே முயல்வார்கள். அது எட்டுவருடம் நீண்ட போராட்டம். நண்பரிடம் ஒரு கிறித்தவ மிஷனரி அமைப்பு சொன்னது, மதம் மாறுங்கள் சாலையை நாங்கள் போட்டுத் தருகிறோம். என்னிடம் பேசும்போது நான் சொன்னேன், ‘மதம் மாறினாலும் தப்பில்லை. இதற்குமேல் என்னதான் செய்வது’ என. மதம் மாறினார்கள். நம்பமாட்டீர்கள் ஆறே மாதத்தில் சாலை போடப் பட்டது - தார்ச்சாலை. பணபலத்தால், அதிகாரவர்க்க தொடர்பால், ஓரளவு மிரட்டலால்.

இன்று (மார்ச் 29, 2008) காலை தினமணி படித்தபோது இந்நினைவுகள் நெஞ்சில் அலையடித்தன. இந்துமதத்துக்கு மாற வன்னிய கிறிஸ்த வர்கள் முடிவு’ என்ற செய்தி. உளுந்தூர்பேட்டை எறையூர் பகுதி வன்னியர்கள் இந்த முடிவை எடுத்திருக்கிறார்கள். அங்கே உள்ள புனித ஜெபமாலை கிறித்தவ தேவாலயத்தில் தலித் கிறித்தவர்கள் தங்களைச் சமமாக நடத்த வேண்டும் என்ற கோரிக்கையை முன்வைக்கிறார்கள். தலித் கிறித்தவர்களின் முக்கியமான கோரிக்கைகள் நான்கு. 1. தலித்துக் களுக்கும் பொதுவான சாலையில் ஊர்வலங்கள் செல்ல வேண்டும். அதில் தலித்துக்களும் பங்கேற்க வேண்டும். 2. தலித் வன்னியர் ஆகிய அனைவருக்கும் பொதுவான தூம்பாவை பயன்படுத்த வேண்டும், தனித்தனியாகக் கூடாது. 3. தலித் கிறித்தவர்களுக்கு தனிப் பங்கு தேவை. 4. தலித் கிறித்தவர்களின் குடியிருப்புவரை மாதா பவனி தேர் செல்லவேண்டும்.

இப்பிரச்சினையில் தலித்துக்கள் போராட, வன்னியர்கள் தலித்துக்களை இரண்டாம்தரமாக ஒதுக்கி வைக்கும் போக்கை கைவிடமுடியாது என்ற நிலைப்பாடு எடுத்து நிற்க, கடலூர் புதுச்சேரி மறைமாவட்ட பேராயர் அந்தோணி அனந்தராயர் கிறித்தவம் போதிக்கும் மதிப்பீடு களுக்கு ஏற்ப தார்மீகமான நிலைப்பாடு எடுத்து தலித் கிறித்தவர்களின் கோரிக்கையை ஏற்று கிறித்தவத்திற்குள் சாதி இழிவை அனுமதிக்க முடியாது என்று அறிவித்துள்ளார். இதற்கு எதிராகவே வன்னிய கிறித்தவர்கள் ‘தாய்மதம் திரும்பும்’ அறிவிப்பை விடுத்துள்ளார்கள்.

கடந்த ஐம்பதாண்டுகளில் இந்துமதத்தைப் பற்றி பல கடுமையான அவமதிப்புகள் வந்துள்ளன. ஆனால் இந்த அறிக்கை அளவுக்கு மோசமான ஓர் அவமதிப்பு பிறிதில்லை என்றுதான் எண்ணுகிறேன்.

தீண்டாமையைப் பேணிக்கொள்ளும் பொருட்டு அவர்கள் இந்துமதம் திரும்ப விரும்புகிறார்கள்! இந்துக்கள் அவர்களை அணைத்து ஏற்க வேண்டுமென எதிர்பார்க்கிறார்கள்!

இந்துமக்கள்கட்சித் தலைவர் அர்ஜுன் சம்பத் என்பவர் 27-3-08ல் வெளியிட்ட அறிக்கையில் தீண்டாமையைப் பேணும்பொருட்டு மதம் மாற நினைப்பதை ஒருபோதும் ஏற்க முடியாது என்று கடுமையாக சொல்லியிருப்பதை வரவேற்க வேண்டும். ஆனால் பிற அமைப்புகள் ஏன் பேசாமலிருக்கின்றன? அந்த வன்னியக் கிறித்தவர்களுக்கு இன்றைய இந்துமதமும் தீண்டாமையை ஏற்காது என்று ஆணித்தர மாகச் சொல்லியிருக்க வேண்டாமா என்ன?

இச்சூழலில் மருத்துவர் ராமதாஸ் அவர்களின் நிலைப்பாட்டைப்பற்றி சில சொல்ல வேண்டும். பொதுவான சாதிப்சார்பு அமைப்புகள் சாதிய முரண்பாடுகளை வளர்த்தும் சாதிமேன்மைகளை உருவாக்கியும் செயல்படும்போது அதற்கு எதிரான நிலைப்பாட்டையே அவர் பெரும் பாலும் எடுத்திருக்கிறார். வன்னியர்களுக்கும் தலித்துகளுக்கும் இடையே முரண்பாடுகள் உருவான காலங்களில் அவர் அம்முரண் பாடுகளை அமைதியான முறையில் தீர்க்கவும் தலித்துக்களின் அடிப் படை உரிமைகள் பேணப்படவுமே முயன்றிருக்கிறார். நான் தர்மபுரியில் இருந்த காலத்தில் நாலைந்து நிகழ்வுகளை நேரடியாக கண்டிருக்கிறேன். பலசமயம் அது பாட்டாளி மக்கள்கட்சிக்கு எதிராகவே கூட திரும்பியிருக்கிறது.

இன்று உருவாகும் இத்தகைய முரண்பாடுகள் உண்மையில் உருவாகி வரும் உரிமைபற்றிய பிரக்ஞையின் விளைவுகள். ஆகவே இவை நல்ல அடையாளங்களே. மருத்துவர் ராமதாஸ், கிறித்தவ அமைப்புகள், இந்து அமைப்புகள் ஆகியோர் செய்வதற்கு ஒன்றுமட்டுமே உள்ளது. மனித உரிமைகளுக்கு எதிரான நிலைப்பாடு எடுப்பதற்கு எந்த மனிதக் குழுவுக்கும் உரிமை இல்லை என்று அந்த மக்களுக்கு உணர்த்துவது. திட்டவட்டமாக. அதில் காட்டப்படும் எந்தத் தயக்கமும் தார்மீகப் பிழையே ஆகும்.

மார்ச் 30, 2008

❖

ஆய்வுகள்

❖

வாழ்க்கையின் கேள்விகள்,
பதில்கள், பதில்களுக்கு அப்பால்...

பொன்மணி பதிப்பக வெளியீடாக வரவிருக்கும் சோதிப்பிரகாசத்தின் 'வாழ்க்கையின் கேள்விகள்' (இரண்டாம் பதிப்பு) என்ற நூலுக்கு எழுதிய முன்னுரை.

பகுதி ஒன்று : விவாதத்துக்கான முகாந்திரம்

(அ)

சோதிப்பிரகாசம் அவர்களின் இந்த நூலுக்கு நான் முன்னுரை எழுதுவது அவரை அறிந்த வாசகர்களுக்கு வியப்பாக இருக்கா தென்றாலும் பொதுவான மார்க்ஸிய வாசகர்களுக்கு சற்று வியப்பும், கட்சிசார்ந்த மார்க்ஸியர்களுக்கு சிறு அதிர்ச்சியும் தரக்கூடும். காரணம் எனது விமரிசனங்கள் காரணமாக ஏற்கெனவே இருந்து வந்த கோபமானது 'பின் தொடரும் நிழலின் குரலு'க்கு பிற்பாடு வெறுப்பாகவே மாறிவிட்டிருக்கிறது. இவர்களில் சிலர் தவிர பிறர் அந்நூலை படித்தது இல்லை என்பது ரகசியமல்ல. அதை அறிவார்ந்த நேர்மையுடன் படிக்கும் ஒரு வாசகருக்கு அதனுடன் முரண்படவும் விவாதிக்கவும் ஏராளம் இருக்கலாமே ஒழிய, அதன் கலைத்தன்மையும் தீவிரமும் அவர் மனதை கவரும் என்றும் அதன் தரப்பை ஒரு முக்கியமான எதிர் தரப்பாகவே அவரால் காணமுடியுமென்றும் நான் தொடர்ந்து சொல்லி வந்துள்ளேன்.

நண்பர் சோதிப்பிரகாசம் அவர்கள் எனக்கு 'பின் தொடரும் நிழலின் குரல்' நாவலின் வாசகராகவே அறிமுகமானார். பல விவாதக் கடிதங் களுக்கு பிறகு அவர் அந்நாவலுக்கு மிக விரிவான ஒரு விமரிசனத்தை

(அவரது வார்த்தைகளில் விள்ளனத்தை) முன்வைத்தார். அது அவரது 'வரலாற்றின் முரண் இயக்கம்' என்ற முக்கியமான மார்க்ஸிய ஆய்வு நூலின் பின்னிணைப்பாக சேர்க்கப்பட்டுள்ளது. அக்கட்டுரை அந்நாவலின் கருத்துத் தளத்தை முற்றிலுமாக நிராகரிக்கிறது என்றாலும் அப்படி ஓர் ஆய்வு அப்படைப்புக்கு வெளிவந்தது ஒரு அங்கீகார மாகவே நான் கருதுகிறேன். இம்முன்னுரைக்காக சோதிப்பிரகாசம் என்னை அணுகியது அந்த விவாதத்தின் தொடர்ச்சியை அவர் விரும்பு வதனால்தான் என்றும் ஊகிக்கிறேன்.

உண்மையில் அறிமுகமாகும்போது நான் சோதிப்பிரகாசத்தின் முக்கியத்துவம் குறித்து அறிந்திருக்கவில்லை. தமிழ் நாட்டில் மார்க்ஸிய மூல நூல்களை அவற்றின் தத்துவப் பின்னணியுடன் விரிவாக கற்ற வெகு சிலரில் அவர் முக்கியமானவர் என்று பிறகுதான் நண்பர்கள் சொல்லி அறிந்தேன். போராட்ட வீறுமிக்க தொழிற்சங்கவாதியாகவும், கட்சி அமைப்பாளராகவும், பிறகு தீவிர இடதுசாரி (மா.லெ) இயக்கங்களின் உறுப்பினராக அடிப்படைப் புரட்சியாளராகவும், போராளியாகவும் அவருக்கு மிகத் தீவிரமான ஒரு இறந்தகாலம் உண்டு என்று பலர் கூறி தெரிந்து கொண்டேன். உயர் நீதிமன்ற வழக்கறிஞ ராகவும் அரசியல் சட்ட நிபுணராகவும் பணியாற்றும் இந்தக் காலத்திலும் கூட அவர் முதன்மையாக அடிப்படை மக்களுக்காகப் போராடும் ஒரு மார்க்ஸியச் செயலாளியே. அவரது நூல்களைச் குறித்து அச்சில் கருத்து சொல்ல தயங்கியமைக்கு என் தத்துவப் படிப்பு பற்றிய சிறு தன்னம்பிக்கைக் குறைவை அவரது எழுத்துக்கள் உருவாக் கியமையே காரணம். அத்தகைய தன்னம்பிக்கையின்மையை என்னில் உருவாக்கிய தமிழகத்து மார்க்ஸியர் மிகச்சிலரே.

சோதிப்பிரகாசம் அவர்களின் எழுத்தில் நான் முதலில் கவனித்து அவருக்கு எழுதியது 'முரணியக்கம்' (dialectics) என்ற சொல்லாட்சி பற்றியாகும். ஏற்கெனவே பயன்படுத்தப்பட்டு வந்த 'இயங்கியல்' என்ற தவறான மொழிபெயர்ப்பு பற்றி அவரது நண்பரும் முன்னுரை யாளருமான மார்க்ஸியர் சொ. கண்ணன் குறிப்பிட்டிருந்தார். 1986 வாக்கில் நிகழ் முதலிய இதழ்களில் மார்க்ஸியம் குறித்து சில எதிர்வினைகளை பதிவு செய்ய ஆரம்பித்த தொடக்க காலத்திலேயே இம்மொழிபெயர்ப்புப்பிழை பற்றி உணர்ந்து 'முரண்நிலை இயங்கியல் போக்கு ' என்ற சொல்லை நான் உருவாக்கி பயன்படுத்திவந்தேன். அதற்கு முன்பாக அச்சொல்லாட்சி பொதுவாக காணக்கிடைக்காததால் அது என் சொல்லாட்சி என்ற உணர்வும், பிற்பாடு என் ஆசானாக நான் எண்ணும் ஞானி முதலியோர் அச்சொல்லை பயன்படுத்தத் தொடங்கியமை குறித்து சிறு பெருமிதமும் கொண்டிருந்தேன். மேலும் கச்சிதமான சொல்லை முன்னரே சோதிப்பிரகாசம் கையாண்டிருக்கும் விபரம் எனக்கு அப்போது தெரியாது.

அவரது முன்னுரையொன்றில் சொ.கண்ணன் அவர்கள் சொல்லியிருப்பதுபோல அது எளிய மொழியாக்கப் பிரச்சினை அல்ல. மாறுபட்ட இரு போக்குகள் மோதி முயங்கி அவற்றின் சந்திப்புப் புள்ளி வழியாக நடக்கும் முன்னோக்கிய நகர்வு குறித்த இந்த தத்துவார்த்த உருவகமானது எப்படி 'இயங்கியல்' என்று தட்டையாக மொழிபெயர்ப்பு செய்யப்பட்டது? அதற்கு காரணமாக அமைந்த மனநிலை என்ன? முரணியக்கத்துக்கு நேர் எதிரான மத/வழிபாட்டு மனநிலை தான் அது. அதாவது முரணியக்கமே ஒரே இயங்கியல் முறை என்ற பிடிவாதமான நம்பிக்கை அம்மொழிபெயர்ப்புக்கு பின்னால் உள்ளது. முரணியக்கத்தில் நம்பிக்கை உள்ள ஒருவரை பொறுத்தவரை முரணியக்கம் என்ற அந்தத் தத்துவ ஊகத்துக்கே நேர் எதிரான தத்துவ ஊகமும் உண்டு. அது இதற்கு இணையானது, எதிரானது. அதனுடனான மோதலும் முயக்கமுமே இத்தத்துவப் போக்கின் விவாதத் தளத்தை தீர்மானிக்க முடியும்.

சுழற்சிமுறை இயங்கியல், (உதாரணம் பௌத்த இயங்கியல்) சமநிலை சார்ந்த இயங்கியல் (உதாரணம் சாங்கியம்) ஆகியவற்றுடன் ஒப்பிட்டு வேறுபடுத்தித்தான் முரணியக்க இயங்கியலின் சிறப்புகள் குறித்தே பேச முடியும். முந்தைய இரண்டும் இங்கு வேரூன்றியவை. நம் ஆழ்மன இயக்கத்தையே தீர்மானிப்பவையாக ஆனவை. உதாரணமாக சுழற்சி முறை இயங்கியல் தான் விதி என்ற கருத்துக்கே ஆதாரம். சமநிலை சார்ந்த இயங்கியல் பார்வையே ஆயுர்வேதம் போல் நமது பல பௌதிக அறிவியல்களுக்கு ஆதாரம். இங்கு முரணியக்க இயங்கியல் வந்தபோது இங்குள்ள பிற இயங்கியல்களுடன் அது மிகத்தீவிரமான விவாதமொன்றை நடத்தி தன்னை நிறுவியிருக்கவேண்டும். அப்படியொரு தத்துவ விவாதமே இங்கு நிகழவில்லை. மாறாக 'மதம் துயரப் பட்ட மக்களுக்கு அபின் என்ற ஒற்றை வரியில் விவாதம் முடிவுக்கு வந்தது. இது 'சத்திய வேதத்தை' முன் வைக்கும் மதவாதியின் மனநிலையேயாகும்.

(ஆ)

சோதிப்பிரகாசத்தின் அணுகுமுறை முரணியக்க இயங்கியலை சார்ந்தது என்பதனாலேயே அவரது நூல்களில் முக்கியமானதாகவும் அவரது தத்துவ ஆய்வுகளுக்கு அடிப்படையானதாகவும் அமைந்த இந்நூலின் இரண்டாம் பதிப்புக்கு முன்னுரை எழுதும்படி என்னிடம் கோரியுள்ளார். ஆகவே என் பணி வரையறுக்கப்பட்டு விட்டது. அவரது வேகத்தின் எதிர் விசையாக செயலாற்றுவதே அது. அதற்கு முன்பாக இங்கு சொல்ல வேண்டிய சில அடிப்படைகள் உண்டு.

1. என் கருத்துநிலைப்பாடுகள் எனது வாழ்க்கை மற்றும் வாசிப்பு சார்ந்தவையானாலும் நான் இங்கு முன்வைக்கும் வரையறைகள் தத்துவ

நிலைப்பாடுகளல்ல. விவாதக்களத்துக்கு வெளியே எப்போதைக்குமாக கருத்துகளை கோட்பாடுகளாக வகுத்துக் கொள்வதில் எனக்கு நம்பிக்கை இல்லை.

2. இவை என் ஐயங்களும் மாற்றுநிலைகளும் மட்டுமே. எனக்கு இந்த நிமிடம் வரை வாழ்க்கையின் இயக்கப்போக்கு குறித்த உறுதியான தத்துவ நம்பிக்கை ஏதும் இல்லை. அதாவது சோதிப்பிரகாசத்தின் எதிர் முனையில் உறுதி கொண்டவனாக என்னை அடையாளப்படுத்திக் கொள்ளவேண்டாம். ஒரு எழுத்தாளனாக வாழ்க்கையின் முன்பு காணாத வண்ணங்களும் கோலங்களும் என்னை அற்புதத்திலாழ்த்திய வாறு என் முன் வந்தபடியே உள்ளன. இன்னும் சொல்லப்போனால் உலகமும் வாழ்க்கையும் வகுத்துவிட முடியாதபடி இருக்கும் வரை தான் எழுத்தாளனாக எனது பணி உள்ளது. அடிப்படைகள் வகுத்து முடிக்கப்பட்ட வாழ்க்கையைப்பற்றி எழுத்தாளனுக்கு சொல்வதற்கு ஏதுமில்லை. பிறகு தத்துவ வாதிக்கும் அதிகம் வேலையில்லை என்றே படுகிறது.

3. நான் சோதிப்பிரகாசத்துடன் விவாதிக்கும்போது ஒரு முக்கியமான முரண்பாடு ஏற்படுகிறது. பிறதுறை சார்ந்தவர்களுக்கும் இலக்கிய வாதிகளுக்கும் உரையாடலும் விவாதங்களும் நடக்கும் ஒரு சூழலுக்குள் சாதாரணமாக பழக்கமாக உள்ள சில முறைமைகள் தமிழில் இன்னமும் அறிமுகமாகவில்லை. இலக்கியவாதி எதைப்பற்றி பேசும்போதும் அது இலக்கியத்துடன் சந்திக்கும் தளத்தை முன்னிறுத்தியே பேச முடியும். அவனது ஆய்வு உபகரணங்களும் இலக்கியம் சார்ந்தவையே. அதாவது தகவல் திரட்டுதல், தொகுத்தும் பகுத்தும் முடிவுகளுக்கு வருதல், தருக்க முறைமை சார்ந்து அவற்றை முன்வைத்தல் ஆகிய அறிவியக்கத்தில் அங்கீகரிக்கப்பட்ட முறைகளை அவன் கையாளமுடியாது. அது அவன் மன இயக்கத்துக்கே அன்னிய மானது. அவன் கருத்துகளை மனப்படிமங்களாகவும் ஆழ்மனப் படிமங்களாகவும் தான் உள்வாங்கி முன்வைக்கிறான்.

உதாரணமாக என்னை பொறுத்தவரை நான் எந்தத் தத்துவ நூலை படித்தாலும் அதை மானசீகமாக உவமைகளாகவும் படிமங்களாகவும் மாற்றிக் கொள்வேன். அவற்றை நான் முன்வைக்கும்போதும் அவ்வடிவையே மேற்கொள்வேன். அது தத்துவத்தின் மரபான தனி மொழியாக (meta language) இருக்க முடியாது. (விட்ஜென்ஸ்டானுக்கு பிறகு இந்தப்பிரிவினையே பொருளிழந்து போய்விட்டது எனினும்) கருத்துகளை முறைமையுடன் முன்வைப்பது எனக்குரிய இயல்பல்ல என உணர்கிறேன். நான் முன்வைப்பவை மனப்பதிவுகள். ஆகவே இரு வெவ்வேறு தளங்களைச் சார்ந்த நோக்குகள் இங்கு ஒன்றையொன்று

பரிசீலிக்கின்றன என்று கொள்வதே சரியாகும். நூல்களையோ கொள்கைகளையோ சுட்டும்போதுகூட அவை சார்ந்த என் மனப்பதிவையே சொல்லமுடியும்.

ஒவ்வொரு துறையிலும் அத்துறைக்கு இன்றியமையாத ஓர் இடத்தை இலக்கியத்தால் நிரப்பமுடியும் என்ற நம்பிக்கையே என்னைப் பொறுத்தவரை இந்த விவாதத்துக்கு ஆதாரமாக அமையமுடியும். தமிழில் இத்தகைய விவாதங்கள் பகைமை போக்கு இல்லாமல் நடந்ததே இல்லை என்றுதான் சொல்ல வேண்டும் (நானறிந்தவரை பசுமைவாதிகளுக்கும் ஞானிக்கும் இடையே நடந்த விவாதங்கள் மட்டுமே விதிவிலக்கு) தமிழில் இத்தகைய விவாதங்களின்போது வழக்கமாக கருத்து கூறவந்த இலக்கியவாதியை தங்கள் துறை சார்ந்த கருவிகளால் மண்டையில் போட்டு அமர வைக்கவே முயலப்பட்டுள்ளது. மார்க்ஸியர்களை பொறுத்தவரை அவர்களுடைய விசுவாசம் மார்க்ஸியத்தின் மீது நம்பிக்கை இல்லாத ஒருவன் கண்டிப்பாக அதை சற்றும் அறியாத மூடனாகவே இருக்கவெண்டும் என்ற மத நிலைப்பாட்டுக்கே இழுத்துச் சென்றிருப்பதை கடந்தகால மார்க்ஸிய விவாதங்களை கண்டால் அறியலாம். முரண்பட்டு விவாதிக்க வருபவன் வர்க்க எதிரி, ஆகவே அவனை ஒழித்துக்கட்ட எந்த எல்லைவரைக்கும் போகலாம் என்பதே இங்கு மார்க்ஸியர்களின் போக்காக இருந்துவந்துள்ளது.

4. மார்க்ஸியத்தின் மீதான இவ்விமரிசனம் மார்க்ஸிய மூலநூல் மேலான விவாதமல்ல என்று சொல்ல வேண்டியுள்ளது. ' மூலதனம் ' (சோதிப் பிரகாசத்தின் மொழிபெயர்ப்பில் 'முதல்') மீதான ஆராய்ச்சியில் இருந்தல்ல நம் சமகாலத்தில் மார்க்ஸிய அறிஞர்களால் என்ன சொல்லப் பட்டதோ, எவையெவை செயல்படுத்தப்பட்டதோ அவற்றின் அடிப் படையில்தான் இதை முன்வைக்க முடியும். காரணம் நான் மூலதனத்தை போதுமான அளவுக்கு படித்தது இல்லை. அதன் முக்கியமான சில பகுதிகள் என பி.கே. பாலகிருஷ்ணன் சொன்ன பகுதிகள், காசர் கோட்டில் 5 வருடம் தபால்தந்தி ஊழியர் கம்யூனில் தங்கியிருந்தபோது மார்க்ஸிய வகுப்பில் கற்ற சில பகுதிகள் என என் வாசிப்பு மிகவும் எல்லைக்குட்பட்டது. மூலதனத்தை புரிந்து கொள்வது எனக்கு மிகவும் சிரமமாகவே இருந்தது. இப்போது சோதிப்பிரகாசத்தின் மொழி பெயர்ப்பில் 'முதல் படித்தபோதுகூட முழுக்க புரிந்தது என சொல்ல முடியாது. தியாகுவின் மொழிபெயர்ப்பினை படிக்க முயன்றபோது பலபகுதிகளுக்கு விரிவான விளக்கங்கள் (குறிப்பாக அன்றைய ஐரோப்பிய பொருளாதார அமைப்பு மற்றும் தொழில்முறைகள் குறித்து) இல்லாமல் புரிந்து கொள்ள முடியாது என்றே பட்டது. ஆனால் ஒன்று தெரிந்தது, இங்கு மார்க்ஸியம் குறித்து பேசியவர்கள், பேசுபவர்களில் உண்மையிலேயே மூலதனத்தை படித்தவர்கள் பத்து பதினைந்து பேருக்குள்தான் இருப்பார்கள்.

ஒரு எழுத்தாளனாக இன்று மூலதனத்தை பல வருட உழைப்பை மேற்கொண்டு பயில்வது எனக்கு கட்டுப்படியாகாது என்றே எண்ணுகிறேன். ஆகவே சோதிப்பிரகாசம் போன்றவர்களின் சுருக்கங் களையும் விளக்கங்களையும் நம்புவதே ஒரே வழி. எனக்கு எங்கல்சின் நூல்கள் மேலும் சுவாரசியமானவையாக இருந்தன. குறிப்பாக 'குடும்பம் தனிச்சொத்து சமூகம்' என் அடிப்படைச் சிந்தனையை வடிவமைத்த ஓரிரு நூல்களுள் ஒன்று. ராதுகா பதிப்பக வெளியீடுகளான மார்க்ஸ் எங்கல்ஸ் தொகைநூல்களில் தத்துவ விவாதம் மற்றும் மதம் சம்பந்தமானவற்றை கூர்ந்து படித்ததுண்டு. அன்றைய தொழிற்சங்க நண்பர்களுடன் விரிவாக விவாதித்ததுமுண்டு.(திடீரென கடந்த பத்தாண்டுகளாக தொழிற்சங்க அரசியலுக்கு தத்துவமோ சித்தாந்தமோ முற்றிலும் தேவையில்லாமல் ஆகியுள்ளது. அதற்கேற்ப ஒரு புது தலை முறையும் உருவாகியுள்ளது) இந்த விவாதத்தை சோதிப்பிரகாசத்தின் இந்நூல் சார்ந்தே பெரிதும் நடத்த விழைகிறேன்.

இக்கருத்துகளை இவற்றின் அடிப்படையில் விவாதத்துக்கு எடுத்துக் கொள்ளவேண்டுமென கோருகிறேன்.

(இ)

இவ்விவாதத்தின் முக்கியமான எல்லையை நான் தெளிவுபடுத்த வேண்டியுள்ளது. இக்கருத்துகளை நான் முன்பே பலமுறை எழுதியுள்ள போதிலும் கூட என்னைப்பற்றி கட்சி விசுவாசிகள் உருவாக்கும் சித்திரத்தையே கணிசமான வாசகர்களும் கொண்டுள்ளனர். ஆகவே ஒரு வாக்குமூலம் போல இதை சொல்லவேண்டிய அவசியம் உள்ளது. ஐரோப்பிய அறிவொளி இயக்கமே மானுட குலத்தின் இன்றைய சிந்தனை எழுச்சியின் காரணம் என்பதில் எனக்கு முழு உடன்பாடு உண்டு. அதன் அடிப்படையாக அமைந்த கிரேக்க சிந்தனை மரபுக்கு சமானமானதோ ஒருபடி மேலானதோ ஆன ஒரு பெரும் மரபு நமக்கும் இருந்தது. ஆனால் கடந்த நாநூறு வருடங்களாக அது வளர்ச்சியற்ற உறைநிலையில்தான் இருந்தது. கடைசி தத்துவ எழுச்சி அத்வைதமே. பிறகு தத்துவ தளத்தில் நீண்டகால தேக்கம்.தேங்கும்போது தத்துவம் நிறுவனங்களாக சடங்காசாரங்களாக மாறி வெறும் அதிகாரமாக மாறிவிடுகிறது.

அதேசமயம் வரலாற்றின் பற்பல காரணிகளால் ஐரோப்பிய அறிவொளி எழுச்சி தொடர்ச்சியான ஒரு வளர்ச்சியை இருநூறு வருடங்களாக அடைந்தது. அதற்கு முக்கிய காரணம் அங்கிருந்த சிந்தனைகளுக்குள்ளும் சிந்தைப்போக்குகளுக்கு உள்ளேயும் தீவிரமான முரண்கள் தொடர்ந்து செயல்பட்டன என்பதே. இந்தியாவில் ஒரு குறிப்பிட்ட காலகட்டத்தில், பௌத்த சமண மதங்கள் அழிந்தவுடனே, கருத்தியல் இயக்கத்தின் ஒரு

பக்கம் முற்றிலும் இல்லாமல் ஆயிற்று. ஆகவே அடிப்படை விவாதமே இல்லாமலாயிற்று. அத்துடன் இன்னொன்றும் ஐரோப்பாவில் நடந்தது. கலைகளும் தத்துவமும் மிக ஆக்கபூர்வமான ஓர் உறவை மேற்கொண்டு ஒன்றையொன்று விரிவாக்கம் செய்தன. அது ஒரு போதும் இங்கு நடக்கவில்லை. ஐரோப்பிய தத்துவ எழுச்சியின் உச்சம் மார்க்ஸியமேயாகும். புறவயமான மெய்காண்முறை என்ற அளவிலும், ஒடுக்கப்பட்டவர்களின் போராட்டத்துக்கான அறிவார்ந்த ஆயுதம் என்ற அளவிலும் மார்க்ஸியம் இன்றும் முதன்மையான தத்துவம் என்பதே என் எண்ணம். தனிவாழ்வில் நான் கடந்த பதினாறு ஆண்டு களாக மார்க்ஸிய அடிப்படை கொண்ட தொழிற்சங்கத்தின் ஊழியனே.

மார்க்ஸியத்தின் மீதான என் விமரிசனங்கள் இரு வகைப்பட்டவை. ஒன்று அவை நடைமுறைப்படுத்தப்படும் விதத்தின் மீதான எதிர் வினைகள். இவை என் சமகால வாழ்க்கைமேலும், வரலாற்றின்மேலும் நான் கொண்டுள்ள உண்ர்வு ரீதியான ஈடுபாட்டின் விளைவுகள். இரண்டு மார்க்ஸியத்தின் தத்துவம் சார்ந்து நான் உணரும் போதாமைகள். இவற்றை ஒரு இலக்கியவாதியாக என் எழுத்துமூலம் நான் கண்டடை கிறேன். அத்தத்துவத்தை நானறிந்து உணர்ந்த வாழ்க்கையுடன் ஒப்பிடும்போது அறிபவை இவை.

மார்க்ஸிய நடைமுறைகள் சார்ந்த என் எதிர்வினைகளுக்குக் கூட இரு தளங்கள் உண்டு. கடந்த பல வருடங்களாக நான் கூர்ந்து அவதானித்து வரும் தொழிற்சங்க அரசியல் சார்ந்தது முதல் தளம். அத்துடன் இங்குள்ள நடைமுறை அரசியல். இன்னொன்று, என் வாசிப்பு மூலம் நான் அடையும் வரலாற்று புரிதல் மூலம் உருவாவது. ருஷ்யாவும் சீனாவும் இரு முக்கிய முன்னுதாரணங்கள். ஸ்டாலினின் கொசாக்குக் களையெடுப்பும், மாவோவின் கலாசாரப் புரட்சியும், போல்பாட்டின் இனப்படுகொலையும் மார்க்ஸியத்தின் பேரால் நடைபெற்றவை. அவற்றுடன் மார்க்ஸியத்துக்கு சற்றும் தொடர்பில்லை என்று இப்போது வாதிடப்படுகிறது. அதை ஏற்க என்னால் முடியவில்லை. மார்க்ஸியம் திரிபுபடுத்தப்பட்டே அவ்வழிவுகள் நிகழ்த்தப்பட்டன என - சோதிப்பிரகாசமும் சொல்கிறார். அது ஓர் எல்லைவரை உண்மை யென நானும் அறிவேன். ஆயினும் மார்க்ஸியத்தின் தர்க்க அமைப்பில் உள்ள சில அடிப்படைக்கூறுகளே அத்திரிபுகளுக்கு அடிப்படை வகுத்துத் தந்தன. உதாரணமாக பிரக்ஞை பெற்ற தொழிலாளர்களின் (Proletarians) மேலாதிக்கம் என்ற கருத்தே கம்யூனிஸ்டு நாடுகளில் கட்சியின் சர்வாதிகாரத்துக்கும் அரசாங்கபயங்கர வாதத்துக்கும் அடிப்படை நியாயமாக மாற்றப்பட்டது. அப்படி பலவிஷயங்களை சுட்டிக் காட்டலாம்.

ஆகவே மார்க்ஸியம் இந்த மானுட அவலங்களுக்கு தார்மீகப் பொறுப்பு ஏற்றே ஆகவேண்டும் என்று நான் எண்ணுகிறேன். அத்துடன் சமீப காலம் வரை உலகம் முழுக்க உள்ள மார்க்ஸியர் சோவியத்நாட்டின் பேரழிவுகளை மறைத்தவர்கள், நியாயப்படுத்தியவர்கள் எனும்போது; இப்போது காலம் சற்று பின்னகர்ந்துவிட்டது என்று பட்டதும் அப்படி என்னதான் நடந்தது சோவியத் ருஷ்யாவில், எல்லாமே மிகை படுத்தப்பட்டவை என்றெல்லாம் சவப்பெட்டிக்கு வெள்ளையடிக்க முயல்கிறார்கள் எனும்போது; இதை வலியுறுத்தியே ஆகவேண்டி யுள்ளது. வரலாறு தெரிந்த ஒருவன் மாபெரும் கனவுகள் குறித்தும், பெரும் இலட்சியவாதத் திட்டங்கள் குறித்தும் மிகக் கவனமாகவே இருக்க வேண்டும். வரலாற்றில் பெரும் மானுட அழிவுகள் பெரும் கனவுகளாலேயே நிகழ்த்தப்பட்டுள்ளன. இந்நூற்றாண்டில் நடந்தவை மார்க்ஸியத்தின் அழிவுகளல்ல என்று கொண்டால் கூட அப்படி பேரழிவுகளுக்கு மறைமுகமாகவேனும் அது வழிவகுக்கக் கூடுமென்ற வரலாற்று சாட்சியத்தை சான்றை ஒருபோதும் புறக்கணிக்கக் கூடாது. ஐம்பது வருடகாலம் மார்க்ஸியத்தின் பேரால் நடத்தப்பட்ட மானுடப் பேரழிவுகளை மூர்க்கமாக மறைத்தவர்களே மார்க்ஸியர்களில் பெரும் பாலோர். இப்போது எல்லாம் வெட்டவெளிச்சமாக மேஜைமுன் கிடக்கும்போது மார்க்ஸியத்தின் அடிப்படைகள் குறித்த எந்த விவாதத்திலும் அவற்றை கணக்கிலெடுத்தே ஆகவேண்டும். அவற்றை பொருட்படுத்தாமல் சென்ற நூற்றாண்டில் மார்க்ஸிய தத்துவம் எப்படி பேசப்பட்டதோ அப்படி இப்போதும் தூய தாளில் ஆரம்பிப்போம் என்று சொல்வது ஒரு சுய ஏமாற்று மட்டுமே.

மார்க்ஸியத்தின் அறவியல் என்ன என்ற வினா மிக முக்கியமாக மார்க்ஸியர்களுக்கிடையே உருவாகி வரவேண்டுமென்று நான் எதிர்பார்த்தேன். சோவியத் ருஷ்யாவின் சரிவல்ல பிரச்சினை. அது நம்மை நமக்கு காட்டித்தந்தது. உரிய முறையில் பெரும் கனவுகளால் நியாயப்படுத்தப்பட்டால் நாம் எந்த அநீதியையும் ஏற்போம், எதையும் செய்வோம் என்று நிரூபிக்கப்பட்டது. விழுந்தது ருஷ்யாவா, கம்யூனிசமா, முரணியக்கப் பொருள்முதல்வாதமா என்பதல்ல பிரச்சினை. கருத்தியலை எந்த எல்லை வரை நம்பலாம் என்பதே. அது கறாரான தர்க்கத்துடன் இருப்பதே அதை நம்பபேறக காரணமாகி விடுமா என்பதே. எதுவரை நம் அறிவையும், தர்க்கபுத்தியையும் கொண்டு நம் செயல்களை வகுக்கலாம் என்பதே. நமக்கு உரிய நியாயங்கள் இருந்தால் நாம் எதையும் செய்யலாமா என்பதே. அந்த நியாயங்கள் திடீரென தவறாக ஆகுமென்றால் நமது செயல்களின் பொறுப்பை யார் ஏற்பது என்பதே.

இந்த நூற்றாண்டின் பெரும்பாலான புரட்சிகள், குறிப்பாக தேசிய இனப்போராட்டங்கள் அடிப்படையில் மார்க்ஸியத்தின் போராட்ட

மனநிலையையும், தர்க்கங்களையும் கடன் பெற்றவை என்பதைக் காணலாம். அவற்றில் கணிசமானவை எல்லா அடிப்படை அறங் களையும் மீறிச்சென்று பெரும் அழிவுகளை உருவாக்கின எனும்போது இந்த வினா மார்க்ஸியம் பற்றிய ஒரு தத்துவ அலசல் மட்டுமல்ல, இனிவரும் காலத்துக்கும் மிக அவசியமான ஒன்றாகும். என் ' பின் தொடரும் நிழலின் குரல்' இவ்வினாவையே எழுப்புகிறது — கருத்தியலுக்கும் அறவியலுக்கும் உள்ள உறவு என்ன? எல்லா கருத்தியல்களுக்கும் பொதுவான அறம் உண்டா? இல்லை, ஒவ்வொரு கருத்தியலும் தன் தர்க்கத்தின் அடிப்படையில் தனக்கென அறவியல் களை உருவாக்கிக் கொள்ளலாமா? அப்படியெனில் அது அறவியலே அல்ல, தத்துவத்தின் செயல்திட்டம் மட்டும்தானே? தமிழில் என் நாவலை முன்வைத்து அதன் மீது உருவான விவாதங்கள் மிக மேலோட்டமானவை. கணிசமானவை வெறும் வசைகள். அது ஏமாற்றமும் அளிக்கவில்லை, அவர்களிடம் அதற்குமேல் எதிர் பார்ப்பதும் தவறு. சோவியத் ருஷ்யா என்ற கனவு ஐம்பது வருடம் அதிதீவிரமாக முன்வைக்கப்பட்ட இங்கு அதன் வீழ்ச்சி சார்ந்து நூறு பக்கமளவுக்குக் கூட விவாதம் நடக்கவில்லை என்பது நாம் அறிந்ததே.

மார்க்ஸிய நடைமுறையின் சிக்கல்களுக்கு நாம் வெளியே தேட வேண்டியதில்லை. சோதிப்பிரகாசம் கட்சியில் இருந்தவர், தொழிற் சங்க அரசியலை அறிந்தவர். ஒரு பெரும் இலட்சியவாதம் நடை முறையில் எப்படி வெறும் தந்திரங்களாக குறுகிவிட்டது என்று அவர் அறிவார். குசேலர் போன்ற ஒரு தலைவர் எப்படி வெளியே துரத்தப் பட்டார், எப்படி மூர்க்கமான அவதூறுமூலம் ஒழித்துக்கட்டப்பட்டார் என்று அவரால் பிற எவரை விடவும் கூறமுடியும். நாற்பது ஐம்பது வருடங்கள் கட்சிக்காக வாழ்க்கையை அளித்து தனக்கென ஏதும் அடையாத தலைவர்கள் — சாத்துண்ணி மாஸ்டர் முதல் கே.ஆர். கௌரியம்மா வரை — எப்படி துரத்தியடிக்கப்பட்டார்கள் எப்படி அவதூறு செய்யப்பட்டார்கள் என்று கேரள அரசியலில் தொடர்ந்து கண்டு வந்தவன் நான். ஆனால் அதுவல்ல பிரச்சினை. அவர்கள் அனை வரையும் விட தியாகத்திலும் அறிவிலும் மூத்த இ. எம். எஸ் அவர்களை ஒழிக்கும் பணியை செய்தார் என்பதே.

சோவியத் ருஷ்யாவில் நடந்ததே இங்கு ஒவ்வொரு தொழிற்சங்க கிளையிலும் நடைபெறுகிறது என்பதை நாம் அறிவோம். (பின் தொடரும் நிழலின் குரலில் அதை காட்டியுள்ளேன்) இங்கு அழித்தொழிப்புக்கு கொலை பயன்படுத்தப்படுவதில்லை என்பதே வித்தியாசம். அவற்றையெல்லாம் தனி மனித இயல்புகள், தத்துவத்தின் பிரச்சினைகள் அல்ல என்று சொல்லிவிடலாம். முதல் வினா அத்தகைய தனிமனித குணம் சார்ந்த திரிபுகளை மாற்ற, தடுக்க

மார்க்ஸியத்திடம் என்ன வழிமுறை உள்ளது என்பதே. இவற்றை யெல்லாம் கருத்தில் கொண்டுதானா அதன் போராட்ட அடிப்படைகள், அதிகாரம் குறித்த வழிகாட்டல்கள், எதிர்கால சமூகம் குறித்த திட்டங்கள் வகுக்கப்பட்டுள்ளன? அப்படி இல்லையென்றால் தத்துவரீதியாக எத்தனை மகத்துவங்கள் இருப்பினும் அவற்றை இப்பலவீனங்கள் அடித்துக்கொண்டு போய்விடுமல்லவா என்பதே.

இந்த முன்னுரை சோதிப்பிரகாசம் அவர்களின் நூல் குறித்தது. ஆகவே அந்நூலின் எல்லையை மீறிச்சென்று பேசுதல் உசிதமல்ல. ஆயினும் மார்க்ஸியம் மீது நான் கொண்டுள்ள விமரிசன நிலைப்பாடுகள் அனைத்துக்கும் பின்புலமாக இந்த சமகால அனுபவத்தளமும் உள்ளது என்று மட்டும் சொல்ல விரும்புகிறேன்.

பகுதி இரண்டு : வாழ்க்கையின் விளக்கங்கள்

(அ)

சோதிப்பிரகாசத்தின் இந்த நூலின் முக்கியமான சிறப்பியல்புகளின் முதலாவது பொதுவாக இங்கு மார்க்ஸிய விவாதங்கள் நடத்தப்பட்ட தத்துவார்த்த மொழிநடையிலோ அல்லது துண்டுப்பிரசுர நடையிலோ எழுதப்படாமல் சாத்தியமான அளவுக்கு எளிய, நேரடியான மொழியில் எழுதப்பட்டுள்ளது என்பது. மார்க்ஸியம் மேற்கத்திய தத்துவ மரபின் உச்சப்புள்ளி என்பதனால் அதை தமிழில் எழுத ஏராளமான தடைகள் உண்டு. கலைச்சொற்களின் தமிழாக்கம் முதல் பிரச்சினை. ஏற்கெனவே பயன்படுத்தப்பட்ட பல தமிழாக்கங்கள் தவறான அர்த்தங்களை அளிப்பவை. இயங்கியல் ஏற்கெனவே சொல்லப்பட்ட உதாரணம். இன்னொரு குறிப்பிடத்தக்க உதாரணம் நேர்காட்சிவாதம். (positivism மற்றும் empiricism இரண்டுக்கும் இச்சொல் மாறி மாறி பயன்படுத்தப்பட்டுள்ளது.)

தத்துவ விவாதத்துக்கு உரிய வரையறைத்தன்மை கொண்ட சொற்றொடர்களை ஆக்குவது அடுத்த பிரச்சினை. கூட்டுச்சொற்றொடர்களில் மட்டுமே பன்முகத்தன்மை கொண்ட ஒரு வரையறையை அளிக்க முடியும். தமிழில் உள்ள கறாரான எழுவாய் பயனிலை அமைப்பு காரணமாக கூட்டுச்சொற்றொடர்களை அமைக்கும்போது அவற்றை மானசீகமாக அவிழ்த்து சிறு சொற்றொடர்களாக மாற்றி மீண்டும் கோத்துத்தான் பொருள் கொள்ள வேண்டியுள்ளது. மூன்றாவதும் முக்கியமானதுமான பிரச்சினை விவாதத்தை நமது சூழலுக்கு மாற்றி அளிப்பது. மார்க்ஸியத்தின் முக்கிய விவாதங்கள் நமக்கு முற்றிலும் அன்னியமான ஐரோப்பியச் சூழலில் நடந்தவை நடப்பவை.அச்சூழலை நாம் முழுக்க அறிந்து கொண்டபின்பு

அவ்விவாதத்தை புரிந்துகொள்வது என்பதெல்லாம் எளியவிஷயமல்ல. அவ்விவாதத்தின் அடிப்படைக் கொள்கைகளை நம் சூழலின் அனுபவ அலகுகளுக்கு மறு ஆக்கம் செய்யாமல் அவற்றை இங்கு நாம் புரிந்து கொள்ள முடியாது. மார்க்ஸிய விவாதத்தை பொறுத்தவரை இங்கு சிலரே அப்பிரக்ஞையுடன் செயல்பட்டுள்ளனர்.

சோதிப்பிரகாசம் இந்நூலில் கலைச்சொற்களை மூல அர்த்தத்தின் அழுத்தங்கள் கெடாமல் மறு ஆக்கம் செய்து பயன்படுத்துகிறார். பல கலைச்சொல்லாக்கங்கள் முன்னோடியானவை என்று படுகிறது. உதாரணமாக அயன்மைப்பாடு (estrangement), உண்மம் (Actual), உணர்மை (consciousness), நியமம் (standard), நிகழ்மை (Fact) ஆகியவற்றை சொல்லலாம். ஆனால் இவரது கலைச்சொற்களுள் கருத்துக்குழப்பம் உருவாக்கும் ஒன்றும் என் கவனத்தில் வந்தது. 'காரணம், என்ற சொல்லை reason என்ற சொல்லின் தமிழ் வடிவமாக சோதிப்பிரகாசம் பயன்படுத்துகிறார். ஆனால் அச்சொல் இந்திய தத்துவ மரபில் மிக விரிவான அளவில், பலவகை உள்விரிவுகளோடு பயன்படுத்தப்பட்டு வந்த ஒன்று. (காரணம் காரியம் இரண்டுக்குமான உறவு இந்திய சிந்தனை மரபுப்படி ஒரு தத்துவத்தின் பேசுபொருட்களில் முக்கியமானதாகும்) இந்திய வாசகனுக்கு காரணம் என்ற சொல்லானது முற்றிலும் வேறான பொருளை அளிக்கும். அவனைப்பொறுத்தவரை காரணம் என்பது ஒரு விஷயத்தின் தருக்கபூர்வ விளக்கமல்ல, ஒரு விஷயத்தின் இயல்புகளை தீர்மானிக்கும் அடிப்படைப் பின்னணியாகும். காரண அறிவு என்று கொண்டால் இந்தப் பிரச்சினையை தாண்டலாம்.

இந்நூலானது ஒரு தத்துவ வகுப்பில் நேரடியாக விளக்கும் பாவனையில் எழுதப்பட்டுள்ளது. ஆகவே தத்துவத்துக்கு உரிய கறாரான மொழியில் அல்லாமல் சற்று நெகிழ்வான பேச்சுப் பாணியில் எழுதப்பட்டுள்ளது. அதன் சாதக அம்சம் சரளமான ஓட்டமும் கருத்துகளின் தெளிவும் ஆகும். ஆனால் அடிப்படையான இடங்களில் அளிக்கப்படும் சில வரையறைகள் ஒற்றைப்படையானவையாக மிதமிஞ்சிய எளிமை கொண்டவையாக இருக்கின்றன என்ற எண்ணம் ஏற்படுகிறது. இந்நூலின் முக்கியமான அம்சம், இது யாருக்கு தமிழ் சூழலில் மார்க்ஸியம் மீது ஆர்வம் ஏற்படுமோ அவனை முன்னிலைப்படுத்தி பேசுகிறது. கல்விக்குப்பிறகு தன் வாழ்க்கையை உருவாக்கிக் கொள்ளும் பொருட்டு சமூகத்தை எதிர்கொண்டு அதன் கறாரான பொருளாதார இயங்குவிதிகளை அறிந்து ஆழமான முரண்பாடும் மனக்குழப்பமும் அடைந்து தத்தளிக்கும் இளைஞன் என்ற சந்தர்ப்பம் அனேகமாக இங்கு எல்லாருடைய வாழ்க்கையிலும் நிகழ்ந்திருக்கும்.அவனிடம் பேசும்போது சோதிப் பிரகாசம் பேசப்படும் அனைத்து விஷயங்களையும் எளிதாக சமகாலச் சூழலுக்கு கொண்டு வந்துவிடுகிறார்.

இரண்டாவதாக சோதிப்பிரகாசம் இவ்விவாதத்தை இதுவரை இங்கு நடந்துவந்த தத்துவத் தேடல்களின் இயல்பான அடுத்தகட்ட வளர்ச்சி போக்காக உருவகித்துக் கொள்வதை கூறவேண்டும். இந்திய / தமிழ்ச் சூழலில் பொதுவாக தத்துவ விவாதங்கள் மதம் சார்ந்தே நடந்துள்ளன. சொல்லப்போனால் இங்கு மதம் தத்துவம் இரண்டையும் கூர்ந்த அவதானிப்பின் மூலமே பிரித்து அறிய முடியும்.மேற்பரப்பில் தெரிவது வழிபாட்டு முறைகள், ஆசாரங்கள், நம்பிக்கைகள். இவற்றுக் கான மெய்யியல் அடிப்படைகள் அடுத்தபடியாக. அவற்றின் தத்துவ உள்ளடக்கம் இறுதியாக. இந்தியச் சூழலில் மதம் சார்ந்த அனைத்தையும் பழங்கால வழிபாடுகள் மற்றும் மூடநம்பிக்கைகளாகக் கண்டு நிராகரித்த மார்க்ஸியர்களே அதிகம். சிலர் அவற்றின் சமூகவியல் உள்ளடக்கத்தை கணக்கில் கொண்டுள்ளனர். மிகச்சிலரே அவற்றின் தத்துவப்பெறு மானத்தை பொருட்படுத்தியவர்கள்.

என் வாசிப்பில் கே. தாமோதரன் முக்கியமானவர். என் மனத்தில் இந்தியத்தத்துவ மரபு குறித்த அடிப்படை வரைபடத்தை உருவாக்க அவரது நூலான 'இந்திய சிந்தனை' பெரும்பங்காற்றியுள்ளது. அவரால் உருவாக்கப்பட்ட முரணியக்கம் சார்ந்த பார்வையின் குறைபாடுகளை நித்ய சைதன்ய யதியின் நேரடித்தொடர்பு மூலமே நிரப்பிக் கொண்டேன். இ.எம்.எஸ், டி டி கோசாம்பி, தேவிபிரசாத் சட்டோ பாத்யாய ஆகியோரின் பங்களிப்பும் இத்தளத்தில் முக்கியமானது. (எஸ்.ஆர்.டாங்கே, பி.ராமமூர்த்தி, ராகுல சாங்கிருத்தியாயன் ஆகியோரின் அணுகுமுறை தத்துவார்த்தமானதே அல்ல. வெற்று இயந்திரவாதப் பார்வையின் அடிப்படையில் தத்துவத்தை அணுகும் குறுக்கல்போக்குகள் அவை) தமிழில் ஞானியின் பார்வை இவ்வகையில் முன்னோடி என்றே குறிப்பிடத்தக்கது. அது குறித்த கடுமையான எதிர்க்கருத்து எனக்கு இருப்பினும் கூட அவரது அணுகு முறை முக்கியமான ஒன்றெனவே எண்ணுகிறேன். சோதிப்பிரகாசம் இந்நூலிலும் அவரது அடுத்த நூலான 'மனத்தின் விடுதலை' யிலும் இந்திய தத்துவத் தேடல்களின் காலத்துக்கேற்ற வளர்ச்சிப்போக்காகவும், அவற்றின் சரிவுகளை நிரப்புவதாகவுமே மார்க்ஸியத்தை உருவகித்துள்ளார்.

(ஆ)

சோதிப்பிரகாசத்தின் இந்நூல் மார்க்ஸியத்தின் தத்துவமையம் குறித்து விளக்கும் அடிப்படை நூலாகும். அதாவது முரணியக்க இயங்கியல் அடிப்படையில் உற்பத்தி சக்திகள், உற்பத்தி உறவுகள் ஆகியவற்றை புரிந்து கொள்ளவும் அதன் வழியாக சமூகம் இயங்கும் அடித்தளத்தை காரணகாரிய அடிப்படையில் விளக்கிக் காட்டவும் முற்படும் நூல். ஏற்கெனவே இதே தளத்தை சேர்ந்த சில நூல்கள் தமிழில் வெளி

வந்துள்ளன. ராதுகா பதிப்பக வெளியீடாக வந்த 'இயக்கவியல் பொருள்முதல்வாதமும் வரலாற்றுப்பொருள்முதல்வாதமும்' என்ற நூல் அதன் எளிமை மற்றும் முழுமையான பின்னணி விளக்கம் காரணமாக முக்கியமானது என்பது என் எண்ணம். அந்நூலுக்கும் இதற்கும் இடையேயான வேறுபாடு முதல் சில பக்கங்களிலேயே தெளிவாகும். அந்நூல் தத்துவ உலகில், குறிப்பாக மேலை தத்துவ உலகில் காலாகாலமாக நடந்துவரும் தத்துவப்போரை குறித்து பேசி அதன் தொடர்ச்சியாக மார்க்ஸியத்தை முன்வைத்து அதன் தர்க்க ரீதியான அணுகுமுறையை முன்வைக்கிறது. ஆனால் இந்நூல் முதல் பக்கத்திலேயே இந்திய, தமிழ் சூழலின் நாம் எதிர்கொள்ள நேரும் நடைமுறை சவால்களின் அடிப்படையென்ன என்ற வினாவுடன் தொடங்குகிறது. அதை விளக்க மட்டுமே தொடர்ந்து முயல்கிறது. இரண்டாம் பகுதியில் அந்த அடிப்படையில் அகவயமான மன / கலாசார இயக்கங்களையும் விளக்க முயல்கிறது.

சமூகத்தில் தனக்கென ஓர் இடம் வேண்டும் என்று விரும்பும் இளைஞன் சிந்திப்பவனாக இருப்பின் சமூகம் என்றால் என்ன, எனக்கும் அதற்கும் அதற்குமான உறவு என்ன என்று வினவுவான். அவ்வினாவுக்கு பதிலாக மார்க்ஸிய மூலநூல் முன்வைக்கும் விரிவான விளக்கத்தை எளிமையாக முன்வைக்கிறார் சோதிப்பிரகாசம். விலங்கு களில் இருந்து மனிதன் வேறுபடுவது அவனால் உற்பத்தி நடவடிக்கையில் ஈடுபட முடிவதனால்தான். அந்த உற்பத்தி நடவடிக்கையே அவனது எல்லா சிறப்புகளுக்கும் அடிப்படையாகும். அதிலிருந்தே அவனது சமூகம் கலாசாரம் எல்லாம் உருவாகிவருகின்றன. இந்தப் புள்ளியில் இருந்து உற்பத்தி சக்திகள், உற்பத்தி உறவுகள் ஆகியவை கிளைத்து வரும் சித்திரத்தை சோதிப்பிரகாசம் அளிக்கிறார். இவற்றின் வளர்ச்சிப் போக்கில் மதிப்பு, பணம், விலை போன்றவையும் இறுதியாக ஆதாயமும் உருவாகிவரும் சித்திரத்தை தொடரும் பக்கங்கள் அளிக்கின்றன.

மார்க்ஸிய அடிப்படைகளைப் பயிலும்போது மிக முக்கியமாக ஏற்படும் ஐயம் ஒன்று உண்டு. பயிற்சி வகுப்புகளுக்குச் சென்றவர்கள் அதை அறிந்திருப்பார்கள். பொருளின் மெய்யான மதிப்பு என்பது அதன் மீது செலவிடப்பட்ட உழைப்பின், உழைப்பு நேரத்தின் மதிப்பே என்று முதலில் கேட்கும்போது அது ஒரு அபத்தமான தத்துவார்த்தக் கூற்றாக பெரும்பாலோருக்குப் படும். பெரும்பாலோர் மதிப்பு என்பது அப்பொருளின் நுகர்வுத்தகைமை மூலம் உருவாவது என்ற எண்ணம் கொண்டிருப்பார்கள். அடுத்தபடியாக பலர் அப்பொருளின் கிராக்கி மூலமே மதிப்பு உருவாவதாக எண்ணியிருப்பார்கள். ஆகவே பயிற்சி வகுப்புகளில் கணிசமான நேரம் இதை விளக்கச் செலவிடப்படுவது வாடிக்கை. (அடுத்தபடியாக ஐயத்தை கிளப்புவது பாட்டாளிகளுக்கு

வர்க்க உணர்வை ஊட்டுவது நடுத்தர வர்க்கமான புரலட்டேரியன்களே என்ற கருத்து. இந்தியச்சூழலில் கணிசமான தொழிலாளர்கள்க்கு மத்திய வர்க்கம் மீது ஆழமான மனக்கசப்பு உண்டு என்பது ரகசியமல்ல.) இந்நூலில் மதிப்பு உழைப்பிற்கும் உழைப்பு நேரத்துக்கும் சமானமான பதிலீடாக உருவாகிவருவதன் சித்திரத்தை சோதிப்பிரகாசம் மிகத் தெளிவாக எடுத்துக் காட்டுகிறார். இதை விளக்க முனையும்போது கணிசமான தோழர்கள் மிகப்பருண்மையாக, எளிய அன்றாட உதாரணங்கள் மூலம் விவரிக்க முற்பட்டு அக்கருத்தின் மீது ஆழமான ஐயத்தை ஏற்படுத்திவிடுவதைக் கண்டிருக்கிறேன். சோதிப்பிரகாசம் உழைப்புநேரம் மதிப்பை தீர்மானிப்பது நேரடியாக அல்ல என்று விளக்கி, அது கருத்துருவிலேயே உள்ளது என்று கூறுகிறார்.

உழைப்பு நேரம் என்பது கருத்துவயமான ஓர் அளவையே அன்றி பருமையான ஓர் அளவை நியமம் அல்ல. இந்த அளவை மணிக் கணக்குகளில் அல்லாமல் அளவுமுறையான சமன்மையினை மனநிறை வாகக் காட்டுவதில் உண்மமான வெளிப்பாட்டினை காண்கிறது. *(வா.கே: பக்கம் 94)*

– இவ்விளக்கம் இக்கருத்து பற்றிய பொதுவான குழப்பங்களுக்கு விடையளிப்பது மட்டுமல்ல அடுத்தபடியாக சோதிப்பிரகாசம் முன்வைக்கும் மதிப்பு /பணம் என்ற முரண்பாட்டை எப்படி விளங்கிக் கொள்ளவேண்டுமென்பதற்கான ஒரு வழிகாட்டலும் கூட. மிகச்சிக் கலான உள்ளியக்கம் கொண்ட பெரும் அமைப்புகளைப் பற்றி பேசும் போது அவற்றை எளிமைப்படுத்தி அடிப்படைச் சலனங்களை மட்டும் கணக்கில் கொண்டு விவாதிக்கிறோம். ஆனால் அவ்விவாதமுடிவு களை உடனடியாக விரிவுபடுத்தி சிக்கலான முறையில் புரிந்துகொள்ள நாம் முயலவேண்டும்.

இந்நூலை ஓர் அறிமுகநூல் என்ற தளத்திலிருந்து தத்துவ ஆய்வுநூல் என்ற இடத்துக்கு எடுத்துச் செல்வது இதைத் தொடர்ந்து சோதிப் பிரகாசம் மதிப்பு /பணம் ஆகிய இரு கருத்துருக்களுக்கும் இடையே யான உறவை விளக்கும் இடமாகும்.

'... எனவே பணம் என்பது சரக்குகளின் கைமாற்றுவிகிதத்தினை வெளிப்படுத்துகின்ற வடிவம் மட்டும் அல்ல, அளவுமுறையான சீர்கேடுகளை மூடி மறைக்கின்ற வடிவமும் ஆகும். எனினும் பணத்தின் வடிவத்தில் மட்டுமே மதிப்பு வெளிப்பட முடிகிறது.' (வா.கே: பக்கம் 95)

இன்றைய பொருளியலின் முக்கிய ஆய்வுத்தளங்களில் ஒன்று பணத்துக்கும் அது பிரதிநிதித்துவப்படுத்தும் மதிப்புகளுக்கும் இடையேயான உறவு. இன்றைய சந்தைப் பொருளாதார அமைப்பில்

பணம் பெரும்பாலும் தவறான சித்திரத்தை அளிப்பதாக, மூடிமறைக்க உதவும் அமைப்பாகவே உள்ளது. பணவீக்கம் அலையடிக்கும் இந்தியாவில் அது எந்தச் சாமானியனுக்கும் தெரியும். யாருமே இங்கு 'பணத்தை' சேமிப்பதில்லை.

'மதிப்பு என்பது சமுதாய உற்பத்தி உறவுகளின் கருத்து வயமான விதி என்றால் பணம் என்பது இவ்வுறவுகளின் பருமையான விதி. ஆனால் இவ்விதியோ விதியின்மையாக வெளிப்படுகிறது. அதாவது மனிதர்களின் கருத்துவயமான கரணியம் கரணியமற்றதாக வெளிப் படுகிறது.' (வா.கே: பக்கம் 95)

மனித குலம் வரலாற்றின் மூலம் படிப்படியாக வளர்த்தெடுத்த தர்க்கபூர்வ அமைப்புகளில் முக்கியமானது பொருளுக்கு சமூகப்பொது வான மதிப்பை கற்பிதம் செய்துகொண்டதும் அதன் மூலம் உற்பத்தியை ஒரு பிரம்மாண்டமான கூட்டுச் செயல்பாடாக மாற்றிக் கொண்டதுமாகும். அந்த தர்க்கத்தின் புறவயமான அடையாளமான பணம் மானுட மனம் உருவகித்த ஆகப்பெரிய குறியீடு. ஆனால் அந்த குறியீடு அதன் பின்னணிதர்க்கத்தை மீறி, முரண்பட்டு முன்னகர்ந்தது மானுட வரலாற்றின் முக்கியமான முரண்பாடுகளில் ஒன்று. இந்த முரண்பாடு மார்க்ஸின் காலகட்டத்திலேயே விரிவாக உருக் கொண்டு விட்டதுதான். ஆனால் இன்று அது மிக முக்கியமான பிரச்சினையாக மாறியுள்ளது. பங்குச் சந்தை ஆட்டங்கள் மூலம் பணமதிப்பு கணந் தோறும் ஏறியிறங்கும், அது ஒவ்வொருவருடைய தலையெழுத்தையும் தீர்மானிக்கும், இக்காலகட்டத்தில் இப்பிரச்சினை வெறும் தத்துவப் பொருளாதாரச் சிக்கல் மட்டுமல்ல. சோதிப்பிரகாசம் இந்நூலில் இந்த விசித்திரமான முரண்பாட்டை நமது சிந்தனையையும் கற்பனையையும் தூண்டிவிடுமளவுக்கு கூர்மையாக சொல்கிறார். பணம் விதியின்மை ஆக இருப்பினும் கூட அதுவே சமூக இயக்கத்தின் அடிப்படையாக இருந்தாக வேண்டியுள்ளது என்கிறார் சோதிப்பிரகாசம். எப்போது பணத்தின் இந்த விதியின்மை அதற்குள் ஊடாடி நிற்கிற கருத்து வடிவமான விதியை, அதாவது உழைப்புநேர மதிப்பை, உடைக்கிற அளவுக்கு போகின்றபோது மட்டுமே சமூகமோதல்கள் உருவாகின்றன என்கிறார்.

என் வழக்கப்படி இதை இப்படி படிமமாக மாற்றிக் கொள்கிறேன். கண்ணுக்கு புலனாகாத ஒரு காந்தமையத்தை சுற்றிப் பறக்கும் காந்தவலு ஏற்றப்பட்ட இரும்புத்துகள்கள் போன்றவை மதிப்பும் பணமும். நாம் காண்பது காந்தத்துகள்களின் கட்டற்ற தன்னிச்சையான இயக்கத்தை. ஆனால் ஒவ்வொரு துகளுக்கும் அக்காந்தமையத்துக்கும் இடையேயான இழுவை விலக்கல் விசைகளின் சமரசப்புள்ளி

வழியாகவே அவை நகர்கின்றன. ஒட்டுமொத்தமாக உருவாவது ஓர் விதியின்மை. ஆனால் மையக்காந்தத்தின் விதியை அவை மீறுமென்றால் இந்த இயக்கம் நிலைகுலையும். பல்வேறு வகையில் நம்மைத் தூண்டி சமூக அமைப்பின் உள்ளார்ந்த முரணியக்கம் பற்றி யோசிக்கச் செய்கின்றன இப்பக்கங்கள். பிற்பாடு இவ்விளக்கத்தை மேலும் பல தளங்களுக்கென சோதிப்பிரகாசம் விரித்தெடுப்பார் என்று எண்ணுகிறேன்.

தொடர்ந்து விலை, ஆதாயம் ஆகியவற்றின் வழியாக பணம் தனக்குரிய இயக்கமுறையை உருவாக்கிக் கொள்ளும் விதம் குறித்து கறாரான மொழியில் சோதிப்பிரகாசம் விளக்குகிறார். மார்க்சிய வகுப்புகளில் ஆதாயம் பற்றி நமக்கு அளிக்கப்படும் சித்திரம் மிக எளிமையானது. அது உழைப்பாளிகளின் மீது முதலாளிவர்க்கம் நடத்தும் சுரண்டலின் பணமதிப்பு என்றே நமக்கு அறிமுகம் செய்யப்படுகிறது.

'...பிறர் சரக்குகளை அவற்றிற்கு 'உரிய' விலையில் வாங்கி தமது சரக்குகளை அவற்றிற்கு 'உரிய' விலையில் விற்பவர் முதலாளி...' (வா.கே: பக்கம் 110)... 'தன் பயன் மதிப்பில் இருந்து தனது மதிப்பினையும் விட கூடுதலான மதிப்பினை படைக்கின்ற அந்த மாயச்சரக்கு எது?' (வா.கே: பக்கம் 111)

என்று வேறு ஒரு கோணத்தை சோதிப்பிரகாசம் அறிமுகம் செய்கிறார். அதை விரிவான உதாரணங்கள் மூலம் விளக்கிவிட்டு,

'.... ஆதாயத்தின் அந்தரங்கம் உழைப்பாளர்களின் உழைப்பு ஆற்றலில் அடங்கியுள்ளது. உழைப்பாற்றலின் பயன்மதிப்புக்கும் அதன் மதிப்புக்கும் இடையே உள்ள வேறுபாட்டில், அதாவது உழைப் பாற்றலின் மதிப்புக்கும் அதன் பயனால் விளைகின்ற சரக்குகளின் மதிப்பிற்கும் இடையேயான வேறுபாட்டில் அது ஒளிந்து கிடக்கிறது...' (வா.கே: பக்கம் 133)

என்று வரையறை செய்கிறார். அந்த மாயச்சரக்கின் மீதான கட்டுப் பாடே மூலதனத்தை ஆதாயக்குட்டி போட வைக்கிறது, அந்தக் கட்டுப் பாடை அடைவதே மூலதனத்தின் அதிகாரம் என்று சொல்கிறார். மூலதனத்துக்கும் ஆதாயத்துக்கும் இடையேயான இந்த உறவினை விரிவாகவே சித்தரிக்கிறார். அதாவது சுரண்டல் என்பதை சிலரின் பேராசையின் விளைவான நேரடியான நடவடிக்கையாக அல்ல, மாறாக மூலதனத்தை அடிப்படையாகக் கொண்ட ஒரு சமூக அமைப்பு உருவாக்கும் ஓர் இயல்பான பொருளியல் நிலைமையாகவே சோதிப் பிரகாசம் காட்டுகிறார் என்று படுகிறது. இந்நூலின் அசலான சிந்தனைப் பகுதிகளில் ஆதாயம் குறித்த இந்த விரிவான ஆய்வுப்பார்வையும் முக்கியமானது.

தொடர்ந்து சோதிப்பிரகாசம் முதலின் பல்வேறு வகையான இயக்கப் போக்குகளை விளக்கிச் செல்கிறார். முதலின் இயங்குமுறை சமூக அமைப்புச்களாகவும் எண்ணப்போக்குகளாகவும் நம்பிக்கைகளாகவும் மாறிவரும் சித்திரத்தை அளிக்கிறார். இந்த நீட்சியில் பொதுவாக சோதிப்பிரகாசத்தின் அணுகுமுறை மற்ற மார்க்ஸிய அணுகுமுறை களுடன் மாறுபடுவது முக்கியமாக ஒரு இடத்தில் என்பதைக் காணலாம். மார்க்ஸியர் பொதுவாக மேற்கட்டுமானம் என்று சொல்லும் கருத்தியல், சமூக, உளவியல் அமைப்புகளை பொருளியல் கட்டுமானமாகிய அடித்தளத்தின் மீது எழுப்பப் பட்டவையாகக் கருதும் போது கூட அவற்றை மறைமுகமான பாதிப்புப் போக்குகளாகவே காண்கிறார்கள். அண்டோனியோ கிராம்ஷிக்குப் பிறகு மேற்கட்டுமானத்தின் மீது அடித்தளத்தின் உறவு நேரடியானதோ இணையானதோ அல்ல என்று சொல்லும் போக்கும் வலுப்பெற்றுள்ளது. ஆனால் சோதிப்பிரகாசத்தின் பார்வை முற்றிலும் மார்க்ஸியத்தின் செவ்வியல் பார்வை சார்ந்தது. ஒருவகையான பொருளியல் குறுக்கல்வாதம் என்று கூட அதை சொல்லிவிடலாம்.

உதாரணமாக இன்றைய முதலாண்மை அமைப்பு எப்படி ஒவ்வொரு தனிமனிதனையும் அன்னியப்படுத்துகிறது என்பதை மதிப்பு, விலை, கூலி ஆகியவற்றுக்கிடையேயான முரண்பாட்டின் நீட்சியாகவே சோதிப்பிரகாசம் விளக்கிச் செல்கிறார். உற்பத்திநடவடிக்கை நடவடிக்கையில் ஈடுபட்டு அதன் பலன்களை முழுமையாக அடையும் நிலையிலேயே அவனால் தன் ஆளுமையை முழுமைப்படுத்திக் கொள்ள முடியும். அவனுக்கு இயற்கை விதித்துள்ள கட்டுகளில் இருந்து விடுதலை அடையமுடியும். ஆனால் முதலாண்மை அமைப்பு அவனை அவன் உழைப்பிலிருந்து அன்னியப்படுத்துகிறது. ஆகவே அவன் மதத்திலும் இலக்கியத்திலும் போலியான முழுமையையும், விடுதலையையும் காண முயல்கிறான். மனிதனின் 'கயமை'கள், மனித மனத்தின் எதிர்மறை இயக்கங்கள் போன்றவற்றுக்கான காரணங்களை முதலாண்மை உற்பத்திச் சமூகத்தின் அமைப்பில் தேடுவதே ஏற்புடைய தாக இருக்கும் என்று சோதிப்பிரகாசம் இந்நூலில் வாதிடுகிறார். தன் அமைப்பை தக்கவைத்துக் கொள்ளும் பொருட்டு முதலாண்மை அமைப்பு உருவாக்கியுள்ள குடும்பம், தொழிற்சங்கம், அரசு ஆகிய வற்றை இக்கண்ணோட்டத்தின் அடிப்படையில் சோதிப்பிரகாசம் விளக்குகிறார். தனியுடைமையை கைமாற்றம் செய்யும் பொருட்டும், உற்பத்தி மற்றும் வினியோகத்தின் அடிப்படை அலகாக அமையும் பொருட்டும் உருவான ஓர் சமூக ஏற்பாடுதான் குடும்பம் என்று எங்கல்ஸ் கூறும் கருத்தை பெரும்பாலும் சோதிப்பிரகாசமும் கூறுகிறார்.

அரசு குறித்து சோதிப்பிரகாசம் சொல்லும் இடம் செவ்வியல் மார்க்ஸியத்தின் அடிப்படையிலானது என்றாலும் சில முக்கியமான வேறுபாடுகள் காரணமாக கூர்ந்து கவனிக்கத்தக்கது. அரசு என்பது அதிகாரத்தை கையாளும் வர்க்கத்தின் அடக்குமுறைக்கருவி என்ற கருத்தே நமக்கு மார்க்ஸிய வகுப்புகளில் கிடைக்கும் முதல் பாடமாகும். சிலசமயம் அது சமரசங்களிலும் ஈடுபடும். எதிர்ப்புகள் இல்லாதபோது சுரண்டல் சார்ந்த நிர்வாக நடைமுறைகளை செயல் படுத்தும். அடுத்த கட்டமாக கிராம்ஷியின் அரசு சார்ந்த கருத்துகள் இங்கு அறிமுகம் செய்யப்பட்டன. அரசு என்பது ஒரு குறியீட்டு அமைப்பு மட்டுமே என்று சொல்லப்பட்டது. அதிகாரம் 'கருத்தியல் மேலாதிக்கம்' (Hegemony) சார்ந்தது. அது குடிமைச் சமூகத்தில் (Civil society) பாலில் நெய் போல கலந்துள்ளது. அதிலிருந்து திரண்டு வருவதே அரசியல் சமூகம் (Political society) அந்த அரசியல் சமூகத்தின் நிர்வாகக் கருவியே அரசு. இது கிராம்ஷி முன்வைத்த சித்திரம். மார்க்ஸியத்தில் இந்த முப்பது வருடங்களாக நடந்து வரும் அரசு, சமூக அதிகாரம் குறித்த விவாதங்களெல்லாம் கிராம்ஷியையே அடிப்படையாகக் கொண்டு முன்னகர்கின்றன என்பது என் புரிதல்.

சோதிப்பிரகாசம் கிராம்ஷியை எவ்வகையிலாவது பொருட் படுத்தியுள்ளாரா என்று தெரியவில்லை. ஆனால் அவரது அரசு குறித்த கொள்கை கிராம்ஷியின் கருத்துகளை வேறு ஒரு வகையில் நெருங்கி வருகிறது. அரசு என்பது சிவில் சமூகத்தின் ஒப்புதல் மீது கட்டப்பட்டது என்ற கிராம்ஷியின் கூற்றுக்கும் அரசு அமைப்பு என்பது சமூகத்தினால் ஏற்கப்பட்ட மதிப்பு விதியின் பிரதிநிதி அல்லது புறவய வடிவம் என்ற சோதிப்பிரகாசத்தின் கூற்றுக்கும் நடுவே முக்கியமான ஒற்றுமை உண்டு. இரண்டுக்கும் நடுவேயுள்ள தூரமானது ஆழமாக மார்க்ஸியர் களால் விவாதித்து விரிவாக்கப்படத்தக்கது. ஆயினும் பொதுவாக சோதிப்பிரகாசத்தின் அணுகுமுறை மார்க்ஸியத்தின் ஐரோப்பிய விரிவாக்கங்களைப் பற்றியோ, அல்லது அடிக்குறிப்புகளைப் பற்றியோ அதிகம் கவலைப்படாமல் மார்க்ஸிய மூலதத்துவத்தை தமிழ் சமூகத்தின் மரபிலும் அன்றாடவாழ்க்கையிலும் விளைவித்துப் பார்ப்ப தாகும். அது ஒரு வகையில் சரிதான். என் எளிய வாசிப்பிற்குட் பட்டவரை ஐரோப்பிய மார்க்ஸிய ஆய்வுகளில் கணிசமானவை ஒருவகை கல்வித்துறை சார்ந்த புலமைப்பயிற்சிகள்.

'கல்வித்துறை மார்க்ஸியம்!' (Academic Marxism) என்று நித்யா மிகுந்த ஏளனத்துடன் சொல்வார். 'உண்மையான மனிதாபிமானமும் அடிப் படையில் புரட்சி நோக்கமும் உள்ள எந்தத் தத்துவம் மீதும் மகா பண்டிதர்கள் மிகப்பெரிய தாக்குதலை நடத்துவார்கள். அதன்

ஒவ்வொரு நிலைப்பாட்டையும் மிகச்சிக்கலான தத்துவப்பிரச்சினையாக ஆக்குவார்கள். விளைவாக மெல்ல அது தன் உடலின் பாரத்தால் சற்றும் அசையமுடியாத அளவுக்கு 'வளர்ச்சி' அடைந்துவிடும்' — நித்யா சொன்னார். இங்கு நாம் பல மேலைக்கொள்கைகளை நமது தாழ்வுணர்ச்சி மற்றும் அகங்காரம் காரணமாகத்தான் உடனுக்குடன் இறக்குமதி செய்கிறோமா என்பது யோசிக்கத்தக்கது. நம் சிந்தனைகள் வெறுமே மொழிபெயர்ப்பாக ஆகாமலிருக்க சோதிப்பிரகாசத்தின் நிலைப்பாடு உகந்ததே. ஆயினும் புதிய வினாக்கள் எழும்போது அதன்மீதான தேடல் புதிய சிந்தனைகளையும் கணக்கில் கொண்டாக வேண்டும்.

சோதிப்பிரகாசம் அரசாங்கத்தையும் அவர் ஏற்கெனவே முன்வைத்த மதிப்பு விதி கொள்கையை அரசு என்பதை விளக்குவதிலும் செயல் படுத்துகிறார். அரசு என்பது ஒரு கருத்து வடிவம் என்றும், அது சமூகத்தில் உள்ள மதிப்புவிதியின் உருவகமே என்றும் வரையறை செய்கிறார்.

'...முதலின் உருவகமாக முதலாளிகளும் உழைப்பாற்றலின் உருவகமாக உழைப்பாளர்களும் விளங்குவதுபோல மதிப்பு ஆற்றலின் உருவகமாக அரசு விளங்குகிறது.' *(வா.கே: பக்கம் 248)*

மார்க்ஸியர்களின் வழக்கமான சித்தரிப்புக்கு பிரச்சினையாக இருப்பது அரசாங்கத்தின் பொதுநலக் (welfare) கண்ணோட்டம்தான். சிறிதளவாவது பொதுநலப் பார்வை இல்லாத அரசு என்பது எங்குமில்லை. அரசு வகிக்கும் இந்த ஆக்கபூர்வ பங்களிப்பை மார்க்ஸிய சட்டகத்துக்கு உள்ளே நின்று விளக்க சோதிப்பிரகாசத்தின் இந்த அணுகுமுறையால் முடிந்துள்ளது. அரசு என்பது (கையில் குண்டாந்தடி ஏந்தியபடி) சமரசம் செய்யும் அமைப்பு என்ற நவீன கருத்துக்கும் ஒரு வகையில் ஒத்துப் போகிறது சோதிப்பிரகாசத்தின் இவ்வணுகுமுறை. அரசு என்பது மையமான மதிப்புவிதியின் பிரதிநிதியும் பாதுகாவலனும் ஆகையால் அதன்மீதான தாக்குதலும் போராட்டமுமே முதல் மீதான எதிர்ப்பாக ஆக முடியும் என்று சோதிப்பிரகாசம் சொல்கிறார். அப்படியானால் ஒரு வர்க்கப்போராட்டம் என்பது சமூகத்தால் வேறுவழியின்றி ஏற்கப்பட்ட விலை - மதிப்பு விகிதத்தை அகற்றிவிட்டு உண்மையான விலை - மதிப்பு விகிதத்தை உருவாக்குவதுதான் போலும். அதாவது அப்போது மதிப்புக்கும் விலைக்கும் இடையே வேறுபாடு இருக்காது. ஆகவே தான் சோதிப்பிரகாசம்,

'...மனித விடுதலை பற்றிய நமது விவாதம் உற்பத்தியுறவுகளை பற்றிய விவாதத்தில் இருந்து மட்டுமே தொடக்கம் பெறுதல் வேண்டும்...' *(வா.கே: பக்கம் 222)*

என்று தன் நிலைப்பாட்டை உறுதியாக சொல்கிறார். கிட்டத்தட்ட இந்நூலின் முத்தாய்ப்பாக,

'...மனித விடுதலை உழைப்பாளர் வருக்கத்தின் விடுதலையில் மட்டுமே அடங்கிக் கிடக்கிறது... ' (வா.கே: பக்கம் 233)

என்று கூறி முடிக்கிறார்.

சோதிப்பிரகாசத்தின் இந்தச் சிறு நூலின் முக்கியத்துவம் மார்க்ஸிய அடிப்படைகளை விளக்கியபடி தொடங்கி இறுதியில் இங்குள்ள விவாதக்களனில் இருந்தே அசலான சில அடிப்படைக் கருத்துகளை அடைந்திருப்பதேயாகும். இன்றுவரை இங்கு மார்க்ஸிய விவாதம் என்றாலே மேற்கோள்களும் அவற்றை இணைப்பதற்கான மொழி யாட்டமும்தான் மையமாக இருந்துவந்தது. ஏன், தமிழில் தத்துவசிந்தனை சார்ந்த விவாதம் என்றாலே மேற்கோள்பொறுக்குவதுதான் என்ற நிலையே இன்றும் உள்ளது. யாருடைய மேற்கோள் ஆகப்புதியது, யாருக்கு அதிக மேற்கோள் தெரியும் என்பதே பலசமயம் இங்கு விவாதம். (பாட்டுக்குப் பாட்டு) இத்தகைய சூழலில் ஒரு புதிய கருத்து அல்லது விளக்கம் நம்மிலிருந்து எழுவது மிகவும் முக்கியத்துவம் உடையதாகும்.

பகுதி மூன்று : விளக்கங்களுக்கு அப்பால்

(அ)

இந்த நூலைப்பற்றி என் கருத்தை கூறுவதற்கு முன்பு உடனடியாக ஏற்படும் பிரச்சினை ஒன்று உண்டு. ஒரு மார்க்ஸியராக சோதிப்பிரகாசம் இலக்கியத்தை பொய்யான முழுமையுணர்வை அளிக்கும் ஓர் அமைப் பாகவே அடையாளம் காண்கிறார். ஒரு வகையான போதைப் பொருளாக. நானோ இலக்கியவாதியாகவே கருத்து சொல்ல முற்படுகிறேன். சோதிப்பிரகாசத்தின் கருத்து தருக்கம் சார்ந்த குறுக்கல் வாதம் என்பதில் ஐயமில்லை. பெரும்பாலான மார்க்ஸியர்கள் உள்ளூர நம்புவது இதையே என்றாலும் அவர்கள் அதை வெளியே சொல்வ தில்லை, காரணம் சொல்வதற்கான விளக்கம் அவர்களிடமில்லை. சோதிப்பிரகாசம் இன்றைய முதலாண்மை உற்பத்தி முறையால் அயன்மைப்படுத்தப்பட்ட மனிதர்களுக்கு கலையும் மதமும் அளிக்கும் 'மாய்மை விடுதலை' குறித்து ஹெகலையும் மார்க்ஸையும் முன்வைத்து விரிவாகவே பேசுகிறார். அவரது பார்வையில் இலக்கியம் 'பொதுப்புத்தி' (common sense) மற்றும் எளிய பகுத்தறிவு ஆகிய வற்றின் விளைவேயாகும். காரணிய (reason) அடிப்படையுள்ள சிந்தனைமுறையே முதிர்ச்சியுள்ளதும் உண்மையை புறவயமாக அறிய உதவுவதுமாகும். ஆகவே இலக்கியப் படைப்புகளுக்கு கேளிக்கை

என்பதற்குமேல் உபயோக மதிப்பு ஏதுமில்லை என்று பலதளங்களில் வாதிடுகிறார்.

இந்த அணுகுமுறை கடந்த ஐம்பது வருட காலத்தில் முக்கியமான படைப்பிலக்கியவாதிகளால் விரிவாகவே மறுக்கப்பட்டுவிட்ட ஒன்று என்பதை சோதிப்பிரகாசம் அறியாமல் இருப்பது வருந்தத்தக்கது.

'முதலாளித்துவ' எழுத்தாளர்கள் மட்டுமல்ல மார்க்ஸிய எழுத்தாளர்களும் கூட இக்கருத்தை திட்டவட்டமாக மறுத்து விளக்கங்களை வழங்கியுள்ளனர். சோதிப்பிரகாசம் கூறுவதுபோல காரணிய அடிப்படையுள்ள விளக்கம் தேவை என்றால் ஹால்லிடே முதல் டி சசூர் வரையிலான மொழியியலாளர் அவ்விளக்கத்தை அளித்துள்ளனர். (சொல் புதிது முதல் இதழில் நவீன மொழியியல் ஓர் அறிமுகம் என்ற கட்டுரையில் சுருக்கமான சித்திரம் உள்ளது.) சமகால ஐரோப்பிய சிந்தனைகளுக்கு முன் வாசலை சாத்திக் கொண்டது எப்படி சோதிப்பிரகாசத்தை சுயமாக சிந்திக்க வைத்ததோ அதே அம்சமே அவரது சிந்தனைகளுக்கு இறுக்கமான எல்லைகளை உருவாக்கி சில நம்பிக்கைகளை மூடநம்பிக்கை (taboo) வரை இட்டுச் சென்றுள்ளதோ என்ற ஐயம் எழுகிறது.

உண்மையில் இன்று தமிழில் படைப்பிலக்கியத்துக்கு அதீத முக்கியத்துவம் தந்து மற்ற சிந்தனைப்போக்குகளை, முற்றாக நிராகரிக்கும் போக்கே பல எழுத்தாளர்களிடம் உள்ளது. 'தத்துவம் செத்துவிட்டது' என்ற குரலை இங்கு அடிக்கடி நாம் கேட்க முடிகிறது. அதன் மறுபக்கமாக சோதிப் பிரகாசம் 'இலக்கியம் ஒரு விளையாட்டுப்பொம்மைதான்' என்கிறார். இருதரப்புமே குறுக்கல் போக்கு உடையவை. இருதரப்புமே மறுதரப்பை உரிய முறையில் அறிந்து கொள்ள முற்படாமல் நிராகரிப்பவை. உலக மெங்கும் முக்கியமான சிந்தனையாளர்களுக்கு (அது மார்க்ஸ், ஃப்ராய்ட், ஐன்ஸ்டான் யாராக இருந்தாலும்) இலக்கியத்துடனும், இலக்கிய வாதிகளுக்கு தத்துவத்துடனும் ஆழமான உறவு இருந்ததும் இருந்து வருவதும்தான் உணமை. இரு தரப்பும் நுட்பமாக கொடுக்கல் வாங்கல் மூலம் ஒன்றையொன்று நிரப்பிக் கொள்வதே நடந்துவருகிறது.

சோதிப்பிரகாசத்தின் இலக்கியம் குறித்த கண்ணோட்டத்துக்கு விரிவான பதிலைக் கூற இங்கு சந்தர்ப்பமில்லை. ஆனால் அவரது பார்வையின் ஊனங்களை முழுக்க இலக்கியம் குறித்த அவரது கண்ணோட்டம் அடையாளம் காட்டுகிறது என்பதை முக்கியமாக கவனிக்க வேண்டும். மிக விரிவாக, கடந்த ஐம்பது வருடகால சிந்தனைகள் பலவற்றை முன்வைத்து இது குறித்து பேசவேண்டும். இங்கு சுருக்கமாக சில குறிப்புகளை மட்டுமே முன் வைக்கலாமென எண்ணுகிறேன். சரியான விவாதம் இந்தத் தரப்புகளை விரிவாக ஆய்வு செய்வதன் மூலமே நடக்க முடியும்.

சோதிப்பிரகாசம் தன் நூலின் முதல் சில பக்கங்களிலேயே காரணம் (reason) மற்றும் கரணியம் (rationality) ஆகியவை குறித்து பேச ஆரம்பித்துவிடுகிறார். இவற்றை மறுக்க முடியாத, பொதுவான, புறவயமான மானுட இயல்புகள் போல குறிப்பிடுகிறார். மனிதனில் சமூக வளர்ச்சியின் மூலம் படிப்படியாக உருவாகி வந்த உண்மையறியும் உறுப்புகள் போலவே இவற்றை நிர்ணயித்துக் கொள்கிறார். அதாவது பரிணாமம் மூலம் மனிதனின் கரம் எப்படி உருவாகி வந்ததோ அதைப்போல உருவாகிவந்தவையே அவையும் என்கிறார். இதை எந்த அளவுக்கு ஏற்றுக்கொள்ள முடியும்?

காரண அறிவும் சரி, கரணியமும் சரி மானுடனின் மெய்யறிமுறைகளில் முக்கியமானவை என்பதையோ, மானுட வளர்ச்சியில் அவை பெரும் பங்காற்றியுள்ளன என்பதையும் யாருமே மறுத்துவிட முடியாது. (தமிழில் பெர்ட்ரண்ட் ரஸ்ஸலின் 'இன்பத்தின் வெற்றி' என்ற நூல் குறிப்பாக வாசிப்புக்கு உரியது) அதி தீவிர ஆன்மீகவாதிகளும், மேற்கின் கலகக்காரர்களும் சமூகப் புறநிலையாளர்களான சில அதி தீவிர பின் நவீனத்துவர்களும் மட்டுமே அவ்வாறு அவற்றை நிராகரிக் கிறார்கள். ஆனால் கடந்த ஐம்பது வருடங்களாகவே காரண அறிவு / கரணியம் என்ற கருதுகோள்கள் எந்த தத்துவ விவாதச் சூழலில் உருவாயினவோ அந்தச் சூழலிலேயே அவற்றுக்கு எதிரான கருத்துக் களும், அவற்றின் மீதான ஐயங்களும் மிக விரிவான அளவில் முன்வைக் கப்பட்டுவிட்டன. அவ்விவாதங்களை கணக்கில் கொள்ளாமல் காரண அறிவு /கரணியம் போன்ற கருதுகோள்களை அப்படியே கடன்வாங்கி பயன்படுத்துவதுதான் அறிவுலக மூடநம்பிக்கை.

சோதிப்பிரகாசத்தின் நூல் 'நான்', 'எனது அறிவு' போன்ற சொற்களை தொடர்ந்து முன்வைத்தபடி தொடங்குகிறது. இந்த 'நான்' ஐ அவர் புறவயமான ஒரு இருப்பு போலவே வகுத்துச் செல்கிறார். இங்கு பேசப்படும் 'நான்' ன் வரையறையானது மேற்கே ஆளுமைதனித்துவ வாதிகளால் உருவாக்கப்பட்ட ஒரு தத்துவார்த்த உருவகம் என்பதை இவ்விவாதத்தில் முக்கியமாக கவனிக்கவேண்டும். பின் நவீனத்துவ கால சமூகவியலாளரான மிஷேல் ஃபூக்கோ தனிமனிதன் என்ற கருத்துருவம் பதினேழாம் நூற்றாண்டில் ஐரோப்பாவில் உருவாக்கப் பட்ட தத்துவ மோசடி என்று சொல்கிறார். (பிரேம் ரமேஷ் எழுதிய 'சிதைவுகளின் ஒழுங்கமைவு' என்ற தத்துவ நூல் கரணியம், தனிமனிதத்துவம் ஆகியவை பின் நவீன சூழலில் சிதைந்து போவது குறித்த பலவகையான சித்திரங்களை முன்வைக்கிறது, அதைப்பற்றி விவாதிக்கவில்லை. ஆனால் சோதிப்பிரகாசம் கருதுவதுபோல விவாதத்துக்கே அப்பாற்பட்ட புறவய கருத்துகள் அல்ல அவை.

இப்போது நாம் காரணஅறிவு என்றும் கரணியம் என்றும் சொல்பவை உண்மையில் 17 ஆம் நூற்றாண்டு முதல் ஐரோப்பாவில் உருவான தத்துவ மறுமலர்ச்சியின் விளைவாக உருவாக்கப்பட்ட தத்துவ உருவகங்கள் மட்டுமே. சாக்ரடிஸ் அரிஸ்டாடில் காலம் முதல் புறவய மான தருக்கத்துக்கான முயற்சி இருந்து வந்துள்ளது, அது மானுடனின் அறிவார்ந்த தேடலின் அடிப்படைக் கேள்வி. ஆனாலும் நாம் இன்று சொல்லும் அடையாளங்களுடன் காரண அறிவும், கரணியமும் முன்னிறுத்தப்பட்டது ஐரோப்பிய தத்துவ மறுமலர்ச்சியின் போதுதான். அதன் வரலாற்று, சமூகவியல் பின்புலம் குறித்தெல்லாம் நாம் அறிவோம். நம்பிக்கையை, விசுவாசத்தை அடிப்படையான மானுட இயல்பாக முன்னிறுத்திய கிறித்தவ மரபுக்கு எதிரான உத்வேகம் என்பது ஐரோப்பிய தத்துவ மறுமலர்ச்சியின் முக்கியக் கூறாகும். மனிதனின் தனி அடையாளங்களுக்கு எதிராக மத நிறுவனங்களின் கருத்தியல் செயல்பட்ட அக்காலகட்டத்தில் மறுமலர்ச்சியடைந்த தத்துவமானது தனிமனிதன், தனி மனம், தனி பிரக்ஞை, பகுத்தறிவு ஆகியவற்றை முன்னிறுத்தும் போக்கு கொண்டிருந்தது. மேற்கை நூறு வருடம் ஆட்கொண்டிருந்த ஆளுமைத்தனித்துவம் (free will problem) குறித்த விவாதங்களுடன் நேரடியான தொடர்பு உடையது' இது சோதிப் பிரகாசத்தின் 'நான்'ன் வரையறையானது மேற்கே ஆளுமை தனித்துவ வாதிகளால் உருவாக்கப்பட்டது கவனிக்கவேண்டும்.

மார்க்ஸியம் அந்த ஐரோப்பிய தத்துவ மறுமலர்ச்சிக் காலகட்டத்தின் உச்சபட்ச விளைவு என்ற முறையில் அது காரண அறிவையும் கரணியத்தையும் முன்னிறுத்துவது இயல்பானதுதான். ஆனால் அதன் பின்பு அவற்றின்மீது உருவாகி வந்த முக்கியமான விமரிசனங்களைக் கூட கணக்கில்கொள்ளாமல் அதை ஒரு நம்பிக்கை போல ஏற்பது அந்த கரணியத்துக்கே ஏற்புடையதாக இருக்காது. மனிதனின் அறிதல் முறைகளில், கருத்துருவாக்கங்களில் காரண அறிவுக்கு அப்பால் வேறு பல முறைகளும் செயல்படுகின்றன என்று இப்போது சிந்திக்கத்தெரிந்த பெரும்பாலோர் ஒப்புக் கொள்வார்கள். சிக்மண்ட் ஃப்ராய்ட் ஆழ்மனத்தை (நனவிலி/ unconscious) காரண அறிவுக்கு அப்பாற்பட்ட ஒரு பேரியக்கமாகவே முன்வைத்தார். பேரா.யுங் அதன் மானுடப் பொதுவான இயக்கத்தையும் அவ்வியக்கத்தின் அடிப்படை அலகாக உள்ள ஆழ்படிமங்களையும் (தொல்படிமங்கள்/ archetypes) முன்வைத்தார். அதன் பிறகு மொழியின் குறியீட்டுப் பின்புலம் (ஆழ் மொழி/ language) குறித்த கருத்துகள் விரிவாக விவாதிக்கப்பட்டன. அதன் பின்பு மிகச்சமீப காலமாக மானுட அறிவுகளுக்கும் நரம்பமைப்பு களுக்கும் இடையேயான உறவு மிகுந்த முக்கியத்துவத்துடன் விவாதிக் கப்படுகிறது.

இந்த சிந்தனை முறைகளுடன் மார்க்ஸிய அதிகார அமைப்புகளுக்கு உள்ள உறவும் வரலாற்று ரீதியாக கூர்ந்து நோக்கத்தக்கது. ஃப்ராய்டியம் நீண்ட காலம் மார்க்ஸியர்களால் மிக மூர்க்கமாக எதிர்க்கப்பட்டது. உளவியலே கூட கம்யூனிச அரசுகளால் நிராகரிக்கப்பட்டது. தத்துவத்தின் ஒரு தரப்பு என்ற நிலையில் இருந்து விலகி மேற்கத்திய அறிவியங்கியலின் விதிகளின் அடிப்படையில் அது தனி அறிவுத் துறையாக ஆன பிறகு வேறுவழியின்றி மார்க்ஸியர் அதை ஏற்றனர். சோவியத் ருஷ்யா எப்படி மொழியியலாளர்களை வேட்டையாடியது என நாம் அறிவோம். பல மொழியியலாளர்கள் அதற்குள் ஸ்டாலினிய ருஷ்யாவால் வன்முறைக்கருவியாக வளர்க்கப்பட்டிருந்த ஃப்ராய்டிய உளப்பகுப்பு முறைகளை பயன்படுத்தி சித்திரவதை செய்யப்பட்டனர் என்பதை ஒரு வரலாற்று முரண்பாடு என்றே சொல்லவேண்டும். நரம்பியல் இந்த நிமிடம் வரை மார்க்ஸியர்களால் கடுமையாக எதிர்க்கப் படுகிறது, அதற்கு அறிவியலை அற அடிப்படைகளில் ஐயப்படும் மரபுவாதிகளின் வாதகதிகள் மார்க்ஸியர்களால் பயன்படுத்தப் படுகின்றன.

இந்நூற்றாண்டின் முக்கிய அறிவியல் கருதுகோள்கள் பல, உதாரண மாக, சிறப்பு சார்புக் கொள்கை (Special relativity theory) நுண்ணலகு இயற்பியல் (Quantum physics) முதலியவை மார்க்ஸிய முரணியக்க இயங்கியலுக்கு ஒத்துப்போகவில்லை என்று கருதப்பட்டமையால் சோவியத் அரசாங்கம் அவற்றை எதிர்த்து வாதிடும்படி தன் இயற்பியல் அறிஞர்களை பணித்தது. (சொல் புதிது முதல் இதழில் நித்ய சைதன்யயதி இவ்விவாதம் பற்றி எழுதியுள்ளார்) ஆக, வரலாறு திரும்பியது, அவ்வளவுதான். ரோமுக்கு பதில் மாஸ்கோ என. ஏற்கெனவே உறுதிப்படுத்தப்பட்டு விட்ட தத்துவ நிலைப்பாடுக்கு ஏற்ப புதிய சிந்தனைகள் அனைத்தையும் கட்டுப்படுத்த எண்ணிய மத மனநிலையே மார்க்ஸியர்களிலும் காணக்கிடைக்கிறது. அது ஸ்டாலினில் வன்முறையின் வடிவம் கொண்டது. சோதிப்பிரகாசம் போன்றவர்களில் மூடநம்பிக்கையின் உக்கிரத்துடன் வீற்றிருக்கிறது.

இலக்கியம் சோதிப்பிரகாசம் கூறுவதுபோல பொதுப்படையான பகுத்தறிவின் குத்துமதிப்பான அறிதல்முறை மட்டும்தானா? இலக்கியப்படைப்புகளை ஓரளவேனும் அறிந்து உள்ளே சென்ற எவரும் அப்படிச் சொல்ல தயங்குவார்கள் என்றே நான் எண்ணுகிறேன். எப்போது இலக்கியம் குறித்த பேச்சு தொடங்குகிறதோ அப்போதே அதில் தொழில்படும் காரண அறிதலுக்கு அப்பாற்பட்ட பிரம்மாண்டம் குறித்த பேச்சும் உருவாகிவிட்டிருக்கிறது என்பதைக் காணலாம். பாற்கடலை பூனை நக்கிக் குடித்துவிட எண்ணுவதுபோல ஆசையால் அலையலுற்றேன் என கம்பன் சொல்லுவது ஒரு வகையில் அந்த

பிரம்மாண்டத்தையே. சிவபெருமான் சேக்கிழாருக்கு 'உலகெலாம்' என அடியெடுத்து தந்த கதையை ஒவ்வொரு படைப்பாளியும் இன்று ஒப்புக் கொள்ளுவான், ஒவ்வொருவரும் தங்களுக்கும் உள்ளுறையும் 'சிவம்' ஒன்று அடியெடுத்துக் கொடுப்பதை அறிந்திருப்பார்கள். அதன் சன்னிதியில் காத்து தவம் கிடப்பதே தாங்கள் செய்யக்கூடியதாக இருப்பதை அவர்கள் அறிவார்கள். நவீன இலக்கிய விமரிசனம் அதை நனவிலி அல்லது ஆழ்மனம் எனலாம். இலக்கியப்படைப்பு என்பது ' 'நனவிலிக்குள் ஓர் ஊடுருவல்' (a raid into unconscious) என்று இன்றைய விமரிசனம் சொல்லும். இலக்கியத்தின் சவாலே அங்குதான் உள்ளது அன்றி சோதிப்பிரகாசம் சொல்வதுபோல பகுத்தறிவையும் பொதுப்புத்தியையும் பயன்படுத்தி வார்த்துத் தள்ளுவதில் அல்ல.

எந்த அம்சம் ஓர் இலக்கியப்படைப்பின் தரத்தை, முக்கியத்துவத்தை ஒப்பீட்டளவில் தீர்மானிக்கிறது? சோதிப்பிரகாசம் கூறுவதன்படி பார்த்தால் எதில் பொதுப்புத்தி அதிக அளவுக்கு செயல்பட்டிருக்கிறதோ அதுதான். கடந்த பலவருடங்களில் நான் கேட்க நேர்ந்த இலக்கியம் பற்றிய மிக அபத்தமான கூற்று இதுதான். இலக்கியவாதிகளை கட்டாய உழைப்புமுகாமுக்கும் மனநோய்விடுதிக்கும் அனுப்பிய சோவியத் சீனக் கமிசார்கள் இதைச் சொல்லியிருக்கக் கூடும். மானுடகுல வரலாற்றை எடுத்துப் பார்த்தால் ஒன்று தெரியும். கரணியம்சார்ந்த சிந்தனைகள் தொடர்ந்து வளர்ச்சி அடைகின்றன ஆகவே எந்த சிந்தனையும் குறிப்பிட்ட காலம் கழிந்ததும் ஒவ்வாததாக, பழையதாக மாறிவிடுகிறது. ஆனால் இலக்கியப் படைப்புகள் மானுடகுலத்தின் துவக்ககாலம் முதல் இன்றுவரை அப்படியே அதே முக்கியத்து வத்துடன் இருந்துவருகின்றன. 'கலை வளர்வதில்லை, அது பேசும் பொருள் மட்டுமே மாறிக்கொண்டிருக்கிறது' (எலியட். படைப்பும் தனித்திறனும். தமிழில் முரளி அரூபனின் மொழிபெயர்ப்பில் டி எஸ் எலியட் கட்டுரைகள் என்ற நூல்) காரணம் கலையிலக்கியங்கள் மனித ஆழ்மனத்தை முன்வைப்பவை. ஆழ்மனத்தின் வண்ணங்கள் மாறும் வடிவம் மாறுவதில்லை. மகாபாரதத்தையும், மார்க்யூஸின் நூறாண்டுத் தனிமையையும் ஒப்பிட்டுப் பார்க்கும் ஒருவருக்கு கலையிலக்கியங்கள் சந்தர்ப்பசூழல் கூறுமுறை ஆகியவற்றையே மாற்றிக் கொள்கின்றன என்பது புலனாகும். ஆழ்மனக்கட்டமைப்பு ஏன் எப்படி நாகரிகத்தின் தொடக்க காலம் முதல் இன்று வரை மாறாமலிருக்கிறது, அதன் வெளிப்பாடு மட்டும் எப்படி தொடர்ந்து மாறுகிறது என்பதற்கு 'கரணிய' விளக்கம் தேடவேண்டுமென்றால் சி. ஜி. யுங்கின் ஆழ்படிம விளக்கங்களுக்கு போகவேண்டும். குறிப்பாக படிக அமைப்பு உதாரணம் தந்து அவர் பேசும் சந்தர்ப்பம் (தொல்படிமங்கள் பற்றிய யுங்கின் இவ்விளக்கம் சொல் புதிது இதழ் 3 ல் பிரசுரமாகியுள்ளது).

இதை எந்த இலக்கிய ரசிகனும் வேறு ஒரு வகையில் அறிந்திருப்பான். இலக்கியப்படைப்பு அவனது பகுத்தறிவுடனோ, அவனது காரண அறிவுடனோ உரையாடுவதில்லை. அது அவனது நனவிலி நோக்கியே பேச முற்படுகிறது. எழுத்தாளனின் நனவிலியிலிருந்து வாசகனின் நனவிலி நோக்கி மொழியின் மூலம் கட்டப்பட்ட ஒரு தொடர்புக்கம்பி இலக்கியம். இலக்கியப் படைப்புகளை படிப்பதற்கான பயிற்சி என்பது தன் நனவிலியை அந்த மொழிக் கட்டுமானம் நோக்கி முழுமையாக திருப்பிக் கொள்ளும் பயிற்சியே. இலக்கியப்படைப்பை நோக்கி, சோதிப்பிரகாசம் போல, தங்கள் காரண அறிவை திருப்பி வைப்பவர்கள் அலைவரிசைமானி இல்லாமல் தொலைக்காட்சி பார்க்க முற்படு பவர்கள்தான். தன் நூலில் சோதிப்பிரகாசம் அறியாமை மட்டுமே அளிக்கும் ஆழமான தன்னம்பிக்கையுடன் 'தொலைக்காட்சி என்பது வெறும் வண்ணப்புள்ளிகளின் அலைகள் மட்டுமே, அதை மூடர்கள் பார்க்கிறார்கள்' என்று மீண்டும் மீண்டும் திட்டவட்டமாக வரையறுக்கிறார்.

நனவிலி குறித்த விரிவான விளக்கங்களுக்கு போக இங்கு இடமில்லை. ஆனால் மானுட மனம் அவன் அறியாத வேறு ஒரு தளத்தில் அவனையும் இணைத்துக் கொள்ளும் பெரும் பிரவாகமாக இயங்குகிறது என்ற அறிதல் எல்லா கலாசாரங்களிலும் ஏதோ ஒரு வகையில் இருந்துள்ளது. இந்தியமரபு ஏழு பெரும் அடுக்குகளாக மனத்தை உருவகித்தது. ஏழாவது தளத்தில் மனம் பிரபஞ்சப் பேரியக்கத்துடன் ஒன்றாக தன்னைக் கரைத்துக் கொள்கிறது என அது உணர்ந்தது. அது ஒரு இலட்சிய உருவகம் என்று சொல்ல சிலர் முயலலலாம், மேற்கத்திய அறிவியங்கியலின் சொற்களுக்குள் மட்டுமே அறிவு பிடிபட முடியுமென்ற நம்பிக்கை உடையவர்கள் அவர்கள். ஆனால் மானுட மனம் அதன் அறியப்படாத ஆழத்தில் மானுடப்பொதுவான, காலாதீத மான ஒரு செயற்தளத்தை கொண்டிருக்கிறது என்பதை குறைந்தபட்சம் இன்று மேற்கத்திய அறிவியங்கியலை பயன்படுத்தியே சொல்ல முடியும். இன்று காரண அறிவே கூட அந்தப் பெரும் அமைப்பின் ஒரு பகுதியாக மட்டுமே இயங்க முடியுமெனச் சொல்லும் உளவியலாளர் களும் அறிவியலாளர்களுமே அதிகம். எந்த அறிவியல் முறைகளை காரண அறிவின், கரணியத்தின் உச்ச பட்ச சாதனையாக சோதிப் பிரகாசம் கூறுகிறாரோ அந்த அறிவியலின் மேதைகள் காரண அறிவின் முதன்மையை ஏற்கிறார்களா, அதன் மூலம் தங்கள் கண்டுபிடிப்புகள் நிகழ்ந்ததாக சொல்கிறார்களா என்பதை சோதிப்பிரகாசம் ஆராய வேண்டும்.

எந்த அறிவியல் கண்டுபிடிப்பும் காரண அறிவின் கறாரான விதிகளின் படி படிகளில் ஏறிச்சென்று கடைசியில் தொடச் சாத்தியமானது அல்ல.

அப்படி எந்தக் கண்டுபிடிப்பும் இதுவரை நடந்தது இல்லை. ஒரு அறிவியல் கண்டுபிடிப்பின் மொத்த ஆய்வும் அக்கண்டுபிடிப்பை மனம் நிகழ்த்தும் உச்சகட்ட மனப்பாய்ச்சலுக்கான முகாந்தரம் அமைக்க மட்டுமே பயன்படுகின்றன என்றுகூட அறிவியலாளர் கூறியுள்ளனர். இப்படி உருவகிக்கலாம். அகப்பிரபஞ்சத்தின் இரு புள்ளிகளை இணைக்கும் மின்னல் பாய்ச்சல் அது. புற உலகின் பிரதிபலிப்புப் பெருக்கமாக உள்ள நனவிலியின் குறியீட்டுப்பேரமைப்பில் நிகழும் ஒரு இணைப்பு தான் ஊகம் (Hypothesis) பிறகு முறைமைகள் மூலம் அது புறவயப்படுத்தப்பட்டு அறிவியல் கொள்கைகளாகிறது. (அறிவியலாளர் நண்பர் வெ. வெங்கட்ராமன் சமீபத்தில் கனடாவில் அவரை நான் சந்தித்தபோது சொன்னார், அவரை பொறுத்தவரை இயற்பியலில் ஒரு கண்டுபிடிப்பை நிகழ்த்துவதும் ஒரு கவிதை எழுதுவதும் ஒரே வகையான செயல்பாடாகவே உள்ளது, இயற்பியல் தொழில்நுட்பமெனும் மொழியில் உள்ளது அவ்வளவுதான் என்று. அது வியப்பூட்டுவது அல்ல என்றாலும் அப்போது ஒரு பெரும் மனக்கிளர்ச்சியை என்னில் உருவாக்கியது.) அறியும் ஒவ்வொன்றையும் தன் போக்கில் தொகுத்துக் கொண்டபடி, மாற்றியமைத்தபடி, சாராம் சப்படுத்தியபடி இயங்கும் அந்தப் பிரம்மாண்டத்தின் இருப்பை அது தன்னை வெளிப்படுத்திய பிறகே நாம் அறியமுடியும். அதன் இயங்கு முறை குறித்து இன்றுவரை நவீன உளவியல் புறவயமான விதிகள் எதையும் உருவாக்கவுமில்லை.

நனவிலி குறித்த கருத்தாக்கங்களின் மறைமுக நீட்சியாகவும்,வேறு ஒரு கோணத்தில் விவாத எதிர்தரப்பாகவும் மொழியியல் சார்ந்த கருத்துகள் ஐம்பது வருடங்களாக முன்வைக்கப்பட்டு வருகின்றன.அது குறித்த விரிவான விளக்கங்களுக்கு இங்கு இடமில்லை. ஆனால் முக்கியமாக கவனிக்கப்பட வேண்டிய ஒரு விஷயம் வாழ்க்கையின் மூலம் மானுடமனம் காரண அறிவை மட்டும் வளர்த்துக் கொள்ளுவது இல்லை, அதைவிடப் பன்மடங்கு பிரம்மாண்டமான ஒரு குறியீட்டு அமைப்பையும் அது உருவாக்கிக் கொள்கிறது என்பது. அதன் இயங்கு முறை காரண அறிவுக்கு எட்டாததும் அதன் விதிகளுக்கு பொருந்தாதது மாகும். மொழியின் ஒலிக்குறிப்பான்களுக்கு அர்த்தம்தரும் பின்புல மாக அதுவே உள்ளது. அத்தனை சிந்தனைகளும் கற்பனைகளும் அதற் குள்ளேயே நிகழ்கின்றன. அது கணம்தோறும் மாறிக் கொண்டிருக்கக் கூடிய, ஒவ்வொரு செயல்பாடுமூலமும் வளர்ந்து கொண்டிருக்கக் கூடிய ஒன்று. மரம் குறித்த காரண அறிவு மனிதனுக்கு கிடைத்த பெரும் கருவிதான் என்பதை மறுக்கமுடியாது. மரம் என்ற ஆழ்படிமம் அதைவிடபிரம்மாண்டமானது, ஒருவேளை அவனது பிரபஞ்ச உருவகமே அதையொட்டி அமையலாம்.

துரதிருஷ்ட வசமாக சோதிப்பிரகாசத்தின் அணுகுமுறையானது அத்தகைய படிம ஆக்கமே காரண அறிவு கூர்மைப்படாதபோது உருவாக்கப்பட்ட ஒரு பொத்தாம் பொதுவான புரிதல் மட்டுமே என்ற அளவில் உள்ளது. உதாரணமாக கடவுளை மனிதன் தந்தையாக உருவகித்த விதம் பற்றி அவர் தன் 'மனத்தின் விடுதலை' ' நூலில் சொல்லும் இடத்தை கூறலாம். அவர் கூறுவது போல உண்மையை கரணிய முறையில் அறிய முடியாமல் வெறும் கற்பனைகளை வைத்து ஆவலை திருப்தி செய்து கொண்டமையின் விளைவுகளல்ல அவை. மாறாக அறிந்தவற்றை குறியீடுகளாக ஆக்கி அறியாதவை குறித்த ஊகங்களை நிகழ்த்தும் மானுடமன இயக்கத்தின் அடிப்படை இயல்பின் விளைவுகள். இன்று அறிவியல் நிகழ்த்தும் ஊகங்கள் கூட அப்படி மனிதமனம் செய்யும் ஊகங்களின் விரிவாக்கங்களே.இன்று பிரபஞ்சம் குறித்து மனிதன் அறிந்தவை எல்லாமே அவன் மனம் இப்படி ஊகங்களை நிகழ்த்த அடிப்படையாக கொண்டுள்ள அகமனத்தின் குறியீட்டு அமைப்பின் விதிகளுக்கு உள்ளே வருபவையே. ஆண்பெண் உறவிலிருந்து மனித மனம் கற்பிதம் செய்து கொண்டதே முரணியக்க இயங்கியல் என்று சொல்ல முடியும். மொத்த மார்க்ஸிய தத்துவத்தையுமே இயந்திரங் களின் அமைப்பில் சமூகத்தையும் பிரபஞ்சத்தையும் காணமுயன்ற பத்தொன்பதாம் நூற்றாண்டு மனித மனத்தின் குறியீட்டுச் சாத்தியப் பாடுகளை மட்டும் வைத்து விளக்கிவிட முடியும்.

இரு நூல்களை இது குறித்த விரிவான விவாதத்துக்காக சுட்ட முடியும். ஒன்று கார்ல் பாப்பரின் அறிவியல் கண்டுபிடிப்புகளின் தருக்கம் (The Logic Of Scientific Discoveries. இதன் ஒரு முன்னுரைப்பகுதி சொல் (புத்திதில் வெளியாகியுள்ளது) இன்னொன்று குளோட் லெவி ஸ்டாரிஸின் 'பண்படா மனம்' (Primitive Mind) இவ்விரு நூல்களையும் சேர்த்து யோசிக்கும்போது மானுட மனத்தின் அறிதலில் உள்ள எல்லையும் வடிவமும் புலப்படுவது மிக முக்கியமானது. மானுட மனம் முதலில் ஊகங்களை உருவாக்குகிறது. அவை 'நிரூபண' முறைமையை அடையும் போதுதான் கண்டுபிடிப்புகள் ஆகின்றன. அத்தனை ஊகங்களும் மானுட மனத்தின் கற்பனையின் எல்லைக்கு உட்பட்டவையே. மானுட மனத்தின் கற்பனை அது இதுகாறும் உருவாக்கிக் கொண்டுள்ள குறியீடுகளின் தொகைக்கு உள்ளேயே நிகழமுடியும். மனம் வாழ்க்கையை, பிரபஞ்சத்தை பல்லாயிரம் லட்சம் விதங்களில் 'சொல்லிப் பார்த்தபடியே' உள்ளது. எத்தனை விதமாக சொல்ல முடியும், எந்த எல்லை வரை சொல்ல முடியும்' என்பதே உண்மையான பிரச்சினை எனலாம். 'தத்துவப்பிரச்சினை என்று ஒன்று இல்லை. இருப்பது மொழியின் பிரச்சினை மட்டுமே' என்ற விட்ஜென் ஸ்டானின் பிரபலமான கூற்று மொழியியலாளர்களின் மூலசூத்திர

மாவது இப்படித்தான். இந்த குறியீட்டுப் பிரவாகமே அனைத்துச் சிந்தனைக்கும் ஆதாரப் பின்னணி என்ற வகையில் முன்பு சொன்னது போல ஒரு கவிதையும் ஓர் அறிவியல் கண்டுபிடிப்பும் அடிப்படையில் ஒன்றே என்பதை நம்மால் புரிந்துகொள்ள முடியும். மொழியின் அடிப்படையில் மனத்தை வகுத்தறிய முயன்ற ழாக் லக்கான் மனம் என்பதை ஒரு குறியீட்டு ஆட்டமாக விளக்குவதும் இவ்வடிப் படையிலேயே.

இவ்வாறு மொழியியலாளர் அனைத்து அறிவுத்துறைகளையும் விவரணைக்கூற்றுகள் (Narration) என்ற அடிப்படையில் விளக்கவும் தொகுக்கவும் முடியும் என்று சொல்கிறார்கள். அதாவது எல்லா கருத்தியல்களும் கொள்கைகளும் குறிப்பிட்ட நோக்கம் கொண்ட சொல்லல்கள் / விவரணைகள் மட்டுமே. வரலாறே கூட ஒரு விவரணை தான். நிகழ்காலத் தேவைக்கும் எதிர்காலக் கனவுக்கும் ஏற்ற வகையில் தரவுகள் (Datas) தொகுக்கப்பட்டு சாராம்சப்படுத்தப்படுவதையே நாம் வரலாறு என்று சொல்கிறோம். நிகழ்காலத்துப் பிரச்சினைகளை புரிந்து கொள்ளும் பொருட்டு தரவுகளை ஒழுங்கமைத்து உருவாக்கும் விவரணை விளக்கங்களை நாம் அறிவியல் / தத்துவக் கொள்கைகள் என்கிறோம். மொழியியல் சார்ந்த அணுகுமுறைகள் குறித்த விரிவான விவாதத்துக்கு நான் போகவில்லை. ஆனால் காரண அறிவு, கரணியம் ஆகியவற்றுக்கு மனித சிந்தனையில் உள்ள இடம் இரண்டாம் பட்சமானதே என ஆழமாக வலியுறுத்தும் ஒரு தரப்பு அது என்றும், அது அறிவியங்கியலின் தருக்கத்தை பயன்படுத்தியே விரிவாக முன்வைக் கப்பட்ட நிலையில் அதை அறியமுற்படாமல் நிராகரிப்பது கரணிய முறைக்கே எதிரானது என்றும் மட்டும் சொல்ல விரும்புகிறேன்.

சமீபகாலமாக நவீன நரம்பியல் உருவாக்கும் வினாக்கள் காரண அறிவின், கரணியத்தின் அடிப்படைகளை அசைப்பதைப் பற்றி சொல்லவேண்டும். முந்தைய இரு அறிவுத்துறைகளை விட மேலும் நிரூபணத் தன்மை கொண்ட துறை இது. மனிதனின் அறிதலின் அடிப் படைகளை புறவய பொருண்மை தளத்திலிருந்து விலக்கி நரம்புக் கட்டமைப்பின் இயல்புகளை வைத்து விளக்கிவிட முயல்கிறது நரம்பியல் என்று சொல்லலாம். உதாரணமாக 'நிறம்' என்பது பிரபஞ்சத்தின் ஒரு பொருண்மை இயல்பு அல்ல அது ஒரு நரம்புணர்வு மட்டுமே என்கிறது நரம்பியல் (சொல் புதிது இரண்டாம் இதழில் ஆலிவர் சாக்ஸ் நிறக்குருடாக மாறிய ஓர் ஓவியனை முன்வைத்து இதை விவரிக்கும் கட்டுரை ஒன்று வெளியாகியுள்ளது.) மொழியின் அடிப்படைக் கட்டுமானம் சமூகப் பொதுஒப்பந்தம் மற்றும் பழக்கம் மூலம் உருவாவது அல்ல அது மூளையின் நரம்புக் கட்டுமானத்தால் தீர்மானிக்கப்படுவது என்பது என நரம்பியல் வாதிடுகிறது. (பிரபல

மான சாம்ஸ்கி பியாகெட் விவாதம் இது குறித்தது, இது குறித்த எளிய சித்திரம் ஒன்று சொல் புதிது முதல் இதழில் அளிக்கப்பட்டிருந்தது.)

மனித மனம் அனுபவங்களில் இருந்து உருவாக்கிக் கொள்ளும் குறியீட்டு இயக்கத்தில் அவனது நரம்புகளின் பங்களிப்பு என்ன என்ற வினா மிக முக்கியமானதாகிறது. மனிதன் உலகை அறிதல், கருத்துரு வங்களை உருவாக்கிக் கொள்ளுதல் ஆகியவற்றில் பிற அனைத்தையும் விட அவன் மூளையின் நரம்பு அமைப்புக்குதான் அதிக முக்கியத்துவம் என வாதிடப்படலாம். மூளையின் பௌதிகமான சாத்தியங்களும் எல்லைகளும் மனிதனின் கலாசாரம் சிந்தனை அனைத்துக்கும் எல்லையாக அமையலாம். உதாரணமாக மூளை இரு பகுதிகளின் இணைப்பாக, அதில் ஒரு பகுதி கற்பனை மற்றும் மொழித்திறனுக் குரியதாகவும் மறுபகுதி கணித்தல் மற்றும் திட்டமிடலுக்குரியதாகவும் இருப்பதனால்தான் உலகநாகரிகத்தின் இன்றைய அமைப்பில் சிந்தனையும் கலையும் இரு ஓட்டங்களாக உள்ளனவா? வரலாற்றில் தொடர்ந்து அவற்றுக்கிடையே மோதல் நடைபெற்றதா? வரலாற்றையே அந்தக் கோணத்தில் விளக்கக் கூட ஒருவர் முற்படலாம். நவீன மரபணுவியல் இந்தத் தளத்தில் மேலும் விளக்கங்களையும் வினாக் களையும் அளிக்கும்போது சித்திரம் மேலும் முழுமையடையும். எறும்பின் புற்றின் வடிவம் அதன் மரபணுவில், அதன் மூளையின் நரம்பமைப்பு முறையில் உள்ளது; அதன் கரணியத்தில் காரண அறிவில் அல்ல. மானுடச்சிந்தனையும், கருத்தியல்களும், சமூக அமைப்பும் எல்லாம் அப்படித்தான் என்று சொல்லும் இடம் நோக்கியா செல்கிறது மூளைநரம்பியல் என்ற வியப்பு ஏற்படுகிறது.

காரண அறிவை நிராகரிக்க, குறைத்து மதிப்பிட நான் முயல்வதாக எண்ணம் எழுந்துவிடக்கூடாது. மேற்குறிப்பிட்ட மூன்று சிந்தனைப் போக்குகளிலும் குறுக்கல்போக்கு வலுவாக உள்ளது என்றே எனக்கு படுகிறது. உளவியல் குறுக்கல்போக்கின் தீவிர நிலைப்பாடுகள் நவீனத்துவ சிந்தனையிலும், மொழியியல் குறுக்கல் போக்கின் தீவிர நிலைப்பாடுகள் பின்நவீனத்துவ சிந்தனையிலும் மேலோங்கியுள்ளதை நாம் வாசித்திருப்போம். காரண அறிவும் கரணியமும் மனிதனின் பிரக்ஞை சார்ந்தவை. நனவிலியோ குறியீட்டுப்பேரியக்கமோ அவை எத்தனை பிரம்மாண்டமானவையாக இருப்பினும் அருவமானவை. அவை வெளிப்பாடு கொள்ளவேண்டிய களம், அவை அள்ளப்பட வேண்டிய பாத்திரம் காரண அறிவால் தான் தீர்மானிக்கப்படுகிறது. காரண அறிவும் கரணியமும் மனிதனின் மனஇயக்கத்தின் புறஎல்லைக் கோடாக இருக்காதவரை அவனது பிற அறிவுகள் அத்துமீறிப் போகலாம், பயனற்று சிதறியழியலாம். இப்படி சொல்லலாம், மனிதன் வாழும் நிதரிசன உலகின் தேவைகளுக்கு மிக நெருக்கமாக உள்ளவை

காரண அறிவும் கரணியமுமே. அவை புறவய யதார்த்த உலகின் அனுபவங்களை மட்டுமே கணக்கில் கொண்டு உருவாக்கப்பட்டவை. ஆகவே ஒரு கருத்தோ கொள்கையோ காரண அறிவுடன் கொள்ளும் உறவின் மூலமே அன்றாட பயன்பாட்டுக்குரியதாக ஆகிறது. அறிவு எத்தகையதாக இருப்பினும் அதன் அன்றாடப் பயன் மதிப்பு என்ன என்ற கேள்வி முக்கியமான ஒன்றுதான். காரண அறிவும் கரணியமுமே மனிதனின் அறிவின் உச்சம், பிற அனைத்துமே பயனற்ற மனமயக்கங்கள் என்ற சோதிப்பிரகாசத்தின் அணுகுமுறை இன்றைய அறிவுச் சூழலில் அவரது கரணியத்துக்கே ஒத்துவராத மூடநம்பிக்கை மட்டுமே என்று வலியுறுத்த மட்டுமே விரும்புகிறேன்.

(ஆ)

மார்க்ஸியம் குறித்த பேச்சுகளில் எல்லாம் அது ஒரு அறிவியல் சித்தாந்தம் என்ற வரி வந்தபடியே இருப்பதைக் காணமுடிகிறது. சோதிப் பிரகாசம் தன் நூலிலும் அந்த தோரணையையே மேற்கொள்கிறார். அறிவியல் என்று இங்கு அவர் உத்தேசிப்பது ஐம்பது வருடங்களுக்கு முன்பு இருந்த மனப்பிம்பத்தை. புறவயமானதும், அனைவருக்கும் பொதுவானதும், திட்டவட்டமாக நிரூபிக்க முடிவதும், பயன்பாடாக மாற்றிக்கொள்ளப் படத்தக்கதும் ஆன ஒன்று என்ற பொருளில். கடந்த அரை நூற்றாண்டில் இந்த மனப்பிம்பம் மீது விடுக்கப்பட்ட விமரிசனங்களை அவர் கணக்கில் கொள்ளவில்லை. இன்று அறிவியல் சித்தாந்தம் என்பது ஒரு குறிப்பிட்ட பேசுதளத்துக்குள் அதன் பொது விதிகளின் அடிப்படையில் குறைந்தபட்ச புறவயத்தன்மையை அடைந்த ஒன்று என்று மட்டுமே உத்தேசிக்கப்படுகிறது.அதாவது நிரூபணம் என்பது வரையறைக்குட்பட்டே சாத்தியம். ஆகவே அறிவியலின் 'உண்மைகள்' கூட வரையறைக்குட்பட்டவையேயாகும். பொருளியலில் நிரூபிக்கப்பட்ட ஒரு கொள்கைக்கு சமூகவியலில் மதிப்பே இல்லாமல் போய்விடக்கூடும். குறிப்பாக பல மேலாண்மைக் கொள்கைகள் சமூகவியல் பார்வையில் அபத்தமானவை என்று சொல்லப்பட்டுள்ளது. ஆகவே அறிவியல்பூர்வமாக நிரூபிக்கப்பட்ட உண்மை என்ற பேச்சுக்கு இப்போது எந்தவிதமான பொருளும் இல்லை. ஒரு துறைக்குள் முற்றிலும் தர்க்கபூர்வமாக நிரூபிக்கப்பட்ட பொய் என்பது முற்றிலும் சாத்தியமே. கடந்த பத்துவருடங்களில் அப்படி பொருளாதாரம், சமூக அறிவியல் தளங்களில் பல கொள்கைகள் ஏகாதிபத்திய அதிகார சக்திகளால் 'நிரூபிக்க'ப்பட்டுள்ளன.

இவ்வடிப்படையில்தான் பின் நவீனத்துவ சிந்தனையாளர்கள் பலர் அறிவியல் நோக்கு என்பது ஒருவகை கருத்தியல் அதிகாரப் பிரயோகம் மட்டுமே என்று வரையறுக்கத் தலைப்பட்டார்கள். எல்லாவற்றுக்கும்

மேலாக அறிவியல் என்பதே சுரண்டலுக்கான 'உண்மை' களை சமைக்கும் ஆயுதமாக ஏகாதிபத்திய சக்திகளால் பயன்படுத்தப்படும் காலகட்டத்தில் நாம் வாழ்கிறோம். உலகமயமாக்க சுரண்டலுக்கு எதிராக உலகமெங்கும் நடைபெறும் போராட்டங்களில் முன்வைக்கப்படும் மாற்று வழி முறைகள் அடிப்படையில் இந்த அறிவியல் நோக்கை நிராகரிப்பதாகவே உள்ளன. மிக முக்கியமான உதாரணம் ஓமியோபதி. அலோபதியின் அறிவியல் அடிப்படை ஓமியோபதியை எளிதில் நிராகரித்துவிடும். ஆனால் சந்தைப்படுத்தப்பட்ட அலோபதியின் சுரண்டலுக்கு எதிரான பயனுள்ள எதிர்ப்புமுறையாக அது உலகம் முழுக்க இருந்து வந்துள்ளது. அறிவியல் என்பதற்கு மார்க்ஸியம் தோன்றிய காலகட்டத்தில் இருந்த பொருளல்ல இன்று உள்ளது. அன்று அது ஒரு விடுதலை சக்தி, இன்று அது சுரண்டலின் ஆயுதம். அறிவியல் நோக்கு என்பதற்கு இன்று ஒரே பொருள்தான், அந்த சித்தாந்தம் மேற்கத்திய அறிவியங்கியலின் முறைமைப்படி கூறப்பட்டுள்ளது; அதற்கு வரையறுக்கப்பட்ட ஒரு பேசு தளத்தில் அதன் விதிகளின் படி செயல்படும் தர்க்க அமைப்பு உள்ளது. இந்த நூலில் சோதிப்பிரகாசம் முன்வைக்கும் அத்தனை தருக்கங்களுக்கும் அவ்வளவுதான் மதிப்பு.

அப்படியானால் எப்படி அறிவியல்சித்தாந்தத்தையும் வெறும் ஊகத்தையும் வேறுபடுத்துவது? ஒரு ஊகம் (Hypothesis) அறிவியல் சித்தாந்தமாக கருதப்படுவது எந்நிலையிலும் நிபந்தனைக்கு உட்பட்டு தான். ஒரு வினாவுக்கு சாத்தியமான சிறந்த விளக்கமாக இருக்கும் போதுகூட ஓர் ஊகம் அறிவியல் விளக்கமாக கருதப்படலாம், பெருஞ்சிக்கல் சித்தாந்தம் போல. அல்லது பொதுவான முறைமை (methodology) ஒன்றின்படி அது முன்வைக்கப்பட்டிருக்கையில் அதை அறிவியல் சித்தாந்தமாக கருதலாம். இவ்விரு அடிப்படைகளின்படி மார்க்ஸியத்தை ஓர் எல்லைக்குட்பட்டு ஓர் அறிவியல் கொள்கையாக எடுத்துக் கொள்ளலாம்தான். ஆனால் மிக முக்கியமான தடை ஒன்று சொல்லப்படவேண்டும். ஓர் அறிவியல்கொள்கை தன்னைத் தானே பொய்ப்பிக்க ஓயாது முயன்றபடியுள்ளது என்று சொல்லலாம். ஒவ்வொரு சந்தர்ப்பத்திலும் அது தனக்கு எதிரான தரவுகளை கணக்கில் கொள்கிறது. அதன் அடிப்படையில் தன்னை மறுபரிசீலனை செய்கிறது, மாற்றியமைக்கிறது, தேவைப்பட்டால் முற்றிலும் நிராகரித்துக் கொள்ளவும் தயாராக உள்ளது. ஒரு நம்பிக்கையாக, உணர்வுப் பிடிப்பாக தன்னைத் மாற்றிக் கொள்ளும் போக்கு உள்ள ஒன்று ஒருபோதும் அறிவியல் கொள்கை அல்ல.

மார்க்ஸியம் முன்வைக்கப்பட்டு இப்போது ஒரு நூற்றாண்டு தாண்டி விட்டது. உலகின் பற்பல நாடுகளில் அதை செயல்படுத்தும் பலதரப் பட்ட முயற்சிகள் நடந்துள்ளன. ஆனால் இந்த நிமிடம் வரை தன்னை

பொய்ப்பிக்கும் சோதனைக்கு மார்க்ஸியம் ஆளானதாக வரலாறு இல்லை. நிறுவனமாக்கப்பட்ட எந்தத் தத்துவத்தரப்பையும்போல அதிகாரத்தை உற்பத்தி செய்யவும், அவ்வதிகாரத்தை மற்ற தளங்களுக்கு பரவலாக்கும் துணைக்கருத்தியல்களை உற்பத்தி செய்யவும்தான் அதுவும் முயன்றுள்ளது. அதை பொய்ப்பிக்கும் மாற்றுத் தரப்புகளுக்கு எதிராக வன்முறையை அனைத்து ரீதியிலும் தொடுத்துவிட்டுள்ளது. அனைத்துக்கும் மேலாக ஒரு நூற்றாண்டு அவகாசம் கிடைத்தபோதும் கூட இந்தக் கொள்கையால் எந்த ஒரு இடத்திலும், ஒரு சிறு மாதிரி நிலத்தில் கூட, எவ்வகையிலும் அது குறிப்பிடும் சமூக மாற்றங்களை உருவாக்க முடியவில்லை. ஒரு கொள்கையின் சிறு பகுதி நடை முறைக்கு சாத்தியமாகியிருந்து பிற பகுதிகள் அப்படி எதிர்பார்க்கத் தக்கதாக இருக்கும்போதுகூட அதை ஒரு அறிவியல் கொள்கையாகக் கொள்ள வாய்ப்பு உள்ளது. ஆனால் மார்க்ஸியத்தின் எந்தப் பகுதியும் நடைமுறையில் எப்போதும் நிரூபிக்கப்பட்டதில்லை. அப்படி நிரூபிக் கப்பட்ட நாடுகள் என சில நாடுகள் சுட்டப்பட்டு கடுமையாக பிரசாரம் செய்யப்பட்டதுண்டு, அதிகபட்சம் 30 வருடங்கள் கூட அப்பொய்கள் தாக்குபிடித்தது இல்லை. அந்நாடுகளின் பட்டியலில் போல்பாட்டின் கம்போடியாவும் உண்டு எனும்போது இந்தப் பொய்யின் குரூரம் வெளிப்படும். ஓர் அறிவியல் கொள்கை இவ்வாறு அரை நூற்றாண்டுக் காலம் அப்பட்டமான பொய் பிரசாரத்தை கட்டவிழ்த்து விட்டிருக்குமா? தன்னை பொய்ப்பித்தல் சோதனைக்கு உள்ளாக்குவதற்கும் இதற்கும் இடையே எத்தனை வேறுபாடு!

அனைத்து கோணங்களிலும் மார்க்ஸியம் ஒரு செமிட்டிக் மதம் என்பதைக் காணலாம். மூலநூல் (canon) முதல்போதகர். 'இழப்பதற் கேதுமில்லை சங்கிலிகளைத்தவிர' போன்ற கனவும் கவித்துவமும் நிரம்பிய வரிகள், வாக்களிக்கப்பட்ட பூமி, நம்பிக்கைகள், உணர்ச்சி வேகங்கள்.... மதங்களுக்கு மானுட விடுதலை சார்ந்த கனவு உண்டு. அவற்றின் ஆரம்ப கட்டங்களிலேனும் அவை மானுடத்தை முன்னகர்த்தும் கருத்தியல்களாக செயல்பட்டதும் உண்டு. மனித சிந்தனைக்கு அவற்றின் பங்களிப்பு முக்கியமானதே. மார்க்ஸியம் தொழிற்புரட்சி உருவாக்கிய புதிய மதம். மார்க்ஸியத்தின் சரிவுகள் பிழைகள் குறித்த எந்த விமரிசனத்துக்கும் வரக்கூடிய தயார்நிலை பதில் 'மூல தத்துவம் உன்னதமானது, தவறாக ஆக சாத்தியமே இல்லாதது, நிரூபிக்கப்பட்ட அறிவியல் உணமை. அதை நடைமுறைப்படுத்திய வர்கள் தவறானவர்கள், நடைமுறைப்படுத்திய விதமும் தவறானது ' என்பது தான். யோசித்துப்பார்த்தால் எந்த மத நம்பிக்கையாளனும் தன் மதத்தின் மூலநூல் பற்றி இதைத்தான் சொல்வான் என்று காணலாம். 'இறக்கி அருளப்பட்டது' என்ற சொல்லாட்சி 'அறிவியல் ரீதியாக நிரூபிக்கப்பட்டது' என்று மாறியுள்ளது அவ்வளவுதான்.

இந்த நூலில் சோதிப்பிரகாசம் சொல்லும் விலை, மதிப்பு போன்ற கொள்கைகளின் தத்துவ மதிப்பு என்னவானாலும் அவற்றை இன்றுள்ள சமூகப் பொருளாதார தளத்தில் எவ்வகையிலும் நேரிடையாக பயன் படுத்த முடியாது என நான் உறுதியாகவே கூற முடியும். பயன்படுத்த ஆரம்பித்த உடனே எண்ணற்ற தளங்களால் அக்கொள்கைகள் தடை படுத்தப்படும். திசை திருப்பப்படும். தனிமனித ஆழ்மனம் முதல் சந்தை இயக்கத்தின் செயல்விதிகள் வரை அவற்றை எதிர்கொள்ளும் சக்திகள் பல. இவை ஒவ்வொன்றும் செயல்படவில்லை என்று வைத்துக் கொள்ளும் ஒரு கற்பனைத் தளத்தில் மட்டும் நிகழ்பவை சோதிப் பிரகாசத்தின் விதிகள். இது இந்த நூறு வருடங்களில் மீண்டும் மீண்டும் நடைமுறையில் நிரூபிக்கப்பட்ட ஒன்று. மூர்க்கமாக அவை நடை முறைப்படுத்தப்பட்டதன் மூலம் உருவான அழிவுகளே ஸ்டாலினும் மாவோவும் போல்பாட்டும் நிகழ்த்தியவை. அப்படி நடைமுறையில் நிரூபிக்கப்படும் ஒவ்வொரு முறையும் அது நடைமுறைப்படுத்தப் பட்டதன் பிழை எனச் சொல்லி மூல விதிகளுக்கு ஆவேசமாக திரும்பி வரும் மனநிலையையே மதநம்பிக்கை என்கிறேன்.

இந்த நவீன மதத்திலிருந்து மிக முக்கியமான ஓர் அம்சத்தை இன்றைய நமது தேவைக்காக நாம் அடையாளம் கண்டு பிரித்தெடுக்க வேண்டியுள்ளது. அதை மார்க்ஸியத்தின் மெய்யியல் எனலாம். இன்றைய அறிவியல், வரலாற்றாய்வு தளங்களில் செயல்படுவோர் ஒன்றை பொதுவாகக் குறிப்பிடுவதுண்டு. நவீனத்துவகால அறிவியல் வழிபாட்டுக்குப் பிறகு மனித மனம் கண்டடைந்த முக்கியமான ஞானம் அது. தரவுகள் மூலம் புறவயமாக இயல்பாகவே உருவாகிவரும் கொள்கையோ கருத்தோ ஏதுமில்லை. அக்கொள்கையை உருவாக்கும் தேடல்தான் முக்கியமானது. எந்தத் தேவைக்காக இந்தக் கொள்கை உருவாக்கப்படுகிறது என்ற கேள்விக்கான விடை. அந்தத் தேடலை உருவாக்குவது மெய்யியலே. மார்க்ஸியத்தின் அரசியல் செயல் திட்டத்தை விடவும், அதன் பொருளியல் விளக்கங்களை விடவும் முக்கியமானது அதன் மெய்யியலே. எஸ்.என். நாகராஜனின் 'மார்க்சியம் விடுதலையின் இலக்கணம்' என்ற நூல் தமிழில் மார்க்ஸிய மெய்யியலை முதன்மைப்படுத்தி எழுதப்பட்ட முக்கியமான நூல் என எண்ணுகிறேன்.

மானுட விடுதலையை தனிமனித மேம்பாட்டிலும், இயற்கையுடனான முழுமையான ஒத்திசைவிலும், சமூகக் கூறுகளுக்கு இடையேயான ஒருமையிலும் எல்லாம் தேடிய மானுடத்தேடல் வந்தடைந்த முக்கிய மான புள்ளி மார்க்ஸிய மெய்யியல். பகிர்வில் சமத்துவத்தில் விடுதலையைக் காணும் அம்மெய்யியலுக்கு இன்று முக்கியமான இடம் உண்டு. ஆனால் அது முழுமையானதோ இறுதியானதோ அல்ல என்றே நான் எண்ணுகிறேன். குறிப்பாக மனிதனை இயற்கையை

ஆள்பவனாக, நுகர்பவனாக உருவகிக்கும் அதன் அணுகுமுறைக்கு எதிர்கால உலகில் இடமிருக்காது. இயற்கையுடனான சாத்தியமான ஒத்திசைவு குறித்து மனித இனம் கவலைப்பட ஆரம்பித்துள்ள காலம் இது. மார்க்ஸியத்தின் கண்ணோட்டம் தொழிற்புரட்சியின் துவக்க காலத்தை சேர்ந்தது என்றால் இன்றைய பார்வை அதன் இறுதிக் கால கட்டத்தை சேர்ந்தது. இன்று தேவையாக உள்ள மெய்யியல் மனிதனை தனிமனமாகவும் சமூக உறுப்பாகவும் உழைப்பு சக்தியாகவும் இயற்கையின் துளியாகவும் ஒரே சமயம் உருவகிக்க முயலும் ஓர் இணைப்பாகவே இருக்க முடியும்.

(இ)

அப்படியானால் இன்று மார்க்ஸியத்தின் பெறுமானம் என்ன? எந்த வகையில் சோதிப்பிரகாசத்தின் இந்நூலை நான் முக்கியமானதாகக் காண்கிறேன்? மார்க்ஸியம் நம் வாழ்க்கையின் ஒவ்வொரு தளத்தையும் ஊடுருவியுள்ள பொருளியல் அடிப்படையை அடையாளம் காட்டும் சித்தாந்தம் என்ற முறையில் மிக முக்கியமானது. அந்தப் பொருளியல் அடிப்படையை அடையாளம் காண்பதென்பது நம் மீது ஏவப்படும் பொருளியல் அதிகாரத்தை இனம் காண, அதை அறிவார்ந்த முறையில் எதிர்க்க மிக அவசியமான ஒன்றாகும். சுரண்டல் உலகளாவிய பேரமைப்பாக வளர்ந்துள்ள இன்று, உச்சத்திறன் கொண்ட ஊடகங்கள் மூலம் அதற்குரிய கருத்தியல்கள் நம் மீது திணிக்கப்பட்டு நமது வாழ்க்கையின் எல்லா தளங்களும் தீர்மானிக்கப்படும் இன்று மார்க்ஸியம் மிக வல்லமை வாய்ந்ததோர் ஆயுதமாகும். அந்த அளவில் அதை மேலும் வளர்த்து எடுக்கவேண்டிய அவசியம் இன்று உள்ளது. சோதிப்பிரகாசத்தின் இந்நூல் அவ்வகையில் முக்கியமான பங்களிப்பு ஆற்றியுள்ளது.

என் வரையில் நான் இப்படி கூற முற்படுவேன். மார்க்ஸியம் என்பது இன்று ஓர் கருத்துருவகம் மட்டுமே. சமூக இயக்கத்தையும் வரலாற்றையும் பொருளியல் அடிப்படையை முன்னிறுத்திப் புரிந்துகொள்வதற்கு மிக உகந்த கருத்தியல் உபகரணம் அது. அதை ஒரு வகை கூறுமுறை (narration) என்றாலும் எனக்கு எதிர்ப்பு இல்லை. அந்த உபகரணத்தை தேவைக்கும் தருணத்துக்கும் ஏற்ப நாம் பயன் படுத்திக் கொள்ள வேண்டும். அது பயன்படுத்தப்படும் தளங்களில் வரும் சவால்களை அந்த தளத்தில் அது எதிர்கொள்ளலாம். உதாரணமாக மார்க்ஸிய அழகியலை கூறலாம். சுரண்டலுக்கான உபகரணங்களாக கலையும் இலக்கியமும் பயன்படுத்தப்படும் களங்களில் அவற்றின் உட்கிடக்கையாக உள்ள பொருளியல்கூறுகளை வெளிக்கொணரவும் எதிர்கொள்ளவும் மார்க்ஸிய ஆய்வுமுறைகள் இலக்கியத்திலும் கலையிலும் பயன்படுத்தப்படும்

போது உருவாவது அது. அதற்கு முக்கியமான பங்களிப்பு உள்ளது. பொருளியல் ரீதியான சுரண்டலுக்கு எதிராக, சமத்துவத்துக்காக நடக்கும் போராட்டத்தின் அடிப்படைத் தேவையாக ஒவ்வொன்றிலும் உள்ள பொருளியல் உட்கிடக்கையை அறிய, விளக்க மார்க்ஸியம் ஒரு முக்கிய மான கருவி. அந்தப் பார்வையை அப்படியே கலையிலோ, அறவியலிலோ மூர்க்கமாக பிரயோகிக்கும்போது அது அழிவுதரும் ஆயுதம்.

ஆனால் காரண அறிவும் கரணியமும்தான் மானுட அறிவின் ஒரே வழிகள் என்பதும், மார்க்ஸியமே வாழ்க்கையின் அனைத்து தளங் களையும் காரண கரணிய முறைப்படி விளக்கும் ஒரே அடிப்படை தத்துவம் என்பதிலும், அது நிரூபிக்கப்பட்ட ஓர் அறிவியல் சித்தாந்தம் என்பதிலும் நான் முற்றாக மாறுபடுகிறேன். எந்த ஒரு கொள்கையும், தத்துவமும் வாழ்க்கையை முற்றாக விளக்கிவிடும் என நான் எண்ண வில்லை. மேலும் அந்தக் கூற்று கருத்தியல்சார்ந்த அதிகாரத்துக்கும் வன்முறைக்கும்தான் இட்டுச் செல்லும் என்றே கருதுகிறேன். சென்ற காலங்களில் மார்க்ஸியம் சார்ந்து நடந்த வன்முறைகளுக்கும் பேரழிவு களுக்கும் காரணம் அவ்வாறு அது விளக்கப்பட்டமையே. ஒரு கருத்தியலாக சுரண்டலுக்கு எதிரான வலிமை மிக்க ஆயுதமாக விளங்கும் மார்க்ஸியம் ஒட்டுமொத்த வாழ்க்கையையும் வரலாற்றையும் வகுக்கும், மாற்றியமைக்கும் மெய்யியலாக மாற்றப்படும்போது மிக ஆபத்தான குறுக்கல்வாதமாக மாறிவிடுகிறது. அதிகாரம் பெற்ற குறுக்கல்வாதங்களே உலகில் எப்போதும் பேரழிவுகளுக்கு காரணமாக ஆகிவிட்டிருக்கின்றன.

உலகை மாற்றி வடிவமைக்கும் பொறுப்பில் இருந்து மார்க்ஸிய சித்தாந்த்தை கருணைகூர்ந்துவிடுவித்து விடும்படி சோதிப்பிரகாசம் போன்ற சம்பிரதாய மார்க்ஸிய அறிஞர்களிடம் மன்றாடிக் கேட்க வேண்டியநிலையில் நம்மைப்போன்ற சாமானியர் இருக்கிறோம். இந்து, இஸ்லாமிய, கிறித்தவ மதவாதிகளிடம் காலாகாலமாக நாம் முன்வைத்துவரும் அதே மன்றாடல். வரலாற்றின் துளிகளாக இருக்கும்நாம் இத்தகைய சித்தாந்த அறிஞர்களின் மூளைத்திறனுக்கு விலையாக ஏகப்பட்ட ரத்தத்தை அளித்தாகிவிட்டது. எத்தனை பிரம்மாண்டமானதாக இருந்தாலும் ஒரு கணிப்பொறியின் உதவியுடன் ஒரு காட்டையோ, மொழியையோ மொத்தமாக மாற்றி வடிவமைத்து விடமுடியாது. அது அக்காட்டையும் மொழியையும் முழுமையாக அழிப்பதில்தான் கொண்டுசேர்க்கும் என 'அறிவியல்பூர்வ' மாகவே நிரூபிக்கப்பட்டுவிட்டது. கணிப்பொறியின் ஆற்றல் அக்காட்டை அல்லது மொழியை செம்மைப்படுத்துவதில் பயன்படுத்திக் கொள்வதில் முக்கியமான பங்காற்றமுடியும். அறிந்தும் அறியாமலும் உள்ள எண்ணற்ற உட்போக்குகளால் இயங்குபவை காடு போன்ற உயிரியல் அமைப்புகள், மொழி போன்ற கருத்துருவ அமைப்புகள். அவற்றில்

நமக்குச் சாதகமான ஒரு சக்தியாக நாம் கணிப்பொறியை பயன்படுத்திக் கொள்ளலாம் அவ்வளவுதான். அவற்றின் பயன் எல்லைக்குட்பட்டதே. கணிப்பொறிபோல மார்க்ஸியமும் ஒரு கருவிமட்டுமே.

பொருளியல் மைய அணுகுமுறையான மார்க்ஸியத்துக்கு அப்பால் அதன் சித்தாந்தக் கட்டுமானத்தால் விளக்கிவிடமுடியாதபடி எத்தனையோ சமூக, உளவியல், மெய்யியல் இயக்கங்கள் உள்ளன. அவையும் சேர்ந்துதான் சமூக இயக்கமும், மானுட வாழ்க்கையும், சிந்தனைகளும் உருவாகியுள்ளன. அவற்றின் பல்வேறு தளங்களை விளக்க முயலும் பலதரப்பட்ட கொள்கைகளும் தரிசனங்களும் மானுட மனத்தால் தொடர்ந்து உருவாக்கப்பட்டு வருகின்றன. அவற்றின் ஒட்டு மொத்தமாகவே வாழ்க்கை மற்றும் பிரபஞ்சம் குறித்த நமது புரிதல் அமைகிறது. அவற்றில் ஒன்றே மார்க்ஸியம், ஒரு தளத்தை மட்டும் முன்னிறுத்தி ஒரு கோணத்தை விளக்கமுயல்வது அது. இவை அனைத்துமே ஒன்றோடொன்று உறவுள்ளவை. ஒன்றையொன்று தீர்மானிப்பவை. உதாரணமாக இந்த ஐம்பது வருடங்களில் பொது மெய்யியலிலும், மொழியியலிலும் எல்லாம் உருவான பெரும் மாற்றங்களுக்கு சார்புக் கொள்கையுடன் நேரடி உறவுள்ளது என்பது குறிப்பிடப்பட்டுள்ளது. பத்தொன்பதாம் நூற்றாண்டு சிந்தனை களுக்கும் இயந்திரவியலுக்கும் உள்ள உறவும் பெரிதும் பேசப் பட்டுள்ளது. அதே சமயம் இவை ஒவ்வொன்றும் வாழ்க்கை சார்ந்த ஒவ்வொரு மெய்மையையே முன்வைக்கின்றன. இக்கொள்கைகள் தரிசனங்கள் அனைத்தும் சந்தித்துக் கொள்ளும் பொதுத்தளம், சோதனைக்களம் நமது அன்றாட வாழ்க்கைதான். அங்கு மேலான பயனை அளிப்பது எது என்பதே இறுதியில் ஒவ்வொன்றின் மதிப்பை இறுதியாக தீர்மானிப்பதாக அமையும்.

ஏப்ரல் 21, 2002

இ.எம்.எஸ்ஸும் கேரள தேசியமும்

இ.எம்.எஸ் (இளங்குளம் மனைக்கல் சங்கரன் நம்பூதிரிப்பாடு) இறந்தபோது மலையாளிகளுக்கு அம்மரணம் ஒரு பெரிய ஊடக நிகழ்வாக இருந்தது கேரளத்தில். அதற்கு முன்பு அப்படி கொண்டாடப் பட்ட பெரிய மரணம் எழுத்தாளர் வைக்கம் முகம்மது பஷீருடையது. பிதா வழிபாட்டு மனநிலையின் கூறுகள் அதிலிருந்தன என்று சொன்ன ஆய்வாளர் உண்டு. கேரளத்தின் கிட்டத்தட்ட ஐம்பது செய்தித்தாள்களி லெல்லாம் அட்டைச்செய்தி அது தான். வார மாத இதழ்களில் – இவை முந்நூறுக்கும் மேல் — அட்டைப்படமும் முக்கிய செய்தியும் அவர்தான். பல இதழ்களில் அட்டை தொட்டு அட்டை வரை அவர்தான் இடம்பெற்றிருந்தார். இடதுசாரி இதழ்களில் மட்டுமல்ல உக்கிரமான வலதுசாரி இதழ்களிலும் அப்படித்தான்.

ஆலப்புழாவில் வேலைபார்க்கும் என் தமிழ் நண்பர் எனக்கு எழுதிய கடிதத்தில் இதை குறிப்பிட்டிருந்தார். நண்பருக்கு மலையாளம் தெரியாது. கேரள அரசியலில் ஆர்வமும் கிடையாது. இந்த செய்திப் புயலை கண்டு வியந்து சில செய்திகளை மட்டும் படிக்கச்சொல்லி கேட்டிருக்கிறார். இ.எம்.எஸ் பற்றிய வர்ணனைகள் கிட்டத்தட்ட ஒன்றுபோலவே இருந்தன. 'முதன்மையான மலையாளி/ கேரளீயன், அர்ப்பண உணர்வுள்ள கம்யூனிஸ்டு, தியாகமும் மனிதாபிமானமும் நிரம்பிய மாபெரும் மனிதன'. இவ்வரிசையில் முதலில் அவர் ஒரு மலையாளி என்று சொல்லப்பட்டதுதான் நண்பரை குழப்பியது. இ.எம்.எஸ் ஒரு கம்யூனிஸ்டு அல்லவா, அவரது கொள்கை சர்வ தேசியம் அல்லவா, அப்படியானால் இந்த சிறப்புக்கூற்று அவருக்கு அணிசேர்ப்பதாகுமா என்றார் அவர்.

நான் எழுதிய பதிலில் அதை விளக்கியிருந்தேன். இ.எம்.எஸ் தன்னை ஒரு மலையாளி என்று எப்போதுமே உணர்ந்திருந்தார், அதை எல்லா

தருணத்திலும் முன்வைக்கவும் செய்தார். இந்த உணர்வு ஓர் எதிர்மறை மனநிலையாக அவரிடம் உருக்கொள்ளவில்லை. அவர் அங்கிருந்து தன்னை கண்டடையத் தொடங்கினார். தன்னை ஓர் இந்தியனாகவும் சர்வதேசியனாகவும் அவர் உணர்ந்தது அதன் அடுத்தகட்ட வளர்ச்சி நிலையாகவே. ஒரு இந்தியன் என்பது ஒரு சர்வதேசியன் என்பதற்கு எதிரானதல்ல, ஒரு இந்தியன் என்பது ஒரு மலையாளி என்பதற்கு எதிரானதுமல்ல என்று அவர் விளக்கியிருக்கிறார். இ.எம் .எஸ்அவர்களின் சர்வதேசப் பார்வை உலகறிந்தது. 'இரிஞ்ஞாலக்குடயில் இடிமின்னலடித்தால் இந்தோனேஷியாவில் காரணம் தேடுபவர்' என்று அவர் பழிக்கப்பட்டதுண்டு. இதில் நாம் கவனிக்கவேண்டியது ஒன்று உண்டு, இந்தோனேஷியாவின் நிகழ்வுகளைக் கூட இரிஞ்ஞாலக் குடாவின் இடிமின்னல் மூலம் அணுகக் கூடியவர் என்பதே அது. இது அவரது அடிப்படை இயல்பு. அரசியலுக்கு அப்பால் அவர் மிக முக்கியமான ஓர் இலக்கிய விமரிசகர், இலக்கிய வரலாற்றாசிரியர், கலாசார விமரிசகர், சமூகவியல் ஆய்வாளர், இதழாளர். அதி தீவிரமாக அரசியலில் ஈடுபட்டு தலைமறைவு வாழ்வில் இருந்தபோதும் கூட அவர் இலக்கியவாசிப்பையும் விமரிசனத்தையும் நிறுத்தவில்லை. பரபரப்பு மிக்க அரசியல் வாழ்வில் ஈடுபட்டுக்கொண்டே அவர் ஆக்கிய நூல்கள் பல. அவற்றில் கேரள சுதந்திரப்போராட்ட வரலாறு முதலிய நூல்கள் முழுவாழ்வையே அர்ப்பணித்து எழுதப்பட்டவை என்ற பிரமையை எழுப்பும் அளவுக்கு கலைக்களஞ்சியத்தன்மை கொண்டவை.

இ.எம்.எஸ் விரிவான ஓர் அரசியல் பார்வை கொண்டிருந்தபோதிலும், வலுவான ஒரு தேசியக் கட்சிக்கு தலைமைப்பொறுப்பில் இருந்த போதிலும் ஓர் இந்திய அரசியல்வாதியாக அறியப்பட்டது குறைவே என்ற உண்மையை இங்கு நாம் கணக்கில் கொண்டாக வேண்டும். அவர் ஒரு கேரள அரசியல்வாதியாக தன்னை முதன்மைப்படுத்திக் கொண்டார் என்பதை ஒரு குற்றச்சாட்டாக அவரது மாணவர்கள் கூட சொன்னது உண்டு. அவரது கவனம் கேரள மக்கள் மீது, அவர்களுடைய கலாசாரம் மீதும் அரசியல் மீதும்தான், குவிந்திருந்தது என்பதை எவருமே மறுக்கமுடியாது. இந்த அம்சமே அவரை தேசிய அரசியல் தலைவராக ஆக முடியாமல் செய்தது என்றும் சொல்லலாம். இன்று அனைத்து மலையாளிகளாலும் மதிக்கப்படும் பிதாமக வடிவமாக ஆனது அவர் ஒரு மகத்தான அரசியல்தலைவர் என்பதனால் அல்ல. சொல்லப்போனால் அரசியல் தலைவராக மட்டும் அவர் இருந்திருந்தால் அவர் மறக்கப்பட்டிருப்பார். கேரள சுதந்திரப்போராட்டத்தின் தலைவர்களான கேளப்பன், கே.பி.கேசவ மேனோன் போன்றவர்கள் இன்று சரித்திரப்பெயர்கள் மட்டுமே. வாழ்ந்த காலத்தில் இ.எம்.எஸ் உடன் ஒப்பிடும்போது பெரிய ஆளுமையாக இருந்த கம்யூனிஸ்டு

தலைவர்கள் பி.கிருஷ்ணபிள்ளை, ஏ. கே.கோபாலன் ஆகியொரும் அப்படித்தான். இ எம் எஸ் நம் காலகட்டத்தின் முக்கியமான அரசியல் தலைவர் என்பதை மறுக்கவில்லை. ஆனால் அவர் முக்கியப் படுத்தப்படுவது, கௌரவிக்கப்படுவது அவர் கேரளக் கலாசாரத்துக்கு ஆற்றிய பங்களிப்புக்காகவே. என் விரிவான கடிதம் நண்பரை திருப்தி செய்யவில்லை.

தமிழ்தேசியத்தின் பின்னணியில்...

நண்பரின் சிக்கல் அவர் தேசியம் என்பதை தமிழ்நாட்டு அரசியலுடன் சேர்த்து யோசிப்பதனால்தான். இங்கே இந்திய தேசியம் என்பது தமிழ் தேசியத்துக்கு எதிரானதும் அன்னியமானதுமான ஒரு கட்டுமானம். தமிழ் தேசியம் எப்போதுமே இந்தியமயமாதலையும், உலக மயமாதலையும் எதிர்க்கும் போக்கு என அறியப்படுகிறது. அதாவது அது ஒருவகை குறுக்கல்போக்கு. உட்சுருங்கும் தன்மை கொண்டது. தமிழக அரசியலில் தேசியக்கற்பிதங்களின் இடம் சிக்கலானது. அந்த விவாதங்களுக்குள் போக நான் இப்போது விரும்பவில்லை. ஆனால் என் புரிதல்கள் சிலவற்றை மட்டும் கோடி காட்ட விரும்புகிறேன். இங்கேயுள்ள தமிழ்தேசிய உணர்வு ஓர் எதிர்ப்பியக்கமாகவே உருவான தாகும். வெள்ளைய ஆட்சியின்கீழ் சலுகையும் அதிகாரமும் பெற்று வல்லமையுடன் விளங்கிய பிராமண ஆதிக்கத்துக்கு எதிரானதாக அது உருவானது. வரலாற்றை பின்னுக்கு நீட்டினால் மன்னர்கள் காலத்தில் சலுகையும் அதிகாரமும் பெற்று வல்லமையுடன் விளங்கிய பிராமண மதங்களுக்கு எதிராக எழுந்த பக்தி இயக்கத்தில் அதன் வேர்களை நாம் காணமுடியும். பிராமணரல்லாத மக்களை இணைப்பதற்கான பொதுச் சொல்லாக 'திராவிட இனம்' என்ற கருதுகோள் (கால்டுவெல்லில் இருந்து வேளாளர்களால் பெறப்பட்டு) பயன்படுத்தப்பட்டது. இவ்வாறாக இன அடிப்படை தேசியமே இங்கே முதலில் அடையாளம் காணப்பட்டது. அதற்குக் காரணம் தெளிவு. இங்கே பிராமணரல்லாத மக்களில் தமிழரல்லாதார் பெருமளவில் உள்ளனர். மெல்ல, எந்தக் காலகட்டத்தில் என்று தெரியாமல், எவ்வித அறிவார்ந்த விவாதப் புயலும் வீசாமல், திராவிட இனதேசிய உருவகம் தமிழ் மொழிதேசிய உருவகத்துக்கு மாறிக்கொண்டது. இன்று இவ்விரு சொல்லாட்சிகளும் ஒன்றேபோல பலரால் பயன்படுத்தப்படுகின்றன.

ஆரம்பம் முதலே எதிர்மறைத்தன்மை தமிழக தேசிய உருவகத்தின் அடிப்படை உணர்வாக இருந்துள்ளது. அத்துடன் அது அடிப்படையி லேயே பிராமணரல்லாத உயர்சாதிகளின் — வேளாளரின் — பண் பாட்டுக் கூறுகளைத்தான் தமிழ்தேசிய அடையாளமாக முன்வைத்தது. சாதிப்பற்றும் சைவப் பற்றும் மிக்க சுந்தரம் பிள்ளையின் பாடல் அதன்

'தேசிய கீதம்'. அதிலேயே 'ஆரியம்' மீதான கசப்பு நேரடியாக வெளிப்படுகிறது. (அப்பாடல் தெரிவு செய்யப்பட்டமை, அதில் ஆரியம் பற்றிய குறிப்பு விலக்கப்பட்டமை எல்லாமே ஒரு குறியீட்டு வாசிப்புக்கு உரியவை) தமிழ்த்தாயின் சிலைக்கும் பாரதமாதாவின் சிலைக்கும் அதிக வித்தியாசம் ஏதும் இல்லை. பிற்பாடு சைவத்தி லிருந்து விலகவும் பிற்படுத்தப்பட்ட சாதிகளை உள்ளிழுக்க தமிழ் தேசியம் முயன்றபோது அச்சாதிகளின் அடையாளங்களும் அதில் ஓரளவுக்கு நுழைந்தன. ஆனாலும் மையமாக உள்ள கருத்தியல், அதாவது இணைக்கும் சரடு வேளாளக் கருத்தியலேயாகும். அதன் முக்கியப்படிமங்கள் அனைத்துமே சைவ வேளாள மரபை சார்ந்தவை. ஆனால் இங்குள்ள மக்களில் கணிசமானோர், தலித்துக்களில் பாதிக்கும் அதிகமானோர், தமிழை தாய்மொழியாகக் கொள்ளாதவர்கள் என்ற முறையில் தமிழ்மொழிசார்ந்த தேசியம் என்பது கடுமையான எதிர் மறைத்தன்மை கொண்டதாக, யார்யாரை விலக்கவேண்டும் என்று பட்டியலிடும் ஓர் அளவுகோலாக மட்டுமே உள்ளது. தமிழ் தேசியம் சார்ந்து நம் காதில் விழும் குரல்கள் எல்லாமே வெறுப்பின், கோபத்தின் குரல்களாகவே உள்ளன. அந்தக் கோபம் தமிழை தாய்மொழியாகக் கொள்ளாதவர்களில் தலித்துகளுக்கு எதிராக அடக்கி வாசிக்கப் படுகிறது, இஸ்லாமியர்களுக்கு எதிராக புதிரான மௌனம் காக்கப் படுகிறது, பிராமணரல்லாத உயர்சாதியினர் விஷயத்தில் மெல்லிய பொதுவான எச்சரிக்கையாக வெளிப்படுகிறது. பிராமணர்கள் சார்ந்தும், இந்திய தேசியம் சார்ந்தும், உலகமய அடையாளங்கள் சார்ந்தும் அது கடும் கோபத்துடன் வெளிப்படுகிறது. இன்று அதில் ஆக்கபூர்வ அம்சங்கள் குறைவுதான். வேலிகட்டிக்கொண்டு உள்ளே அடங்கும் மனநிலையே முனைப்பு கொண்டுள்ளது. இங்கு தமிழ் தேசியம் என்பது சிறு குழுவுக்குள் ஒருவகை உணர்ச்சிப் பிரகடனமாக மட்டும் வெளிப்படுகையில் அதன் பல முரண்பாடுகள் எவராலும் பொருட்படுத்தப்படுவதில்லை. உண்மையான அதிகாரத்துக்கு அருகே தமிழ்தேசியம் செல்லுமென்றால் உடனே இஸ்லாமிய அடையாளம், தலித் அடையாளம் முதலியவை அதற்கு பெரும் சவாலாக முன்னெழுந்து வரும் என்பதற்கு சிறந்த நடைமுறைச்சான்று சமகால ஈழ நிகழ்வுகள்.

இந்தப் பின்னணியில் நாம் இ.எம்.எஸ் முன்வைத்த கேரள தேசிய அடையாளம் பற்றி தெளிவாக வரையறுத்துக் கொள்ள வேண்டியுள்ளது. தேசியம் என்ற சொல்லை அதற்கு பயன்படுத்துவது சற்று அதிகப் படியோ என்று படுகிறது. 'கலாசார சுயம்' என்ற சொல்லை பயன் படுத்தலாம். ஆனால் அதில் ஒரு தேசிய உருவகத்துக்கான 'சாத்தியம்' ஒளிந்துள்ளது என்று சொல்லலாம். அதாவது தேசிய கற்பிதமானது இங்கே நில எல்லை, அரசியல் சுதந்திரம், பொருளாதார தனித்துவம்,

இனரீதியான தன்னடையாளம் என்ற தளங்களில் எழுப்பப் படவில்லை. குழப்பங்களைத் தவிர்க்க இதை முதலிலேயே தெளிவுபடுத்தி விட வேண்டும். இவை ஒவ்வொன்றிலும் இ.எம்.எஸ் எடுத்த நிலைப்பாடு என்ன என்பது பிறகு தெளிவுபடுத்தப்படும். முக்கியமாக உடனடியாக சொல்லப்படவேண்டியது இ.எம்.எஸ் ஒருநிலையிலும் இனவாதத்தை சற்றும் ஏற்கக் கூடியவர் அல்ல என்பதுதான். அதை அவர் வெறுத்தார், ஒவ்வொரு சந்தர்ப்பத்திலும் அதை முன்வைத்தார். கேரளம் என்ற மக்கள் திரளின் வாழ்க்கையின் பொதுவான வெளிப்பாடாக உள்ள கலாசாரத்தின் அடையாளம் அதன் இறந்தகாலம் மற்றும் எதிர்காலம் ஆகியவை குறித்தே இ.எம்.எஸ் பேசுகிறார். அதாவது இ.எம்.எஸ்.ன் கலாசார அணுகுமுறையானது மிக மிக நேர்நிலைத்தன்மை கொண்ட ஒன்று. கலாசாரதேசிய அடையாளத்தினை எவருக்கும் எதிராக அவர் கட்டமைக்கவில்லை. அவ்வடையாளம் எவரையுமே விலக்கும் தன்மை கொண்டிருக்கவில்லை, அனைத்தையும் உள்ளடக்கும் தன்மை கொண்டிருந்தது. தன்னை துண்டித்துக் கொள்ளும் போக்குக்கு மாறாக அது தன்னை இந்திய தேசியத்திலும் உலக தேசியத்திலும் பிணைத்துக் கொள்ளும்போக்கு கொண்டிருந்தது. இந்த வேறுபாட்டை மீண்டும் மீண்டும் வலியுறுத்திக் கொண்டு இ.எம். எஸ்ஸின் பங்களிப்பை பார்க்க வேண்டிய தேவை உள்ளது.

இந்திய தேசியங்களின் வளர்ச்சிநிலைகள்

இந்தியாவிலுள்ள எல்லா பிராந்திய தேசியங்களின் இயல்புகளும் ஏறத்தாழ ஒரே வளர்ச்சிமுறை கொண்டவை என்பதைக் காணலாம். அதாவது அப்பகுதியில் உள்ள தொல்பழங்குடி வாழ்வில் அத்தேசியங்களின் கூறுகள் இருக்கும். அவை தமிழ்நாடு போல பூரண வளர்ச்சி அடைந்த நிலையில் இருக்கலாம். கேரளம் அல்லது அஸ்ஸாம் போல அரைப்பழங்குடி நிலையில் இருக்கலாம். அல்லது பௌத்தம் சமணம் போன்ற பழங்கால சமஸ்கிருத எதிர்ப்பு பண்பாட்டு அலைகளினால் வளர்க்கப்பட்டு தனித்தன்மைகொண்டவையாக இருக்கலாம், கர்நாடகம் மராட்டியம் போல. இந்த தனித்தேசிய பண்பாட்டுக் கூறுகளுடன் சமஸ்கிருத பண்பாட்டுக் கூறுகள் இணைந்து அப்பகுதியின் மைய ஓட்ட பண்பாடு உருவாகியிருக்கும். பக்தி இயக்கத்தின் காலகட்டத்தில்தான் அந்த தொல்குடி பண்பாட்டுக் கூறுகள் தேசியத் தனித்தன்மையாக அடையாளம் காணப்பட்டிருக்கும். அவை வலிமை பெற்று ஒரு இணைப்பண்பாட்டு ஓட்டமாக இருந்துகொண்டிருக்கும். அதாவது சமஸ்கிருதச் செல்வாக்குள்ள மைய ஓட்டம் உயர்தளம் சார்ந்ததும், அதிகாரத்துக்கு நெருக்கமானதும் ஆன பண்பாட்டு அம்சமாக இருக்கும் போது இந்த இணைப்பண்பாட்டு ஓட்டம் பொதுமக்கள் சார்பு கொண்டதாக இருக்கும். தமிழ் தவிர்த்த பிற மொழிகளில் சமஸ்கிருத

சார்புள்ள ஓட்டம் செவ்வியல்தன்மையும், நுட்பமும் உடையதாக இருக்கையில் இணைப்பண்பாட்டு ஓட்டம் நாட்டார்தன்மையும் பண்படாத இலக்கியத்தன்மையும் கொண்டதாக இருக்கிறது.

உதாரணங்கள் பல. மராட்டியில் ஞானேஸ்வரி பகவத் கீதையை அப்போது மிக கொச்சையாக கருதப்பட்ட மராட்டிய மொழியில் எழுதினார். அதுவே மராட்டிய மொழியின் முதல் நூல் என்றும் மராட்டிய கலாசாரதேசியத்தின் முதல்-படி என்றும் கூறப்படுகிறது. கர்நாடகத்தில் இந்த இடம் அங்குள்ள 'வசன' இலக்கியத்துக்கு உள்ளது. (வீரசைவர்களான அல்லம பிரபு, பசவண்ணர், அக்க மகாதேவி போன்ற சித்தர்கள் மக்களுக்குரிய மொழியில் எழுதிய சுதந்திரமான யாப்புள்ள கவிதைகளே வசனம் எனப்படுகின்றன. பாவண்ணன் மொழிபெயர்ப்பில் இவை விரிவான குறிப்புகளுடன் சொல் புதிது ஆறாவது இதழில் வெளிவந்துள்ளன.) தமிழில் ஆழ்வார்கள், நாயன்மார்கள் ஆகியோரின் தமிழ் ஆக்கங்களே தமிழ்ப் பண்பாட்டு மறுமலர்ச்சிக்கு வழி வகுத்தன என நாம் அறிவோம். மலையாளத்தில் துஞ்சத்து ராமானுஜன் எழுத்தச்சன் பதினேழாம் நூற்றாண்டின் இறுதியில் ராமாயண மகாபாரத கதைகளை கிளிப்பாட்டு என்ற எளிய நாட்டார்ப்பாடல் வடிவில் மக்கள்மொழியில் முன்வைத்ததே மலையாளம் என்ற மொழியின் பிறப்புக்கும் கேரளக் கலாசார தேசியத்தின் உருவாக்கத்துக்கும் முதல் புள்ளி ஆகும். இன்றும் கேரளத்தில் மிக அதிகமான மக்கள் செல்வாக்குள்ள ஆக்கங்கள் அவருடைய படைப்புகளே. கேரளத்தில் ஒவ்வொரு மார்கழி மாதத்திலும் கேரள வீடுகளில் எழுத்தச்சனின் ஆக்கங்கள் ஒரு சடங்காகவே வாசிக்கப் படுகின்றன.

ஆங்கில ஆட்சியின் விளைவாக கல்வி மேம்பாடு அடைந்து இலக்கியம் போன்றவை வெகுஜன வாசிப்புக்கு வந்த காலத்தில் இந்த இணைப் பண்பாட்டு ஓட்டம் பரவலான மக்கள் ஆதரவு பெற்று வலிமையும் தீவிரமும் கொண்டது எனக் காணலாம். ஆங்கிலத்தின் தொடர்பால் அதில் நவீனத்தன்மை குடியேறுகிறது. அத்துடன் பல இந்திய மொழிகளில் இந்திய மறுமலர்ச்சியின் விளைவாக உருவான தத்துவார்த்த தேடல் பிரதிபலித்து செவ்வியல்சார்ந்த போக்குகளும் உருவாயின. இந்திய நிலப்பகுதி முழுக்க பரவி பொதுவான பண்பாட்டு அமைப்பாகவும், பிராந்தியப் பண்பாடுகளை இணைக்கும் கூறாகவும் இருந்தது சமஸ்கிருதப் பண்பாடே. ஆங்கிலக் கல்வியின் விளைவாக உருவான நவீனமயமாதல் போக்கும் இந்தியா முழுமைக்குமான பொதுத்தன்மையும், பிறவற்றை இணைக்கும் தன்மையும் கொண்டிருந்தது. ஆகவே இந்திய தேசிய என்ற கருத்தாக்கம் வலிமையாக உருவான போது சமஸ்கிருத பண்பாடு மற்றும் நவீன ஐரோப்பிய பண்பாடு

ஆகியவை இந்திய தேசியத்தின் மையப் பண்பாட்டுக் கூறுகளாக முன்வைக்கப்பட்டன. அவற்றிற்கு இடையேயான உரையாடலின் விளைவே நாம் காணும் இந்திய மறுமலர்ச்சி. விவேகானந்தர் முதல் நேரு வரை அனைவருமே இந்த இணைவின் ஆக்கங்களே.

இவ்வாறு இந்தியப் பெருந்தேசியம் முன்வைக்கப்பட்டபோது அது பொதுமைப்படுத்தும் போக்கை தீவிரமாக மேற்கொண்டமையால் அதற்கு எதிராக இந்தியாவின் ஒவ்வொரு பகுதியிலும் அப்பகுதிக்குரிய தனித்தேசிய, பண்பாட்டுக் கூறுகள் வெளிப்பட்டன, வளர்ந்தன. இந்திய சுதந்திரப்போராட்ட அலைதான் இந்தியாவில் பிராந்திய தேசிய உணர்வை உருவாக்கியது என்பது வரலாறு. இந்திய சுதந்திரப் போராட்டத்தில் தீவிரமாக ஈடுபட்டிருந்த தேசியப் பண்பாட்டு நாயகர்களே தனியான பிராந்திய தேசியங்களையும் வளர்த்தெடுத்தனர் என்பது கூர்ந்து கவனிக்கப்பட வேண்டிய ஒன்றாகும். குவெம்பு (கர்நாடகம்), வள்ளத்தோள் நாராயண மேனன் (மலையாளம்), தாகூர், பங்கிம் சந்திர சட்டர்ஜி (வங்கம்) போன்றவர்கள் இந்திய தேசிய விடுதலைப்போராட்டத்தின் கலாசார நாயகர்கள். அந்தந்த மொழி களில் கலாசார தேசியம் சார்ந்த விழிப்பிற்கும் இவர்களே முன்னோடிகள். இந்தியா சுதந்திரம் பெற்ற மறுகணமே இந்தியதேசிய உணர்வலைகளை விட பெரிதாக பிராந்திய தேசிய உணர்வுகள் எழுந்து மொழிவாரி மாநிலக் கோரிக்கையாக வளர்ந்ததும், பஞ்சாபி சுபா, தெலுங்கானா போராட்டங்கள் உருவானதும் நாம் அறிந்ததே. இவர் களுடைய பொதுவான குணம் ஒன்றுண்டு. இவர்கள் இந்தியதேசியப் பண்பாட்டுக் கூறுகளை நிராகரிக்கவில்லை. அவற்றுக்கு இணையாக தங்கள் கலாசாரதேசியக் கூறுகளை முன்வைத்தார்கள்.

உதாரணமாக வள்ளத்தோள் நாராயணமேனன் வேதங்களையும் இதிகாசங்களையும் மலையாளத்திற்கு மொழிபெயர்த்தார். ஒரு கோணத்தில் இது இந்தி தேசிய பண்பாட்டுப்பொதுக் கூறுகளை மலையாளத்துக்கு கொண்டுவருவது. மறு கோணத்தில் மலையாளம் என்ற முதிரா மொழியை ஒரு செவ்வியல் மொழியாக மாற்றும் பெரும் முயற்சி. சம்ஸ்கிருதத்துக்கு மலியாளம் விடுத்த சவால் அது. மலையாளத்தால் என்ன செய்ய முடியும் என்ற வினாவுக்கான பதில். வள்ளத்தோள் நாராயணமேனனின் இம்முயற்சிக்கு வைதீகர்கள் அளித்த கடுமையான எதிர்ப்பை இங்கே பதிவு செய்தாக வேண்டும். அவருக்கு பின்னாளில் காதுகேட்காமலானதற்கு காரணம் புனிதமான வேதங்களை மிலேச்ச மொழியில் அவர் மொழிபெயர்த்ததுதான் என்று சொல்லப்பட்டது. அந்த வசையுரைகள் வள்ளத்தோளை இறுதி நாட்களில் பெரிதும் மன உளைச்சலுக்கு ஆளாக்கின. இதற்கிணை யாகவே கதகளி, கூடியாட்டம், சாக்கியார்கூத்து, மோகினியாட்டம்

போன்ற கேரளக் கோயில் கலைகளை மதநீக்கம் செய்து பொதுவான கேரளக் கலைகளாக மாற்றியதும் வள்ளத்தோள் நாராயணமேனன் அவர்களே. இதற்காக அவர் உருவாக்கிய கேரள கலாமண்டலம் என்ற அமைப்பு (ஷொர்ணூர் அருகே உள்ளது) இன்றும் கேரளத்தின் மிக முக்கியமான பெரும் கலாசார நிறுவனம். ஏறத்தாழ இதே செயல் பாடுகளை நாம் தாகூரின் வாழ்வில் காணலாம். தாகூரின் சாதனை என்ன என்பதை குறியீட்டு ரீதியாக அங்குள் சொல்வதுண்டு. சைதன்ய மகாப்பிரபுவின் காலம் வரை உயர்ந்த விஷயங்களை சொல்ல தகுதியற்ற கொச்சை மொழியாக கருதப்பட்ட வங்க மொழியில் இன்று இரு நாடுகளின் தேசிய கீதங்கள் அமைந்திருப்பதே அவரது சாதனை.

இவ்வாறுதான் இந்திய கலாசாரதேசியங்கள் பிறந்து இன்றைய வடிவை அடைந்தன. இவற்றிலெல்லாம் அப்பகுதியின் மொழியே முக்கிய கலாசார, அல்லது தேசிய அடையாளமாக உள்ளது . திராவிட இயக்கம் மட்டுமே இனவாத தேசியத்தை முன்வைத்தது. தேசிய உருவகங்களில் மொழி முக்கிய பங்களிப்பாற்றுவதற்கான காரணங் களை ஏற்கெனவே சொல்லப்பட்ட சுருக்கமான சித்திரமே சொல்லி விடும். பக்திகாலம் முதலே ஒரு பகுதியிலுள்ள மொழியே இந்திய அளவிலான பொதுப்போக்குகளுக்கு எதிரான மாற்க இருந்துள்ளது. எழுத்தச்சன் கேரள தேசியத்தின் அடிப்படையை மலையாளம் மூலம் வகுத்துவிட்ட பிறகு பிறர் அதை ஒன்றும் செய்ய முடியாது.

கேரள தேசியத்தின் வரலாற்றுப் பின்புலம்

கேரள தேசியம் குறித்த கருத்தாக்கங்களின் வரலாற்றுப் பின்னணியை விளங்கிக்கொள்ள சில அடிப்படைப் புரிதல்கள் தேவை. இருவகையான கேரள வரலாற்று உருவகங்கள் உள்ளன. ஒன்று பேரா இளங்குளம் குஞ்ஞன் பிள்ளையால் முன்வைக்கப்பட்டது. இன்னொன்று இ.எம்.எஸ் நம்பூதிரிப்பாடு அவர்கல் முன்வைக்கப்பட்டு பிற்பாடு பி.கே பாலகிருஷ்ணன் அவர்கல் தீவிரப்படுத்தப்பட்டது. முதல் போக்கு அதிகார மையங்களை அடிப்படையாகக் கொண்டு வரலாற்றை உருவகிக்கும் பொதுவான நோக்கு. இ.எம்.எஸ் அவர்களின் நோக்கு மக்களின் வாழ்க்கை மாற்றங்களையும் சமூக அமைப்புகளில் அவை உருவாக்கும் வளர்ச்சிநிலைகளையும் அளவீடுகளாகக் கொண்ட மார்க்ஸிய நோக்கு.

கேரளம் ஆதிபழங்காலத்தில் தொல்தமிழகத்தின் ஒரு பகுதியாக, சேர நாடாக விளங்கி வந்தது என்று பொதுவாக குறிப்பிடப்படுகிறது. இந்தக் கருத்து நிலையினை முக்கியமாக வலியுறுத்தி இதனடிப்படையில் நவீன கேரள வரலாற்று சித்திரம் ஒன்றை முதலில் உருவாக்கியவர் பேராசிரியர் இளங்குளம் குஞ்ஞன் பிள்ளை என்பவர். இவரது

கருத்தின்படி சேரநாடு சங்ககாலம் முதல் நிலவி வந்தது. கடைசியில் மகோதயபுரம் (அல்லது மாக்கோதைபுரம்) என்று வழங்கப்பட்ட கொடுங்கல்லூரினை தலைமையிடமாகக் கொண்டு அவ்வரசு இருந்தது. அவர்களுக்கும் சோழநாட்டுக்கும் நடந்த நீண்ட காலப்போரின் விளைவாக சேரநாடு அழிந்தது. சிறுசிறு சிற்றரசர்களும் குறுநிலக் கிழார்களும் நாட்டை ஆண்டனர். சேரநாட்டு மக்கள் கலாசாரச் சிதைவு கொண்டனர். இக்கலாசாரச் சிதைவை பயன்படுத்தி நம்பூதிரிகள் என்று பிற்காலத்தில்பெயர் கொண்ட பிராமணர்கள் கேரளத்தில் ஊடுரு வினார்கள். இவர்கள் கேரளக் கலாசாரத்தை பிராமணியம் நோக்கியதாக திரிபடையச்செய்தார்கள். கேரளத்தில் புழங்கிய ஆதிதமிழை சிதைத்து சமஸ்கிருதத்துடன் இணைத்து மலையாளம் என்ற மொழி உருவாக காரணமாக அமைந்தார்கள். பிற்காலத்தில் கேரள சிற்றரசர்களில் திருப்பாம்பரம் ஸ்வரூபம் என்ற பெருநிலக்கிழார் குடும்பம் வேறு இரு குலங்களுடன் இணைந்து திருவிதாங்கூர் மன்னர்குலமாக உருவெடுத்தது. கோழிக்கோடு பகுதியில் இருந்த குறுநில மன்னர் ஐரோப்பிய அராபிய கடல் வணிகர்கள் அளித்த கப்பத்தால் சாமூதிரி மன்னரானார். கொச்சி மன்னரும் இப்படி உருவானவரே. இளங்குளம் குஞ்ஞன் பிள்ளையின் கேரள சரித்திர சுருக்கம் இது. இவர்கள் வெள்ளைய ஆட்சி வரை போரிட்டும் இணைந்தும் கேரளத்தை ஆண்டனர். பிராமண சமஸ்கிருத ஊடுருவலால் மலையாளம் என்ற மொழி தமிழிலிருந்து பிரிந்து உருவானது. கேரள கலாசாரத்தின் தனித்தன்மை என்பது இந்தக் கலப்பே.

நேர் மாறான ஒரு சித்திரத்தை அளிப்பவர் வரலாற்றாசிரியரான பி கெ பாலகிருஷ்ணன். அவரது அணுகுமுறை மார்க்ஸிய நோக்கிலானது, இ.எம்.எஸ் மற்றும் டி.டி.கோசாம்பியை அடியொற்றியது. ஆனால் அவர் மார்க்ஸியரல்ல. அவரை காந்தியவாதி என்றுதான் பொதுவாக சொல்லவேண்டும். வரலாற்றின் உள்ளுறைகளை அறிய ஆகச்சிறந்த கருவி என்ற வகையிலேயே அவர் மார்க்ஸிய ஆய்வுமுறையை கைக்கொள்கிறார். உற்பத்தி சக்திகள், உபரிக் குவிப்புமுறை போன்ற வற்றை கணக்கில் கொண்டு வரலாற்றின் இயங்கு முறையைப்பற்றி யோசிப்பதும் வரலாற்றை முரண்பட்ட அதிகார சக்திகளுக்கிடையேயான மோதல் மற்றும் முயங்கலாக பார்ப்பதும் இப்பார்வையின் அடிப்படைகள் எனலாம். இவர் கூற்றுப்படி கேரள நிலப்பரப்பில் பெரும்பகுதி கடலில் நதிச்சேறு கொட்டி திட்டுகளாக உருவாகி வந்த 'கடல்வைப்பு' பகுதிகளும் அணுகமுடியா கொடும் காடுகளும் கொண்டது. எனவே பெரிய நாகரிகமோ பேரரசோ இங்கு இருந்திருக்க நியாயமில்லை. கேரளத்தில் மிகச்சமீபகாலம் வரை வேளாண்நிலம் மிகக் குறைவே. வேளாண்மையில் ஈடுபட்டவர்கள் புலையர் (அல்லது செறுமன்) எனப்பட்ட ஒரே ஒரு தலித்சாதியினர் மட்டுமே. இவர்கள் பத்துசதம்கூட

இல்லை. ஆகவே உபரி உருவாகியிருக்க நியாயமே இல்லை. கேரளத்தில் போடப்பட்ட முதல்சாலை திப்புசுல்தான் போட்டது. அங்குள்ள நில அமைப்புக்கு சாலைகளே சாத்தியமில்லை. ஆகவே உபரிசேமிப்பும் இருக்கவில்லை. அத்தனைக்கும் மேலாக கேரள சாதியமைப்பு இந்தியாவிலேயே மிக மிகக் கொடுமையானதாக இருந்தது. ஒவ்வொருசாதியும் பிறசாதியிலிருந்து பல அடிதூரம் விலகி நிற்க வேண்டும் என வகுக்கப்பட்டிருந்தது. மக்கள் வெவ்வேறு நிலப்பகுதியில் பிறர் வாழ்வதை அறியாமல் வாழ்ந்தனர். இது பழங்குடி வாழ்வுமுறையே ஒழிய உற்பத்தி, உபரிசேமிப்பு ஆகியவற்றுக்கு உரிய அமைப்பு அல்ல. மலையாளம் உருவான காலகட்டத்து தமிழ் பண்பட்ட ஒரு செவ்வியல்மொழி. ஆனால் பழைய மலையாளமோ செம்மையற்ற ஒரு பழங்குடி மொழி. செம்மொழி ஒன்றிலிருந்து பண்படாமொழி உருவாக வாய்ப்பில்லை. ஆகவே அராபியரும் ஐரோப்பியரும் வரும்வரை கேரள நிலப்பரப்பில் இருந்தது ஒருவகை அரைப்பழங்குடி வாழ்க்கை. தமிழின் உறுப்பாக இருந்த பண்படாத ஒரு மொழி வடிவம். சேரநாடு என்பது இரண்டு. முதல் சேரநாடு இன்றைய கொங்குநாடு. பிற்கால சேரநாடு தென்தமிழ்நாடான திருக்கணங்குடி, தென்காசி பகுதிகள். இத்தகைய பழங்குடிச் சமூகத்தில்தான் பிராமணர் முழுமையான ஊடுருவலை நிகழ்த்தமுடியும். அதுவே நிகழ்ந்தது என்கிறார் பி.கே. பாலகிருஷ்ணன்.

இன்றைய வரலாற்றாசிரியர்களின் கேரள வரலாற்று உருவகத்தை நாம் இந்த இரு எல்லைகளுக்குள் ஏதோ ஒரு புள்ளியில் வைத்து வகுத்துக் கொள்ளலாம். எம்.ஜி.எஸ்.நாராயணன் போன்ற கல்வித்துறை அறிஞர்கள் இளங்குளம் குஞ்ஞன் பிள்ளையை ஒட்டி நிற்பவர்கள். ஆனால் கேரளத்தின் பழங்குடித்தன்மை பற்றிய ஒரு கவனம் அவர்களுக்கு உண்டு. இ.எம்.எஸ். அவர்களின் வரலாற்று உருவகம் பெரிதும் இளங்குளம் குஞ்ஞன் பிள்ளையை ஒட்டியதாக துவங்கினாலும் அவர்கொண்ட மார்க்ஸிய ஆய்வுமுறை அவரை மெல்ல நகர்த்தி பாலகிருஷ்ணனின் முடிவுகளுக்கு முன்னோடியாக ஆக்கியது.

இ.எம்.எஸ்ஸின் வரலாற்றாய்வுகளின் சூழல்

இ.எம்.எஸ். கேரள வரலாற்றைப்பற்றிய தன்னுடைய ஆய்வை துவக்குவது 1930களில். அப்போது இந்திய வரலாற்றாய்வே குழந்தை நிலையில் தான் இருந்தது. இந்திய வரலாறு குறித்து வெள்ளையரால் உருவாக்கப்பட்ட ஏகாதிபத்திய சித்திரம் ஒன்று பிரபலப் போக்காக இருந்தது. அதற்கு எதிரான குரலாக இந்திய பெருந்தேசிய நோக்கிலான வரலாற்றாய்வுகள் சூடுபிடித்திருந்தன. தமிழ்நாடு போன்ற சில பகுதிகளில் மட்டுமே மாற்று தேசியங்கள் குறித்த ஆய்வுகள் ஆரம்ப

நிலையில் இருந்தன. பிராந்தியக் கலாசார ஓட்டங்களைப்பொறுத்தவரை அவற்றை இன அடிப்படையில் பகுத்து வகுக்கும் போக்கே மேலோங்கி யிருந்தது. ஆரிய– திராவிடவாதத்தின் வீச்சில் அகப்படாத வரலாற்றா சிரியர் குறைவே. இ.எம்.எஸ். அவர்கள் கேரள வரலாற்று ஆய்வுகளை தொடங்கும்போது கேரளத்தில் வரலாற்று ஆய்வு துவக்க நிலையிலேயே இருந்தது. பண்டைத்தமிழகம் குறித்த ஆய்வுகள் அப்போதுதான் வர ஆரம்பித்திருந்தன. பலநூல்களுக்கு ஆங்கில மொழிபெயர்ப்பும் கிடையாது. மலையாள மொழிபெயர்ப்புகளைப்பற்றி யோசிக்கும் காலமே எழவில்லை. கேரள வரலாற்றின் முக்கியமான கல்வெட்டுகள், செப்பேடுகள், ஓலைச்சுவடிகள் படிக்கப்பட்டு விவாதங்கள் துவக்கப்பட வில்லை, புராணத் தகவல்களை அபத்தமாக வரலாற்றுக்குள் பிரயோகிக்கும் போக்கு வலுவாக இருந்தது. திருவிதாங்கூர் அரசு வலுவான ஒரு சக்தியாக இருந்தது, அதற்கு நவீனக் கல்வி விஷயங்களில் மிகுந்த ஆர்வமிருந்தது. ஏற்கெனவே பாச்சு மூத்தது போன்ற பண்டைய மரபுசார் சரித்திர ஆசிரியர்கள் திருவிதாங்கூர் வரலாற்றை ஐதீகங்களையும் மன்னர்புகழ் பாடல்களையும் கலந்து ஒரு முன்வரைவாக உருவாக்கியிருந்தனர். அதை ஒட்டி சங்குண்ணி மேனன், சதஸ்ய திலகன் வேலுப்பிள்ளை முதலியோரின் திருவிதாங்கூர் வரலாறுகள் வந்தன. இவ்வரலாறுகள் உருவாக்கிய அடிப்படைகள் வரலாற்றாய்வையே தீர்மானித்தன. ராஜபக்தி வரலாற்றின் அடிப்படைகளில் ஒன்றாக இருந்தது. திருவிதாங்கூர் பழைமையும் பெருமையும் மிக்க ஒரு இந்திய அரசு என்ற சித்திரம் உருவாக்கப்பட்டிருந்தது. அதையொட்டி நாயர், நம்பூதிரிகள் ஆகியோரின் குலப்பெருமை வரலாறும் கற்பிதம் செய்யப்பட்டிருந்தது.

இதற்கு மறுபக்கமாக கேரள வரலாற்றை அறிய மிகுந்த துணையாக ஐரோப்பியர் ஆவணங்கள் இருந்தன. பர்போசா, ஹெர்மன் குண்டர்ட், போன்றவர்களின் குறிப்புகள் லோகனின் மலபார் மானுவல், வார்ட் அண்ட் கானர் உருவாக்கிய திருவிதாங்கூர் ஸ்டேட் மானுவல் போன்ற முக்கிய ஆவணங்கள் பெரும் தகவல் குவியல்களாக இருந்தன. அவை காட்டும் கேரள சித்திரம் முற்றிலும் மாறான ஒன்றாக இருந்தது. அதே போல இக்காலகட்டத்தில்தான் தமிழ்நாட்டில் சங்க இலக்கியங்கள் வரலாற்றாய்வுக்கு பயன்படுத்தப்பட்டன. தமிழ்நாட்டின் பண்டைய வரலாறு குறித்த ஒரு முன்வரைவு உருவாக்கப்பட்டது. அது அன்று கேரளத்துடன் ஆழமான தொடர்பு கொண்டிருந்த எஸ். வையாபுரிப் பிள்ளை, மீனாட்சி சுந்தரம் பிள்ளை முதலியோர் வழியாக அங்கு ஆழமான பாதிப்பையும் ஏற்படுத்தியது.

ஆக வரலாற்றாசிரியர்கள் முன் இருந்த பெரிய சவால்கள் மூன்று. ஒன்று, பண்டைய தமிழக வரலாற்றின் ஒரு பகுதியாக கேரள வரலாற்றை விளக்குவது. எந்தெந்தக் கூறுகள் தொடர்ச்சி கொண்டுள்ளன, எவை கேரளத்துக்கே உரிய தனித்தன்மைகள் என்று காட்டுவது. இரண்டு,

கேரள அரசுகளின் உண்மையான வரலாற்றை உருவாக்குவது. மூன்று, கேரளத்துக்கே உரிய மருமக்கள்த்தாயம், நம்பூதிரி மண உறவுகள் போன்ற சமூகவியல் தரவுகளின் அடிப்படையில் கேரள வரலாற்றைச் சித்தரிப்பது. பேரா இளம்குளம் குஞ்ஞன் பிள்ளை போன்றவர்கள் முதல் கேள்விக்கு அழுத்தம் அளித்தார்கள். எஸ்.பத்மநாப மேனன் போன்றவர்கள் இரண்டாம் கேள்விக்கு. இ.எம்.எஸ். ஸின் பங்களிப்பு மூன்றாம் தளத்திலாகும். இந்தத் தளத்தில் அவருக்கு முன்னோடிகள் அதிகமில்லை. நாராயண குருவின் சீடரான கௌமுதி குஞ்ஞிராமன் ஒரு அடிப்படை முன்வரைவை உருவாக்கினார் எனலாம்.

இ.எம்.எஸ்.முழுநேர வரலாற்றாசிரியரல்ல. பதினெட்டு வயதில் திரிச்சூர் வேத பாடசாலையில் இருந்து பூணூலை அறுத்துவீசி சமூகப் பணிக்காக இறங்கிய காலம் முதல் நடக்க முடியாத முதுமை வரை ஓய்வே அறியாத களப்பணியாளராக வாழ்ந்தவர் அவர். அவரது வரலாற்றாய்வு நிகழ்ந்த காலகட்டத்தில் இந்திய அரசியல் கொந்தளித்துக் கொண்டிருந்தது. கம்யூனிஸ்டு கட்சி குழந்தை நிலையிலிருந்தது. விவசாய அடிமைகளான தலித்துக்கள் விஷயத்தில் கம்யூனிஸ்டு கட்சி நேரடி நடவடிக்கைகளில் இறங்கி கொடிய அடக்குமுறைகளை சந்தித்துக் கொண்டிருந்தது. இ.எம்.எஸ்ஸின் மாபெரும் வரலாற்று நூலான' எழுதப்படும்போது அவர் பெரும்பாலான நாட்கள் தலை மறைவு வாழ்க்கையில்தான் இருந்தார். ஆகவே தரவுகளை திரட்டுவதில் அவருக்கு நிறைய சிரமங்கள் இருந்தன. அவரது தமிழ் அறிவு குறைவானதே. ஆகவே அவரது ஆய்வுகள் இரு சாதகவிஷயங் களை அடிப்படையாகக் கொண்டு நிகழ்த்தப்பட்டவை. ஒன்று அவருடைய பொதுவான பாண்டித்தியம் மற்றும் அவர் கைக்கொண்ட மார்க்ஸிய ஆய்வுமுறை. இன்னொன்று அவருக்கு கேரள சமூக வாழ்வில் இருந்த நேரடியான அறிமுகம், அதிலிருந்து அவர் பெற்ற உள்ளுணர்வு. இவற்றை இன்றும் பெரு மதிப்புடனேயே பார்க்க முடிகிறது. இ.எம்.எஸ்ஸின் நூல்கள் பல தளங்களில் விமரிசிக்கப் பட்டுள்ளன. அவை பழம் பெருமைகளை குலைப்பவை, கேரள ஆதிக்க சக்தியான நாயர்கள் உருவாக்கும் வரலாற்றுக் கற்பிதங்களை அவை ஏற்பதில்லை என்பது ஒரு முக்கிய காரணம். ஆனாலும் இன்று வாசிக்கும் போது அவரது ஆய்வுகள் ஆய்வுமுறைமை கூடியவையாகவும், அவரது முடிவுகள் மறுக்கப்படாதவையாகவும் உள்ளன. அவரது வரலாற்றுப் பார்வையே ஆகப்பொருத்தம் உள்ளதாக காணப்படுகிறது. பி.கெ. பால கிருஷ்ணன் அவரது தொடர்ச்சி.

இ.எம்.எஸ்ஸின் ஆய்வுக் கருவிகள்

இ.எம்.எஸ்ஸின் ஆய்வுக்கருவிகள் மூன்று. ஒன்று அவரது அடிப் படையான வரலாற்றுத்தரிசனம். வரலாற்றை எதிர்காலத்துக்கு நகர்வதற்

குரிய வரலாற்றுத் தருக்கத்தையும், பண்பாட்டுக் கூறுகளையும் கண்டடையவேண்டிய அகழ்வாய்வுநிலம் என்ற அளவில் மட்டுமே அவர் பார்க்கிறார். அதாவது எதிர்காலத்துக்கு உதவாத வரலாற்றாய்வு அவரைப் பொறுத்தவரை பயனற்றது. அவ்வெதிர்காலத்தை கட்டமைக்கும் போராட்டத்தின் ஒரு பகுதியாக மட்டுமே வரலாறு ஆய்வுக்கு உட்படுத்தப்பட வேண்டும். வரலாற்றுக்காக வரலாறல்ல, அரசியல் போராட்டத்துக்காகவே வரலாறு. வரலாற்றிலிருந்து பழம் பெருமை இன அடையாளம் முதலியவற்றை தோண்டியெடுப்பதனை அவரால் ஏற்கமுடியாது. உதாரணமாக அவர் கேரள வரலாற்றின் பழம்பெருமையாளர்களை தன் மிக முக்கியமான கட்டுரையான 'நூற்றாண்டுகள் வழியாக கேரள மக்கள்' *(1974)* என்ற ஆக்கத்தில் இவ்வாறு எதிர்கொள்கிறார்.

'அதி புராதனமான ஒரு கலாசாரத்தின் உரிமையாளர்கள் தாங்கள் என்று நிறுவ முயலும் பலரையும்போல கேரளீயர்களும் அந்த உரிமை கொண்டாடலை நிகழ்த்துவதுண்டு. நமது வரலாற்றாசிரியர்கள் சிலரும் அதற்கு ஆதரவளிக்க முயல்வதுமுண்டு.

ஆனால் இந்த உரிமைகொண்டாடல் அடிப்படையுள்ள ஒன்றா என்று யோசிக்கவேண்டியுள்ளது. அதை உறுதிசெய்யத்தக்க எந்த புறவய ஆதாரமும் இதுவரை வெளிவரவில்லை என்று சுட்டிக்காட்ட வேண்டியுள்ளது. கலாசாரத்தின் காலப்பழைமையல்ல, அதன் உயிர் துடிப்பே முக்கியம். அதாவது மாறும்தன்மை. காலம் தாண்டியானாலும் கேரள சமூகத்திலும் கலாசாரத்திலும் உருவாகிவந்த மாற்றங்களுடைய மூலத்தன்மை, அவற்றின் இன்றைய நிலை, எதிர்காலம் ஆகிய வற்றைப்பற்றியே கலாசாரத்தில் ஆர்வம் கொண்டவர்கள் சிந்தித்து பார்க்கவேண்டும்.'

இ.எம்.எஸ்ஸின் பார்வையை இவ்வரிகள் அடிக்கோடிட்டுக் காட்டுகின்றன. அதாவது அவரைப்பொறுத்தவரை கலாசாரம் என்பது ஒரு சமகாலநிகழ்வே ஒழிய ஒரு தொல்பொருள் அல்ல. வாழும் கலா சாரத்தில்தான் அவருக்கு ஆர்வம். அதன் உயிர்துடிப்புக்குத் தேவையான அளவில் மட்டுமே அவர் பழைமையை பொருட்படுத்துகிறார். ஆகவே அவர் பழம்பெருமை வரலாறுகளை முதலிலேயே நிராகரித்து விடுகிறார். ஐதீகங்களை அவர் பொருட்படுத்துவதேயில்லை. அவை நம்புவதற்குரியவையல்ல என்ற உறுதியான எண்ணம் அவருக்கு உண்டு. குறையாகச் சொல்ல வேண்டுமென்றால் ஐதீகங்கள் ஒரு சில கவிஞர்களின் ஆக்கங்களல்ல, அவை சமூகக் கூட்டு நனவிலியின் ஆக்கங்கள் என்பதை இ.எம்.எஸ். கருத்தில் கொள்ளவில்லை என்று சுட்டிக் காட்டலாம். உதாரணமாக கேரளத்தின் புராணப்பெருமையை இ.எம்.எஸ் இவ்வாறு கேள்விக்குட்படுத்துகிறார். அதற்கு அவருக்கு

முக்கியமான காரணமாக இருப்பது மார்க்ஸிய நோக்கிலான உபரி குறித்த கேள்விதான். இது அவரது இரண்டாவது ஆய்வுக்கருவி. மகா பாரதத்தில் கேரளத்திலிருந்து அரிசி வந்தது என்று சொல்லப்பட்டுள்ள ஒரு வரியே கேரளத்தின் பழைமை குறித்து பேசுபவர்களுக்கு ஆதாரமாக உள்ளது. 'ப்ரக்ஷிப்தம்' என்றறியப்படும் இடைச்செருகல் மட்டுமே அது எனக் கருதும் இ.எம்.எஸ்.அப்படி அரிசி போனதென்றால் அத்தனை பெரிய பொருளியல் அடித்தளம் அதற்குரிய (கலாசார)மேற்கட்டு மானத்தை ஏன் உருவாக்கவில்லை என்று கேட்கிறார். 'அரிசி வந்தது என்று எழுத கவிஞன் இருந்ததுபோல, போனதை எழுத ஏன் கவிஞன் உருவாகவில்லை?' என்கிறார். (அதே) பழங்கால பெருமையை வெறுமே இலக்கிய ஆதாரங்கள், தொல்பொருள் தடையங்கள் மூலம் வலியுறுத்துபவர்கள் அதற்குரிய பொருளியல் விளக்கமும் அளிக்க வேண்டும் என்பது இ.எம்.எஸ் முன்வைக்கும் முக்கியமான கோரிக்கை. சுரண்டலே பெரிய நாகரிகங்களை, அரசாங்க அமைப்புகளை உருவாக்குகிறது. ஆகவே அம்மாதிரியான நாகரிகமோ பேரரசோ அடையாளம் காணப்பட்டால் உபரியை மையம் நோக்கி குவிக்கும் மிகப்பெரிய சுரண்டல் அமைப்பும் கண்டடையப்பட வேண்டும். அச்சுரண்டலானது வன்முறை மூலமும், மேல் நோக்கி குவியும் அதிகாரப் படிநிலை அமைப்புகள் மூலமும், சமூக மத நம்பிக்கைகள் மூலமும் உருவாக்கப்பட்டிருக்கும். ஆகவே சுரண்டலே பெருமை களின் அடிப்படை. அதனால் நவீன மனிதனுக்கு பழம்பெருமைகளில் பெருமிதம் கொள்ள ஏதுமில்லை. அவனுடைய கனவு எதிர்காலம் பற்றியதாகவே இருக்கவேண்டும். இதுவே இ.எம். எஸ். முன்வைக்கும் பொதுக்கருத்து.

எம்.எஸ்ஸின் மூன்றாவது முக்கிய உபகரணம் முரணியக்க பொருள் முதல்வாதமாகும். இதை மிக விரிவாகவே அவர் பயன்படுத்துகிறார். இங்கே ஒரு விஷயம் குறிப்பிட்டாக வேண்டும். சில வருடங்களுக்கு முன் இ.எம்.எஸ்ஸின் 'இந்தியா – வேதங்களின் நாடு' என்ற நூல் தமிழாக்கம் செய்யப்பட்டது. அப்போது அதற்கு திராவிடர் கழகத்தின் சார்பிலும், சிற்றிதழ் சார்பிலும் மிக மூர்க்கமான எதிர்வினைகள் வந்தன. அவ்வெதிர்வினைகளுக்கு அதன் தலைப்பே காரணமாகியது. அவ்வெதிர்ப்புகளுக்கு உரிய முறையில் பதில் சொல்ல இங்குள்ள மார்க்ஸியரால் இயலவுமில்லை. திராவிட இயக்கத்தவரின் பார்வைகள் எப்போதுமே தட்டையானவை, தத்துவார்த்த கனமற்றவை. அவர்கள் இ.எம்.எஸ்.வேதங்களை புகழ்கிறார், எனவே வேதகாலச் சுரண்டல மைப்பையும் சாதிப்பாகுபாட்டையும் ஏற்கிறார் என்றார்கள். அதற்கு பதில் சொன்ன மார்க்ஸியர்கள் அப்படியல்ல அவர் எங்கெங்கே அச்சமூக அமைப்பை கடுமையாக எதிர்க்கிறார் என மேற்கோள்

காட்டினார்கள். விளைவாக குழப்பமே மிகுந்தது. முரணியக்கம் என்ற தத்துவக் கொள்கை மீதான பரிச்சயமின்மையே இதற்குக் காரணம். இயங்கியல் என்ற சொல்லை முரண்பாடு என்ற ஒலிவரும்படி எப்படி மொழிபெயர்த்து பயன்படுத்தியிருந்தாலும் இக்குழப்பம் தவிர்க்கப் பட்டிருக்கக்கூடும் இ.எம்.எஸ்ஸின் அணுகுமுறையில் முரண்பட்டு முன்னகர்தல் என்ற நோக்கு எல்லா விஷயங்களிலும் செயல்படுகிறது. அப்பட்டமான ஒரு சுரண்டல் அமைப்பு உருவாக்கும் கலை, கலாசாரம் அதை நேரடியாக பிரதிபலிக்கும் பிற்போக்கு சக்தியாக இருக்க வேண்டிய அவசியமில்லை. அவ்வமைப்பின் நேரடியான வாக்கு மூலமாக, கருத்தியல் கட்டுமானமாக அதைக் காண்பது தவறானது. அது அவ்வமைப்பை அழிக்கும், மீறிச்செல்லும், துடிப்பை வெளிப்படுத்துவ தாகவும் அமையலாம். துஞ்சத்து எழுத்தச்சனின் காலகட்டத்தை கேரள வாழ்வின் மிகக் கொடுமையான நிலப்பிரபுத்துவச் சுரண்டல் காலகட்ட மாக காண்கிறார் இ.எம்.எஸ். எழுத்தச்சன் அவ்வமைப்பின் பிரிக்க முடியாத புள்ளி. ஆனால் அவரது இலக்கியப்படைப்புகளே கேரளத்தின் முதல் முக்கியமான முற்போக்கு நகர்வு என்கிறார். கொடுமையான சுரண்டலின் சாரம் விடுதலை உத்வேகமாக மலர்வதை காண்பதனா லேயே குமாரனாசான் போன்ற முற்போக்கு உத்வேகம் மிக்க கவிஞரின் ஆக்கங்களில் நிலப்பிரபுத்துவக் கூறுகள் வலுவான அழகியல் அடிப்படையை அமைப்பதையும் அவர் கண்டடைந்தார். இ.எம்.எஸ்ஸின் ஆய்வுகளைப்பற்றி சொல்ல வரும் பி.கோவிந்தப்பிள்ளை (இ.எம்.எஸ் முழுத்தொகைநூல்கள் பகுதி 2 முன்னுரை) இவ்வாறு சொல்கிறார். ' இ.எம்.எஸ்.கைக்கொண்ட நிலைப்பாடுக்கு இரு கூறுகள் உண்டு. ஒன்று அவர் இன அடிப்படையிலான வரலாற்று ஆய்வுகளை முற்றாக நிராகரிக்கிறார். இரண்டு சமூகத்தை புரட்டிப்போடும் முக்கியமான மாற்றங்கள் ஒருபோதும் வெளித்தூண்டுதலினாலோ பாதிப்பினாலோ வருவதில்லை, அச்சமூகத்தின் உள்ளார்ந்த முரண்பாடுகளின் விளைவாகவே வரும் என்ற மார்க்ஸிய அடிப்படையை அவர் வலியுறுத்துகிறார்.'

பார்வையின் தத்துவார்த்த செறிவு காரணமாகவே இ.எம்.எஸ். தவறாக புரிந்துகொள்ளப்பட்டதுண்டு. ஆனால் அது பெரிதும் அறிஞர்களால் தான் என்பதை எண்ணினால் வியப்பு ஏற்படுகிறது. எளிய வாசகனுக்கு எவ்வித சிரமமுமில்லை. அவரது நடை, சொல்லாட்சிகள் எளியவை. கூறும் தோரணை மிக நேரடியானது. என் இருபது வயதில் எவ்வித சிரமமும் இல்லாமல் அவரது சிக்கலான நூல்களை படித்துச் சென்றிருக்கிறேன். அவ்வறிமுகமே இல்லாத தமிழ்ச்சூழல் அவரை மேடைப்பேச்சு வசைகளால் எதிர்கொண்டமை இயல்பே. இ.எம்.எஸ். இறந்த காலத்தை எப்போதுமே பிற்பட்ட காலமாக உதறி முன்னகர வேண்டிய சுமையாக மட்டுமே பார்க்கும் 'தூய','ஸ்டாலினிஸ'

மார்க்ஸிஸ்ட் என்பதை நினைவில் கொள்ளவேண்டும் . அப்படி முன்னகர தேவையான கருத்துகளை, மனநிலைகளை அந்த பிற்பட்ட சூழலே உருவாக்கி அளித்துள்ளது என்பதும் இன்றைய முற்போக்கு அவற்றின் நீட்சியாக மட்டுமே சாத்தியம் என்பதும்தான் அவர் சொல்லமுனைவது அவரை புரிந்துகொள்ள அவரது இந்த முரணியக்க ஆயுதம் மீதான தெளிவான புரிதல் அவசியம்.

இ.எம்.எஸ்ஸின் பார்வையில் பண்டைய கேரளம்

இ.எம்.எஸ். எழுதிய முதல் முக்கிய நூல் என்ற தகுதிக்குரியது 'கேரளம் மலையாளிகளின் தாய்நாடு' என்ற நூல். அவர் காங்கிரஸ் காரராக இருந்தபோது இரு சிறுநூல்கள் வந்துள்ளன (1917, ஜவகர்லால் நேரு). அவர் கம்யூனிஸ்ட் ஆன பிறகு வெளிவந்த இரு நூல்களுமே கேரள தேசிய தனித்துவம் குறித்தவை என்பதை நாம் கூர்ந்து கவனிக்க வேண்டும். 1943 ல் வெளிவந்த 'கேரள விவசாய இயக்கங்களின் எளிய வரலாறு', 1946 ல் வெளிவந்த 'ஒன்றேகால்கோடி மலையாளிகள்' என்ற இரு சிறுநூல்கள் கேரள கலாசாரத்தை பொறுத்தவரை ஒரு புதிய யுகத்தின் துவக்கப்புள்ளிகளாகும். 1948ல் வெளிவந்த 'கேரளம் மலையாளிகளின் தாய்நாடு' 1948 வரையிலான கேரள கலாசாரத்தின் வளர்ச்சியை விளக்கும் முக்கியமான ஆக்கமாகும். இந்நூலில் இ.எம். எஸ்.கேரள கலாசாரத்தின் வரலாற்றுப்பின்புலம், அதன் தனியடை யாளங்கள், அதன் எதிர்காலத்தின் திசை ஆகியவற்றை மார்க்ஸிய அடிப் படையில் வகுக்க முயல்கிறார். எம்.என்.ராய், ரஜனி பாமி தத், முதலியவர்கள் மார்க்ஸிய அடிப்படையில் வரலாற்றாய்வை நிகழ்த்து வதற்கு முன்னோடியாக அமைந்தார்கள் என்றாலும் அவர்களுடைய ஆய்வுகள் இந்திய வரலாறு என்ற பொதுவான (macro) தளத்தை சேர்ந்தவை. இ.எம்.எஸ்ஸின் வரலாற்றாய்வு கேரளம் சார்ந்த நுண் ஆய்வாகும் (micro) வகையை சேர்ந்தது. அவ்வகையில் அவர் முக்கிய மான முன்னோடி. பின்னாட்களில் வந்த டி.டி.கோஸாம்பி ரொமீலா தாப்பர் முதலிய மார்க்ஸிய வரலாற்றாய்வாளர்களுக்கு அவரே முன்னோடி. ஆனால் துரதிருஷ்டவசமாக அவரை அவர்கள் அவ்வகையில் பொருட்படுத்தவில்லை. அவர்களின் கனத்த ஆய்வுக்கு பின் வந்த முடிவுகள் பலவற்றை கால் நூற்றாண்டுக்கு முன்பே இ.எம். எஸ். தொட்டுவிட்டிருந்தார் என்றாலும். (குறிப்பாக கோசாம்பியில் ஒரு 'வடக்கு முகம்' காணப்படுகிறது என்பது என் கணிப்பு.)

தேசிய, உபதேசிய வரலாறுகளை ஆக்குபவர்கள் 'பக்த' வரலாறு களையே எழுதுவது வழக்கம். குறைந்தபட்சம் அப்படித்தான் அது தொடங்கும். கேரள தேசிய கற்பனையின் முதல் சிந்தனையாளர் இ.எம்.எஸ். என்பதில் ஐயமில்லை ஆனால் அவரது அணுகுமுறை கேரள தேசியவாதிகளைச் சலிப்படைய வைக்குமளவுக்கு நிதானமான

ஒன்று. வரலாறு என்ற புறவய அமைப்பு ஒன்று இல்லை என்றும் வர்க்கங்களின் ஆசைகள் மற்றும் நோக்கங்களுக்கு ஏற்பவே வரலாறு சமைக்கப்படுகின்றது என்றும் இ.எம்.எஸ். சொல்கிறார், பல பிற்கால வரலாற்றாசிரியர்களும் இதை சொல்லியுள்ளனர். கேரள வரலாறு மூன்று அதிகார கோணங்களில் இருந்து எழுதப்பட்டிருக்கிறது என்று இ.எம்.எஸ். வகுக்கிறார். 1. கேரள நில உடைமையாளர்கள் (ஜமீன்கள்) அதாவது முக்கியமாக நம்பூதிரிகள் 2. வெள்ளைய ஆக்ரமிப்பாளர்கள் 3. பிராமணர் அல்லாத இந்துக்கள் மற்றும் ஹிந்துவல்லாதாரிலிருந்து உருவாகி வந்த நவமுதலாளிகள். ‘கேரளப்பழம’, ‘கேரள மகாத்மியம்’ முதலிய ஐதீக நூல்கள் ; கொட்டாரத்தில் பாச்சு மூத்தது, பி.சங்குண்ணி மேனன், வேலுப்பிள்ளை போன்றவர்கள் எழுதிய ‘திருவிதாங்கூர் சரித்திரங்கள்’ போன்றவை முதல்வகைப்பட்டவை. பிரிட்டிஷ் வரலாற்றாய்வாளர்களுக்கு ஐதீக வரலாறுகளை ஏற்கமுடியாது. தங்களுக்கு அடித்தளமாக இருந்த ஜமீன் வர்க்கத்தை நியாயப்படுத்தவும் வேண்டும். ஆகவே அவர்கள் ஐதீகங்களுக்கு புதிய அறிவியல் விளக்கங்கள் அளித்தும் ஜமீன் வர்க்கத்தை நியாயப்படுத்தும் தகவல்களை சேர்த்தும் ஒரு வரலாற்றை உருவாக்கினார்கள். இவ்விரு அதிகார மையங்களையும் எதிர்த்து உருவாகிவந்தது மூன்றாவது அதிகார மையம். இளங்குளம் குஞ்ஞன் பிள்ளை போன்றவர்கள் ஆக்கிய வரலாறு இத்தகையது என்கிறார் இ.எம்.எஸ்.

இதில் முதல் மற்றும் மூன்றாம் தரப்புகளுக்கு இறந்தகாலப் பெருமை மிக முக்கியமானது. தங்களுக்கு இறந்தகாலம் ஆதிக்கத்துக்கான உரிமையை அளிக்கிறது என்று இவ்வரலாறுகள் மூலம் இவர்கள் நிரூபித்தாகவேண்டும். ஆக நான்காவது ஒரு வரலாற்றுத் தரப்பு உருவாகி வந்தாக வேண்டும், பாட்டாளிகளின் வரலாறு. காலகாலமாக வரலாற்றுக்கு வெளியே நிறுத்தப்பட்ட மக்களின், சுரண்டப்பட்ட மக்களின் வரலாறு அது. அதை உருவாக்குவதற்கான முன்வரைவை உருவாக்கவே இ.எம்.எஸ்.முயல்கிறார். கேரளம் இம்மக்களுக்கு உரியது என்ற அடிப்படையில் இவர்களுக்கு அவ்வரலாறு அமைய வேண்டும் என்கிறார். (கேரளம் மலையாளிகளின் தாய்நாடு நான்காம் பதிப்பின் முன்னுரை, மற்றும் கேரளத்தின் தேசியப் பிரச்சினை (ஆங்கிலம், 1952) நூலின் முதல் அத்தியாயம்) ஆகவே பாட்டாளி வர்க் வரலாற்றாசிரியர்கள் முதல் இரு வரலாற்றுத் தரப்புகளையும் புறவய மாக ஆராய்ந்து அவற்றில் ஏற்கத்தக்கவற்றை மட்டும் ஏற்று பிறவற்றை நிராகரித்துவிடவேண்டும் என்கிறார்.

இந்தக் கோணத்தில் தமிழ் சமஸ்கிருதம் என்ற இரு வளமான மரபுகளின் வாரிசான முதிர்ந்த சமூகம்தான் கேரளம் என்ற உரிமைகொண்டாடலை அவர் ஏற்கவில்லை. அவரது முன்னோடியான ஆய்வுநூல் ‘கேரளம்

மலையாளிகளின் தாய்நாடு' இது குறித்த ஆழமான ஐயங்களை எழுப்பியபடியேதான் தொடங்குகிறது. கேரள கலாசாரத்தை சமஸ்கிருதம் நோக்கிச் செலுத்துபவர்கள் ஜமீன்கள், தமிழ் பழைமை நோக்கி செலுத்துபவர்கள் நவ முதலாளிகள். தமிழகத்தில் உருவாகி வந்த திராவிட இனவாத வரலாற்று ஆய்வுநோக்குகளை இ.எம்.எஸ் முற்றிலும் முதலாளித்துவ நோக்கம் கொண்டவை என்றும் அடிப் படையில் பாட்டாளிகளுக்கு எதிரானவை என்றும்தான் மதிப்பிடுகிறார். கேரள இடதுசாரி சிந்தனையாளர்கள் ஏறத்தாழ அத்தனைபேருமே இங்குள்ள திராவிட இயக்க கலாசார அரசியலையும் வரலாற்றாய் வையும் நசிவுப்போக்கு கொண்ட நவ முதலாளித்துவநோக்கு என்றே அடையாளப்படுத்தியுள்ளனர். முக்கியமாக கே தாமோதரன், சி.அச்சுதமேனன் ஆகியோரை சொல்லவேண்டும். சி.அச்சுதமேனன் அவர்களின் இ.வி.ராமஸ்வாமி நாய்க்கர் (1971) என்ற விரிவான கட்டுரை இவ்வகையில் முக்கியமானது. 'திராவிட இயக்கத்தின் சாராம்சம் என்ன? இந்தியாவின் பெருமுதலாளிகளுக்கும் தமிழக பூர்ஷுவாக்களுக்கும் இடையேயான முரண்பாடுதான் அது. ஆனால் இதற்கு மக்கள் ஆதரவு கிடைக்க காரணம் வடக்கிலிருந்து ஒரு ஹிந்தி கலாசாரம் தமிழக மேல் சுமத்தப்பட்டு அதன் புராதனமான கலாசாரம் அழிக்கப்படுகிறது என்று மக்கள் ஐயமுற்றதும் அதற்கு வழிவகுத்த மைய அரசின் பொறுப்பற்ற நடவடிக்கைகளுமாகும். இந்த ஹிந்தி கலாசாரத்தை ஆரிய கலாசாரம் என்று விளக்கி அதற்கு எதிராக ஏற்கெனவே உருவாகியிருந்த இனவாத உணர்வை பயன்படுத்திக் கொண்டது திராவிட இயக்கம்.' ஆகவே திராவிட இயக்கம் உருவாக்கிய தமிழ் பெருமிதங்களையும் அதை கேரள வரலாற்றில் அப்படியே போட்டுப்பார்த்த இளங்குளம் குஞ்ஞன் பிள்ளை போன்ற வர்களின் ஆய்வுகளையும் இ.எம்.எஸ். நிராகரிக்கிறார்.

கேரள தேசிய உருவாக்கத்தில் இ.எம்.எஸ்ஸின் பங்களிப்பு

கேரள தேசியம் என்ற உருவகத்தின் பிதாமகர்களில் ஒருவராக இ.எம் எஸ்ஸை சொல்வது மிகையல்ல. மலையாள இலக்கண ஆசிரியரான ஏ.ஆர்.ராஜராஜ வர்மா, மகாகவி வள்ளத்தோள் நாராயணமேனன், வரலாற்றாசிரியர் இளங்குளம் குஞ்ஞன் பிள்ளை போன்ற முன்னோடி களின் வரிசையில் அவர் வைக்கப்பட வேண்டும். 'கேரளத்தின் சரித்திரத்தையும் கலாசாரத்தையும் பற்றி நான் ஆராய ஆரம்பித்தது 1930களிலாகும். அன்று வளர்ந்து வந்துகொண்டிருந்த மலபார் விவசாயிகள் இயக்கத்திற்கேற்பட்ட பிரச்சினைகளைப்பற்றிய ஆய்வின் நீட்சியாகவே இது நடைபெற்றது . ஜன்மி அமைப்பின் பிறப்பு தத்துவ கலாசார அடிப்படைகள் ஆகியவற்றைப்பற்றி ஆராயவேண்டிய அவசியம் ஏற்பட்டது' என்று இ.எம்.எஸ் குறிப்பிடுகிறார். (இலக்கி

யத்திலும் சரித்திரத்திலும் மார்க்ஸிய கண்ணோட்டம் என்ற கட்டுரை 1970.) இதையொட்டி 1939ல் மலபார் கூட்டுரு சொத்துரிமை சட்டம் பற்றி ஆராய்ச்சி செய்ய மதறாஸ் மாகாண அரசு (சென்னை ராஜதானி) உருவாக்கிய குட்டி கிருஷ்ணமேனன் கமிட்டியில் உறுப்பினரானார். அதில் பெரும்பான்மையினராக இருந்த ஜன்மிகளின் கருத்துக்கு எதிராக விரிவான ஒரு மாற்றுக்கருத்தை இ.எம்.எஸ். பதிவு செய்தார். இது கேரளத்தின் அடிப்படையான உற்பத்தி அமைப்பு பற்றிய ஒரு சித்திரத்தை அவருக்கு அளித்தது. இதைத் தொடர்ந்து அன்று மூன்று பகுதிகளாக (மலபார் ஆங்கில ஆட்சியில் இருந்தது. கொச்சி தனிநாடாகவும் திருவிதாங்கூர் தனிநாடாகவும் இருந்தது.) இருந்த கேரள நிலப்பரப்பை ஒரே ஆட்சிப்பரப்பாக ஆக்கி ஒரு ஒருங்கிணைந்த கேரளத்தை உருவாக்க வேண்டும் என்ற கோரிக்கையை தீர்மானமாக இ.எம்.எஸ். முன்வைக்க கம்யூனிஸ்டு கட்சி அங்கீகரித்தது. உண்மையில் கேரளம் என்ற அமைப்பை பற்றிய முதல் 'அதிகாரபூர்வமான கனவு' இதுதான். இது அன்று எந்த அளவுக்கு அபத்தமாக கருதப்பட்டது என இப்போது ஊகிப்பது கஷ்டம். அக்கருத்தை மக்களிடையே பரப்பும் பொறுப்பை ஏற்றுக்கொண்ட இ.எம்.எஸ். அதன் பகுதியாக எழுதிய துண்டுபிரசுரங்களின் மறுவடிவமே 1945 ல் வெளிவந்த 'ஒன்றேகால் கோடி மலையாளிகள்' என்ற மிகப்பிரபலமான சிறு நூல். இதை நினைவு கூரும் இ.எம்.எஸ் இது பி.சுந்தரய்யாவின் 'விசால ஆந்த்ரா' என்ற நூலுக்கும் பவானி சென் எழுதிய 'நூதன் பங்காள்' என்ற நூலுக்கும்மூலத்தன்மை கொண்டது என்று சொல்கிறார், (அதே கட்டுரை) இதே விஷயத்தை தேசிய அளவில் விவாதிக்கும்பொருட்டு அவர் எழுதிய இரு ஆங்கில நூல்கள் வந்தன. 1952ல் வந்த National Question in Kerla 1966 ல் வெளிவந்த Kerla Yesterday Today and Tomorrow ஆகியவை முக்கியமானவை.

மே 18, 2009

❖

எதிர்வினைகள்

❖

கிறித்தவர்கள்மீதான தாக்குதல்கள்

தன்னுடைய புகழ்பெற்ற சுயசரிதையில் ஹிட்லர் ஜனநாயகத்தின் அடிப்படைகளாக நாம் எண்ணிவரும் பலவற்றை தர்க்கபூர்வமாக நிராகரிக்கிறார். தனிமனிதனின் சிந்தனைத்திறன், மனசாட்சி ஆகிய வற்றை அவர் ஊதித்தள்ளிவிடுகிறார். தனிமனிதர்கள் ஒரு கூட்டமாக ஒன்றிணையும்போது அவர்களின் தனிப்பட்ட அறிவுத்திறன்கள், தர்க்கநியாயங்கள் அனைத்தையும் இழந்து உணர்ச்சிகளால் ஆட்டு விக்கப்படும் அறிவற்ற ஒற்றைப் பெருங்கும்பலாக ஆகிவிடுகிறார்கள் என்கிறார் ஹிட்லர். அத்தகைய கும்பல்களிடமே ஜனநாயகத்தின் அதிகாரம் உள்ளது.

ஆகவே ஜனநாயகத்தில் அதிகாரமையம் என்பது இந்தக் கும்பல் மனநிலையுடன் உரையாடும் சக்தியுள்ளவர்களுக்கே வாய்க்கிறது என்பது ஹிட்லரின் வாதம். ஜனநாயகத்தில் அதிகாரம் என்பது பெரும் வாயாடிகளுக்கு மட்டுமே உரியது என்று வரையறுக்கிறார் ஹிட்லர். பலநூறு கட்டுரைகளை விட ஒரு நல்ல மேடையுரை பிரசார வல்லமை மிக்கது. மேடையுரைகள் எப்படி அதிகாரத்தை உருவாக்குகின்றன என்பதை முதன்முறையாக நடைமுறையில் — அதாவது இலட்சிய வாத நெடி ஏதும் இல்லாமல் – விளக்கியவர் ஹிட்லரே. பிரிட்டிஷ் ஜனநாயகப் பேச்சாளர்கள் மேடையுரை என்பது ஜனநாயகத்தின் அடிப் படைகளை மக்களுக்குக் கற்பிக்கவும் அவற்றை நிலைநாட்டவும் கூடிய ஒரு தொடர்புமுறை என்று சொல்லிவந்தார்கள் என்றால் மேடையுரை என்பது ஜனநாயகத்தில் பெரும் வலிமைபெற்று ஜனநாயகத்தின் அடிப்படைகளை அழிக்கக்கூடிய ஒரு சக்தி என்று ஹிட்லர் காட்டுகிறார். ஜனநாயகத்தின் வழியாகவே ஜனநாயகத்தை அழித்தும் காட்டினார் அந்த கொலைகாரக் கிறுக்கு மேதை.

மேடையுரைக்கு ஹிட்லர் கொடுக்கும் இலக்கணங்கள் மிக நுட்ப மானவை. ஒருபோதும் மேடை உரையை ஒரு விவாதமாக ஆக்க அவர் விரும்புவதில்லை. உரையாற்றுபவன் நம்மில் ஒருவன்தான் என்று ஒருபோதும் மக்கள் நினைக்கக் கூடாது. அவனுடன் அவர்களுடைய தர்க்க புத்தி உரையாடலுக்கு முன்வரக்கூடாது. அவன் அசாதாரண மானவன், அபூர்வமானவன் என்று அவர்கள் நினைக்க வேண்டும். ஆகவே அவன் நின்றிருக்கும் மேடை உயரமானதாகவும், தனி ஒளியில் ஜொலிப்பதாகவும் இருக்கவேண்டும். அதாவது மேடையுரை அம்மேடைமுன் கூடிய ஒவ்வொருவரிடமும் அந்தரங்கமாகப் பேசுவ தாக அமையக்கூடாது. அவர்களை ஒட்டுமொத்தமாக அழைத்துப் பேசக்கூடியதாக இருக்க வேண்டும். அது தன் வேகம் மூலம் தனி மனிதர்களாகக் கூடியவர்களை ஒரு கும்பலாக ஆக்கிவிடவேண்டும்.

அதற்கான சிறந்த வழிகள் பலவற்றை ஹிட்லர் சொல்கிறார். அவரது உரைகளில் இருந்து இன்னும் ஏராளமானவற்றை நாம் ஊகித்தறிய முடியும் என்கிறார் புகழ்பெற்ற உளவியலாளரும் ஹிட்லரை உளவியல் அடிப்படையில் ஆராய்ந்து 'ஃபாசிசமும் பொதுமக்கள் உளவியலும்' என்ற புகழ்பெற்ற நூலை எழுதியவருமான வில்ஹெல்ம் ரீஷ். கூடியிருக்கும் மக்கள் அனைவருக்கும் பொதுவான ஒரு மையப் பிரச்சினையை மட்டுமே பேச்சுக்கு எடுத்துக்கொள்வார் ஹிட்லர். அதை மெல்ல முன்வைத்து மேலும் மேலும் உணர்ச்சிகரமானதாக ஆக்கிக் கொண்டே செல்வார். நாடகத்தன்மையுடன் உரையை கொந்தளிக்கச் செய்து, அறைகூவி, ஆர்ப்பரித்து, கண்ணீர் விட்டு அதன் உச்சத்துக்குக் கொண்டு செல்வார். மேடையுரை என்பது முழுக்க முழுக்க உணர்ச்சி கரமானது என்பதில் ஹிட்லருக்கு ஐயமே இல்லை.

அத்துடன் ஆரம்பம் முதலே மக்களை அதில் உணர்ச்சிகரமாகப் பங்கெடுக்கச் செய்வார். முதலில் கேள்விகள் கேட்டு அவர்களை பதில் சொல்லவைப்பார். 'நம்முடைய தந்தையர் தேசம் ஐரோப்பாவின் மையம் என்பதை நம்புகிறீர்களா?' 'ஆம்! ஆம்!' இந்தவகையில். பின்னர் அந்தக்கூட்டம் தனக்கு எதிர்வினையாற்றச் செய்வார். அவர்கள் கைதட்டவும் கூச்சலிடவும் இடைவெளிகளை உருவாக்குவார். அவர்கள் மெல்லமெல்ல கொந்தளிக்க ஆரம்பிப்பார்கள். ஒரு கட்டத்தில் கூட்டம் வெறிகொண்டு கத்திக்கொண்டிருக்கும். அதைத் தூண்டிவிடும் சில கோஷங்களை மட்டுமே பேச்சாளர் சொன்னால் போதும். ஒரு பெரும் கூட்டத்தில் கால்பங்கினர் உணர்ச்சிக் கொந்தளிப்பு கொண்டால்போதும். மெல்லமெல்ல மொத்தக் கூட்டமே அவ்வுணர்ச்சியை பகிர்ந்து கொள்ளும். அதில் அவ்வுணர்ச்சிக்கு எதிர்நிலை உள்ள ஒருவன் வந்து நின்றால்கூட அவனும் அந்த உணர்ச்சி வேகத்துக்கு ஆளாகிவிடுவான்.

அன்றாட வாழ்க்கை சார்ந்த பிரச்சினைகளை தவிர்த்துவிடுவது ஃபாசிசத்தின் பாணி. அவை ஒருபோதும் ஒரு மக்கள் திரளை கொந்தளிக்க வைப்பதில்லை. கலாசாரம் சார்ந்த விஷயங்களை பேசுபொருளாக எடுத்துக்கொள்வதே அவர்களை கவரும். அவற்றை கனவும் இலட்சிய வாதமும் சார்ந்து உச்சப்படுத்துவார் அவர். பொது எதிரியை உருவாக்குவார். சகல தீமைகளுக்கும் அதுவே காரணம் என்பார். அதன் மீது வெறுப்பை உருவாக்கி தீவிரப்படுத்தியபடியே செல்வார். திரும்பத்திரும்ப ஒன்றைச் சொன்னால் அது பொதுமக்கள் மனதில் உண்மையானதாகவே பதிந்துவிடும். திரும்பத்திரும்பச் சொல்வதற்கு சிறந்த வழி வலியுறுத்த விரும்பும் கருத்தை ஒரு கோஷமாக ஆக்கிக் கொள்வதே. சொற்றொடர் களுக்கு ஓசையொழுங்கை அளிப்பதன் மூலம் அதை செவிகளில் நிறுத்த முடியும். அதன்மூலம் நினைவில் நிறுத்த முடியும். அதன்மூலம் அதை நிலைநாட்ட முடியும்.

ஆனால் மேடைப்பேச்சைவிட பலமடங்கு பிரசார வலிமை உடையவை என்று ஹிட்லர் சிறு சிறு அடிதடிகளையும் கலவரங்களையும் சுட்டிக்காட்டுகிறார். ஃபாசிசம் சிறு குழுவாக இருந்தபோது பொது இடங்களில் திட்டமிட்ட அடிதடிகளையும் கலவரங்களையும் நிகழ்த்தினார்கள். அதன்மூலம் செய்திகளில் இடம்பெற்றார்கள். அவர்கள் சொல்வதை மக்கள் கவனித்து விவாதித்தார்கள். சீருடை, குறியீடுகள் போன்ற பொது அடையாளங்கள் தாங்கி வந்து உணர்ச்சி பூர்வமான கோஷங்களுடன் கலாட்டா செய்வதே ஃபாசிசத்தின் மைய உத்தியாக இருந்தது.

உலக ஜனநாயகத்தில் இன்று மிக அதிகமாகப் பின்பற்றப்படும் தலைவர் என்றால் ஹிட்லர்தான். அவரது வழிமுறைகளை கடைப்பிடிக்காத அரசியல் கட்சிகள் உலகில் மிக மிகக் குறைவே. ஹிட்லரை தீமையின் மானுட உருவமாகச் சித்தரிக்கும் இடதுசாரிகளுக்கும் ஹிட்லரே வழிகாட்டி. ஹிட்லர் என்ற கிறித்தவ சக்தியே நமது இந்துத்துவ அமைப்புகளுக்கும் முன்னோடி.

எழுபதுகளில் சிவசேனையின் வளர்ச்சி இந்துத்துவ அமைப்புகளுக்கு சில புதிய வாசல்களை திறந்தது. ஒரு சிறிய குழுவாக இருந்த சிவசேனை அடிதடிகள் மூலமே புகழ்பெற்றது. அதற்கென நகர்ப்புற 'லும்பன்'களை ஒருங்கிணைத்து அமைப்பாக ஆக்கிக் கொண்டது. கிராமிய தொண்டர் படைகளை நம்பி இருந்த இந்து அமைப்புகளுக்கு நகர்ப்புற லும்பன்களின் பயன்பாடு பிரமிப்பூட்டுவதாக இருந்தது. சாதிய அடையாளம் இல்லாமல் திரளக்கூடியவர்கள் நகர்ப்புற லும்பன்கள். அவர்கள் கிட்டத்தட்ட அடையாளமில்லாதவர்கள், அடையாளமின்மையால் துயரப்படுபவர்கள். அவர்களுக்கு மத இன

மொழி பிராந்திய அடையாளங்களை உருவாக்கி அளிப்பதன் மூலம் அவர்களை எளிதில் திரட்டமுடியும். அதேசமயம் தொண்டர் படைகளுக்கு அளிக்கப்பட வேண்டிய அரசியல் கல்வி எதையும் அவர்களுக்கு அளிக்க வேண்டியதில்லை.

நகர்ப்புற லும்பன்கள் ஏற்கெனவே குற்றம் சார்ந்த ஒரு வாழ்க்கை முறை கொண்டவர்கள். ஆகவே அடிதடி போன்ற குற்றங்களில் தயக்கமில்லாமல் இறங்குவார்கள். உணர்ச்சிகரமாக தூண்டி விடக்கூட வேண்டியது இல்லை – ஆணையிட்டாலே போதும். அவர்களின் அடையாளமின்மை அவர்கள் குற்றச்செயல்களில் ஈடுபட்டபின் அவர்களைப் பாதுகாக்கிறது. அவர்களை தலைமையோ அமைப்போ கட்டுப்படுத்த முடியாது என்பதே சிக்கல். ஆனால் அதைப்பற்றி கவலைப்படாமலிட்டால் அவர்கள் சக்தி வாய்ந்த ஆயுதம். அனைத்தையும் விட ஒரு கட்டத்தில் அவர்களை பயிற்சிபெற்ற குற்றவாளிகளின் படையாக பயன்படுத்தி பொருளியல் சுரண்டல்களில் ஈடுபட முடியும்.

அந்த ஆயுதத்தை தங்களுக்காகவும் இந்துத்துவ சக்திகள் பயன்படுத்திக் கொண்டமையின் விளைவே 'பஜ்ரங் தள்' போன்ற அமைப்புகள். பெயரே சொல்வது போல வால்முளைத்த, தீ வைக்கும், குரங்குக் கும்பல்கள் இவை. பாரதிய ஜனதா வட இந்தியாவில் ஒரு பெரும் சக்தியாக வளார்வதற்கு இந்த அமைப்புகள் உருவாக்கிய அடிதடிகள் மற்றும் கலவரங்களின் பிரசார வல்லமை பெரிதும் உதவியது என்பது வரலாறு.

ஆனால் ஒரு கட்டத்தில் அனுமனைக் கும்பிட்டு காலடியில் ராமன் அமரவேண்டி வந்தது. இன்று இந்த அமைப்புகள் மீது ஆர்.எஸ்.எஸ் அல்லது பாரதிய ஜனதாவுக்கு கட்டுப்பாடே இல்லை என்று சொல்கிறார்கள். அவர்களை விட்டுவிடவோ வைத்துக்கொள்ளவோ முடியாத நிலையில் இருக்கிறது அது. பாரதிய ஜனதா கட்சி அவை உருவாக்கும் அரசியல் லாபங்களை அறுவடை செய்கிறது, அவை உருவாக்கும் தர்மசங்கடங்களை விழுங்க முனைகிறது.

இதைத்தான் இன்று ஒரிஸாவிலும் கர்நாடகத்திலும் கிறித்தவர்கள் மீதான தாக்குதலின் பின்னணியாக நான் காண்கிறேன். ஒரிஸாவின் முழுமையான நிலைமை பற்றி இப்போது நாம் எதுவுமே சொல்ல முடியாது என்பதே என் எண்ணம். ஆங்கில இதழ்களும் அவற்றில் எழுதும் பத்தி எழுத்தாளர்களும் எந்த நாளிலும் உண்மைகளைச் சொல்பவர்கள் அல்ல. அவர்கள் எடுக்கும் நிலைப்பாட்டுக்கு ஏற்ப கூச்சமில்லாமல் எதையும் திரித்துச் சொல்ல அவர்களால் முடியும். இன்னொரு பக்கம் இந்துத்துவ அமைப்புகள் அவர்களின் அரசியல் சார்ந்த உண்மைகளை மட்டும் சொல்கின்றன.

ஒரிஸாவில் கிறித்தவ மதமாற்றம் திட்டமிட்ட முறையில் பெரும் பணபலத்துடன் நடக்கிறது என்றும், மதம் மாறியவர்களும் மாற்று பவர்களும் பூர்வீகப் பண்பாட்டை வெளிப்படையாக இழிவுசெய் கிறார்கள் என்றும் குற்றம்சாட்டும் இந்துக்கள் அங்கே பரவலாக கிறித்தவ அமைப்புகள் மேல் கடும் சினத்துடன் இருக்கிறார்கள். பழங்குடிகளுக்கான இட ஒதுக்கீட்டில் மதம் மாறிய கிறித்தவ தலித்துக்கள் பங்கு கேட்பதனால் அங்குள்ள மலைவாழ் மக்கள் சினம் கொண்டிருக்கிறார்கள். இச்சூழலில் அங்கே கிறித்தவ மதமாற்றத்துக்கு எதிராக பணியாற்றிவந்த லட்சுமணானந்த சரஸ்வதி என்ற துறவி கொல்லப்பட்டார். அந்த நிகழ்ச்சியை முன்வைத்து ஏற்கெனவே கனன்றுகொண்டிருந்த கோபம் கலவரமாக வெடித்தது. அங்கே கிறித்தவ ஆலயங்கள் அழிக்கப்பட்டன. கிறித்தவர்கள் தாக்கப்பட்டு பல்லாயிரம் பேர் முகாம்களில் தஞ்சமடைந்துள்ளார்கள்.

இதற்கு மேலும் விரிவான இன்னொரு பின்புலம் உண்டு. 20 வருடம் முன்பு கந்தமால் பகுதிகளில் நேரடியாகவே பயணம்செய்தவன் என்ற முறையில் என்னால் சிலவற்றைச் சொல்ல முடியும். ஒரிஸா மக்கள் தொகையில் கணிசமான ஒரு பகுதி பழங்குடிகள். அவர்கள் தலித்துக் களையும் விட கீழ்ப்படியில், கடுமையான ஒடுக்குமுறைகளுக்கு உள்ளாகி நம்பமுடியாத வறுமைச்சூழலில் வாழ்கிறார்கள். கடந்த ஐம்பதாண்டு களில் சுதந்திர இந்திய அரசு உருவாக்கிய எந்த நலத்திட்டங்களும் அம்மக் களுக்குச் சென்று சேராமல் உயர்மட்ட சாதிய அமைப்பு முழுமையாகவே தடுத்து வருகிறது. நான் பட்டினியின் மிகப்பயங்கரமான கோலங்களை ஒரிஸாவின் காலகண்டி பகுதியில் கண்டிருக்கிறேன்.

இச்சூழலில் கிறித்தவ அமைப்புகள் உள்ளே புகுந்து அந்த அடித்தள மக்களுக்கு குறைந்தபட்ச பொருளியல் உறுதிகளை அளித்தன, பதிலுக்கு மதமாற்றம் செய்தன. ஒரிஸாவின் கிறித்தவ எண்ணிக்கை சரசரவென்று பெருகியது. எண்பதுகளில் ஒரிஸாவின் பட்டினிச்சாவுகள் தேசத்தை உலுக்கின. அந்தச் செய்திகள்தான் கிறித்தவ அமைப்புகளை அங்கே செல்லவைத்தன. ஒரிஸாவின் கீழ்மட்டத்தில் சமூகத்தளத்தில் ஓர் அசைவை உருவாக்கியவை இந்தக் கிறித்தவ அமைப்புகளே. அந்த மதமாற்றம் கண்டு எச்சரிக்கை அடைந்து ஆர்.எஸ்.எஸ்.ஸின் வனவாசி கல்யாண் கேந்திரா போன்ற அமைப்புகளும் லட்சுமணானந்த சரஸ்வதி போன்றவர்களும் அங்கே பணியாற்ற வந்தார்கள்.

ஆக அரைநூற்றாண்டுகளாக முழுமையாக கைவிடப்பட்டுக் கிடந்த ஒரு மக்கள் சமூகத்துக்கு மீட்பின் ஒளியுடன் வந்தவர்கள் கிறித்தவர்களே. அவர்கள் மதமாற்ற நோக்கம், அதற்குப் பின்னால் உள்ள ஏகாதிபத்திய திட்டம் ஆகியவற்றைப் பற்றி இந்து அமைப்புகள் சொல்வன

வெல்லாம் உண்மை என்று கொண்டாலும் நான் கிறித்தவ அமைப்புகளின் செயல்பாடு மகத்தானது என்றே சொல்வேன். அவர்கள் வராமலிருந்திருந்தால் இன்னும் நூற்றாண்டுகள் அம்மக்கள் பட்டினியில் உருகிக்கொண்டுதான் இருந்திருப்பார்கள். கிறித்தவ மதத்தின் அடிப்படை இயல்புகள் சேவையும் மதமாற்றமும். அவற்றை அவர்கள் செய்வது இயல்பானதுதான்.

அம்மதமாற்றத்தைப் பற்றி கவலை கொண்ட இந்து அமைப்புகளின் செயல்பாடுகளையும் நான் வரவேற்கிறேன். ஒரிஸாவின் சாதிய இறுக்கத்தை குறைக்கவும், அடித்தள மக்களைப்பற்றி அச்சமூக அமைப்பு கவலைகொள்ளச் செய்யவும் அவர்களால் முடிந்தது என்றால் அது சிறப்பானதே. ஆம், கிறித்தவ மதமாற்றத்தை தவிர்க்க மிகச்சிறந்த வழி அவர்களை விட அதிக சேவையை அம்மக்களுக்கு வழங்குவதே. அதில் ஒரு போட்டி உருவானாலாவது அம்மக்களின் ஆயிரமாண்டுகால துயரம் நீங்குமென்றால் அதுவே நிகழட்டும்.

ஆனால் சட்டென்று இந்துத்துவ அமைப்புகள் ‘பஜ்ரங்தள்’ பாணியை இங்கே கையிலெடுத்ததென்பது ஒரே வார்த்தையில் சொல்லப்போனால் அராஜகம். அடித்தள மக்கள் நடுவே இருந்த அவநம்பிக்கையை ஊதி பெரிதாக்கவும் அதன்மூலம் வன்முறையை தூண்டிவிடவும் செய்யப் பட்ட முயற்சிகள் இந்துத்துவ அரசியல் இன்று வந்து நின்றிருக்கும் இடம் எத்தனை கேவலமான ஒன்று என்பதற்கான ஆதாரங்கள்.

ஒரிஸாவில் நிகழ்ந்த கொடிய வன்முறையின் நீட்சியாக கர்நாடகத்தில் நடந்த வன்முறைகளை அராஜகத்தின் உச்சம் என்று சொல்லவேண்டும். இரு மாநிலங்களிலும் பாரதிய ஜனதா ஆட்சியில் இருக்கிறது என்னும் போது இந்த வன்முறைகள் அப்பட்டமான பொறுக்கித்தனம் என்றே பொருள்படுகின்றன. தன் சிறுபான்மையினரை கௌரவத்துடனும் அச்சமில்லாமலும் வாழ வைக்காத ஒரு சமூகம் நீதியின் அடிப்படை களைப் பற்றிப் பேசும் தகுதியை முழுமையாகவே இழந்துவிட்டது என்றே சொல்லவேண்டும்.

ஆனால் இந்த இந்துத்துவ சக்திகள் இந்து ஆன்மீகம் அல்லது இந்து மதம் அல்லது இந்து சமூகத்தின் பிரதிநிதிகள் அல்ல. மிகமிகச் சிறுபான்மையினரான இந்த லும்பன்களுக்கு இந்து விழுமியங்களுடன் எந்தத் தொடர்பும் இல்லை. அதேசமயம் இவர்கள் குறுகிய அரசியல் இலாபங்களுக்காக நிகழ்த்தும் இந்த இழிசெயல்களுக்காக ஒவ்வொரு இந்துவும் நாணித் தலை குனியத்தான் வேண்டும். இதற்கான தார்மீக மான பொறுப்பை இந்து சமூகம் ஏற்றாக வேண்டும்.

‘அப்படியானால் ஒரு சமூகம் அதன் மீதான பண்பாட்டுப் படை யெடுப்பையும், விழுமிய அழிப்பையும் பார்த்துக்கொண்டு சும்மா

இருக்க வேண்டுமா?' என்றார் இந்துத்துவ இயக்கம் சார்ந்த நண்பர் ஆவேசமாக. அந்த சமூகம் உண்மையிலேயே பண்பட்டதாக இருந்தால் அந்தப் பண்பாடு மூலமே அந்தத் தாக்குதலை எதிர்கொள்ளலாமே என்றேன். அதன் மீதான பண்பாட்டுத்தாக்குதலை ஏன் அது தனது குறைகளை களைவதன்மூலம் நேர்மையாக எதிர்கொள்ளக்கூடாது? அதற்கு அநீதி இழைக்கப்படுமென்றால் அந்த அநீதியை ஏன் அது உலகுக்குச் சொல்லக் கூடாது? ஏன் அது கருத்துரீதியாக, தார்மீக ரீதியாக எதிர்த்துப் போராடக்கூடாது? அப்படிப் போராடும் தார்மீக வலிமையை இழந்து, தெருக்குண்டர்களை வைத்துத்தான் அந்தப் பண்பாடு தன்னைக் காத்துக் கொள்ளும் என்றால் அது என்ன பண்பாடு?

ஏதேனும் ஒருவகையில் இந்து என தன்னை உணரும் ஒருவன் உரக்கச் சொல்லவேண்டிய தருணம் இது. இத்தகைய அராஜகத்தை ஒரு போதும் இந்துசமூகம் ஏற்றுக் கொள்ளாது. இந்து மறுமலர்ச்சி இந்த இந்துத்து வர்கள் சொல்வது இந்துமரபுக்குள் முல்லாத்தனத்தைக் கொண்டுவருவது தான் என்றால் நாளடைவில் அது இந்து ஞானமரபின் அடிப்படை விழுமியங்களையே அழிப்பதாகவே மாறும். அடிப்படையில் இந்து மரபை அது நிர்மூலம் செய்யும்.

இந்துத்துவர்களுக்கு ஒரு சொல். உங்கள் நோக்கம் வெறும் அரசியலதி காரமும் ஊழல்செல்வமும் மட்டும் அல்ல என்றால், இந்துசமூகத்தின் வளர்ச்சியும் வாழ்வும் மட்டும்தான் என்றால், இந்த அராஜக வன்முறை உங்கள் அடிப்படை நோக்கங்களையே சீரழிப்பதாகும். உங்கள் தரப்பில் நீங்கள் சொல்லும் எளிய நியாயங்களைக்கூட மதிப்பிழக்கச் செய்வ தாகும். இத்தகைய ஒரு நேரடி வன்முறை நிகழும்போது 'அதற்கான காரணம் என்னவென்றால்...' என்று பேச ஆரம்பிப்பது போன்ற அயோக்கியத்தனம் ஏதும் இல்லை. ஆனால் நீங்கள் பெரும்பாலும் செய்வது அதையே. கற்பழிக்கும் கும்பல்களைக் கொண்டு இந்து தர்மத்தைப் பாதுகாக்க இறங்கியிருக்கிறீர்களா என்ன? உங்கள் மனசாட்சியிடம் கேட்டுக்கொள்ள வேண்டிய கேள்வி இது.

பலவீனமான ஒரு சமூகமே வெற்றுக்குண்டர்களை உருவாக்குகிறது. இந்தத் தாக்குதல்கள் இந்து சமூகம் தார்மீகமாக எத்தனை தூரம் சீரழிந்துள்ளது என்பதற்கான ஆதாரங்கள். அதன் அடிப்படை விழுமியங் களை இழந்து வெறும் அடையாளம் தரித்த வெறிக்கும்பலாக அதை ஆக்கும் ஃபாசிச அரசியலின் வெற்றிக்கான சான்றுகள். இந்த அராஜகக் கும்பல்களுக்கு எதிராகச் சொல்லப்படும் ஒவ்வொரு சொல்லும் நம் பல்லாயிரமாண்டும் பண்பாட்டைக் காக்கும் மந்திரங்கள் என்று சொல்லத்தோன்றுகிறது.

செப்டம்பர் 30, 2008

எம்.எஃப்.ஹுஸேய்ன், இந்து தாலிபானியம்

சுருக்கமான ஒற்றைவரி – இந்துதாலிபானியம். இங்கே பாமியான் சிலைகளை விட ஆயிரம் மடங்கு பெரிய சிலைகளை; கிருஷ்ணன் முதல் காந்திவரை வரிசையாக ஒரு பத்தாயிரம் ஞானிகளை; நிற்கவைத்துச் சுடுகிறார்கள்.

என்ன சொல்ல வருகிறீர்கள் என்று புரியவில்லை. ஒரு ஓவியர், ஹிந்துக்கள் வழிபடும் ஒரு தெய்வத்தை நிர்வாணமாக வரைவார், அதை கண்டிக்காமல், என்ன செய்ய சொல்கிறீர்கள்?

உடனே வரும் ஒரு கேள்வி, எவ்வளவு மடத்தனமாக இருந்தாலும், இதே ஓவியர், மற்ற மத நம்பிக்கைகளை, இப்படி சிதைக்க முன் வருவாரா? இதை கேட்டால், அவர்கள், ஹிந்து பாசிஸ்டுகள்?

கோபிநாத் வெங்கட் ரமணன்

அன்புள்ள கோபிநாத் வெங்கட் ரமணன்,

பொதுவாக மதவெறியர்களிடம் இந்து ஞானமரபைப்பற்றியோ இந்தியதேச வரலாற்றைப் பற்றியோ பேசுவதில் பொருள் இருப்பதாகப் படவில்லை. அவர்களின் மனம் எப்போதுமே விரிவதில்லை, மேலும் மேலும் குறுகுவதே அவற்றின் இயல்பு. ஆனாலும் சில வரிகள்.

இந்துமதம் என்று நாம் இன்று பொதுவாகக் காணும் படிமங்கள், சடங்குகள், வழிபாட்டுமுறைகள், நம்பிக்கைகள் போன்றவை அனைத்துமே இன்றைய தோற்றத்தை பக்தி இயக்கத்தின்போது உருவாக்கிக் கொண்டவை. ஆனால் இவை மட்டும் அல்ல இந்து மரபு. பக்தி இயக்கத்தால் வேற்றுப்பொருள் கொள்ளப்பட்டு உள்ளிழுக்கப்பட்ட

பல ஞான மரபுகள் இந்து மரபில் உண்டு. பக்தி இயக்கத்தால் முற்றாக நிராகரிக்கப்பட்ட மரபுகளும் உண்டு. அவை இப்போதும் இருந்துகொண்டுதான் உள்ளன.

முதல் உதாரணம் சுத்த அத்வைதம். நீங்கள் வழிபடும் சரஸ்வதியின் சிலையும் நமீதாவின் படமும் எனக்கு ஒன்றுதான் என்று ஓர் அத்வைதி சொல்ல முடியும். பரந்தாமனின் சிவந்த கண்ணும் நாயின் சிவந்த குதமும் ஒன்றே என்று சொன்ன யமுனாச்சாரியார் போன்ற வேதாந்திகளை நீங்கள் கேள்விப்பட்டிருப்பீர்கள். ஆயிரத்தைநூறு வருடங்களாக அந்த ஞானமரபு இந்நிலத்தின் சிந்தனையின் சாராம்சமாக விளங்கி வந்துள்ளது. அவர்களை பாமர பக்த வெறியர்கள் கல்லால் அடிக்கவோ கழுவில் ஏற்றவோதான் துடிப்பார்கள்.

அதேபோன்றதே தாந்த்ரீக மரபும். இந்தியாவின் தாந்த்ரீக மரபு பக்தி இயக்கத்தால் வெறுத்து ஒதுக்கப்பட்ட ஒன்று. தாந்த்ரீகத்தின் சடங்குகளும் ஆசாரங்களும் சாதாரணமான ஒரு ஆசார இந்துவுக்கு அதிர்ச்சியையும் கசப்பையும் அளிக்கக்கூடும். கன்னிபூஜையும், யோனிசேவையும், சகசயனமும் பஞ்சமகார வழிபாடும் (மது, மாமிசம், மந்திரம், மாவு, மங்கை) பாமர மனத்தால் உள்வாங்கிக்கொள்ளக் கூடியவை அல்ல.

இந்து ஞான மரபின் உள்வழிகளில் ஒன்றில் புனிதம் எனப்படுவது இன்னொன்றில் புனிதம் அல்ல. ஒன்றில் அபச்சாரம் எனப்படுவது இன்னொன்றில் ஓர் வழிபாட்டு முறையாகவே இருக்க முடியும்.

கொடுங்கல்லூர் பகவதி கோயிலில் சித்திரை மாதம் பரணி நட்சத்திரத்தில் (மீன பரணி உற்சவம்) நாற்பதுநாள் கடும் நோன்பிருந்து, பூரப்பாட்டு என்னும் பச்சைபச்சையான கெட்டவார்த்தைகளால் தேவியை வாழ்த்திப்பாடியபடி பலநூறு கிலோமீட்டர் தூரம் பிச்சை எடுத்து உண்டபடி, நடந்து வந்து வழிபடும் வழக்கம் உண்டு. தாந்த்ரீக மரபு உருவாக்கிய முறை அது. அந்த வழக்கம் நெல்லை சங்கரன்கோயில் ஆலயத்திலும் முன்பு இருந்திருக்கிறது.

பாலியல் இந்து மரபில் எக்காலத்திலும் அருவருப்பானதாக, ஆபாசமானதாக, ஏன் மறைக்கப்பட வேண்டியதாகக்கூட கருதப்பட்டதில்லை. மானுட உடல் என்பது பிரபஞ்ச ஆற்றலின் ரகசியங்கள் உறையும் இடம் என்றும், ஆகவே அது ஓர் ஆலயம் என்றும் அது எண்ணியது. ஆகவே மானுட உடலே பிரபஞ்சத்தின் மாபெரும் குறியீடு என்றது. மானுட உடல்களை உருவாக்கும் பாலியல் ஆற்றலை மூலாதார சக்தி என்று, பிரம்மத்தின் விசையாக பூமியில் இயங்கும் மகாசக்கரம் என்று, வகுத்தது தாந்த்ரீக மரபு.

நம் ஆலயங்கள் முழுக்க உள்ள பாலியல் சிற்பங்களின் காரணம் இதுவே. நாம் ஆண் குறியை செயலாற்றலாக, பெண்குறியை விளை வாற்றலாக வகுத்துக்கொண்டு பிரபஞ்சத்தின் ' கருத்து ஆற்றல்' என்னும் மகத்தான முரணியக்கத்தை புரிந்துகொண்ட ஒரு பண்பாட்டைச் சேர்ந்தவர்கள்.

கோயில்களுக்குப் போய் கும்பிடுவதும், சோதிடம் பார்ப்பதும், பரிகாரங்கள் செய்வதும், சடங்குகளைக் கடைப்பிடிப்பதும் மட்டுமே அல்ல இந்து மதம். பக்தி நெகிழ்வு மட்டுமல்ல இந்து மதம். பிராமணச் சடங்குகள் மட்டுமல்ல இந்து மதம். அது பல்லாயிரமாண்டுகாலமாக உருவாகிவந்த பலநூறு வழிபாட்டுமுறைகள் பல நூற்றாண்டுக்கால மகத்தான தத்துவ, மெய்ஞான விவாதம் மூலம் தொகுக்கப்பட்டு உருவானது. இதை பன்மையாக அணுகும் நோக்கு மட்டுமே இதை புரிந்துகொள்ள உதவும். இதில் புகுத்தப்படும் ஒற்றைமைய நோக்கு இதை அழிக்கும்.

பசுவைக் கும்பிடுவது மட்டும் இந்து மரபல்ல என்று உணருங்கள். பசுவைப் பலிகொடுக்கும் இந்து மரபுகளும் உண்டு. அதர்வண வேதம் முதல் இன்றுவரை நீடிக்கும் மரபு அது. இந்து மரபு இதுவே என சிலர் மேலே அமர்ந்து தீர்மானித்துவிட முடியாது. அது மிகப் பிரம் மாண்டமான ஒரு பண்பாட்டு வெளி.

இத்தனைநாள் இந்த மூர்க்கம் மூலம் நீங்கள் உருவாக்கிய பேரழிவுகள் போதும், இனியாவது இந்த மரபின் பன்மையை புரிந்துகொள்ள முயலுங்கள். உலகில் எஞ்சியிருக்கும் ஒரே பன்மை மதமான இந்து மதத்தை வாழவிடுங்கள். இதையும் ஒற்றைப்படையான வழிபாட்ட மைப்பாக ஆக்கி அழித்துவிடாதீர்கள்.

அதுவும் பாமர மக்களின் உணர்வுகளை தூண்டிவிட்டு அந்த மக்களின் அளவுகோல்களைக் கொண்டு நுண்மையும் விரிவும் கொண்ட இந்து மரபை வரையறுக்கவும் மாறானதை அழிக்கவும் நினைக்கும் செயல் அப்பட்டமான ஃபாசிசம் மட்டுமே.

உங்களுக்கு தெரிந்திருக்காது, இந்து மதத்தின் பெரும்பாலான சிலைகள் தாந்த்ரீகத்தால் உருவாக்கப்பட்டவையே. தாந்த்ரீகம் மேலெழுந்த ஐந்து ஆறாம் நூற்றாண்டுகளில்தான் இன்று நாம் வழிபடும் பல்லாயிரம் சிலைப்படிமங்கள் உருவாயின. தாந்த்ரீகத்தின் கருத்துகளை முன்வைக் கக்கூடிய, ஆழ்மனதுக்கு எடுத்துச்செல்லக்கூடிய குறியீட்டுமொழியின் அலகுகள் அவை, பெரும்பாலான அன்னை தெய்வங்களின் வடிவங்கள் தாந்த்ரீக உட்பொருள் உடையவை.

நிர்வாணம் என்பது நமது மரபில் முழுமையாக, பூரணமாகவே கருதப்பட்டது. நிர்வாணதேவியர் இந்நாட்டின் கோயில்கள் தோறும் நிறைந்திருக்கிறார்கள். பாடல்கள் தோறும் விளங்குகிறார்கள். உங்கள் ஒழுக்கவியல் என்பது விக்டோரிய யுகத்து தூய்மைவாத கிறித்தவர்கள் இங்கே கொண்டுவந்தது. அதை அளவுகோலாகக் கொண்டால் சௌந்தரிய லஹரியையும் அஷ்டபதியையும் உடனடியாக எரித்தாக வேண்டும். யார் கண்டது, ஒருவேளை உங்கள் அடுத்த நடவடிக்கை அதுவாகவே இருக்கும்.

ஹுசெய்னின் சரஸ்வதி அழகிய ஒரு கலைப்படைப்பு. புகைபோலக் கரையும் நளினமும் எழிலும் கொண்ட ஓவியங்கள் அவ்வரிசையில் உள்ளன. முழுக்க முழுக்க அவை இந்திய கலைமரபின் அழகியல் தர்க்கத்திற்குள்ளேதான் அமைந்துள்ளன. இந்துக் கலைமரபின் சிறந்த அம்சங்களை நவீனக்கலைப்பாணிக்குள் இணைத்த படைப்புகள் அவை.

ஹுசெய்னின் ஓவியங்களில் எந்த விதமான ஆபாசமும் இல்லை. மாறாக இந்துக் கலைமரபின் அமைதி பரிபூரணமாகக் கூடி வந்திருக்கிறது. அவர் பிறந்த போரா முஸ்லீம் குலம் இந்தியப் பண்பாட்டின் பல்வேறு அம்சங்களை சுவீகரித்துக்கொண்டது. இந்திய சமூகத்துடன் பண்பாட்டு ஒருமையுடன் வாழ்வது. இந்துப் பண் பாட்டுக்கே ஆழமான கொடைகளை அளித்தது.

இந்தியாவிற்கு அதற்கே உரிய ஒரு கலைமரபு இருந்தது. அஜந்தாவில் அது உச்சம் கண்டது. ஆனால் மேலைக் கலைமரபு அதை வெறும் அலங்காரக்கலை என்று சொல்லி புறக்கணித்தது. இந்தியக்கலைகளின் தத்துவ அடிப்படைகளை முன்வைத்து அந்த எண்ணத்தை உடைத்தவர் ஈழ சைவ அறிஞர் ஆனந்தக் குமாரசாமி. அக்கால கலை எழுச்சியால் இந்தியக் கலையை மீட்கும் முயற்சிகள் எழுந்தன. தேவேந்திர நாத் தாகூர் அதன் முதல்வர்.

நாளடைவில் அந்த மரபு தேங்கியது. படைப்பூக்கமே இல்லாமல் இந்தியாவின் வரைகலைப்பாணியை அப்படியே திருப்பிசெய்வதாக அது மாறியது. ஒரு வகை இந்தியத் தூய்மைவாதமாக அது ஆகியது. அந்தத் தேக்கத்தை உடைத்த பம்பாய் முகாமைச் சேர்ந்தவர் ஹுசெய்ன். தன் ஓவியங்களில் நவீன ஐரோப்பிய ஓவியங்களின் அழகையும் இந்தியக்கலையின் தனித்தன்மையையும் கலந்து இந்திய ஓவியங்களுக்கு சர்வதேச மரியாதையை உருவாக்கியவர். ஐயமின்றி இந்தியக் கலைமேதைகளில் ஒருவர். இந்துக்கலை வடிவங்களை நவீனக்கலைக்குள் கொண்டுசென்றவரும்கூட.

இந்து மரபின் இயல்பே அது தன்னில் இருந்து மேலும் மேலும் புதியவற்றை உருவாக்கும், ஓயாமல் படைப்புக் கற்பனையைத்

தூண்டும் என்பதுதான். தியான மரபில் எளிய அறிமுகம் உடைய ஒருவருக்குத் தெரியும் இது. ஒரு ஞானி சீடனுக்கு தியானம்செய்ய சிலை ஒன்றை சுட்டிக்காட்டினாரென்றால் அவர் அவனிடம் 'இந்தப் படிமத்தை உன் அகத்தில் வளரவிடு' என்றே சொல்வார். இதைக் கும்பிடு என்றல்ல. இதுதான் கடைசிச்சொல் அல்லது வடிவம் என்று வரையறை செய்யும் இறுக்கத்திற்கு இந்து மரபில் இடமில்லை. அத்தகைய மூடநம்பிக்கைகளுக்கு அப்பாற்பட்டது இந்து மரபு.

இந்துமரபின் சிற்பங்கள் எவையுமே நிர்ணயிக்கப்பட்ட வடிவம் கொண்டவை அல்ல. அவை ஒரு மொழியின் சொற்களைப்போல. ஒரு கவிதையின் படிமங்களைப்போல. அச்சொற்களைக்கொண்டு நாம் உரையாடலாம். புதிது புதிதாக படைக்கலாம். நம் தேடலை அதனூடாக முன்னெடுக்கலாம். அதற்குத்தான் அவை உள்ளன.

இந்தியாவெங்கும் கோயில்களில் சிலைகளைப் பார்ப்பதற்கென்றே இருபத்தைந்து வருடங்களாக அலைந்து திரிபவன் நான். இந்தியாவில் எந்த ஒரு சிலையையும் நாம் அதுவரை பார்க்காத கோணத்தில் பார்க்க வாய்ப்புள்ளது. சேலம் அருகே கந்தகோட்டம் என்ற மலைக்குச் சென்றிருந்தபோது நான் அதுவரை பார்க்காத சிலைகளை அங்கே பார்த்தேன். தாந்த்ரீக நூல்களில் இருந்து புதியசிலைகளை உருவாக்கி யிருக்கிறார்கள்.

நமது சிலைகள் தியானத்துக்குரியவை. கற்பனையாலும் உள்ளுணர் வாலும் அகத்தில் வளர்த்தெடுத்துக்கொள்ளப்பட வேண்டியவை. அதற்கு திராணியற்றவர்கள் தொட்டுக்கும்பிட்டுவிட்டுப் போகட்டும். ஆனால் நான் தொட்டுக் கும்பிட்டுவிட்டேன். இனி எவனும் இதை கையாண்டால் கையை வெட்டுவேன் என்று சொல்லும் பாமரத்தனமே ஃபாசிசம் என்பது.

உங்களுக்குத் தெரியுமா நமது தேவியர் அமர்ந்திருக்கும் கோலம் என்பது தாந்த்ரீகர்களின் கண்டுபிடிப்பு. கன்னியரையும் அன்னையரையும் தங்கள் குறி பிளந்திருக்கும் கோணத்தில் நிர்வாணமாக அமரச்செய்து வழிபடுவது தாந்த்ரீக மரபு. அந்தச்சிலைகளே பின்னர் பக்திமரபின் முறைகளுக்குள் புகுந்து பொது வழிபாட்டுருவங்களாக ஆனபோது ஆடைகளுடன் அமர ஆரம்பித்தன. சரஸ்வதியும் லட்சுமியும் அம்பிகையும் எல்லாமே அப்படித்தான்...

அந்தக் கோலத்தில் தரையில் களமெழுதப்பட்டு வழிபடப்பட்ட சரஸ்வதியை நான் கண்டிருக்கிறேன், குமரிமாவட்ட தாந்த்ரீக பூஜை ஒன்றில். சரஸ்வதி நிர்வாணமாக பிரம்மனைப் புணரும் கள வரை படத்தைக்கூட ஒரு தாந்த்ரீக பூஜையில் கண்டிருக்கிறேன்.

மேலே அமர்ந்து சிவனைப் புணரும் காளியின் சிலைகள் இன்றும் வங்கம் முழுக்க உள்ளன. கங்கைக் கரையில் நீங்கள் குறிபிளந்து படுத்திருக்கும் பெண்தெய்வங்களைப் பார்க்கலாம். அந்தக் குறிகளை தொட்டுவணங்கிச் செல்லும் பெண்களைக் காணலாம்.

இன்றும் இந்தியா முழுக்க தாந்த்ரீகம் பல முறைகளில் செயலில் உள்ளது. அந்த மரபை அதற்குள் செல்லாமல் புரிந்துகொள்ள முடியாது. ஓர் இஸ்லாமிய நாடு அல்லது கிறித்தவ நாடு அவர்களை வேட்டை யாடலாம். ஆனால் அத்தனை ஞானமரபுகளுக்கும் இடமளித்த நாடு இது. இடமளித்தாக வேண்டிய ஒரே நாடும் இதுவே. அதனால்தான் இது ஞானபூமி.

ஞானத்தை நிறுவனங்களின் சொத்தாக ஆக்காமல் தனிமனிதத்தேடலின் இறுதிப்புள்ளியாக வகுத்தது இது. ஆகவேதான் நமது சான்றோர் உடன் பாடில்லா நிலையிலும் அவர்களை அனுமதித்தார்கள். ‘சித்தன் போக்கு சிவன் போக்கு’ என்றனர்.

ஏன் முழுமையான மதமறுப்பாளர்களான இறைமறுப்பாளர்களான சார்வாகர்களும் இந்துக்களே. உங்கள் அசட்டு ஒழுக்கவாதம் அத்வைதி களை தாந்த்ரீகர்களை சார்வாகர்களை உங்கள் மதத்தை அவமதிப்ப வர்கள் என்று சொல்லும்.

இந்து தெய்வங்களை ஏன் வரைகிறார் என்றால் இந்துமரபு அதை அனுமதிக்கிறது என்பதனால்தான். அந்த மரபை அவமதிக்கும் விதத்தில், அந்தப்படிமங்களின் சாரங்களை அழிக்கும் விதத்தில் அந்த ஓவியங்கள் இல்லாத நிலையில், அவை கலைப்படைப்புகளாக இருக்கும் நிலையில், அவை ஏற்கத்தக்கவையே. ஏன் இஸ்லாமிய சின்னங்களை வரையவில்லை என்றால் அந்த மதம் அதை அனுமதிக்க வில்லை என்பதனால்.

இஸ்லாமிய மதம் செய்வதே சரி, இந்துமதத்தையும் அதேபோல ஆக்கவேண்டும் என்கிறீர்களா என்ன? நான் அப்படி நினைக்கவில்லை. இந்து மதம் இதே நெகிழ்தன்மையுடன், பன்மைத்தன்மையுடன், தனிப்பட்ட ஞானத்தேடலுக்கும் கலைச்செயல்பாடுகளுக்கும் முழுச் சுதந்திரம் அளிப்பதாக, உலக மதங்களுக்கு ஒரு முன்மாதிரியாக நீடிக்க வேண்டுமென்றே நினைப்பேன். என் மனதில் உள்ள இலட்சிய இந்து நாராயணகுருவே.

இன்று ஹுசேய்னுக்கு எதிராக திரும்பும் நீங்கள் நேற்று ஆனந்த மார்க்கத்தை வேட்டையாடினீர்கள். தலைச்சேரி சித்தாசிரமத்தை வேட்டையாடினீர்கள். ஏன், பாண்டிச்சேரியில் நிர்வாணமாக நடந்து

வந்த திகம்பரச் சமணமுனிகள் மீது பச்சைமலத்தை பொட்டலம் கட்டி வீசியவர்கள் உங்கள் இந்துமுன்னணி இயக்கத்தினர்.

நீங்கள் முன்வைக்கும் இந்த ஒழுக்கவியல் இந்திய ஞானமரபின் மாபெரும் ஞானிகள் பலரை குற்றவாளிகளாக்கும் என்றாவது உங்களுக்கு தெரியுமா? தாந்த்ரீகம் பயின்ற ராமகிருஷ்ண பரமஹம்ஸரை, நாராயண குருவை, அரவிந்தரை நீங்கள் என்ன செய்வீர்கள்?

பல்லாயிரம் நூல்களும் கொள்கைகளும் விவாதங்களும் கொண்ட ஒரு மரபை தெருக்குண்டர்களா தீர்மானிப்பது? இதுதான் இந்துமதம் என வரையறை செய்ய நீங்கள் யார்? உங்களுக்கு அதிகாரமளித்தது யார்? யாருமில்லை. கல்லையும் கம்புகளையும் பயன்படுத்தி, தெருக்குண்டர் களை திரட்டி நீங்கள் அந்த அதிகாரத்தை எடுத்துக்கொள்கிறீர்கள். அந்தக் குண்டர்களுக்குப் புரியக்கூடிய மத தத்துவமோ கலையோ வழிபாட்டுமுறையோ இருந்தால் போதும் என்கிறீர்கள். இதற்குப் பெயர்தான் தாலிபானியம் என்பது.

இஸ்லாமிய தாலிபானியத்தை விட இந்து தாலிபானியம் அருவருக் கத்தக்கது. ஏனென்றால் பலநூறு ஞானமார்க்கங்கள் வன்முறையின்றி ஒருங்கிணைந்து ஞானத்தேடலை நிகழ்த்திய ஒரு மாபெரும் வரலாற்றின் மீது தொடுக்கப்படும் வன்முறை இது.

நவம்பர் 13, 2009

வந்தேமாதரம்

அன்புள்ள ஜெயமோகன்,

வந்தேமாதரம் பாடலை பாடலாகாது என்று இப்போது மீண்டும் உருவாகிவந்திருக்கும் பிரச்சினையைப்பற்றி என்ன நினைக்கிறீர்கள்?

சிவம்

அன்புள்ள சிவம்,

வந்தேமாதரம் பாடுவது இஸ்லாமுக்கு விரோதமானது என்பது இஸ்லாமிய மதகுருமார்கள் தங்கள் மத அதிகாரத்தை அரசியல் தளத்தில் விரிவாக்கம் செய்ய வேண்டுமென்று திட்டமிட்டு உருவாக்கும் ஒரு சர்ச்சை என்றே நான் நினைக்கிறேன். வந்தேமாதரம் பாடல் — அதன் இப்போதுள்ள அங்கீகரிக்கப்பட்ட வடிவம் — இந்திய தேசத்தை வழிபடவேண்டிய கடவுளாக முன்வைக்கவில்லை. அனைவரையும் வழிபடவும் சொல்லவில்லை. அந்தப்பாடலில் இஸ்லாமிய மதம் ஷிர்க் (இணைவைத்தல்) என்று சொல்லும் எதுவும் இல்லை என்பது சமநிலை கொண்ட எந்த இஸ்லாமியருக்கும் கண்கூடாகத் தெரிவதே.

மாறாக அது இந்தியநிலத்தை அன்னைக்கு இணையாகச் சொல்கிறது. ஒருவர் தன் அன்னையை மதிக்கக்கூடாது என்று எந்த மதமும் சொல்லாது. அதேயளவு முக்கியத்துவத்தை தான் முக்கியமாக எண்ணும் ஓர் விழுமியத்துக்கு அளிக்கக் கூடாது என்றும் எந்த மதமும் சொல்வதில்லை. இஸ்லாமிய நூல்களில் குரானை அன்னை என்று சொல்லும் பல வரிகள் உள்ளன என்று கேள்விப்பட்டிருக்கிறேன். நபி அவர்களின் துணைவியரை அன்னை என்று சொல்லும் ஏராளமான வரிகளை நாம் ஒவ்வொரு நாளும் கேட்டுக்கொண்டிருக்கிறோம்.

துருக்கி, எகிப்து முதலிய பல இஸ்லாமிய நாடுகளில் அந்நாடுகளை தந்தைநாடு என்று சொல்லும் மரபு உண்டு. ஐரோப்பாவிற்கு குடியேறும் இஸ்லாமியர் அங்கே அந்நாடுகள் தங்கள் மண்ணை அன்னை என்றும் தந்தை என்றும் சொல்லும் வரிகளை ஏற்றுக்கொண்டுதான் வாழ்கிறார்கள். நைல்நதி எகிப்தில் அன்னை என்றே சொல்லப்படுகிறது. இதெல்லாம் ஒன்றும் மதச் சுதந்திரத்துக்கு எதிரல்ல.

இந்த விவாதம் முதன்முதலில் எவ்வாறு, எதற்காக உருவாக்கப்பட்டது என்பதை நாம் நினைவிற்கொள்ள வேண்டும். காங்கிரஸ் இந்திய மக்களின் பிரதிநிதியாக உருவாகி வந்த நிலையில் இந்தப்பாடல் அதன் உணர்ச்சிநிலைகளின் ஒரு பகுதியாக இருந்தது. பங்கிம் சந்திர சட்டோபாத்யாய 1882ல் எழுதிய 'ஆனந்தமடம்' என்ற நாவலில் உள்ள பாடல் இது. அககால சுதந்திரப்போராட்டத்தின் குரலாக இது தன்னிச்சையாகவே மாறியது. .

இது வங்கமொழியில் அமைந்திருந்த போதிலும் கூட இந்தியா முழுக்க பரவவும் செய்தது. 1896ல் கல்கத்தா காங்கிரஸ் மாநாட்டில் ரவீந்திரநாத் தாகூர் இதை முதல் முதலாக இசையமைத்துப் பாடினார். அதன்பின்னர் இது இந்திய சுதந்திரப்போராட்டத்தின் குரலாக அங்கீகரிக்கப்பட்டது. இந்தியாவின் எல்லா தேசியக்கவிஞர்களும் இதை மொழியாக்கம் செய்திருக்கிறார்கள், பாரதி உட்பட.

இந்தியாவை உடைக்கும் பொருட்டு, காங்கிரஸை ஓர் இந்து அமைப்பாக காட்ட விரும்பிய முஸ்லீம் அடிப்படைவாதிகள்தான் 1920 களில் முதல்முறையாக வந்தேமாதரம் ஒரு இந்துப் பாடல் என்று குற்றம்சாட்டிப்பேச ஆரம்பித்தார்கள். அப்போதே மிக வலுவான சொற்களால் அவர்களுக்கு மாபெரும் இஸ்லாமிய அறிஞர்களே மிகவிரிவாக பதில் சொல்லியிருக்கிறார்கள். ஒருவன் தன் தாயை வணங்குவதென்பது படைப்புசக்தியாகிய அல்லாவுக்கு நிகராக அவளை வைப்பதல்ல, அது ஒரு மரியாதை மட்டுமே. இந்திய முஸ்லீம்கள் சாதாரணமாக தங்கள் வாழ்க்கையில் செய்துகொண்டிருப்பது தான் அது, அதை ஷிர்க் என்று சொல்ல முடியாது என்று வாதிட்டார்கள் அவர்கள்.

ஆனால் அப்பட்டமான மதவெறிப்பிரசாரம் மூலம் அந்தப்பாடலுக்கு எதிரான வெறுப்பு உருவாக்கப்பட்டது. அதைச்சார்ந்து ஒட்டுமொத்த காங்கிரஸூம், ஒட்டுமொத்த இந்துக்களும், ஒட்டுமொத்த இந்தியாவும் இஸ்லாமியர்களுக்கு எதிரானதே என்ற எண்ணம் இஸ்லாமியர்களின் ஒரு சாரார் நெஞ்சில் உருவாக்கப்பட்டது. அந்த வெறுப்புதான் இந்த தேசத்தை துண்டாடியது. கிட்டத்தட்ட அரைக்கோடி உயிர்களை பலிகொண்டது.

அந்த வெறுப்பே மதவெறியை அடிப்படையுணர்வாகக் கொண்ட பாகிஸ்தானிய தேசத்தை உருவாக்கி அரைநூற்றாண்டுக்காலமாக அங்கே ஒவ்வொருநாளும் குருதி சிந்தச் செய்து கொண்டிருக்கிறது. செத்த பிணத்தை பேன்கள் விட்டு நீங்கும். ஆனால் மத அடிப்படை வாதிகள் பாக்டீரியாக்களைப்போல. அந்தப் பிணம் அழுகிய பின்னர் தான் அடுத்ததற்கு பரவுவார்கள். இன்று அந்நாட்டின் முக்கால்பங்கை மதவெறியர்கள் மறைமுகமாக அழிக்கிறார்கள். மீதிக் கால்பங்கை நேரடியாக கைப்பற்றி அழித்துக்கொண்டிருக்கிறார்கள்.

அந்த மதவெறியின் சமகாலத்து நீட்சி என்றே வந்தே மாதரம் குறித்த இன்றைய தடையை பார்க்கிறேன். இது இந்திய இஸ்லாமிய சமூகத்தை தாலிபான் மயமாக்கும் போக்கின் ஒரு படிநிலை மட்டுமே. இந்தியாவின் கோடிக்கணக்கான இஸ்லாமியர்களின் அரசியலை தீர்மானிக்கும் உரிமையை விரல்விட்டு எண்ணக்கூடிய ஒரு மதகுருக்களின் குழு தங்கள் கையில் எடுத்துக்கொள்கிறது. அவர்களின் அதிகாரம் என்பது அடிப்படைவாதத்தின் அதிகாரம். அது உலகம் முழுக்க இஸ்லாமிய மக்களை பெருந்துயரில் ஆழ்த்திக்கொண்டிருக்கும் புற்றுநோய்.

ஜாமாயத் உலமா எ ஹிந்த் அமைப்பு, நவம்பர் 2, 2009 அன்று இப்பாடல்களை இஸ்லாமியர் பாடக்கூடாது என்று பத்வா விதித்திருக்கிறது. இந்த அமைப்புக்கு இந்த அதிகாரத்தை இஸ்லாமியர் ஒட்டுமொத்தமாக அளித்திருக்கிறார்களா என்ன? ஏற்கெனவே ஆல் இந்தியா ஸன்னி உலமா போர்டு போன்ற பல அமைப்புகள் வந்தேமாதரம் ஷிர்க் அல்ல, அதைப் பாடலாம் என்று சொல்லியிருக் கிறார்களே. ஏ.ஆர்.ரஹ்மான் பாடியிருக்கிறாரே? அவர்களை எல்லாம் இவர்கள் என்ன செய்வார்கள்?

வந்தேமாதர எதிர்ப்பின் உள்ளர்த்தத்தை எத்தனைபேர் புரிந்து கொண்டிருப்பார்கள் என்று தெரியவில்லை. வந்தேமாதரத்தை ஏற்க முடியாதென்றால் தமிழ்த்தாய் வாழ்த்தை மட்டும் எப்படி ஏற்க முடியும்? உலகின் நெற்றியாகிய தக்கணத்தில் விளங்கும் திலகத்தை வாழ்த்துவது ஹராம் அல்லவா? இன்று இவர்களின் இந்திய எதிர்ப்புக்கு தமிழ் தேசியம் ஒத்துழைப்பதனால் சும்மா இருக்கிறார்கள். ஆனால் ஓரளவு அதிகாரத்தை இந்த தமிழ்தேசியம் கையாள ஆரம்பித்தால் இந்த முல்லாக்களின் குரல் மா றுபட்டு ஒலிக்கும், ஈழத்தில் ஒலித்தது போல.

வந்தேமாதரத்தை எதிர்ப்பதன் அதே வாதத்தை முன்வைத்து ஓர் இஸ்லாமியனை கம்யூனிஸ்டுக் கட்சியில் சேரலாகாது என்று சொல்ல முடியும். காங்கிரஸில் சேரலாகாது என்று சொல்ல முடியும். அவனது அரசியலை அன்றாட வாழ்க்கையை முழுக்க தீர்மானிக்க முடியும். அந்த இடத்தை இஸ்லாமியச் சமூகம் இந்த மதவெறியர்களுக்கு வழங்கப்போகிறதா என்ன?

எந்த ஒரு மதத்திலும் மதகுருக்கள் அவர்களுக்கான இடத்தில் அமர வைக்கப்படவேண்டும். ஓர் இந்து மதகுரு இப்படிச் சொன்னால் எவரும் அவரை பொருட்படுத்தப்போவதில்லை. ஏனென்றால் இங்கே கட்டுப்படுத்தும் அமைப்பு ஏதும் இல்லை. மதகுருக்களிடம் அரசியலைக் கொடுத்ததன் விளைவை அறுவடைசெய்பவை இஸ்லாமிய நாடுகள் மட்டுமல்ல, நம் கண்ணெதிரே ஸ்ரீலங்காவும்கூடத்தான்.

பத்வா என்றால் அது தண்டனையுடன் இணைந்தது. ஆம், இவர்கள் விடுப்பது ஒரு மதவன்முறைக்கான அழைப்பு. உலகில் பெரும்பாலான இஸ்லாமிய நாடுகளில் மாறிமாறி மசூதிகளில் குண்டு வைத்துக் கொள்ளும் அந்த மதவெறியின் கீழ்த்தரமான முகம் மட்டும்தான் இது. நாளை இது இஸ்லாமியரின் இலக்கியங்கள்பால் திரும்பும். சீறாப்புராணமும் குணங்குடி மஸ்தான் சாகிபு பாடல்களும் எல்லாமே ஏற்கெனவே இங்குள்ள அடிப்படைவாத வெறியர்களால் ஷிர்க் என்று குற்றம்சாட்டப்படுகின்றன என்பதை நினைவில்கொள்ளவேண்டும். அஜ்மீர் முதல் நாகூர் வரையிலான எல்லா தர்காக்களையும் தகர்க்க இவர்கள் நாளை ஆணையிடலாம். அவையும் அனாசாரம் என்றே இவர்களால் சொல்லப்படுகின்றன. இந்த பூமியில் குண்டுகளை கொண்டுவரவே இந்த வெறியர்கள் திட்டமிடுகிறார்கள்.

வந்தேமாதரம் பாடல் ஒரு நாவலில் அந்தத் துறவிகள் பாடுவதாக வருவது. அவர்களின் மதநம்பிக்கை சார்ந்து இந்தியாவை காளியாகவும் துர்க்கையாகவும் வருணிக்கும் வரிகள் அதன் பிற்பகுதியில் உள்ளன. இந்து மதம் எப்போதுமே இறையுருவகங்களை படிமங்களாக பயன் படுத்துவது என்பதை எவரும் அறிவார்கள். கண்ணகியை கொற்றவை என்றார் இளங்கோ. இந்திராவை காளி என்றார் வாஜ்பாய். அவை வழிபாட்டுக்காகச் சொல்லப்பட்டவை அல்ல. அவை அங்கே படிமங் களாகவே பயன்படுத்தப்படுகின்றன. உக்கிரம், வீரம் ஆகியவற்றை குறிக்கின்றன. வந்தேமாதரம் பாடலும் அப்படித்தான் இந்தியாவை நீ காளி, நீ துர்க்கை என்கிறது.

அதில் இருந்து உருவாக்கப்பட்ட இன்றைய தேசியப்பாடல் இஸ்லாமியரின் உணர்வுகளுக்கு மதிப்பளித்து அவர்களுக்காகவே மாற்றியமைக்கப்பட்டது. அதில் எந்த வழிபாட்டுக்குறிப்பும் இல்லை. இந்திய தேசியப்பாடலாக அது இந்திய அரசியல் நிர்ணயசபையால் அங்கீகரிக்கப்பட்டது. அறுபது வருடங்களுக்கும் மேலாக இந்தியாவின் கோடானுகோடி இஸ்லாமியர் உள்ளிட்டவர்களால் பாடப்பட்டும் வருகிறது. இந்திய ராணுவத்திலும் பாடப்படுகிறது.

இந்தத் தடை இந்திய அரசின் ஊழியர்களாக உள்ள இஸ்லாமியர்களை கட்டுப்படுத்துமா? அப்படியென்றால் அவர்கள் உடனடியாக இந்திய

அரசில் இருந்து வெளியேற வேண்டும், அல்லது போராடவேண்டும். இந்திய ராணுவத்தினர் இந்தப்பாடலுக்கு ஒத்துழைக்க முடியாதென்று கலகம் செய்யவேண்டும். உலமா சபை எதிர்பார்ப்பது இதைத்தான்.

'வந்தே' என்ற சொல் வழிபாட்டைச் சொல்வதல்ல என்பது பலநூறு முறை விளக்கப்பட்டிருக்கிறது. சாதாரணமாக ஒருவர் ஒருவரைப் பார்க்கும்போது சொல்லும் 'வந்தனம்' என்ற சொல்தான் அது. வந்தித்தல் என்றால் மதித்தல், உபசாரம் செய்தல் என்று மட்டுமே பொருள். இஸ்லாமியர்கள் சொல்லும் சலாம் என்ற சொல்லுக்கு நிகரானது. 'மா துஜே சலாம்' என்றே அதன் இந்தி- உருது வடிவம் மொழியாக்கம் செய்யப்பட்டுள்ளது. இதெல்லாம் முக்கால் நூற்றாண்டாக விளக்கப்பட்டபின்னரும் புதிதாக இந்த ஃபத்வா கிளப்பப்படுவதன் உள்நோக்கம் வெட்ட வெளிச்சமானது.

இந்தியாவின் இஸ்லாமியர்களின் பிரச்சினைகள் இப்போது இதுவா என்ன? இந்தியாவுக்கு எதிராக இஸ்லாமிய அடிப்படைவாதம் உலகளாவிய போரைத் தொடுத்துள்ள நிலையில், அதன் விளைவாக இஸ்லாமியரை இந்திய மையநீரோட்டத்தில் இருந்து அன்னியப் படுத்தும் மனநிலைகள் உருவாகி வரும் சூழலில், இந்த விவாதம் என்ன வகையான விளைவுகளை உருவாக்கும்? அதையெல்லாம் தெரிந்தே இந்த ஃபத்வாவை உலமா சபை பிறப்பித்துள்ளது. அவர்களின் நோக்கம் இந்திய தேசியத்தில் இருந்து இஸ்லாமியரை மத அடிப்படையில் பிரிப்பதும், இங்குள்ள பெரும்பான்மை-சிறுபான்மை நடுவே கசப்பையும் வெறுப்பையும் வளர்ப்பதும் மட்டுமே.

ஒரு தேசம் கட்டப்பட்டிருக்கும் அடிப்படை விழுமியங்களுக்கு எதிரான அறைகூவல் என்பது அந்த தேசத்துக்கு எதிரான அறைகூவலே. இங்குள்ள கோடிக்கணக்கான மக்களின் வாழ்க்கையை விட இவர்கள் உள்ளூரக் கொண்டிருக்கும் இஸ்லாமிய அகிலம் என்ற அசட்டு ஆதிக்கக் கற்பனையே இவர்களை வழிநடத்துகிறது. தங்கள் மதத்துக்காக இந்தியா என்ற அமைப்பை அழிக்க எந்நிலையிலும் துணியும் நாமே இதில் வெளிப்படுகிறது.

இந்திய தேசிய உருவகத்தைப்பற்றி இந்த இணையதளத்தில் மிக விரிவான கட்டுரைகளை நான் எழுதிவருகிறேன் என்பதை வாசித்திருப்பீர்கள். இந்திய தேசிய உருவகம் என்பது மதம், மொழி, இனம் என்ற எந்த ஒரு இறந்தகால விழுமியத்தில் இருந்தும் உருவாக்கப் பட்டதல்ல. எதிர்காலம் குறித்த கனவில் இருந்து மட்டுமே உருவாகி வந்திருக்கும் ஒன்று. மேலான சகவாழ்வுக்காக அணைத்துப்போகக்கூடிய, சமரசம் செய்யக்கூடிய, விட்டுக்கொடுக்கக்கூடிய, உரையாடக்கூடிய ஒரு தேசிய உருவகமே காந்தி உருவாக்கியது. பல சிக்கல்கள் நடுவே இன்றும் இந்தியாவில் நீடிப்பது அதுவே. அதுவே நமது இலட்சியம்.

ஆனால் அந்த மகத்தான ஒருங்கிணைப்பு தேசிய உருவகத்தின் ஆரம்பநிலை முதலே இஸ்லாமிய வெறியர்கள் அதை இந்துதேசியம் என முத்திரை குத்தி தங்களை அதன் எதிரிகளாக வெளியே நிறுத்திக் கொள்ளவே முயன்றிருக்கிறார்கள். ஒருபோதும் அந்த சமரச நோக்குள்ள நவீன இந்திய தேசியத்துக்கு ஒரு குறைந்தபட்ச நல்லெண்ணத் தைக்கூட அவர்கள் அளித்ததில்லை. இஸ்லாமியர்கள் நம்மவர்கள் என எண்ணும் ஒவ்வொரு இந்தியக் குடிமகனின் முகத்திலும் கடந்த எண்பது வருடங்களாக ஒவ்வொரு தருணத்திலும் காறி உமிழ்ந்து வருகிறார்கள் இந்த இஸ்லாமிய வெறியர்கள். அதை தங்கள் மத உரிமை என்றும் சொல்கிறார்கள். இப்போது இவர்கள் சொல்வதும் இதையே.

இது ஒரு தேசமே அல்ல என்று சொல்லி பிரிவினையை நிகழ்த்திய இஸ்லாமிய மதவெறியர்கள் பிரிவினைக்குப் பின் இங்கேயே தங்கி விட்டனர். இந்தியா தன்னை ஒரு மதச்சார்பற்ற குடியரசாக அறிவித்துக் கொண்டு அதற்கான அரசியலை ஆரம்பித்ததுமே இந்தியாவை ஓர் இந்து தேசியமாக மட்டுமே தங்களால் பார்க்க முடியும் என்று இந்திய முஸ்லீம் லீக் என்ற அமைப்பை உருவாக்கி வெளிப்படையாக அறிவித்தனர். இன்றுவரை இந்தியாவின் இஸ்லாமிய வெறியர்கள் இந்த தேசத்துக்கு எதிராகவே செயல்பட்டு வருகின்றனர். பேசியும் எழுதியும் வருகின்றனர்.

ஐயமிருப்பவர்கள் வெளியே சென்று இன்று வெளிவந்துகொண்டி ருக்கும் எந்த ஒரு இஸ்லாமிய இதழையும் எடுத்துப்பாருங்கள். சமரசம், விடிவெள்ளி, புதியகாற்று அனைத்திலும் மென்மையாகவோ கடுமையாகவோ இந்த நாடும் தேசியமும் அரசும் இஸ்லாமியருக்கு எதிரானது என்ற செய்தியே வேறு வேறு வழிகளில் எழுதப்பட்டிருப் பதைப் பார்ப்பீர்கள். இருபது வருடங்களாக நான் இஸ்லாமிய இதழ்களை வாசிக்கிறேன். ஒரே ஒரு இஸ்லாமிய இதழின் ஒரே ஒரு தலையங்கத்தைக்கூட இன்றுவரை இதற்கு விதிவிலக்காக நான் கண்டதில்லை. இந்த தேசத்தில் பாராட்டத்தக்க ஏதேனும் ஒரு அம்சம் உள்ளது என்றுகூட இவர்கள் எழுதி நான் வாசித்ததில்லை. ஒரு இஸ்லாமிய நாடே தீர்வாகும் என மீண்டும் மீண்டும் இவ்விதழ்கள் அறைகூவுகின்றன.

இஸ்லாம் எந்த ஒரு தேசிய உருவகத்திற்குள்ளும் அடங்காது என்ற அடிப்படைவாத அம்சத்தையே இங்கே நாம் காண்கிறோம். இன்று உலகில் உள்ள எந்த ஒரு தாராளவாத, மதச்சார்பற்ற அரசையும்– ஒன்றைக்கூட! – அவர்கள் தங்களுடையதென ஏற்றுக்கொண்டதில்லை என்ற உண்மை நம் முன் நிற்கிறது. அனைத்தையும் அவர்கள் இஸ்லாமிய எதிர்ப்பு அரசுகளாகவே காண்கிறார்கள். ஒரு தாலிபானிய அரசின் கீழே மட்டுமே அவர்கள் தங்களை குடிமக்களாக உணர்

வார்கள். ஒவ்வொருநாளும் பிற அரசுகளுக்குள் இருந்துகொண்டு அதை சிதிலப்படுத்த உழைப்பார்கள்.

வந்தேமாதரம் சர்ச்சையின் நோக்கம் ஒன்றே. இந்த நாடு தங்கள் மதவழி பாட்டுரிமையை அளிக்க மறுக்கும் ஒரு இந்துநாடு என இங்குள்ள எளிய இஸ்லாமியர் நடுவே ஒரு பிழையான வெறுப்புப் பிரசாரத்தை உருவாக்குவது மட்டுமே. இந்த தேசத்தைத் துண்டாடிய 'மதத்துக்கு ஆபத்து' என்ற கோஷத்தை மீண்டும் கிளப்பி இஸ்லாமியரை தூண்டிவிடுதல்.

இந்த வெறிக்குரலின் பின்னால் அணிதிரள இன்னமும் இந்திய சாமானிய இஸ்லாமியன் தயாராக இல்லை என்பதே இந்நாட்டின் வலிமையாக இருந்து வருகிறது. தன் வாழ்க்கையை சமாதானத்துடன், சகமனித நேயத்துடன் வாழ விரும்பும் சாமானியனே எளிய இஸ்லாமியன். தங்கள் வாழ்வுரிமையும் வழிபாட்டுரிமையும் பாதுகாக்கப்படும் ஒருதேச உருவகத்தை தன்னுடையதென ஏற்கவும், வாழும் மண்ணை தன் மண்ணாக உணரவும் எந்தத்தடையும் இருக்கவில்லை.

ஒரு சராசரி இந்து இந்து தீவிரவாதத்துக்கு எதிரானவனாக இருந்திருக்கிறான், இன்று வரை. அதையே இஸ்லாமியர்களிடமும் அவன் எதிர்பார்க்கிறான். இந்த நாட்டில் எல்லா மக்களும் தங்கள் வழிபாட்டுரிமையுடன், முழுமையான வாழ்க்கையுரிமையுடன் வாழ்வதற்கான ஒரு சூழலை உருவாக்குவது அனைவருடைய கடமை. மதவெறிக்கு இடம் கொடுத்து இந்த தாலிபான்களை தலையில் ஏற்றிக்கொள்வார்கள் என்றால் இஸ்லாமியர் தங்களுக்கும் தங்கள் தேசத்துக்கும் பேரழிவை உருவாக்குபவர்கள் ஆவார்கள்.

இன்றைய இறுக்கமான சூழலில் தேவ்பந்த் உலமா சபை ஃபத்வாவை இஸ்லாமியர்களில் பெரும்பாலானவர்கள் உதறித்தள்ளியிருப்பது நம்பிக்கையூட்டும் செயலாகும். தன் மதத்துச் சாமானியனின் அந்த எதிர்ப்பைக் கண்டு உலமாசபை அதன் கடுமையான நிலைப்பாட்டில் இருந்து பின்வாங்கியிருக்கிறது.

அந்தத் தெளிவு இருக்கும் வரை இந்தியா வாழும். எந்த மதமானாலும் சரி மதத்தை மதவாதிகளிடம் விட்டால் மதம்தான் மிஞ்சும், வாழ்க்கை அழிந்துவிடும்.

நவம்பர் 15, 2009

பசும்பொன்

ஒரு தொன்மம் அல்லது ஆசாரம் அல்லது திருவிழா எப்படி உருவாகி வலுப்பெறுகிறது என்பதற்கான சமீபகால உதாரணம் பசும்பொன் கிராமத்தில் ஒவ்வொரு வருடமும் நவம்பர் 30 அன்று நடைபெறும் தேவர் ஜெயந்தி விழா. நானும் வசந்தகுமாரும் தேவதேவனும் இவ்வருடம் பசும்பொன் போயிருந்தோம்.

தற்செயலாகத்தான் அந்தப் பயணத்திட்டம் அமைந்தது. அக்டோபர் 30 அன்று நண்பர் அ.முத்துகிருஷ்ணனுக்கு திருமணம். உயிர்மையில் ஆக்ரோஷமான அரசியல் கட்டுரைகளை எழுதுபவர். 'மலத்தில் தோய்ந்த மானுடம்' அவரது சமீபத்திய நூல். அதற்கு நான் சென்றிருந்தேன். வசந்தகுமார் சென்னையில் இருந்து வர, தூத்துக்குடியில் இருந்து தேவதேவன் வந்திருந்தார்.

ரயில் நிலையத்தின் மாடியில் அறை போட்டிருந்தார்கள். புதிதாக செப்பனிடப்பட்ட நல்ல அறை. அன்று தேவர் ஜெயந்தி என்பதனால் இப்படி ஒரு திட்டத்தைப் போடலாம் என்று வசந்தகுமார் சொல்லி வண்டிக்கு ஏற்பாடு செய்திருந்தார். மதுரைக்காரரான நண்பர் வெங்கட் கார் ஏற்பாடுசெய்தார்.

காலையில் எட்டு மணிக்கு பசும்பொன் கிளம்பினோம். மதுரை கமுதி சாலை முழுக்க அடையடையாக போலீஸார் அம்மியிருந்தார்கள். நிறைய இடங்களில் வழி திருப்பி விட்டார்கள். பசும்பொன் போகும் சாலையில் திரும்பியதும் போலீஸார் மறித்து 'எங்கே போகிறீர்கள்?' என்றார்கள். 'பசும்பொன்னுக்கு' என்றோம். நம்பாமல் 'சும்மா அப்டி சொல்லிட்டு உள்ள போகப்போறீங்க' என்றார்கள்.

வசந்தகுமார் 'இல்லீங்க... பசும்பொன்னுக்குத்தான் போறம்... உள்ள பாருங்க ரைட்டர்ஸ்... சென்னையிலே இருந்து வராங்க' என்றார்.

உள்ளே எட்டிப்பார்த்தால் வெண்தாடியும் கண்ணாடியும் ஜிப்பாவுமாக தேவதேவன் இருந்தார். இன்ஸ்பெக்டர் நம்பிவிட்டார். 'ரைட் போங்க சார்... கண்ணாடியிலே பிரஸ்னு எழுதி வச்சிருக்கலாம்ல?' என்றார் இன்ஸ்பெக்டர். 'எதுக்குச் சொல்றேன்னா, அங்கங்க அடிதடி நடக்கும் சார். இப்பகூட நாலஞ்சு கேஸ் ஆயாச்சு ...உங்க சேஃப்டிக்காகத்தான் சார்.'

நகருக்குள் கோரிப்பாளையம் தேவர் சிலைநோக்கி நாலைந்து ஊர்வலங்களைப் பார்த்தோம். மஞ்சள்நீர் கொண்ட எவர்சில்வர் செம்புகளை தலையில் ஏந்திய பெண்கள் குலவையிட்டபடி சென்றார்கள். தேவர் சிலைக்கு மஞ்சள்நீர் அபிஷேகம் செய்வார்களாம். முளைப்பாரி ஏந்தியும் சென்றார்கள். எங்கும் தேவர் புகழ்பாடும் பாடல்கள். பெரும் பாலான பாடல்கள் தெம்மாங்குக்கு உரிய இரண்டே ராகங்களில் அமைந்தவை.

மேலே செல்ல செல்ல ஒன்றைக் கவனித்தேன். கிட்டத்தட்ட ஊரடங்கு போலவே இருந்தன சாலைகள். எந்தக்கடையும் திறக்கவில்லை. சாலையோரங்களில் மக்களே இல்லை. ஆங்காங்கே போலீஸ் குவியல்கள். கார்களிலும் வேன்களிலும் டெம்போ டிராவலர்களிலும் லாரிகளிலும் கூட்டம் கூட்டமாக இளைஞர்கள் சென்றுகொண்டே இருந்தார்கள். ஒரு உக்கிரமான களியாட்ட மனநிலை. பெரும்பாலான வண்டிகளின் கூரைமேல்தான் அதிகம் பேர் இருந்தார்கள். தலையில் ஒரு மஞ்சள் ரிப்பன் கட்டியிருந்தார்கள். இரு கைகளையும் தூக்கி கத்தி ஆர்ப்பரித்தபடியே சென்றார்கள்.

அதிகமும் இளைஞர்கள். கிராமப்புறத்து இளைஞர்கள் என்பது பார்த்தாலே தெரியும்படி இருந்தது. சிறுவர்கள்கூட நிறையபேர் இருந்தார்கள். நிறையபேர் உள்ளூர் தேவர் சாதிப்பிரமுகர்கள் அளித்த முத்துராமலிங்கத்தேவர் படம் அச்சிடப்பட்ட பனியன்கள் அணிந்திருந் தார்கள். கிராமங்களைச் சேர்ந்த சிறு சிறு நண்பர் குழுக்களாக வந்திருந்தார்கள். ஆட்டம் பாட்டு நடனம் என்று கொண்டாடியபடி சென்றார்கள்.

போகும் வழியெங்கும் மு.க.அழகிரியின் முகம் கொண்ட பல்லாயிரம் தட்டிகள். தி.மு.க கொடிகள் இடைவெளியில்லாமல் பசும்பொன் வரை இருந்தன. இப்போது ஒரு சடங்கு அங்கீகரிக்கப்பட்டுவிட்டது. ஒரு தலைவர் வரும்போது அவரது கொடிகளைக் கட்டி வரவேற்கிறார்கள். அவர் சென்றதுமே அந்தக்கொடிகளை அகற்றிவிட்டு அடுத்த பிரமு கருக்கான கொடிகளைக் கட்டுகிறார்கள். தலைவர்கள் வந்துசெல்ல தனித்தனி நேரம் ஒதுக்கப்படுகிறது. போகும் வழியில் அ.தி.மு.க கொடிகளை அகற்றிக்கொண்டிருந்தார்கள்.

பசும்பொன்னுக்கு அதிக சிரமம் இல்லாமல் சென்று சேர்ந்தோம். பசும்பொன் சிறிய கிராமம். ஒரு குளத்தில் புதிய மழைநீர் தேங்கியிருந்தது. மழைக்குப்பின் வரும் சுள்ளென்ற வெயில். மண்ணில் இருந்து மழையின் ஈரம் நீராவியாக எழுந்தது. பசும்பொன்னில் நாலைந்து இடங்களில் கொட்டகைகள் கட்டி அன்னதானம் செய்கிறார்கள்.

பலகொட்டகைகளில் 'ரிக்கார்டு டேன்ஸ்' நடந்துகொண்டிருந்தது. பெருங்கூட்டம் சூழ நின்று கூவி ஆர்ப்பரித்து சேர்ந்து ஆடிக்கொண்டி ருந்தார்கள். கிராமியக்கலைநிகழ்ச்சிகளும் நடந்தன. ஆங்காங்கே குழந்தைகளுக்கு மொட்டைபோட்டுக்கொண்டிருந்தார்கள். பெரிய வர்களும் பலர் மொட்டை போட்டுக்கொள்வதைப் பார்த்தேன். மொத்தக்கூட்டமும் பொதுவான முறைப்படுத்தல்கள் இல்லாமல் தன்னிச்சையாக ஆங்காங்கே சிறு குழுக்களாகச் செயல்பட்டுக் கொண்டிருந்தார்கள்.

அங்கே அறிமுகமான ஒருவர் அதிகமும் கொண்டையங்கோட்டை மறவர்கள்தான் அங்கே வந்திருப்பதாகச் சொன்னார். முத்துராமலிங் கத்தேவர் கொண்டையங்கோட்டை இனத்தைச் சேர்ந்தவர். செம்பி நாட்டு மறவர்கள் அதிகமாக வருவதில்லை என்றார். அகமுடை யார்களும் குறைவாகவே வருகிறார்கள் என்றார். உண்மையா என்று தெரியவில்லை. பிறமலைக்கள்ளர்களைப் பொறுத்தவரை கைரேகைச் சட்டத்தை எதிர்த்துப் போராடி விடுதலை வாங்கித்தந்தார் என்பதனால் அவர்களும் தேவரை வணங்குகிறார்கள்.

தேவர் சமாதி ஒரு கோயில் போல் இருக்கிறது. தேவர் துறவியாக இருந்தவராதலால் சைவ முறைப்படி சமாதியிடத்தில் ஆலயம்கட்டி வழிபட்டு வருகிறார்கள். நம்ப முடியாத அளவுக்கு கூட்டம். அலையலையாக. கைகூப்பியபடி கண்ணீர் கசிய பரவச நிலையில் வயதான பாட்டிகள் எல்லாம் வரிசையில் நின்றுகொண்டிருந்தார்கள். அந்த உணர்ச்சிவேகம் அங்கே எங்கும் நிறைந்திருந்தது. அந்த நீள்வரிசையைத் தாண்டி உள்ளே போக முடியும் என்றே படவில்லை. நாங்கள் திருமணத்துக்கு திரும்பி வரவேண்டும். ஆகவே இன்னொரு நாள் கூட்டமில்லாத அன்று வரலாம் என்று திரும்பிவிட்டோம்.

திரும்பி வரும் வழியில் சாலையோரம் அமர்ந்து புளிசாதப்பொட்டலங் களை பிரித்து சாப்பிட்டோம். நான் வரும்போது மதுரையில் எந்தக் காலத்திலும் அத்தகைய இனிய பருவநிலை நிலவியதில்லை. வானம் மேகங்களுடன் மூடியிருக்க குளிர் காற்றும் சிறு தூறலுமாக இருந்தது.

எந்த ஒரு மக்கள்கூடுகையும் ஜனநாயகச் செயல்பாடுகளுக்குச் சாதகமானதே. தேவர்சாதியை அரசியல் பிரக்ஞைக்கு கொண்டுவந்தவர் என்ற

முறையிலும் அவர்களின் ஒற்றுமைக்கும் உரிமைக்கும் சுயநலமில்லாது போராடியவர் என்ற முறையிலும் அம்மக்கள் முத்துராமலிங்கத்தேவர் மீது கொண்டிருக்கும் பெரும் பற்று மரியாதைக்குரியது.

ஆனால் தேவர் அச்சாதிக்குள் தன்னை ஒடுக்கிக்கொண்ட ஒரு சாதித் தலைவராக இருக்கவில்லை. அவர் ஒரு தேசியத்தலைவர். 'தேசியமும் தெய்வீகமும் என் இருகண்கள்' என்று அறிவித்தவர். அந்தப் புரிதல் அங்கே வந்த மக்கள்திரளுக்கு இருக்கிறதா என்ற ஐயம் ஏற்பட்டது. அந்தத் திருவிழாவில் எங்குமே தேவர் அவர்களின் கருத்துகளையும் அரசியல் பணியையும் வாழ்க்கை வரலாற்றையும் விளக்கும் ஒரு நிகழ்ச்சியோ, கண்காட்சியோ, ஏன் அறிவிப்புகளோகூட கண்ணில் படவில்லை. அவரைப்பற்றிய நூல்களோ அவர் ஆற்றிய உரை களடங்கிய நூல்களோ விற்பனைக்கு வைத்திருக்கவில்லை. ஒரு தலை வரை அவரது கருத்துகள் வழியாக மக்கள் அறிவதே முறையானது. அதற்கான வசதிகள் அங்கே செய்யப்படவில்லை.

மதுரை ஆலயத்தில் தலித்துக்களை அழைத்துக்கொண்டு ஆலயப்பிர வேசம் செய்தவர் தேவர் என்பது வரலாறு. அந்த வரலாறு அந்த இளைஞர்களுக்குச் சொல்லிக்கொடுக்கப்பட்டிருக்கும் என்றால் அவர்களில் ஒருசிலர் கிளப்பிய சில வெறிகொண்ட வெறுப்புக் கோஷங்களை எழுப்பியிருக்கமாட்டார்கள்.

க.சந்தானம், தி.செ.சௌ.ராஜன், சட்டநாதக் கரையாளர் போன்ற பலருடைய வாழ்க்கை வரலாறுகளில் தேவர் குறிப்பிடப்படுகிறார். உருக்கு போன்ற மன உறுதியும் கட்டுப்பாடும் கொண்ட மனிதராக அவரைச் சொல்கிறார்கள். அந்தக் கட்டுப்பாட்டை அவரது பிறந்தநாளில் கடைப்பிடித்தல்தான் அவருக்குப் பெருமை சேர்க்கும் என்று பட்டது. ஒரு தேசியத்தலைவரின் பிறந்தநாளன்று சாலைகளில் தென்பட்ட பீதி ஒரு நல்ல விஷயம் அல்ல. தேவர் அவர் தேசத்துக்குச் செய்த தியாகங்களுக்காக அத்தனை சாதியினராலும் இந்தியாவில் உள்ள அத்தனை மக்களாலும் மதிப்புடனும், அவர் தங்களுக்கும் தலைவர் என்னும் பிரியத்துடனும் நினைவுகூரப்படுவதே அவருக்குச் செய்யும் நியாயம் ஆகும்.

தன்னிச்சையாக ஆரம்பித்த ஒரு விழா மெல்ல மெல்ல ஒரு திருவிழா வாக ஆகிவிட்டிருக்கிறது. உட்பிரிவுகள் ஊர்ப்பிரிவுகளை எல்லாம் மறந்து மக்கள் ஒருங்கிணைவது மிகச்சிறந்த ஒரு விஷயம். சரியான வழிகாட்டல் இருந்தால் அம்மக்கள் தங்கள் ஜனநாயக உரிமைகளைப் பெறவும், கல்வி தொழில் போன்ற பல துறைகளில் ஒருங்கிணைந்து வெற்றி பெறவும் அந்த மனநிலை உதவக்கூடும். எந்த ஒரு மக்கள் எழுச்சியையும் சரியாக வழிநடத்தினால் ஆக்கபூர்வமான சக்தியாக ஆக்க முடியும். அதைச்செய்யும் தலைவர்கள் அவர்களில் இருந்து உருவாகி வரவேண்டும்.

விவாதங்கள்

திராவிட இயக்கம், இந்துத்துவம் – ஒரு கடிதம்

திராவிட இயக்கமும், இந்துத்வா இயக்கமும் இந்த நாட்டின் இயற்கையான வெளிப்பாடுகள். இந்த வரலாற்று சமூக சூழ்நிலையின் வெளிப்பாடுகள். இது போன்றதொரு பண்பாட்டு அடிப்படைவாதம் வேறு நாடுகளில் தோன்றியிருக்கலாம், ஆனால், இங்கே தோன்றியதன் காரணமும், அதன் பரிமாணங்களும், அதன் நீட்சிகளும் வேறானவை. அவற்றை ஒற்றைப் பரிமாணத்தில் அடைக்கவே இப்படிப்பட்ட மேற்கத்திய 'காப்பி' என்ற அடைச்சொல் உதவும்.

துகாராம் கோபால் ராவ்
(எழுத்தும் எண்ணமும் இணையக்குழுவில் இருந்து)

துகாராம்,

திராவிட இயக்கம், இந்துத்துவ இயக்கம் ஆகியவற்றைப் புரிந்து கொள்ள அவற்றை நம் வரலாற்றுப் பின்புலத்தில் வைத்துப் பார்க்க வேண்டும். இந்துமத மறுமலர்ச்சிக் காலகட்டத்தின் நீட்சியே இந்திய தேசிய மறுமலர்ச்சி. அதன் ஒருவகை அரசியலாக்கமே இந்துத்துவம். மூன்றையும் பிரித்துப் பார்ப்பதே வரலாற்று நோக்கு. மூன்றையும் ஒன்றாகப் பார்த்தால் எழும் சிக்கல்கள் பல. ஆங்கிலக் கல்வி வழியாக உலக சிந்தனைகள் அறிமுகமானபோது அதன் ஒளியில் இந்து மதத்தைத் தொகுத்துப் பார்க்கும் நோக்கு 18ஆம் நூற்றாண்டில் உருவானது. அதற்கு அப்போது இந்துமத மூலநூல்கள் ஆங்கிலம் வழியாகக் கிடைக்க ஆரம்பித்தது ஊக்கமூட்டியது. மேலைநாட்டுப் பண்பாட்டுப் படையெடுப்பை எதிர்கொள்ள தங்களை ஒருங்கிணைத்துக்கொள்ள வேண்டிய தேவை ஏற்பட்டது. விளைவாக

உருவானதே இந்துமத மறுமலர்ச்சி. ராஜாராம் மோகன்ராய் (பிரும்ம சமாஜம்) தயானந்த சரஸ்வதி (ஆரிய சமாஜம்), ராமகிருஷ்ண இயக்கம், நாராயண குருவின் இயக்கம் முதலியவை அதன் வழிகள்.

இவற்றின் பொதுவான கூறு என்பது இந்துமதத்தின் சடங்கு வழிபாட்டு அமைப்புக்கு மேலாக இந்துமதத்தின் தத்துவ / மெய்ஞான அமைப்பை முன்னிறுத்தியதே. தத்துவத்தின் ஒளியில் நடைமுறையில் இருந்த மூடநம்பிக்கைகள், பழஞ்சடங்குகள், பேதங்கள் ஆகியவற்றைக் களையும் சீர்திருத்தங்களை இவர்கள் செய்தார்கள்.

இந்துமத மறுமலர்ச்சி இந்திய தேசிய மறுமலர்ச்சிக்கு வழிவிட்டது. இந்தியா தன் அரசியல் பாகுபாடுகளை மீறி ஒரு தேசமாக பண்பாட்டு ரீதியாகக் கண்டுகொண்டது. பண்பாட்டு தேசியம் முதலில் உருவானது. அரசியல் தேசியம் பிறகு பிறந்தது. திலகர் பண்பாட்டு தேசியத்துக்கான குரல், கோகலே அரசியல் தேசியத்துக்கான குரல்.

இந்தப் பண்பாட்டு அடிப்படைகளை மேலைநாடுகளில் உருவாகி வந்த 'பண்பாட்டு அடிப்படைவாத அரசியலாக' மாற்ற முடியும் என்ற கண்டு பிடிப்பின் விளைவே இந்துத்துவம். 1. ஒரே குழுவாக பொது அடையாளத்தின் அடிப்படையில் திரள்தல். 2. பொது எதிரியை கட்டமைத்தல். 3. உக்கிரமான பிரசாரம் மூலம் அதை அரசியலதிகாரமாக மாற்றுதல்.

திராவிட இயக்கத்தின் பின்புலம் நமது தமிழியக்கம். அதற்கு ஒரு கலாசாரப் பின்னணி உண்டு. ஒட்டுமொத்த இந்தியாவுக்கும் உரிய பொதுப் பண்பாட்டுக்கு மேலாக தென்னிலத்துக்கு தனியான பண்பாட்டு அடையாளம் உண்டு. அதைத் தக்க வைப்பதற்கான போராட்டத்தை நம் பண்டை இலக்கியமெங்கும் காணலாம்.

உதாரணமாக தென்கலை வைணவம். திராவிடவேதம் செய்தவர் நம்மாழ்வார் என்ற கூற்றுக்கு உள்ளே பெரியதோர் பண்பாட்டு எதிர்ப்பு உண்டு. இது வேதத்தை ஏற்று தன் வேதத்தை உருவாக்கும் இருபாற்பட்ட செயலாகும். இது சைவத்திலும் உண்டு.

இந்து மறுமலர்ச்சிக் காலகட்டத்தில் இந்து தத்துவ மையம் வலியுறுத்தப்பட்டபோது இந்துமதத்தில் உள்ள வட்டார தனித்துவங்கள் கீழே அமுக்கப்பட்டன. அதன் விளைவாக அந்த மைய ஓட்டத்துக்கு எதிரான போக்குகள் வலிமை பெற்றன. சைவ மறுமலர்ச்சி, தனித்தமிழ் இயக்கம் ஆகியவை அவ்வாறு உருவானவையே.

அவ்வியக்கத்தின் கருத்துகளை 'பண்பாட்டு அடிப்படைவாத அரசியலாக' மாற்றமுடியும் என்ற கண்டுபிடிப்பின் விளைவே திராவிட இயக்கம். அதன் இயக்கமுறையும் அதுவே.

முன்னால் உள்ள பண்பாட்டு இயக்கங்களை இவ்வரசியல் இயக்கங் களில் இருந்து பிரித்தே பார்க்க வேண்டும். ஆனால் அது கஷ்டம். ஏனென்றால் அவை அப்பண்பாட்டியக்கத்தின் கோஷங்களை கடன் வாங்கி தாங்களும் ஒலிப்பவை. அதன் 'உண்மையான' நீட்சி தாங்களே என சொல்லிக் கொள்பவை. மேலும் அப்பண்பாட்டியக்கத்தின் கடைசித் தூண்களில் சிலரே இங்கு வந்து சேர்ந்திருப்பார்கள்.

பண்பாட்டியக்கங்களின் உருவாக்கத்தில் மேலைநாட்டு கருத்தியல் தூண்டுதல் உண்டு. இந்த அரசியலியக்கங்கள் மேலைநாட்டு பண்பாட்டு அடிப்படைவாத அரசியலை அப்படியே 'காப்பி' அடிப்பவை.

ஜெ

அன்புள்ள ஜெயமோகன்,

திராவிட இயக்கம், இந்துத்துவ இயக்கம் ஆகியவை அரசியல் ரீதியில் காப்பி என்பது ஒப்புக்கொள்ள இயலாதது.

இந்துத்துவ இயக்கம் பற்றிய தெற்கு மாநிலத்தவரின் புரிதலுக்கும் வடக்கு மாநிலத்தவருக்கு இருக்கும் புரிதலும் வெவ்வேறானவை என்பதை சொல்வதோடு நிறுத்திக்கொள்கிறேன்.

ஒரு காலகட்டத்தில் ஒரு சமூகம் ஒரு இயக்கத்தின் போதாமையை கண்டுகொள்ள ஆரம்பிக்கிறது. அதுவே இன்னொரு இயக்கத்தின் (வளர்ச்சியாக அமைகிறது. பிரசாரங்கள் மட்டுமே இயக்கத்தை கட்டும் என்பதற்கும், மக்களே இயக்கத்தை உருவாக் கிறார்கள் என்பதற்கும் இடையில்தான் உண்மை இருக்கிறது.)

ஆகவே, திராவிட இயக்கம் ஒரு சிலரின் 'கண்டுபிடிப்புகளால்' மட்டுமே கட்டமைக்கப் படவில்லை. அதற்கான தளம் இங்கே மக்களால் கொடுக் கப்பட்டது. அதற்கான தேவையை இங்கே மக்கள் உணர்ந்திருக்கிறார்கள். அதன் தேவையின்மை வரும்போது (ஜனநாயகம் மிச்சமிருப்பின்) அது உதறப்படும் என்றே நினைக்கிறேன்.

தேசிய கட்டமைப்பு என்பது மனித சிந்தனை. அது ஜாதி, ட்ரைப், மொழி, மதம் ஆகிய உபகரணங்களால் கட்டமைக்கப்பட்டே வந்திருக்கிறது. அடிப்படையில் அது ஒரு தற்காப்பு மனித உத்தி. அதனை எங்கிருந்தும் யாரும் காப்பியடிக்க தேவையில்லை என்பதே என் கருத்து.

துகாராம்
பிப்ரவரி 13, 2008

பெரியார் - ஒரு கடிதம்

அன்புள்ள நண்பர், ஜெயமோகன் அவர்களுக்கு, அறிவழகன் அன்புடன் எழுதுவது, தங்கள் மேலான கருத்து என்று ஒன்றை, ஒரு வார இதில் பார்த்தேன், 'தந்தை பெரியாரை நீங்கள் ஒரு தமிழினத் தலைவராக ஏற்றுக்கொள்வதில்லை என்று.'

அய்யா, நீங்கள் ஏற்றுக்கொண்டாலும், இல்லையென்றாலும் அவர் தமிழினத்தின் இணையற்ற தலைவர்தான். அவர் நேரடியாக தமிழுக்கும், தமிழர்க்கும் செய்த பணிகள் உங்கள் கண்களுக்கு தெரியவில்லை என்றால், அவர் மறைமுகமாக தமிழுக்கும், தமிழர்க்கும் செய்த பணிகளை நான் பட்டியல் இடுகிறேன்.

அய்யா, கல்வியும், சமூக நிலைப்பாடும், பொருளாதார வாய்ப்பும் இன்றி தவித்த ஒரு சமூகத்திற்கு அவர் தான் கலங்கரை விளக்கம், அவர் வந்து சொன்ன பிறகுதான் உரிமை என்றால் என்ன, வாய்ப்புகளை பற்றிக்கொண்டு எப்படி நாமும் பொருளாதார, சமூக முழுமை பெற்ற வாழ்க்கை வாழ முடியும் என்ற உண்மை உணரப்பட்டது.

வீதிகளில் நடக்கக் கூட உனக்கு உரிமை இல்லை என்று காலம் காலமாய் சொல்லப்பட்டு, அதையே உண்மை என்று நம்பிய ஒரு கூட்டம், இல்லை நாமும் நமது குடும்பமும் தலை நிமிர்ந்து இந்த சமூகத்தில் வாழ முடியும் என்ற நம்பிக்கையை அவரது இருப்புதான் உறுதி செய்தது.

கடவுளரின் பெயரால், சந்தியில் நிறுத்தப்பட்டு, சாதியின் பெயரால் சங்கு நெரிபட்டு கிடந்த ஒரு கூட்டம், இல்லை இல்லை எனக்கும் உரிமை இருக்கிறது என்று உணர முற்பட்டதே அய்யாவின் வரவுக்கு பின்னர்தான்.

நீங்கள் எல்லாம் அறிந்தவராய் இருக்கலாம், நூல்கள் பல படித்து ஆய்வுகள் பல செய்து அய்யாவைப் பற்றி அறிந்தவராக இருக்கலாம், ஆனால்

எங்களைப் போன்ற அடிமைக் குடும்பங்களில் பிறந்து, இன்று நாங்களும் பொருளாதார விடுதலை பெற்று, சமூக விடுதலைக்காக நீண்ட போராட்டத்தில் இருக்கும்போது, எங்களுக்கும் எங்களைப் போன்ற லட்சோப லட்சம் ஏழை தமிழர்களுக்கும் அவர் தாம் அய்யா தலைவர், எங்களுக்கு மட்டுமில்லை, இன்று தமிழகத்தில் இருக்கும் எந்தவொரு அரசியல் அமைப்புக்கும், தலைவருக்கும் அவர்தான் அய்யா ஈடு இணையற்ற, ஒப்பற்ற தலைவர்...

இன்று மட்டுமல்ல, என்றென்றும் அய்யா பெரியார்தான் எங்கள் தமிழினத்தின் ஒரே தலைவர்.

வாழ்க பெரியார் புகழ்.

அன்புள்ள நண்பருக்கு,

உங்கள் கோபத்தை நீங்கள் நேரடியாக ஆனால் மரியாதையாகக் காட்டியிருக்கும் விதம் மகிழ்ச்சி அளித்தது.

இன்று உங்கள் கடும்சினத்துடன் என்னால் விவாதிக்க முடியாது. ஆனால் நான் சொல்லும் சில விஷயங்களை மட்டும் உங்கள் மனதுக்குள் இப்போது குறித்துக் கொள்ளுங்கள். இன்னும் சற்று நாள் கழித்து, இன்னும் சற்று ஏற்புள்ள மனநிலையில் இவற்றை நீங்கள் யோசித்துப் பார்க்கலாம்.

நீங்கள் ஒரு தலித் என நான் ஊகிக்கிறேன் – உங்கள் வரிகளில் இருந்து. ஆகவே அந்தக் கோணத்திலேயே பேசுகிறேன்.

இந்திய தலித்துக்களின் நெடிய விடுதலைப்போராட்டத்தை நீங்கள் ஒரே ஒரு மனிதரில் கொண்டுவந்து நிறுத்துகிறீர்கள். உண்மையில் இந்த வரிகளை பல தலித் இளைஞர்கள் சொல்லிக் கேட்டிருக்கிறேன். அவர்கள் அப்படிச் சொல்லும்படி கற்பிக்கப்பட்டிருக்கிறார்கள். மீண்டும் மீண்டும் உரக்கச் சொல்வதன்மூலம் அப்படியொரு வரலாறு தமிழகத்தில் கற்பிதம் செய்யப்பட்டிருக்கிறது. தலித்துக்களின் போராட்ட வரலாற்றைக் கூட பிறரே உருவாக்கி அளிக்கும் தமிழக நிலை பற்றி மட்டும் சற்று சிந்தியுங்கள். அப்படி அளிப்பவர்கள் எவருமே தலித்துக்கள் அல்ல.

நண்பரே, மனச்சார்புகள் இல்லாமல் உண்மைதேடும் நோக்குடன் வரலாற்றை எடுத்துப் பார்த்தால் இந்திய நிலமானிய முறையின் (Feudalism) பலியாடுகள் தலித்துக்கள் என்பது தெரியவரும். உலகில் எங்கெல்லாம் நிலமானியமுறை இருந்ததோ அங்கெல்லாம் இதேபோல நிலஅடிமைகள் இருந்திருக்கிறார்கள். நிலஅடிமைகள்

இல்லாமல் நிலமானிய முறை இல்லை. ஆகவே நிலஅடிமைகள் இல்லாத நாடோ சமூகமோ உலகில் இல்லை. ஒவ்வொரு அடிமை முறையும் ஒவ்வொரு வகை. ஒவ்வொரு அமைப்புக்கும் அதற்கான தத்துவங்களும் நம்பிக்கைகளும் உண்டு. இந்திய அடிமை முறை சாதியடிப்படையினால் ஆனது.

நிலமானிய முறை உலகநாகரிகத்தின் வளர்ச்சிப்பாதையில் ஒரு கட்டம். மானுட வரலாற்றின் ஒவ்வொரு கட்டத்திலும் ஒரு சிறப்பும் அதேயளவுக்கு இழிவும் சரிசமமாகக் கலந்திருக்கும். உலகநாகரிகத்தின் தொட்டில் களான எகிப்தும் கிரேக்கமும் குரூரமான அடிமைமுறை மூலம் உருவாக் கப்பட்டவை. ஒவ்வொரு காலகட்டத்துக்கும் அதற்கான இழிவும் அநீதியும் உண்டு. அக்காலகட்டத்தில் அது கண்ணுக்குப் படுவதில்லை. ஒரு அன்றாட யதார்த்தமாகவே தோன்றும்.

உதாரணமாக இன்று இந்தியாவில் நாம் பொருளாதார வளர்ச்சிப் பாதையில் செல்பேசியும் கணிப்பொறியுமாக வாழ்கிறோம். ஆப்ரிக்காவில் காங்கோ, உகாண்டா, எதியோப்பியா போன்ற நாடுகளில் லட்சக்கணக் கானவர்கள் பட்டினியால் மாதக்கணக்கில் வதைபட்டு உடல் உருகி சாகிறார்கள். நீங்களோ நானோ அதற்காக என்ன செய்தோம்? நாளைய தலைமுறையில் அன்றைய இளைஞன் ஒருவன் நம்மையெல்லாம் மனிதாபிமானமே இல்லாத மிருகங்களாகக் கருதக்கூடும்.

இந்திய நில அடிமைகளான தலித்துக்கள் எப்படி அப்படி ஆனார்கள் என்பதைப்பற்றி விரிவான ஆய்வுகள் இன்று வருகின்றன. பொதுவாக அதிகாரப்போட்டியில் தோற்று நிலம் பிடுங்கப்பட்ட சமூகங்களே அடிமைகள் ஆகின்றன. உதாரணமாக பறையர்கள் ஏதோ ஒரு காலத்தில் தமிழ்நாட்டில் நிலமுள்ள, செல்வாக்கான சாதிகளாக இருந்திருக் கிறார்கள். புலையர்கள் அவ்வாறு கேரளத்தில் இருந்திருக்கிறார்கள். பின்னர் அவர்கள் நிலம் பறிக்கப்பட்டு அடிமைகளாக ஆனார்கள்.

அயோத்திதாச பண்டிதரைப் பற்றி கேள்விப்பட்டிருக்க மாட்டீர்கள். தமிழக தலித்துக்களின் எழுச்சியின் முதல் கோட்பாட்டாளர் அவர். தமிழின் முக்கியமான முன்னோடிச் சிந்தனையாளர். அவர் பறையர்கள் பௌத்தர்களாக இருந்தவர்கள் என்றும் பௌத்த மதம் மறைந்தபோது மன்னர்களால் நிலம் பிடுங்கப்பட்டு அடிமைகளாக ஆனார்கள் என்றும் சொல்கிறார். இதேபோன்ற சித்திரமே கேரளத்தில் புலையர்களைப் பற்றியும் உள்ளது.

இரு ஆதாரங்களைச் சொல்கிறேன். ஒன்று, திருவாரூர் ஆலயத்தில் பறையர்களுக்கு உள்ள சிறப்பு உரிமைகளை எடுத்துச் சொல்லும் 'அபிதான சிந்தாமணி' ஆசிரியர் சிங்காரவேலு முதலியார், ஒருகாலத்தில்

பறையர்கள் ஆலய உரிமைகளுடன் இருந்தார்கள் என்கிறார். கேரளத்தில் முன்பு பௌத்த ஆலயமாக இருந்த கொடுங்களூர் ஆலயத்தில் இன்றும் புலையர்கள்தான் முதல் திருவிழாவை நெல் கொடுத்து நடத்த வேண்டும் என்று சொல்லப்படுகிறது.

ஒரு அடிமைமுறை வன்முறையாலும், அதை நியாயப்படுத்தும் கருத்துகளாலும் உருவாக்கப்படுகிறது. இரண்டுமே இங்கே இருந்தன. தலித்துக்களை தீண்டத்தகாதவர்களாகவும் அடிமைகளாகவும் நிலை நிறுத்தும் கருத்துகள் இவ்வாறு உருவாக்கப்பட்டவையே. இக்கருத்துகள் நம்பிக்கைகளாக ஆகி, அவற்றில் உள்ள அநீதியே கண்ணில் படாமலாகி விடுகிறது. மாபெரும் சிந்தனையாளர்கள் கூட இதற்கு விதிவிலக்கல்ல. ஆதிசங்கரர் சாதியமைப்பை ஆதரித்து விவேகசூடாமணியில் எழுதியிருக்கிறார். பிளேட்டோ அடிமை முறையை ஆதரித்து எழுதினார். அவர்களின் சிந்தனைகள் அடிப்படையானவை. ஆனால் அதில் அன்றைய அநீதியும் கலந்தே உள்ளது. அப்படி தன் காலகட்ட அழுக்குகள் கலக்காத சிந்தனையே உலகில் இல்லை.

ஆகவே ஐரோப்பியர் வரும்வரை இம்முறையில் இருந்த அநீதி இந்தியர்களின் கண்களுக்குப் படவில்லை. ஐரோப்பியர் நிலமானிய முறையும் பண்ணையடிமை முறையும் உச்சபட்சக் கொடூரத்துடன் இருந்த ஒரு காலகட்டத்தைத் தாண்டி வந்துவிட்டிருந்தார்கள். அதற்கு அங்கே பலவகையான சிந்தனைக் கொந்தளிப்புகள் தேவைப்பட்டன. நமது சாதிமுறையின் குரூரத்தை நமக்கு உணர்த்தியவர்கள் மதம் மாற்ற வந்த ஐரோப்பியரே. அவர்களே தலித் விடுதலையின் முதல் விதைகளை பரப்பியவர்கள். அவர்களை – குறிப்பாக கால்டுவெல்லை - அதற்காக நாம் நினைவுகூரவேண்டும்.

ஐரோப்பியர் நம்மை நமக்குக் காட்டிய பின்னர்தான் சமூக சீர்திருத்த அலைகள், மதச் சீர்திருத்த அலைகள் உருவாயின. இந்தியா முழுக்க தலித் விடுதலைக்கான செய்தி ஓர் அலைபோல பரவியதற்கு இந்தச் சீர்திருத்தவாதிகள் முக்கியமான காரணம். நாராயண குருவை கேள்விப் பட்டிருக்க மாட்டீர்கள். நமது அண்டை மாநிலமான கேரளத்தில் ஒரு தீண்டத்தகாத சாதியில் பிறந்தவர். அவர் தொடங்கிய பேரியக்கம் அடித்தள மக்களை கல்வி - அரசியல் உரிமை ஆகியவற்றில் முன்னேற்றியது.

நாராயண குருவால் ஊக்கம்பெற்ற சகோதரன் அய்யப்பன், அய்யன் காளி முதலியோர் என் சொந்த மண்ணில் தலித் இயக்கத்தை உருவாக்கினார்கள். இக்காலகட்டத்தில் தமிழகத்தில் தங்கள் வாழ்நாளையே தலித் விடுதலைக்காக செலவிட்ட பல முக்கியமான முன்னோடிகளை நீங்கள் அறிந்திருக்க நியாயமில்லை. சுவாமி சகஜானந்தரை

உதாரணமாகச் சொல்கிறேன். இக்காலகட்டத்தில் அடிப்படை சிவில் உரிமைகளான கல்வி, பொது இடங்களில் நடமாடுவது ஆகியவையே முக்கியமான இலக்குகளாக இருந்தன.

இதற்கு அடுத்த காலகட்டத்தில்தான் தலித்துக்களுக்கு அரசியல் அதிகாரத்துக்கான குரல் எழுந்தது. அதன் நாயகன் அம்பேத்கர். அவரது பங்களிப்பு முதன்மையானது. இந்தியாவை முழுக்க உள்ளடக்கியது. அணுகி வாசிக்கும்தோறும் என் மனதில் மாபெரும் அறிஞனாகவும் அதைவிட மேலாக ஆன்மீக வழிகாட்டியாகவும் அம்பேத்கர் வளர்கிறார். அதற்கு தனிப்பட்ட முறையில் எழுத்தாளர் பிரேமுக்கு கடன் பட்டிருக்கிறேன்.

ஆனால் அதற்கிணையான பங்களிப்பு காந்திக்கும் உண்டு என்பதே என் எண்ணம். அம்பேத்கர் காந்தியை எதிர்த்து அரசியல் செய்ய நேர்ந்தது. ஆகவே அவர் காந்திமேல் கடுமையான தாக்குதல்களை தொடுத் திருக்கிறார். அவற்றின் அடிப்படையில் காந்திமேல் கடுமையான வெறுப்பை இன்றைய தலித் தலைவர்கள் உருவாக்கியிருக்கிறார்கள். அதற்கான அரசியல் காரணங்கள் பல. காங்கிரஸே பெரும்பாலான தலித் ஓட்டுக்களைப் பெற்று வந்த சூழலில் அதிலிருந்து தலித்துக் களைப் பிரிக்க காங்கிரஸின் அடையாளமான காந்தியை தாக்க வேண்டிய தேவை அவர்களுக்கு இருந்தது.

காந்தியின் பாங்களிப்பு என்பது தலித் அல்லாத உயர்சாதியினரின் மனசாட்சியுடன் தலித்துக்களின் பொருட்டு அவரால் பேச முடிந்தது என்பதே. தலித்துக்கள் இந்த அறுபது வருடத்தில் அடைந்துள்ள விடுதலைக்கான முக்கியமான அரசியல் காரணம் அது. குறிப்பாகச் சொல்லவேண்டுமானால் இட ஓதுக்கீடு. காங்கிரஸ் அப்போது உயர் சாதியரால்தான் நிறைந்திருந்தது என்பதை நினைவுகூருங்கள். அந்தக் கட்சிதான் தலித்துக்களுக்கான இட ஒதுக்கீட்டை நிறைவேற்றியது. அதற்குக் காரணம் அவர்கள் மேல் காந்தி செலுத்திய அழுத்தமான தார்மீகக் கட்டாயம்தான்.

இந்தியச்சூழலில் தலித் எழுச்சியின் அடுத்த அத்தியாயம் கம்யூனிஸ்டு களால் எழுதப்பட்டது. தமிழகத்தில் தலித்துக்களின் நில உரிமை, கூலி உரிமை மற்றும் மனித உரிமைக்கான பெரும் போராட்டங்கள் அனைத்துமே கம்யூனிஸ்டுக்கட்சிகளால் நேரடியாக முன்னின்று நடத்தப்பட்டவை. அந்த தீரம் செறிந்த வரலாற்றை நீங்கள் சற்று முயற்சிசெய்தால் கூட அறிந்துகொள்ள முடியும். அதன் தியாகத் தலைவர்களைப்பற்றியும்.

இக்காலகட்டத்தில் தமிழகத்தில் தலித் உரிமைகளுக்காக போராடிய எம்.சி.ராஜா, இரட்டைமலை சீனிவாசன் போன்ற தலைவர்கள்

உருவாகி வந்தார்கள். ஆனாலும் கம்யூனிஸ்டுகளே இக்கால தலித்துக்களின் வெகுஜன இயக்கமாக இருந்தார்கள். இன்றைய தலித் ஒருவன் அவர்களின் சேவையை மறுப்பானாகில் அதைவிடக் குரூரமான வரலாற்றுத் துரோகமும் வேறு இல்லை.

இக்காலகட்டத்தில் ஈ.வெ.ராவின் திராவிட இயக்கம் தலித் விடுதலைக்கான குரலாக ஒலிக்கவில்லை. அது பிற்படுத்தப்பட்டவர்களின் குரலாகவே ஒலித்தது. சில தருணங்களில் தலித்துக்களுக்கு எதிராகவும் இருந்தது. பல தருணங்களில் மௌனமாக இருந்தது. இந்த வரலாற்று உண்மையை மழுப்பவே இன்று தலையணை தலையணையாக வரலாற்று நூல்கள் எழுதப்படுகின்றன.

தமிழக ஒடுக்கப்பட்ட மக்களின் விடுதலை வரலாற்றை ஈ.வெ.ராவில் தொடங்கி ஈ.வெ.ராவிலேயே முடிக்கும் ஒற்றைப்படையான கூற்றுக்கள் இப்போது தொடர்ந்து மேடைகளில் முன்வைக்கப்படுகின்றன. அதற்குக் காரணம் இன்று உருவாகிவரும் தலித் அரசியல் எழுச்சியே. இவ்வரலாறுகள் முழுக்க முழுக்க உள்நோக்கம் கொண்ட திரிபுகள். அவை ஒரு நெடிய தியாக வரலாற்றை மறைப்பவை. ஆகவே முற்றிலும் அநீதியானவை.

ஈ.வெ.ராவின் மீது எந்தவிதமான வெறுப்பும் எனக்கு இல்லை. சொல்லப்போனால் மதிப்பும் மரியாதையும் உண்டு. நான் என் குருவாக எண்ணும் 'நித்ய சைதன்ய யதி' நாராயணகுருவின் வழி வந்தவர். நித்யா துறவு பூண்டபோது அன்று திருச்சியில் இருந்த ஈ.வெ.ராவைச் சென்றுகண்டு ஆசிபெற்றுத்தான் துறவை மேற்கொண்டார். ஆகவே ஈ.வெ.ரா என் குருவுக்கு குரு.

இந்துமதத்தின் நசிவுப்போக்குகளுக்கு எதிரான போராட்டக்காரராகவே நான் ஈ.வெ.ராவை கருதுகிறேன். மூடநம்பிக்கைகள், புரோகித ஆதிக்கம் ஆகியவற்றுக்கு எதிரான அவரது போராட்டம் எனக்கு முற்றிலும் உடன்பாடானதே. நான் கடவுள் நம்பிக்கை கொண்டவனல்ல. மதச்சடங்குகள் எதையுமே செய்பவனுமல்ல. முற்றிலும் புரோகித ஆதிக்கத்துக்கு எதிரானவன். என் நாவல்கள் எதை வேண்டுமானாலும் நீங்கள் படித்துப்பார்க்கலாம். ஒரு தொடக்கமாக 'ஏழாம் உலகம்' மட்டும் படியுங்கள். தமிழ்பண்பாட்டின் ஆழத்தையும் வரலாற்றையும் என் 'கொற்றவை' போன்ற நாவல்கள் மூலம் முன்வைத்துவருபவன்.

ஆனால் ஈ.வெ.ரா மீது எனக்கு சில விமரிசனங்கள் உண்டு. அவர் இருந்திருந்தால் 'நான் நித்யாவின் மாணவன்' என்றுசொல்லி அவரை நேரில் சந்தித்து அவற்றைச் சொல்லியிருப்பேன். 'வாங்க தம்பி ' என

எனக்கு ஒரு இருக்கை கொடுத்து அவற்றை அவர் கேட்டிருப்பார். இன்று ஈ.வெ.ரா பற்றி கூச்சலிடுபவர்களை விடவே நான் அவரை அறிந்தவன், ஒருவகையில் நெருக்கமானவன்.

என் குற்றச்சாட்டு இதுதான். ஈ.வெ.ரா சமூகத்தின் இயக்கத்தை மிகவும் எளிமைப்படுத்திக் கொண்டார். ஒரு சமூகத்தில் உள்ள கொடிய மரபுகளுக்கு பற்பல பொருளியல் காரணங்கள் இருக்கும். வரலாற்றுக் காரணங்கள் இருக்கும். ஏற்கெனவே தலித் அடிமையான வரலாற்றைப் பார்த்தோம். அவற்றை வரலாற்றையும் சமூக அமைப்பையும் எல்லாம் கணக்கில் கொண்டு விருப்பு வெறுப்பில்லாமல் ஆராய வேண்டும்.

அத்தகைய ஆராய்ச்சிக்குரிய படிப்பும், சுயமான கண்ணோட்டமும் ஈ.வெ.ராவுக்கு இல்லை. அவர் சங்க இலக்கியம் பற்றி, காப்பியங்கள் பற்றி ஏன் தமிழ் மொழி பற்றிச் சொல்லி இன்று அச்சில் கிடைக்கும் விஷயங்களையே பாருங்கள். அவற்றை இன்று ஈ.வெ.ராவை ஆதரிப்ப வர்கள் எவராவது ஏற்றுக் கொள்வார்களா? தமிழரின் தொன்மை, நாகரிக வெற்றி எதுவுமே அவர் கண்ணுக்குப் படவில்லை. பெரும் பாலும் ஐரோப்பியப் பகுத்தறிவு நோக்கில் அவற்றையெல்லாம் தூக்கி வீசுபவராகவே அவர் இருந்திருக்கிறார்.

ஈ.வெ.ரா இங்குள்ள எல்லா தீமைகளும் ஒருசில சமூகங்களின் சதிவேலை மட்டுமே என்று எளிதாகச் சொல்லிவிட்டார். அதற்குக் காரணம் அவரது தனிப்பட்ட வெறுப்பு. ஆகவே வெறுப்புதான் வளர்ந்தது. நோயின் காரணம் தப்பாகக் கண்டுபிடிக்கப்பட்டமையால் நோய் நித்தம் வளர்ந்தது.

இன்று தமிழகத்தின் பல பகுதிகளில் தலித்துக்களுக்கு எதிராக கொடிய சாதிக்கலவரம் நடந்த பல ஊர்களுக்கு நான் சென்றிருக்கிறேன். அவையெல்லாம் பிற்படுத்தப்பட்ட சாதிகள் வாழும் ஊர்கள். அங்கே ஒரு பிராமணன்கூட இல்லை. பிராமணியம் சார்ந்த மதமும்கூட இல்லை. பல ஊர்கள் முழுக்க முழுக்க திராவிட இயக்கத்தின் கோட்டைகள்! ஆனால் அம்மக்களுக்கு இருக்கும் தலித் வெறுப்பு என்னை அஞ்ச வைத்தது. அதில் அவர்கள் சமரசத்துக்கே தயாராக இல்லை. ஆனால் அதேயளவுக்கு தீவிரமாக பிராமணர்களையும் வெறுக்கிறார்கள். ஏன் தெரியுமா? பிராமணன் சாதியை தமிழகத்தில் பரப்பி தமிழர்களை பிரித்தானாம்.

உண்மையான எதிரி நிலமானிய முறையின் சமூக அமைப்பும், அதன் நம்பிக்கைகளும்தான். அதனுடன் மட்டுமே போராட வேண்டும். அதையே ஒழிக்க வேண்டும். நாராயணகுரு செய்தது அதையே. அவர் எந்தத் தனிமனிதர்களுடனும் எந்தச் சாதியுடனும் போராடவில்லை. அதன் மூலம் இங்கே தமிழ்நாட்டில் இன்றுகூட நிகழாத மாற்றத்தை

அங்கே ஐம்பது வருடம் முன்பே கொண்டுவந்தார். உண்மையான காரணத்தை திசை திருப்பி தன் எதிரியை தலித்துக்களின் எதிரியாக காட்டியதே ஈ.வெ.ரா செய்த பிழை. இந்த உண்மையை தலித் இயக்கங்கள் கண்டுகொள்ளாத வரை அவர்கள் உண்மையான எதிரியுடன் போரிட முடியாது. ஆம், எதிரி மனிதர்கள் அல்ல. சென்ற காலகட்டம்தான்.

இன்னொன்று ஈ.வெ.ராவின் இயக்கத்தில் உள்ள எதிர்மறைத்தன்மை. ஒரு சமூக இயக்கம் அப்படி கசப்பையும் வெறுப்பையும் கொட்டியபடி இயங்கினால் தீய விளைவுகளே உருவாகும் என நான் உறுதியாக நம்புகிறேன். ஒரு சமூக சீர்திருத்த இயக்கம் ஒரு மாபெரும் கல்வி இயக்கமாக இருக்கும். நாராயணகுருவின் இயக்கம் அத்தகையது. ஆகவே தான் அங்கே அவ்வியக்கம் சார்ந்து மாபெரும் அறிஞர்கள், கலைஞர்கள், படைப்பாளிகள் உருவானார்கள்.

மாறாக இன்று 'பெரியாரியர்கள்' என்று சொல்லி பேசிக்கொண்டிருப் பவர்களைப் பாருங்கள். வெறும் வெறுப்பை மட்டுமே எங்கும் எவ்விடத்திலும் கொட்டுகிறார்கள். தங்களுக்கு பிடிக்காதவர்களை எல்லாம் தலித் எதிரிகளாகச் சித்தரித்துவிடுகிறார்கள். ஆக்கபூர்வமாக எதுவுமே இல்லை.

யோசித்துப் பாருங்கள். ஒருவன் பெரியார் என்று சொல்லாமல் ஈ.வெ.ரா என்று சொன்னாலே கோபம் கொள்கிறார்கள் – தனிநபர் வழிபாட்டை கண்டித்த ஈ.வெ.ராவின் பெயரால்! ஈ.வெ.ராவின் மாணவர்கள் எவருடைய பெயரையுமே நாம் இன்று சொல்ல முடியாது. கடும் சினம் கொள்கிறார்கள். இதுதான் சுயமரியாதையா? காந்தி என்றும், இ.எம்.எஸ் என்றும் சொல்லலாம் என்றால் ஏன் ஈ.வெ.ரா என்று சொல்லக் கூடாது? இந்தப் பகுத்தறிவுகூடவா நமக்கு இல்லை?

ஈ.வெ.ராவின் கருத்தை ஒருவன் விமரிசித்தால் ஈ.வெ.ராவின் சீடர்களுக்கு கோபம் வருகிறது. வசைபாடுகிறார்கள், தாக்க வருகிறார்கள். ஈ.வெ.ராவின் கருத்துக்களுடன் எனக்கு உடன்பாடு இல்லை, அவருக்கு தமிழ்ப்பண்பாடு புரியவில்லை என்று சொல்லும் உரிமைகூட தமிழகத்தில் எவருக்கும் இல்லை என்று உண்மையில் ஈ.வெ.ராவின் நாலைந்து பக்கங்களையாவது படித்தவன் சொல்லத் துணிவானா? ஈ.வெ.ரா தன் மீதான விமரிசனங்களுக்கு என்றுமே இடம் கொடுத்தவர் அல்லவா?

நான் மலையாளத்தில் எழுதிய முதல் கட்டுரையே மார்க்ஸிய அறிஞரும் அரசியல்தலைவருமான இ.எம்.எஸ் நம்பூதிரிபாட் பற்றிய கடுமையான மறுப்பும் விமரிசனமும்தான். நான் இ.எம்.எஸ்ஸை சந்திக்க நேர்ந்த சில

நிமிடங்களில் என் கட்டுரையை நினைவுகூர்ந்து ஒரு கட்டுரையை எப்படி தீவிரமாக எழுதுவது என எனக்குச் சொல்லித்தந்தார் அந்தப் பேராசான். (கட்டுரையின் மையக்கருத்தே முதல் வரியாக இருக்க வேண்டும்.)

'தக்கார் தகவிலர் என்பது அவரவர் எச்சத்தால் காணப்படும்' என்றார் வள்ளுவர். இன்றைய பெரியாரியர்களிடம் தெரிவது ஈ.வெ.ராவின் முக்கியமான குறைபாடுதான். அவர் தனிப்பட்ட முறையில் ஜனநாயக உணர்வும், மனிதாபிமானமும், அன்பும் கொண்ட மாமனிதராக இருந்தும் எதிர்மறை நோக்கை முன்வைத்தார். அந்நோக்கே இன்று ஒரு சிறு விவாதத்துக்குக் கூட தயாராக இல்லாமல் மேடையில் கூச்சலிட்டு வசைபாடும் பெரியாரியர்களை உருவாக்கியுள்ளது.

ஈ.வெ.ராவை நிராகரிக்க வேண்டுமென நான் சொல்ல மாட்டேன். நாராயண குருவின் மரபினனான என்னால் அதை ஒருபோதும் சொல்ல முடியாது. அவரது இயக்கத்தில் இருந்த எளிமைப்படுத்தல்களையும், வெறுப்பையும் களைந்து அதை மேலும் ஆக்கபூர்வமாக ஆக்கவேண்டுமென்றே சொல்கிறேன். அதற்கு அவரை விரிவான விமரிசனத்துக்கு உள்ளாக்க வேண்டும். அப்படிச்செய்ய நாம் அவரை வழிபடும் மனநிலையை துறந்தே ஆகவேண்டும்.

நான் சொன்னவற்றை நீங்கள் மறுக்கலாம். அதற்கு முன் நான் சொல்லியிருக்கும் தகவல்களை மட்டும் சரி பாருங்கள். இன்னும் கொஞ்சம் விரிவாக தெரிந்துகொள்ளுங்கள். பொதுவாக இத்தகைய விவாதத்துக்குப் பதிலாக இங்கே வசைகள் மட்டுமே வருகின்றன. அவதூறுகளும் மிரட்டல்களும் உள்நோக்கம் கற்பித்தல்களுமே கிடைக்கின்றன. ஆகவே இனி இதைப்பற்றி பேசவே வேண்டியதில்லை என்ற முடிவில் இருந்தேன். ஆனாலும் நீங்கள் எழுதியமையால் இக்கடிதம்.

பிப்ரவரி 19, 2008

இந்துத்துவம், மோதி: ஒரு கடிதம்

திரு.ஜெயமோகன் அவர்களுக்கு,

கிறிஸ்துவர் மீது தாக்குதல் என்ற பகுதியில் சந்தோஷ் என்பவர் எழுதி வெளியாகியிருந்த கடிதத்தையும் அதற்கான உங்களது ரத்தினச் சுருக்கமான பதிலையும் படித்தேன். தான் என்ன எழுதுகிறோம் என்பதை அறிவுபூர்வமாக உணர்ந்த மற்றும் புரிந்த நிலையில் எழுதப்பட்ட கடிதமாக அது தெரியவில்லை. பிரவீன் தொகாடியா, ஆர்.பீ.வீ.எஸ்.மணியன், அசோக் சிங்கால், ராமகோபாலன் ஆகியோர் இந்து மதத்தைப் பற்றிய அடிப்படை புரிதல் கூட இல்லாதவர்கள், வெறும் துவேஷத்தை கக்குகிறவர்கள், தாங்கள் பேசுவது அபத்தம் என்பதையே உணராதவர்கள் என்றெல்லாம் சொல்கிற இவருக்கு அவர்களிடமிருந்து மாறுபட்ட புரிதல் ஒன்று இருக்குமாயின் அதற்கு இக் கடிதத்தில் எந்த ஆதாரமும் இல்லை. மதச்சார்பின்மை பற்றி, இந்துக்களும், இந்து மதமும் வஞ்சிக்கப்படுவது பற்றி, முஸ்லிம்கள் பற்றி அவர்கள் என்ன கூறுகிறார்களோ அதையே ஒரு வார்த்தை பிசகாமல் கூறுகிறார் இவர். இவரது அபத்தமான வாதம் இவருக்கு புரியாது இருப்பது ஆச்சர்யமல்ல. ஆனால் உங்களுக்கு புரியாதது ஏன்? மோடி பற்றிய சந்தோஷின் கருத்துதான் உங்களது கருத்துமா? நீங்கள் சொல்லும் விஷயங்கள் அப்படியே என் எண்ணங்களை பிரதிபலிக்கின்றன என்று கூறியிருக்கிறீர்கள். மோடிக்காக இவர் அவ்வளவு வாதாடி என்ன பயன்? 2002ஆம் ஆண்டு குஜராத்தில் நடந்த முஸ்லிம்கள் படுகொலை பற்றி கரண் தாப்பர் கேள்வி எழுப்பியபோது அதற்கு பதில் சொல்ல முடியாது நேர்காணலின் ஐந்தாவது நிமிடத்திலேயே வெளியேறியவர் மோடி. மோடிக்குத் தெரியும் தனது அரசின் செயலை தன்னைப் போன்ற மற்றொரு இந்துத்துவவாதியிடம் மட்டுமே நியாயப்படுத்த முடியும் என்பது.

அடுத்ததாக, சர்வோத்தமன் என்பவரின் கடிதத்திற்கு எழுதியுள்ள பதிலில் ஸ்டாலினுக்கு கம்யூனிசம் கட்டிய கப்பத்தை பஜ்ரங்கதள்ளுக்கு ஆர்.எஸ்.எஸ். கட்டும் என்று சொல்லியிருக்கிறீர்கள். இந்த பதிலின் மூலம் கம்யூனிசம்

பற்றிய உங்கள் மிகத் தவறான புரிதல் மட்டும் வெளிப்படவில்லை. ஏதோ ஆர்.எஸ்.எஸ். சிறந்த தத்துவம் மற்று நல்ல கொள்கைகளை அடித்தளமாகக் கொண்ட இயக்கம் என்பதாகவும் பஜ்ரங்தள், பா.ஜ.க. போன்ற அமைப்புகளும் அவற்றின் செயல்பாடுகளுமே அதற்கு கெட்ட பெயர் கொண்டு வருவது போலவும் சித்தரித்திருக்கிறீர்கள். தயவுசெய்து, சாவர்க்கர், கோல்வால்கர் ஆகியோரின் சிந்தனைகளிலிருந்து பஜ்ரங்தள், பா.ஜ.க. எவ்வாறு விலகிப் போய் விட்டது, ஆனால் ஆர்.எஸ்.எஸ். அவர்களின் சிந்தனைகளிலிருந்து விலகாமல் எவ்வாறு பின்பற்றுகிறது என்பதை நீங்கள் விளக்க வேண்டும். மார்க்ஸின் கம்யூனிசத்திற்கும் ஸ்டாலினியத்திற்கும் சம்பந்தமேயில்லை என்பதை மார்க்ஸின் சிந்தனைகளை அறிந்த ஒருவரால் எளிதில் நிறுவ முடியும் (ரோசா லக்ஸம்பர்க் முதற்கொண்டு ஏராளமான இடதுசாரி கம்யூனிஸ்டுகள் போல்விஷசத்தின் பல அம்சங்களை கடுமையாக தாகக்கியும், முரண்பட்டும் வந்திருக்கிறார்கள்). ஆர்.எஸ்.எஸ்.ஸுக்கும் பஜ்ரங்தள், பா.ஜ.க. மற்றும் வி.எச்.பி. போன்ற அமைப்புகளுக்கும் இருக்கும் உறவு என்பது கம்யூனிஸ்ட் கட்சிக்கும் அதன் வெகுஜன அமைப்புகளுக்கும் இருக்கும் உறவைப் போன்றது. ஒரு வெகுஜன அமைப்பு தவறிழைக்கும் போது அதை கண்டிப்பதும், சரியான பாதைக்கு திருப்புவதும் அதன் தாய் அமைப்பின் கடமை. இதுவரை ஆர்.எஸ்.எஸ். தனது பரிவார அமைப்புகளின் எந்த நடவடிக்கையையும் கண்டித்ததில்லை. வேலைநிறுத்தம் தொழில் வளர்ச்சிக்கு நல்லதல்ல என்று புத்ததேவ் பட்டாச்சார்ய கருத்து தெரிவித்த போது அக்கட்சியின் தலைமைக் குழு அவரை வெளிப்படையாக கண்டித்தது. புத்ததேவும் மன்னிப்பு கோரினார். இது ஒருவர் கட்சியிலிருந்து தாற்காலிகமாக நீக்கப்படுவதற்கு அடுத்தபடியான கடுமையான நடவடிக்கை. சி.ஐ.டி.யூ.வின் தலைவர் எம்.கே. பாந்தே அணுசக்தி ஒப்பந்தத்தையும் முஸ்லிம்களையும் இணைத்து பேசியபோதும் அக்கட்சி உடனடியாக அவரை திருத்தியது என்பதையும் யோசித்துப் பாருங்கள்.

இந்துத்துவா சிந்தனையைப் பற்றிய உங்கள் புரிதலைப் பற்றி நீங்கள் விரிவாக எழுதுவது நல்லது. அதிலும் அபத்தமான கடிதங்களுக்கு இப்படி ரத்தினச் சுருக்கமாக பதில் எழுதாதீர்கள்.

இப்படிக்கு
க. திருநாவுக்கரசு
உதவி ஆசிரியர், த சன்டே இந்தியன், புது தில்லி 110017.

அன்புள்ள திருநாவுக்கரசு,

தங்கள் கடிதம் கண்டேன்.

பயணத்தில் இருந்தமையால் சந்தோஷுக்கு நானெழுதிய பதில் சுருக்கமாக அமைந்ததனால் உங்கள் புரிதலில் இடறல்கள் இருப்பதை

நான் உணர்கிறேன். என்னுடைய கருத்துகளை நான் எப்போதும் தொடர்ச்சியாக ஆணித்தரமாகச் சொல்லியே வந்திருக்கிறேன். நான் உடன்படுவது என்ன என்பதை அந்த என் கருத்துப்புலத்தில் வைத்தே பார்க்க வேண்டும். அதற்கு இவ்விணையதளத்திலேயே பல கட்டுரைகள் உள்ளன. ஏன் இவ்விவாதத்துக்கு முகாந்திரமான கட்டுரையே போதும். அன்றி, அக்கடிதத்துக்குக் கீழே உள்ள அடிக்குறிப்பாக மட்டும் கண்டு மேலே விவாதிப்பது பொருளற்றது.

என் இணைய தளத்தில் அரசியல் விவாதம் வேண்டாம் என்ற முடிவை நான் எடுத்தமைக்குக் காரணம் என்பது இதுவே, அவ்விவாதம் எப்போதுமே இவ்வாறு பரஸ்பர அவநம்பிக்கை, தவறான புரிதலின் அடிப்படையில் நடந்து வீணாக நேரத்தையும் உழைப்பையும் செல விடுவதில் சென்று முடியும். சிற்றிதழ்கள், இணையம் எங்கும் நிகழ்வது இதுவே. ஓர் எழுத்தாளனாக நான் அப்படி வீணாகிவிட முடியாது. ஆகவே நான் அரசியல் விவாதங்களுக்கு தயாராக இல்லை என்பதை மட்டும் சொல்லிவிடுகிறேன். கிறித்தவர் மீதான தாக்குதலுக்கு எதிராக நான் எழுதியது அரசியலை மீறிய ஓர் அற அடிப்படை அதில் இருப்ப தனாலும் எழுதவேண்டாமென எண்ணியும் எழுதும் மன உந்துதல் ஏற்பட்டமையாலுமே. கிறித்தவமும் கிறிஸ்துவும் என் ஆன்மீகமான சாராம்சத்தில் உறைகிறார்கள்.

திரு. சந்தோஷ் எழுதிய வெளிப்படையான கடிதத்தைக்கூட இந்துத்துவ கடிதமாகக் காணும் உங்கள் அரசியலை நான் புரிந்துகொள்கிறேன். தமிழகத்தின் சுமையே இதுதானே. நீங்கள் நினைப்பதை பிறர் நினைக்கா விட்டால் கிளம்பிவிடுவீர்கள்.

நான் சந்தோஷிடம் எதை ஏற்கிறேன் என்பதை வெளிப்படையாகவே பட்டியலிட்டுவிடுகிறேன். ராமகோபாலன், ஆர்.பி.வி.எஸ்.மணியன் போன்றவர்களுக்கு இந்து மெய்ஞான மரபில் அடிப்படைப் பரிச்சயமோ அதன் மீது மதிப்போ இருக்க நியாயமில்லை என்பதையே அவர்களின் வெறி கொண்ட பேச்சுகள் காட்டுகின்றன என்ற அவரது கூற்றையே நான் முழுமையாக ஏற்று ஆமோதித்திருக்கிறேன். அவர்களை இந்துஞானமரபின் காப்பாளர்களாகவும் பிரதிநிதிகளாகவும் கருதுவது இந்து ஞானமரபுக்கு இழைக்கும் பெரும் அநீதி. என் கட்டுரையில் இந்துத்துவ முல்லாக்கள் என நான் அவர்களையும் அவர்களைப் போன்றவர்களையும்தான் சொல்கிறேன். சந்தோஷின் அந்த சினம் ஒரு சராசரி இந்துவின் மனச்சான்று சார்ந்தது.

மறுபக்கம் நம்முடைய பிரபல ஊடகங்கள் முழுக்கமுழுக்க ஓரம் சார்ந்தவையாக உள்ளன, அவற்றுக்கு எந்தவிதமான அற அடிப்படையும் இல்லை என்பதே என் எண்ணம். சந்தோஷ் சொல்லும் இதை நானே

என் கட்டுரையில் சொல்லியிருக்கிறேன். ஆங்கில இதழாளர்களில் கணிசமானவர்கள் அடிப்படை நேர்மை இல்லாத கூலிப்படையினர். அவர்களுக்கு அளிக்கப்படும் 'விலை' என்ன என்றெல்லாம் அவர் களுடன் இத்தனை வருடங்களாக புழங்கும் நான் அறிவேன். பெரும் பாலான கட்டுரைகளில் அவர்கள் செய்திகளைச் சொல்வதில்லை, திட்டமிட்டு வெறுப்புப் பிரசாரத்தையே முன்வைக்கிறார்கள். அதற்கு அவர்களுக்கு 'தூண்டுதல்' அளிக்கப்படுகிறது.

பாபர் மசூதி இடிப்பு, குஜராத் கலவரம் ஆகியவற்றில் இந்துத்துவர் களின் செயல்களைப்பற்றிய என் கடுமையான வருத்தத்தை, ஆதங்கத்தை, கண்டனத்தை நான் பதிவுசெய்திருக்கிறேன். ஆனால் நம் ஆங்கில இதழ்கள் அச்சம்பவங்களை அதன் பின்னர் எடுத்துக்கொண்டு முன்வைக்கும் முறை இந்த தேசத்தை அழிவுக்கு இட்டுச்செல்லும் நோக்கம் கொண்டது. முஸ்லீம்களுக்கு இந்திய ஜனநாயக அமைப்பிலும், இங்குள்ள அரசு அமைப்பிலும், இங்குள்ள நீதி அமைப்பிலும், சராசரி இந்துவின் நீதியுணர்விலும் எதிலும் நியாயம் கிடைக்க வாய்ப்பே இல்லை என்ற எண்ணத்தையே மீண்டும் மீண்டும் அவை பதிவு செய்கின்றன.

அக்கருத்துகளை நாடெங்கும் வந்துகொண்டிருக்கும் நூற்றுக்கணக் கான இஸ்லாமிய அடிப்படைவாத இதழ்கள் மறு பிரசுரம் செய்கின்றன. ஒரு மாதம் குறைந்தது 10 இஸ்லாமிய தீவிர நோக்குள்ள இதழ்களை நான் படிக்கிறேன். அவை அருந்ததி ராயையும், ராஜ் தீப் சர்தே சாயையும் அ.மார்க்ஸையும் எல்லாம் மேற்கோள் காட்டி இந்திய தேசமும் மக்களும் ஒட்டுமொத்தமாகவே இஸ்லாமியருக்கு எதிரானவை என எழுதுவதையே மீண்டும் மீண்டும் நான் வாசிக்கிறேன். இதன் மூலம் இந்திய இஸ்லாமியர் மனதில் கடந்த பல வருடங்களாக இந்திய வெறுப்பும் மத வெறுப்பும் பாதுகாப்பின்மையும் இங்குள்ள ஊடகங் களால் வளர்க்கப்பட்டு வருகின்றன. அவையே இன்று தீவிரவாதம் உள்நாட்டிலேயே மலைபோல எழுவதற்கான காரணம். இந்த நாடு என்றாவது உள்நாட்டுப் போரால் அழியும் என்றால் அதற்கு மோதி பாணி அரசியல்வாதிகள் பாதி காரணம் என்றால் நமது இதழாளர்கள், அறிவுஜீவிகள் மீதிக்காரணம் என்றே நான் எண்ணுகிறேன். இதைப் பற்றிய சந்தோஷின் ஆதங்கத்தை நான் முழுமையாகவே ஏற்கிறேன்.

மோதி குறித்த சந்தோஷின் கருத்தை நான் ஏற்கவில்லை. மோதியை ஒரு தரமான அரசியல்வாதியாக நான் எண்ணவும் இல்லை. வன் முறைப்பின்னணி கொண்ட எந்த அரசியல்வாதியையும் என்னால் எவ்வகையிலும் ஏற்க இயலாது. இந்துத்துவ அரசியலில் 'பஜ்ரங் தள்மய' மாதலின் முகம் அவர். என் கட்டுரையில் அவரையே நான் கடுமையாக நிராகரித்து இருக்கிறேன் என்பதை எவரும் உணரலாம்.

மேலும் நேரடியாக குஜராத்தில் பயணம் செய்தவன் என்றமுறையில் குஜராத்தின் வளர்ச்சி பற்றிய பிரசாரம் மிகையானது என நான் உறுதியாகவே சொல்வேன். ராஜஸ்தானை ஒட்டிய குஜராத்தே இன்றும் இந்தியாவின் மிக தரித்திரமான பகுதி. மோதியைப்பற்றிய ஆங்கில இதழ்களின் ஒருதலைப்பட்ச பிரசாரத்தின் மறுபக்கமாக உருவாக்கப் படும் பிரசாரத்தை சந்தோஷ் நம்புகிறார். ஒரு எளிய வாசகன் அந்த இடம் நோக்கி தள்ளப்படுவதை நான் புரிந்து கொள்கிறேன். உண்மையில் ஆங்கில இதழ்களின் காழ்ப்பையே தன் அரசியல் வெற்றிக்கான முதலீடாக எடுத்துக்கொள்கிறார் மோதி.

இந்து மனம் என்பதே இன்று நம் முதிரா அறிவுஜீவிகளால் அவமதிக் கப்பட்டு கூண்டிலேற்றப்பட்டிருக்கிறது. அதை சாதி வெறி மட்டுமே மரபாகக் கொண்ட, எந்த விதமான சிந்தனைப்புலமும் இல்லாத, வன்முறை மிக்க, பழமைவாத கருத்துக்குப்பையாக மட்டுமே காண நம்மை அவர்கள் நிர்ப்பந்திக்கிறார்கள். சராசரி இந்துவின் ஆன்மீக எண்ணமும் கருணையும் நீதியும் கூட எள்ளி நகையாடப்படுகின்றன. உடனடியாக அழிக்கப்படவேண்டிய ஒரு நச்சு சக்தி மட்டுமே இந்துமரபு என்று சொல்லும் நம் அறிவுஜீவிகள் அப்படி ஏற்காத ஒவ்வொருவரையும் இந்துத்துவ அரசியலை நோக்கி தள்ளிக் கொண்டிருக்கிறார்கள்.

கண்டிப்பாக இந்த ஒருபக்கம் சார்ந்த, உள்நோக்கம் கொண்ட, பிரசாரத்துக்கு எதிர்வினை இருக்கும். அந்தக் கோபத்தை நான் சந்தோஷின் கடிதத்தில் காண்கிறேன். அவர் தன்னை இந்துத்துவ அரசியலில் இருந்து எத்தனை தீவிரமாக விலக்கிக் கொள்கிறார் என்பதற்கு அவரது கடிதமே சான்று. ஆனால் மறுபக்கம் அவர் சார்ந்த சமூகம் மீது வைக்கப்படும் அநீதியான குற்றச்சாட்டு அவரை கொதிப்படைய வைக்கிறது. இன்றைய சராசரி இந்து இளைஞனின் உதாரண மனம் இது. உங்களைப் போன்றவர்கள் அவர்களை இந்துத்துவ அரசியலை நோக்கி தள்ளுகிறீர்கள். உங்கள் கடிதத்தில் கூட அதையே செய்கிறீர்கள். இந்தியா எதிர்நோக்கியிருக்கும் ஆபத்தே இதுதான்.

இன்னொரு கடிதத்தில் நான் தெளிவாகவே சொல்லியிருக்கிறேன், ஆர்.எஸ்.எஸ் இயக்கத்தில் இருக்கும் அடிப்படையான கோணலின் விஸ்வரூபமே பஜ்ரங்தள் என்று. விதை அங்கேதான் உள்ளது என்று. அது வேறு இது வேறு என்றல்ல. ஏன், என் முதல் கட்டுரையில் மிக விரிவான முறையில் இதை விவாதித்திருக்கிறேன். அதைக்கூட கவனிக்க முடியாத அரசியல் மூர்க்கத்துடன் விவாதிப்பதையே நான் வீண் என்கிறேன்.

ஸ்டாலினுக்கும் லெனினுக்கும் சம்பந்தம் இல்லை என்ற உங்கள் கூற்றையெல்லாம் இப்போது விவாதிக்க அவகாசமில்லை. ஐம்பதாண்டுக்

காலம் இருவரும் ஒன்றே என்று உலகக் கம்யூனிஸ்டுகள் வாதாடினார்கள். இன்றும் உலகில் உள்ள இடதுசாரிக் கட்சிகளில் மிகப்பெரும்பாலானவை ஸ்டாலினை லெனினின் இன்றியமையாத நீட்சி என்றே நினைக்கின்றன. நம்முடைய எல்லா கம்யூனிஸ்டுக் கட்சிகளும் அதையே சொல்கின்றன. நீங்கள் அவர்களுடன் விவாதிக்க மாட்டீர்கள். ஸ்டாலினின் அழிவுத் தாண்டவத்தை எவராவது எடுத்துச் சொன்னால் மட்டும் லெனினைக் காப்பாற்ற முன்வருவீர்கள்.

கருத்தியக்கத்தை இயந்திரத்தனமாக அணுகும் மூர்க்கம், ஜனநாயக மறுப்பு, மையப்படுத்தப்பட்ட அதிகாரம் போன்று லெனினிடம் இருந்த ஒடுக்குமுறை அம்சங்களே ஸ்டாலினில் உச்சம் பெற்றன. அவை மார்க்ஸியத்தின் அரசியல் திட்டத்தில் உள்ளுறையாகவே இருந்தன. அதை மிக விரிவாகவே என் நாவலில் பேசியிருக்கிறேன். மேலைநாட்டினர் சொன்னால்தான் நீங்கள் மேற்கோள் மூலம் நம்புவீர்கள் என்றால் ழான் பால் சார்த்தர் முதல் ஐசக் டொய்ட்ஷர் வரை ஒரு பெரும் வரிசை ஆய்வாளர்கள் உள்ளார்கள். படியுங்கள்.

நான் இந்து ஞான மரபை என் பாரம்பரியமாக எண்ணுபவன். அதன் தத்துவச் செல்வம், அதன் கலைகள், அதன் பேரிலக்கியங்கள் மானுடத்தின் சொத்து என்று உணர்ந்தவன். அது இல்லாவிட்டால் நான் வெறும் ஐரோப்பிய நகலாக வெறும் நுகர்வோனாக மாறிவிடுவேன் என நினைப்பவன். என் படைப்பியக்கத்தின் வேர்நிலமே அது என நம்புகிறவன்.

இம்மரபு இந்த நிலத்தில் மிகச்சிக்கலான ஒரு முரணியக்கம் மூலம் உருவாகி வளர்ந்தது. அதன் சமூகவியல் வளர்ச்சி, அதன் தத்துவ வளர்ச்சி எல்லாவற்றையும் முரணியக்கம் என்ற கோணத்தில் அணுகினால்தான் புரிந்துகொள்ள முடியும். ஒன்றுக்கொன்று முரண் படும் பல்வேறு கூறுகள் கொண்டும் கொடுத்தும் வென்றும் அடங்கியும் நூற்றாண்டுகளாக பரிணாம வளர்ச்சிபெற்ற நாகரிகம் இது. அதில் உள்ள அநீதிகள் அழிவுகள் அனைத்தும் எனக்கு தெரியும். அத்தகைய அநீதியும் அழிவும் இல்லாத பண்பாடே இல்லை என்று நான் எண்ணுகிறேன். நவீன மனம் அந்த அழிவின் அநீதியின் வேர்களைக் களைந்து மரபின் சாரத்தை மீட்டெடுக்கும்.

இன்று இந்தப் பண்பாட்டில் உள்ள எல்லாக் கூறுகளும் இதன் இன்றியமையாத உறுப்புகளே என்று எண்ணும் பக்குவம் உருவாக வேண்டும் என்று நினைக்கிறேன். வென்றவையும் தோற்றவையும் எல்லாமே இணையான முக்கியத்துவம் பெற வேண்டும். ஒவ்வொன்றும் அதற்கான தனித்துவத்துடன் இயங்கும் வெளியாக இந்து ஞான மரபு இருந்தாக வேண்டும். ஒரு நிறுவனமாக அல்லாமல்

ஒரு மாபெரும் உரையாடலாக இந்து ஞானமரபு நிகழ வேண்டும். அப்படி இந்து ஞான மரபை அணுகிய நாராயண குருவும் அவரது மாணவர்களான நடராஜகுருவும் நித்ய சைதன்ய யதியும் ஓஷோ போன்றவர்களும்தான் என் முன்னுதாரணங்கள்.

இதற்குத் தடையாக இருப்பது இந்துஞான மரபை ஒரு ஒற்றைப் படையான கட்டமைப்பாக அணுகும் போக்கு ஆகும். இந்து ஞானமரபு அளிக்கும் எல்லையற்ற சுதந்திரத்தை இவ்வணுகுமுறையானது இல்லாமல் செய்கிறது. அதன்மூலம் காலப்போக்கில் இந்துஞான மரபை அது அழிக்கும். இந்த ஒற்றைப்படை நோக்குக்கு எதிராகவே இந்த இணையதளத்தில் மீண்டும் மீண்டும் நான் எழுதி வருகிறேன்.

இந்துத்துவ அரசியல் இந்து மரபின் அடையாளங்களை அரசியலாக்கம் செய்வதன் மூலம் இந்த ஒற்றைப்படையாக்கத்தை நிகழ்த்துவதனால் அதை நான் அபாயகரமானதாக அணுகுகிறேன். அதன் வன்முறை காரணமாக அதை எதிர்க்கிறேன். அதேசமயம் இந்து மரபையே அழித்தாக வேண்டுமென செயல்படும் நம்முடைய கூலிப்படை அறிவுஜீவிகளை இந்து மரபில் வேரூன்றியவன் என்ற முறையில் எதிர்க்கிறேன். ஆகவே அவர்களால் இந்துத்துவன் என்று முத்திரை குத்தப்படுகிறேன். அதைப்பற்றி எனக்கு இம்மி கூட கவலை இல்லை. எழுத்தாளனுக்கு சமகாலத்தில் பெரும்பான்மை அங்கீகாரம் பெற்றாக வேண்டுமென கட்டாயம் ஏதும் இல்லை.

அக்டோபர் 4, 2008

தனியார்மயம் ஒரு விவாதம்

அன்புள்ள ஜெ.,

பல்வேறு வகையிலும் வெங்கட்ராமனுக்கு நம் மாநிலமும் நாடும் கடன்பட்டிருக்கிறது என்பது உண்மை.

இந்த மின்னஞ்சல், உங்களின் மற்றும் பெரும்பாலோனோரின் பொதுத்துறை பற்றிய பார்வை குறித்தது.

'பொதுத்துறையின் உறுதிதான் இந்தியாவைக் காப்பாற்றியது என்னும் சூழலில்'... மின்விளக்கு, மின்விசிறி, டிவி எதுவுமே இல்லாத வீட்டில், மின்வெட்டு ஏற்படுத்தும் பாதிப்பு குறைவாகவே இருக்கும். அதன் பொருட்டு மின்சாதனங்களை உபயோகப்படுத்துவது தவறு என்று முடிவு செய்வது போன்ற கருத்து இது.

வணிகம் செய்வது அரசாங்கத்தின் வேலை அல்ல. அதை ஒழுங்கு படுத்துவது மட்டுமே அரசாங்கம் செய்ய வேண்டியது.

(இது ஒன்றும் நவீன சிந்தனை அல்ல. வெள்ளைக்காரன் காலம் வரையில் நம் நாட்டில் கூட மிகத் தெளிவாகக் கடைப்பிடிக்கப்பட்ட நடைமுறைதான்.)

தேக்கம் என்பது சந்தைப் பொருளாதாரத்தில் தவிர்க்க முடியாதது... தற்போது வந்துள்ள தேக்கம், வழக்கத்தை விட கடுமையான ஒன்று என்பது உண்மை... ஆனால் அதை வைத்து இந்திராவின் பொருளாதாரக் கொள்கைகள் நம் நாட்டிற்கு இழைத்த பின்னடைவை ஏற்றுக்கொள்ள முடியாது.

நன்றி.

ரத்தன்

அன்புள்ள ரத்தன்,

உங்கள் கடிதம். பொதுத்துறை-தனியார்த்துறை பற்றி கடந்த பத்து வருடங்களாக எங்கள் தொழிற்சங்கக் கருத்தரங்குகளில் மீளமீளப் பேசிக் களைத்துவிட்டோம். பல வருடங்களாக நான் தனியார்த்துறையின் ஆதரவாளன். என்னுடைய நம்பிக்கையை ஆட்டம் காணவைத்த நிகழ்ச்சி ஹர்ஷத் மேத்தாவின் 'எழுச்சி'. அதன்பின் இப்போது பன்னாட்டு நிதிச்சிக்கல், சத்யம் நிறுவனம் வரையிலான நிகழ்ச்சிகள்.

பொதுத்துறையின் பலவீனங்கள் பலங்கள் என்ன?

1. அது பெருமளவு நிதியை திரட்ட முடியாது. அதன் பங்குகளில் பாதிக்குமேல் அரசிடம் இருக்கவேண்டியிருப்பதனாலேயே அதன் நிதிச்சாத்தியங்கள் வரையறுக்கப்பட்டு விடுகின்றன.

2. அதன் நிர்வாகத்தளத்தில் இருக்கும் நிதானம். அதற்குக் காரணம் அது எப்போதும் அரசாங்கத்தைச் சார்ந்திருக்க வேண்டியிருக்கிறது என்பது. அதன் விரிவான சிவப்புநாடாத்தனம் எப்போதுமே சிக்கல்களை உருவாக்குகிறது. ஆகவே போட்டிகளைச் சந்திப்பதில் அதற்கு தயக்கம் இருக்கிறது.

3. அது தனித்திறமையை நம்பி இயங்கமுடியாது பணிமூப்பு, இட ஒதுக்கீடு என்று பலவகையான சமூகக் கட்டுப்பாடுகள் அதற்கு உண்டு.

ஆனால் அதன் பலங்கள் பல. முக்கியமானவை இரண்டு:

1. அது அரசின் கட்டுப்பாட்டில் இருக்கிறது. ஆகவே அது மிதமிஞ்சிய தாவல்களில் ஈடுபட இயலாது. மிதமிஞ்சிய அபாயங்களைச் சந்திக்காது. ஒருபோதும் சரிந்தழியாது.

2. அதற்கு அரசாங்கத்தின் நலத்திட்டங்களில் பங்கெடுக்கும் பொறுப்பு இருக்கிறது. உதாரணமாக BSNL நிறுவனம் கிராமப்புற தொலைபேசி சேவையை பெரும் நஷ்டத்துடன் அளித்து வருகிறது. அளித்தாக வேண்டும். பிற தனியார் அதைக் கண்டுகொள்வதே இல்லை.

பொதுத்துறையின் பல சிக்கல்கள் தனியாருக்கு இல்லை. தனியார்த் துறை அளவில்லாத மூலதனத்தை திரட்ட முடியும். அதிவேகமாகச் செயல்படமுடியும். தனிப்பட்ட திறமைகளுக்கு இடமளிக்கமுடியும். அது எதன் கட்டுப்பாட்டிலும் இல்லை. ஆகவே பெரும்போட்டிகளை சந்திக்க அதனால் முடியும்.

ஆனால் அதன் மூலதனக் கட்டுமானம் நம்முடைய மூலதனச் சந்தையை சார்ந்து உள்ளது. நம் மூலதனச்சந்தை எந்த அளவுக்கு நிலையற்றது

என்று நாம் கண்டுகொண்டிருக்கிறோம். அதில் ஊகவணிகத்தின் பங்கு மிக அதிகம். ஆகவே அதில் சூதுவாதுகளுக்கு முடிவில்லாத சாத்தியக் கூறு உள்ளது.

இன்று சர்வதேச நிதிச்சந்தையின் சூதாட்டம் காரணமாகவே உலகப் பொருளாதாரம் சரிந்துள்ளது. அதேதான் சத்யம் நிறுவனத்திலும் நடந்துள்ளது. பங்குவணிகச் சூதாட்டமே அதன் வீழ்ச்சிக்குக் காரணம். அதன் அதிபரே செயற்கையாக அதன் பங்குவிலையை ஏற்றியிருக் கிறார். அதற்கு அனைத்து கண்காணிப்பு அமைப்புகளும் உதவியிருக் கின்றன.

மேலும் தனியார்த்துறையின் அடித்தளமாக இருக்கும் நிதிச்சந்தையில் மிகச்சில தனிநபர்கள் மிதமிஞ்சிய மேலாதிக்கம் கொள்ள முடியும். இன்று உலகப்பொருளாதாரத்தையே தள்ளாடச் செய்திருப்பவர்கள் மிகச்சில சூதாடிகளே. இந்த அம்சம் வெறும் 'வரும் போகும்' ஏற்றத்தாழ்வு அல்ல. அடிப்படையிலேயே உள்ள கோளாறைக் காட்டுகிறது இது.

கடைசியாக உலகளாவல் நடந்து வரும் சூழலில் தனியார்த்துறை உலகளாவிய வலையில் சிக்கியுள்ளது. அதன் எல்லா விஷயங்களும் உலகப்பொருளியல் அலைகளால் தீர்மானமாகின்றன. ஒரு தேச எல்லைக்குள் திட்டமிடலே சாத்தியமில்லாமல் ஆகிறது.

ஆகவே ஒரு தேசத்தின் அடிப்படைக் கட்டுமானமாக இருக்கும் துறைகளை தனியார்மயமாக்குவது மிக அபாயகரமானது என்றே இப்போது எண்ணுகிறேன். அது தேசத்தையே வீழ்த்திவிடும். பத்து வருடங்களுக்கு முன்னர் தேசியமய வங்கிகளை முழுமையாக தனியார்மயமாக்கும் திட்டம் முன்வைக்கப்பட்டபோது இடதுசாரி களின் தீவிர எதிர்ப்பால் அது நிறுத்தி வைக்கப்பட்டது. வலதுசாரித் தரப்பில் குருமூர்த்தி மட்டுமே தனியார் மயத்தை எதிர்த்தார்.

அன்று அது அனுமதிக்கப்பட்டிருந்தால் இன்று நம் வங்கிகள் முதலீட்டை அமெரிக்க நிதி நிறுவனங்களுடன் சூதாடி திவாலாகி நின்றிருக்கும். அவை பொதுத்துறையாக இருந்த காரணத்தால் மட்டும் தான் தேசம் பிழைத்தது. இப்போதுகூட ஓரளவு பங்குகளை சத்யம் நிறுவனத்தில் முதலீடுசெய்த காப்பீட்டுத்துறையில் சிக்கல் இருக்கிறது.

இரும்பு உருக்கு, மின் உற்பத்தி, துறைமுகம், அடிப்படைச் சேவைகள் போன்றவற்றில் தனியார்மயம் கூடாது என்றும் பொருளாதாரத்தின் அடிப்படையான வல்லமையாக பொதுத்துறை இருந்தாகவேண்டும் என்றும் நான் நினைக்கிறேன். இல்லையேல் அது என்றுமே தேசத்துக்கு அழிவினை அளிக்கும்.

அதே சமயம் வணிகம் சார்ந்த துறைகளில், உதாரணமாக சுற்றுலா, பொதுத்துறையை விலக்கிக் கொள்வதும் அந்த நிதியை அடிப்படைக் கட்டுமானங்களுக்குச் செலவிடுவதுமே நல்லது என்று நினைக்கிறேன்.

கருத்தரங்குகளில் பொருளியலாளர்கள் இரு தரப்புக்கும் நியாயங் களைச் சொல்லி விரிவாகப்பேசுவதைக் கேட்டிருக்கிறேன். நாளிதழ் களின் கட்டுரைகளுக்குள்ளும் புள்ளி விவரங்களுக்குள்ளும் சென்றால் முடிவே இல்லாமல் சென்றுகொண்டே இருக்கலாம். இது எளிய தொழிற்சங்க ஆர்வலனாக என் இன்றைய புரிதல்.

ஜெ

அன்புள்ள ஜெ.,

பொருளாதாரத்திலும் தாங்கள் இவ்வளவு தூரம் ஈடுபாடு காட்டியிருப்பது மகிழ்ச்சியை அளிக்கிறது.

தனியார் மயத்தில் நீங்கள் சுட்டிக் காட்டியிருக்கும் பிரச்சினைகளை இரண்டு வகையாகப் பிரிக்கலாம்: பேராசை மற்றும் ஊழல் (சட்டத்திற்கு உட்பட்ட/மீறிய பேராசை என்றும் வகை பிரிக்கலாம்).

தற்போதைய உலகளாவிய நிதி நெருக்கடி பேராசை மூலம் உருவானது. ஹர்ஷத் மேத்தாவும், சத்யம் நிறுவனமும் ஊழல் வகையை சார்ந்தது. பொது நிறுவனங்களின் குறைகளைப் பட்டியலிட்ட தாங்கள், அவற்றின் ஊழல் பற்றிக் குறிப்பிடவேயில்லை.

ஊழல் என்பது தனியார் துறையிலும் உண்டு; பொதுத்துறையிலும் உண்டு. ஆனால் வித்தியாசம் மிக அதிகம்: சத்யம் நிறுவனத்தின் CEO கைது செய்யப்பட்டபோது கூனிக்குறுகிக் காட்சியளித்தார். பொதுத்துறையின் CEOக்களான நம் அரசியல்வாதிகள் கைது செய்யப்படும் போது எவ்வளவு தெனாவெட்டாகக் காட்சியளிக்கிறார்கள் என்பது நாம் அறியாததல்ல.

உங்கள் வார்த்தைகளில் சொல்வதென்றால்... நம் நாட்டில், பொதுத்துறை என்பது பிரபுத்துவம்; தனியார் துறை என்பது முதலாளித்துவம்.

அன்புடன்
ரத்தன்

(பி.கு: சில முக்கிய துறைகளை அரசாங்கமே கையாள வேண்டும் என்பதை நானும் ஒத்துக் கொள்கிறேன்... ஆனால், வங்கிகளும், இரும்பு ஆலைகளும் என் பொதுத்துறைப் பட்டியலில் இடம்பெறவில்லை.)

அன்புள்ள ரத்தன்,

சரிதான், கலப்புப் பொருளாதாரத்தின் அளவில் மட்டுமே நம்மிடையே கருத்து வேறுபாடு போலிருக்கிறது. ஊழலைப்பொறுத்தவரை அரசு ஊழலில் உள்ள கட்டுப்பாடுகள் கூட தனியார் நிதி சூதாட்டத்துக்கு இல்லை என்பதே என் ஊகம்.

ஜெ

பிப்ரவரி 6, 2009

தேசிய சுய நிர்ணயம்

அன்புள்ள ஜெ,

நான் சமீபத்தில் உங்கள் இந்திய பயணப்பதிவை (மறுபடியும்) படித்தேன், அதில் உள்ள ஒரு வரியே இந்தக் கடிதத்தை எழுதத் தூண்டியது.

நீங்கள் தமிழகத்தில் இருந்து வங்காளம் வரை சென்றதை குறிப்பிடும்போது, இன்னும் பார்க்க வேண்டிய நிலம் நிறைய உள்ளது, ஆனாலும் இது இந்தியாவில் ஒரு குறுக்குவெட்டுத் தோற்றத்தை பார்ப்பது போன்றது என்று சொன்னீர்கள் (நீங்கள் சொன்னதை உத்தேசமாக சொல்கிறேன்.)

சுருக்கமாக கேட்டால், 'இந்திய பயணம்' கிழக்கில் வங்காளத்தோடு முடிவடைகிறது என்று நீங்கள் நினைக்கிறீர்களா? வடகிழக்கு மாகாணங்களான அஸ்ஸாம், நாகாலாந்து, மிசோரம் போன்றவை பற்றி உங்கள் கருத்தென்ன? முக்கியமாக அதன் இந்தியத்தன்மை பற்றி உங்களின் கருத்தென்ன, பழுப்பு நிறமும், சற்றே கூர்மையான நாசியே இந்தியத் தன்மை என்று நீங்கள் நினைக்கிறீர்களா? மஞ்சள் நிறமும், சப்பையான மூக்கும் இந்தியத்தன்மையாகுமா? இந்தக் கேள்விகளுக்கான வார்த்தைகள் முதிர்ச்சி யில்லாமல் இருக்கலாம், ஆனால் முக்கியமானவை என்று நினைக்கிறேன்.

அரசியல் தளத்தில், அவை இந்தியாவுடன் இருந்தாலும், (அரசியல் தளத்திலேயே பெரும் insurgency – ஐ சந்தித்துக்கொண்டு இருக்கும் பிரதேசம் அது) கலாசார ரீதியாக அவை இந்தியாவுடன் சேர்ந்து இருப்பதாக நினைக்கிறீர்களா?

இங்கே எழுத்தாளர் வாஸந்தி திண்ணை இணைய இதழில் வடகிழக்கு மாநிலங்கள் பற்றி எழுதிய கட்டுரையும்,

http://www.thinnai.com/index.php?module=displaystory&story_id=20710253&edition_id=20071025&format=html

http://www.thinnai.com/index.php?module=displaystory&story_id=20711083&edition_id=20071108&format=html

அதற்கு திரு. அரவிந்த் நீலகண்டன் அவர்கள் எழுதிய மறுப்புரையும்

http://www.thinnai.com/index.php?module=displaystory&story_id=20711151&edition_id=20071115&format=html

உங்கள் பார்வைக்கு வைக்கின்றேன்.

மேலும், சமீபத்தில், மிசோரம் முதல்வர், சிங்கப்பூரில் நடந்த ஒரு மாநாட்டில், இந்தியாவில் நிறவெறி இருக்கிறது என்றும், தென்னிந்தியாவில் மிசோரம் என்ற மாநிலமே தெரியவில்லை என்றும் சொல்லி இருக்கிறார்.

http://economictimes.indiatimes.com/PoliticsNation/I-am-a-victim-of-racism-Mizoram-CM/articleshow/4701406.cms

இந்தியாவின் பெரும்பகுதியில் சுற்றி வந்த ஒரு இலக்கியவாதியாக உங்கள் கருத்தை அறிய ஆவலாய் இருக்கிறேன்.

நேசமுடன்
கோகுல்

அன்புள்ள கோகுல்,

இந்த தேசியம் சார்ந்த விவாதத்தில் ஈடுபடும் ஒருவருக்கு நம் வரலாறு சார்ந்து, நம் வரலாற்றெழுத்துமுறைகள் சார்ந்து, ஒரு அடிப்படை வாசிப்பு இருந்தால் அவர் பேசும் தொனியே வேறு. ஒரு நிலப்பகுதியை ஒரு தேசியமாக ஒருவர் முன்வைக்கிறார் என்றால் நான் அதனால் உருவாகும் பயன் என்ன என்ற கோணத்தில் மட்டுமே அதைப் பார்ப்பேன். அது 'உண்மையா' என்றல்ல. ஏனென்றால் வரலாற்றின் பெரும்பாலான உண்மைகள் உருவாக்கப்படுபவையே.

'கன்யாகுமரி மாவட்டம் என்றுமே ஒரு தனி தேசியமாகவே இருந்துள்ளது. இன்று அது தமிழகத்தின் ஒரு பகுதியாக வன்முறை மூலம் இணைக்கப்பட்டிருக்கிறது. குமரிதேசியம் தன் ஆக்ரமிப்பில் இருந்து விடுதலை பெறவேண்டும். தேசிய சுய நிர்ணய உரிமை பெற வேண்டும்' — அபத்தம் என்று உடனே தோன்றும் இல்லையா? ஆனால் வரலாற்றை வைத்து மிகக் கச்சிதமாக இதை நியாயப்படுத்தலாம்.

நமக்கு எழுதப்பட்ட வரலாறு எப்போது கிடைக்கிறதோ அப்போதிருந்தே குமரிமாவட்டம் தனி நிலப்பகுதியாக, தனிநாடாகத்தான் இருந்துள்ளது. சங்ககாலத்தில் இந்நாட்டை ஆய்மன்னர்கள் ஆண்டார்கள். அவர்களை

பாண்டியர்களும் சேரர்களும் மாறி மாறி தாக்கி அடிமைப்படுத்தி திறை பெற்றாலும் அவர்கள் தனி நாடாகவே இருந்தார்கள். நாஞ்சில்நாடு என தனிநாடாகவே இது எப்போதும் சொல்லப்பட்டது.

அதன்பின் நாஞ்சில்குறவன் இப்பகுதியை ஆண்டான். அவனை வஞ்சக மாகக் கொன்று பாண்டியன் இந்நாட்டைக் கைப்பற்றினான். பின்னர் சேரர்கள் கைப்பற்றினார்கள். பின்னர் ராஜசோழன் இந்நாட்டைக் கைப்பற்றி முந்நூறு வருடம் ஆண்டான். அவனுக்கு எதிராக நாஞ்சில் நாடு இடைவிடாது போராடியது. சோழர் ஆட்சியில் இருந்து சுதந்திரம் பெற்று நாஞ்சில்நாடு அரை நூற்றாண்டுக்காலம் தனித்து செயல் பட்டது. மீண்டும் பாண்டியர். அதன் பின் இஸ்லாமியர். அதன்பின் நாயக்கர்கள் இந்நாட்டை கைப்பற்றி திறை பெற்றார்கள்.

பின்னர் திருவிதாங்கூர் அரசு என்ற பேரில் இந்நாடு நாநூறு வருடம் தனியாகச் செயல்பட்டது. ஆரல்வாய்மொழி முதல் ஆலப்புழை வரை விரிந்து கிடந்தது. இந்தியா சுதந்திரம் பெறும்போது இது தனி நாடாகவே இருந்தது. தனி நாணயமும், தனி ராணுவமும், தனி கொடியும் கொண்ட முற்றிலும் சுதந்திர நாடு! சுதந்திர இந்தியாவுடன் சேர்வதற்கு நாஞ்சில்நாடாகிய திருவிதாங்கூர் திட்டவட்டமாக மறுத்து விட்டது.

இதன் அப்போதைய திவான் சி.பி. ராமசாமி அய்யர் இது ஒரு தனிநாடு, இது இந்தியாவுடன் இணையாது என்று அறிவித்தார். திருவிதாங் கூருக்கு தனியாகவே சுதந்திரம் அளிக்க வேண்டும் என வெள்ளை யனிடம் கோரிக்கை விடுத்தார். இந்தியாவின் 'ஆதிக்க' மிரட்டலை தடுக்க பாகிஸ்தானுக்கும் சீனாவுக்கும் ஆதரவு கோரி தூதனுப்பினார். ஆனால் இந்தியா தன் மாபெரும் ராணுவபலத்தால் திருவிதாங்கூரை பிடித்து தன்னுடன் சேர்த்துக்கொண்டது. ஆம், இது அத்தனையும் வரலாறு.

இன்றும் குமரிமாவட்டத்தின் பண்பாடு தனித்துவம் கொண்டது. இதன் உணவு, மொழி, சமூகவியல் எல்லாமே தமிழ்நாடு கேரளம் இரண்டிலும் இருந்து திட்டவட்டமாக வேறுபட்டிருக்கின்றன. இந்திய தேசியமும் தமிழ்-மலையாள தேசியமும் குமரி தேசியத்தை அழிக்கின்றன.

மேலும் குமரிநிலம் இந்தியாவில் இருந்தும் தமிழகத்தில் இருந்தும் பெற்றுக்கொள்வதை விட கொடுப்பது பல மடங்கு அதிகம். இதன் நீரில் முக்கால் பங்கை தமிழகம் எடுத்துக்கொள்கிறது. மின்சாரத்தில் தொண்ணூறு சதவீதத்தை தமிழகம் எடுத்துக்கொள்கிறது. இதன் மீன்வளம் மொத்த தமிழகத்தின் மீன்வளத்தில் பாதி. இந்தச் சிறு பகுதியில் மூன்று மீன்பிடி துறைமுகமும் ஒரு வணிகத்துறைமுகமும் உள்ளன. மொத்தத்தில் தமிழகத்தின் வளத்தில் ஏறத்தாழ முப்பது சதவீதம் இந்த மாவட்டத்தால்

அளிக்கப்படுகிறது. ஆனால் தமிழகத்தின் நிதிப்பங்கீட்டில் இந்த மாவட்டம் வெறும் நான்கு சதவீதத்தையே பெறுகிறது.

ஆகவே தமிழகத்தால் மிக வெளிப்படையாக குமரிநிலம் சுரண்டப் படுகிறது. வன்முறை மூலம் குமரியை தன் ஒருபகுதியாக ஆக்கிக் கொண்டிருக்கும் தமிழ்தேசியம் குமரிதேசியத்தை அழிக்கிறது! குமரிமக்கள் திரண்டு இந்த தேசிய ஆக்ரமிப்புக்கு எதிராக போராட வேண்டும். குமரிமக்கள் சிறுபான்மையினர் ஆகையால் வன்முறையை ஆயுதமாக்கினால் மட்டுமே தனிதேசியத்தை அடைய முடியும்.

மேலே சொல்லப்பட்ட அனைத்துமே தகவல்ரீதியாக முழுக்கமுழுக்க நியாயப்படுத்தப்படக் கூடியவை. குமரி மக்களில் ஆழமான ஓர் அதிருப்தி எப்போதும் உண்டு. எப்போதுமே தமிழக ஆட்சியில் குமரி மாவட்டத்துக்கு முக்கியமான இடம் இல்லை. எப்போதுமே புறக்கணிக்கப்படும் மாவட்டம் இது. படித்தவர்கள் மிக்க இம்மா வட்டத்தில் வேலைவாய்ப்புகள் குறைவு. தமிழகத்தில் மலையாளி யாகவும் கேரளத்தில் தமிழனாகவும் அடையாளப்படுத்தப்படும் துரதிருஷ்டம் இவர்களுக்கு உண்டு.

இந்த அதிருப்தியை பயன்படுத்திக்கொண்டு மேலே சொன்ன தகவல் களை வலிமையாக முன்வைத்து ஒரு சிறந்த பேச்சாளன் குமரிதேசியம் சார்ந்த உணர்ச்சியை இங்குள்ள மக்களிடம் உருவாக்கி ஒரு போராட்டத்தை முன்னெடுத்தான் என்று வைத்துக்கொள்வோம். அவனுக்கு சீனாவோ அமெரிக்காவோ பணம் கொடுத்தது என்று வைத்துக்கொள்வோம், அப்போது இந்த குமரிதேசியத்தை ஓர் ‘உண்மை’ என்று சொல்ல முடியுமா? ‘தேசிய சுயநிர்ணய’ உரிமை குமரி மக்களுக்கு வேண்டும் என்று சொல்லலாமா? இந்த வரலாற்று உண்மைக்காக குமரிமக்கள் ரத்தம் சிந்தவேண்டுமா? என்ன அபத்தம் என்று தோன்றுகிறது இல்லையா?

வடகிழக்கில் பேசப்படும் பெரும்பாலான தேசியங்கள் இந்த அளவுக்குக் கூட வரலாற்று நியாயங்கள் இல்லாதவை. இந்த அளவுக்குக் கூட நிலப்பரப்பு இல்லாதவை. உதாரணமாக போடோலேண்ட் என ஒரு தேசியக்கோரிக்கை பேசப்படுகிறது. ஆனால் போடோக்கள் மூன்று மாநிலங்களிலாக பிரிந்து மற்ற மக்களுடன் கலந்து கிடக்கும் ஒரு பழங்குடி இனம். அது ‘நாடார்லேண்ட்’ கேட்பதைப்போல.

அப்படி ஒரு நாடார்லேண்ட் கொடுக்கப்பட்டால் அங்கே வாழும் தேவர்கள் என்ன செய்வார்கள்? இன்னும் சிறுபான்மையினரான ஆசாரிகள், கொல்லர்கள், பகடைகள் எங்கே போவார்கள்? போடோ லேண்ட் போராட்டம் பெரும்பாலும் சக பழங்குடிகள் மேல் கொலை வெறித்தாக்குதல்களாகவே இதுவரை இருந்துள்ளது என்பதே

உண்மை. ஆனால் அதையும் நம் முற்போக்கு அறிவுலகம் 'தேசிய சுயநிர்ணய' உரிமை என்று பேசுகிறது.

இவ்வாறு சொல்கிறேனே, இந்திய தேசியத்தில் இருந்து தமிழ்த் தேசியம் பிரிந்துசெல்ல என்னென்ன காரணங்கள் உள்ளனவோ அதே அளவுக்கு காரணங்கள் தமிழ் தேசியத்தில் இருந்து குமரிதேசியம் பிரிந்துசெல்லவும் இருக்கிறது. இந்தியாவின் பிரிக்கமுடியாத உறுப்பாக தமிழகத்தைக் காண என்னென்ன காரணங்கள் உள்ளனவோ அந்த காரணங்கள் தமிழகத்தின் பிரிக்கமுடியாத உறுப்பாக குமரி மாவட்டம் இருக்கவும் உள்ளன.

ஒரு தேசியம் என நான் நினைப்பது மாற்ற முடியாத புனித கட்டு மானத்தை அல்ல. நான்கு காரணிகளால் ஒரு தேசியம் தன் கட்டமைப்பை அடைகிறது. தேசியத்தை நியாயப்படுத்தும் அம்சங்கள் அவை என்றும் சொல்லலாம்.

1. ஒரு நிலப்பகுதியின் அமைப்பு. அதற்குள் வாழும் மக்கள் ஒருநாடாக இணைவது அவர்கள் ஒருங்கிணைந்து முன்னேறு வதற்கு அவசியமாக ஆகிறது. ஆகவே அவர்கள் ஒரு தேசியம்.

2. பொதுப்பண்பாடு. ஒரு நிலப்பரப்பு எல்லைக்குள் வாழும் மக்கள் தங்கள் வேற்றுமைக்கு அப்பால் ஒரு பொதுவான பண்பாட்டின் சரடால் பிணைக்கப்பட்டிருப்பார்கள் என்றால் அவர்கள் தங்களை ஒரு தேசியமாக கருதி ஒருங்கிணைந்து முன்னேற முடியும்.

3. நெடுங்கால மக்கள் பரிமாற்றம். ஒரு நிலப்பகுதியில் மக்கள் நெடுங்காலமாக பரவி ஊடுகலந்து வாழ்கிறார்கள் என்றால் அவர்கள் ஒருங்கிணைந்து வாழ்ந்தே ஆகவேண்டும், வேறு வழி இல்லை.

4. சமகால அரசியல் பொருளியல் தேவைகள். ஒரு நிலப்பகுதியின் மக்கள் தங்களை அரசியல் ரீதியாக காத்துக்கொள்ளவும், பொருளியல் ரீதியாக வளர்த்துக்கொள்ளவும் ஒரு தேசியமாக திரள்வதன் தேவை இருக்குமென்றால் அவர்கள் ஒரு தேசியமே

மேலே சொன்ன நான்கு அம்சங்களுமே வலுவான ஓர் இந்திய தேசத்துக் கான காரணங்களாக அமைகின்றன என்றே நான் நினைக்கிரேன். நிலப் பகுதியாக இது ஒரு நாடு. இந்நாடு முழுக்க நிலவும் ஒரு பொதுப் பண்பாடு உண்டு, வேறுபாடுகளுக்கு அப்பால் அந்தப் பொதுமை அம்சம் வலிமையாக இருப்பதை காஷ்மீர் முதல் கன்யாகுமரி வரை பஞ்சாப் முதல் மிசோரம் வரை காணலாம்.

எல்லாவற்றையும் விட முக்கியமானது இந்த நாடு ஒரு பண்பாட்டு தேசமாக நெடுங்காலம் முதல் இருந்து வந்ததன் விளைவான மக்கள்

பரிமாற்றம். இந்தியாவில் கேரளம் போன்ற சில நிலப்பகுதிகளில் மட்டுமே பிற இந்திய நிலப்பகுதியினரின் குடியேற்றம் குறைவு. நவீன காலத்திலும் அந்தக் குடியேற்றம் நிகழ்ந்துகொண்டே இருக்கிறது.

தமிழகத்தின் எட்டுகோடி மக்களில் இரண்டு கோடியினர் தமிழ் பேசாத மக்கள். முந்நூறு நாநூறு வருடங்களாக இங்கே வாழ்பவர்கள். அதே சமயம் தமிழகத்துக்கு வெளியே இந்தியநிலமெங்கும் எப்படியும் இரண்டுகோடி தமிழர்கள் வாழ்கிறார்கள். இந்த மக்கள்பரிமாற்றமே இந்நிலத்தை ஒரு தேசியமாக ஆக்கும் சக்தி. வேறு வழியே இல்லை. ஒருங்கிணைந்தே ஆகவேண்டும். ஒற்றுமை கெட்டால் ரத்த ஆறுதான். மானுடப்பேரழிவுதான்.

வடகிழக்கு குறித்துச் சொன்னீர்கள், உங்களுக்குத் தெரியுமா, வடகிழக்கு மக்களில் கால்வாசிக்கும் மேல் பிற இந்தியப் பகுதிகளில்தான் வாழ்கிறார்கள். கொல்கொத்தாவில் மட்டும் ஐம்பது லட்சம் வடகிழகக்கு மாநில மக்கள் இருக்கிறார்கள் என ஒரு கணக்கு. சென்னையில்கூட ஒரு லட்சம் மணிப்பூர்-மேகாலயாவாசிகள் வணிகம் செய்கிறார்கள். இனரீதியாக வடகிழக்கு பிரிந்தால் இந்த மக்கள் அகதிகளாக வேண்டும்.

ஒரு வலிமைவாய்ந்த பெரும் தேசமாக, ராணுவ வல்லமையாக, பொருளாதார வல்லமையாக இருப்பதே இந்தியாவில் உள்ள அனைத்து மக்களுக்கும் சீரான அமைதியான வளர்ச்சியை உருவாக்கும். இந்தியாவைச் சுற்றி உள்ள நாடுகளின் துயரம் நிறைந்த வரலாறு நமக்குக் கற்பிப்பதும் அதையே.

இருந்தும் ஏன் இந்த குட்டிதேசியங்கள் பேசப்படுகின்றன? எப்படி இவை போராட்டங்களாக ஆகின்றன? நம்மில் இரு வகை அறிவுஜீவிகள் உண்டு. பலவகையிலும் பணம் வாங்கிக்கொண்டு எழுதும் புத்திசாலிகள். எது முற்போக்கு என்று சொல்லப்படுகிறதோ அதை எழுதும் அப்பாவிகள். இருசாரராலும் இந்த உபதேசியக் கோரிக்கைகள் முற்போக்கானவை என்று முன்வைக்கப்பட்டுவருகின்றன.

பஞ்சாப் தேசியக்கோரிக்கையின் ஊற்றுக்கண் எது? பஞ்சாப்பின் உபரி நீரை பிற மாநிலங்களுக்குக் கொடுக்கமாட்டோம் என்ற புனிதமான சுயநலம். அந்தச் சுயநலம் எளிதில் மக்களை ஒருங்கிணைக்கும். வறண்ட நெல்லைமாவட்ட பணகுடி – ராதாபுரம் பகுதிக்கு தண்ணீர் கொடுக்க மாட்டோம் என குமரி மக்கள் போராடியிருக்கிறார்கள். அதன் அடுத்த கட்டமாக குளச்சல் கடற்கரைப்பகுதிக்கு தண்ணீர் கொடுக்க மாட்டோம் என்று பைங்குளம் மக்கள் இங்கே போராடி தடை செய்தார்கள்.

ஒரு மண்ணில் பிறந்து அங்கே இருப்பதனால் அங்குள்ள நதியும் காற்றும் கனிவளமும் தனக்குச் சொந்தம் என்று நினைக்கும் சுயநலத்தையே

இங்கே புனித தேசியமாக நம் முற்போக்காளர்கள் எண்ணுகிறார்கள். அதுதான் ஒரு ஆறு அல்லது சானலின் முன்னால் குடியிருப்பது பின்னால் குடியிருப்பவர்களுக்கு நீரை மறுக்கும் அதிகாரத்தை அளிக்கிறது என்ற எண்ணமாகவும் ஆகிறது. இந்த உணர்ச்சிதான் காரைக்குடிக்கு தண்ணீர் கொடுக்க மாட்டோம் என திருப்பத்தூர் மக்கள் அறச்சீற்றம் கொள்ள வழி வகுக்கிறது.

வடகிழக்கு மக்களின் தேசியக் கோரிக்கைகள் இத்தகைய அபத்தமான சுயநலத்தின் சிருஷ்டிகள். அவற்றுக்குப் பின்னால் பலசமயங்களில் மிகக்குறுகிய இனவாதம்தான் இருக்கிறது. வடகிழக்கு தேசியக் கோரிக்கைகள் பல இனக்குழு அடையாளம் சார்ந்து எழுப்பப்படுகின்றன என்பதும் அவை ஒன்றுக்கொன்று கடுமையான வெறுப்பு கொண்டவை என்பதும் இங்குள்ள நம் அறிவுஜீவிகளுக்கு தெரிவதில்லை. அவற்றுக்கு பொதுவான எதிரியாக இந்திய தேசியம் இருப்பதால் மட்டுமே அவை ஒன்றுக்கொன்று ரத்தக்களரியில் ஈடுபடாமல் இருக்கின்றன.

ஆனாலும் அவ்வப்போது அவற்றுக்கு இடையே பெரும் வன்முறைகள் வெடித்து கொலைவெறியாட்டம் நடந்துள்ளது. சென்ற 2003 முதல் மூன்றுவருடம் போடோக்களுக்கும் பிற பழங்குடிகளுக்கும் இடையே நடந்த சண்டையில் கொல்லப்பட்டவர்கள் ஐயாயிரம் பேருக்கு மேல். துரத்தப்பட்டவர்கள் ஒரு லட்சம். இந்த தேசிய இனக்கோரிக்கைகள் வெற்றி பெற்று வடகிழக்கு மாநிலங்களில் கிட்டத்தட்ட பன்னிரண்டு தனி தேசங்கள் உருவானால் அங்கே என்ன நிகழப்போகிறது என்பது வெளிப்படை. எல்லா பழங்குடிகளும் எல்லா நிலங்களிலுமாக பரவி வாழும் அங்கே பழங்குடிக்கொரு தேசம் என்றால் ரத்த வெறியாட்டமும் அகதிப்பெருக்கமும்தான் உருவாகும். அதைத்தான் தேசிய சுயநிர்ணயம் என்கிறார்கள் நம் அறிவுஜீவிகள்.

இன அடையாளம் குறித்துச் சொன்னீர்கள். இதையெல்லாம் பற்றிப் பேசும் நம் ஆட்களில் ஒரு எளிய இந்தியச் சுற்றுப்பயணம் மேற் கொண்டவர்கள் எவரும் இல்லை. குறிப்பாக தமிழில் எஸ்வி ராஜதுரை போன்றவர்கள். அவர்களுக்கு நேர் அனுபவமாக தமிழகமே தெரியாது. ஒரு எதிர்மறை நிலைப்பாட்டை ஏற்கனவே எடுத்துக்கொண்டு அதற்கேற்ப தகவல்சேகரித்து எழுதிவைப்பதுதான் இவர்கள் அறிந்தது. இந்தியாவில் ஒரு சுற்று சுற்றிவந்தால் தெரியும் இங்கே இன அடையாளம் என்ற பேச்சே மிகமிக அபத்தம் என்று.

இந்தியாவில் சாதாரணமாக கண்ணுக்கே நான்கு வகை தோற்ற தனித் தன்மைகள் தென்படும். ஒன்று கரிய நிறமுள்ள மனிதர்கள். ஒரு பேச்சுக்காக திராவிடர் எனலாம். இன்னொன்று சிவந்த மனிதர்கள்,

ஆரியர்கள். மங்கலான நிறம் கொண்ட உயரமும் எடையும் இல்லாத சித்தியன் மக்கள். மஞ்சள் இனமான மங்கோலியர்.

இந்த மூன்று மக்களையும் நாம் இந்தியா முழுக்க எங்குமே காண முடியும் என்பதுதான் ஆச்சரியம். தென்னிந்தியாவில் அந்தமான் தீவில் உள்ள பழங்குடியினரில் மஞ்சள் இனத்தைச்சேர்ந்தவர்கள் உண்டு. கர்நாடகத்தில் பல இடங்களில் பல்லாயிரம் வருடப் பாரம்பரியமாக வாழும் மஞ்சள் இனத்தவர் உண்டு. வங்காளத்தில் டார்ஜிலிங் பகுதி முழுக்கமுழுக்க கூர்க்காக்களுடையது. இமையமலை அடிவாரம் முழுக்க எல்லா மாவட்டங்களிலும் மஞ்சள் இனத்தவர் உண்டு. அதேபோல வட இந்தியா முழுக்க எங்கும் திராவிட மக்களை பார்க்கலாம். பிகாரில் பெரும்பாலான மக்களில் திராவிட முகங்களே தென்படும். இன அடிப்படையில் இந்தியாவை நிலப்பாகுபாடு செய்யவே முடியாது.

அதேபோல இந்தியாவில் உள்ள எல்லா இனங்களும் நெடுங்கால இனக்கலப்பால் தனித்தன்மை இழந்து கலவையான பண்புகளுடன் இருப்பார்கள் என்பதைக் காணலாம். வங்காளிகளில் பெரும்பாலான வர்களுக்கு மங்கோலிய இன அடையாளம் கொஞ்சம் இருக்கும். நேதாஜி சுபாஷ் சந்திர போஸின் முகத்திலேயே நீங்கள் அதைப் பார்க்கலாம். மத்தியபிரதேசத்தில் போபால் பகுதியில், கர்நாடகத்தில் குந்தாப்பூர் பகுதியில் மங்கோலியக் கலப்புள்ள மக்களை நிறையவே பார்க்க முடியும்.

ஒரு பெருந்தேசமாக இருப்பதே இந்தியாவுக்கு இன்று நல்லது. இத்தனை மக்கள்பரிமாற்றம் உள்ள நிலப்பகுதியில் வேறெந்த தேசிய உருவகமும் அழிவையே உருவாக்கும். ஆகவே நான் இந்திய தேசியத்தின் ஆதரவாளன். உடனே இந்த தேசிய உருவகத்தை புனித மானது என நான் சொல்கிறேன் என்று சொல்ல ஆரம்பிக்கும் அறிவுஜீவிகள் நம்மிடையே அதிகம். இந்த தேசியத்தை விட மேலான இன்னொன்று, ஒரு சர்வ தேசியம், முன்வைக்கப்பட்டால் இந்த தேசிய உருவகத்தை உதறுவதே உசிதமானது என்பேன்.

ஆனால் இந்த வசதியான, வளர்ச்சியையும் அமைதியையும் அளிக்கக் கூடிய, தவிர்க்க முடியாத அமைப்பை உடைத்து ஒன்றுடன் ஒன்று போரிடும் சாதியதேசியங்களின், மொழிதேசியங்களின், இனத் தேசியங்களின் கூட்டமாக இந்த நிலத்தை ஆக்கவேண்டும் என்று சொல்லும் மேதைகள் சர்வதேசியத்தை முன்வைத்து தேசியத்தை நிராகரித்தவர்களை தங்களுக்கு மேற்கோள் காட்டுகிறார்கள். தேசியத்தை தாண்டிய பின் நவீனத்துவ படிமத்தைச் சூட்டிக் கொள்கிறார்கள்.

எதையும் எங்கும் எப்படியும் மேற்கோள் காட்டும் திராணி நம்மிடம் இருப்பது போல எங்கும் இருக்காது.

ஒரு தேசமாக ஒருங்கிணைந்து முன்னேறுவதற்கான காரணங்களே இந்தியாவின் எப்பகுதி மக்களுக்கும் அதிகம். இருந்தும் பிரிவினை வாதம் முன்வைக்கப்படுகிறது. பல இடங்களில் செல்வாக்குடனும் இருக்கிறது. ஏன்? முக்கியமாக அது அரசியல் உள்நோக்கம் கொண்ட கோரிக்கை. அதிகாரத்துக்கான குறுக்கு வழியாகவே இந்த தேசியக் கோரிக்கைகள் முன்வைக்கப்படுகின்றன. வடகிழக்குப் பகுதியில் சீனா பெரும் செலவில் மிகத்திறமையான உளவாளிகள் உதவியுடன் அந்தப் பிரிவினைவாதக் கோரிக்கைகளை வளர்த்து விடுகிறது.

இது இயல்பானதே. பாக் பஞ்சாபில் சிந்து தேசிய கோரிக்கையையும், ஸ்வாத் பள்ளத்தாக்கில் பதான் தேசிய கோரிக்கையையும் பாகிஸ் தானில் வளர்த்துவிட்டது இந்தியா. ஈழத்தமிழ் கோரிக்கையையும் இந்திய உளவுத்துறையே வளர்த்துவிட்டது. முடிந்தால் சீனாவுக் குள்ளும் உபதேசியக் கோரிக்கைகளை இந்திய அரசு தன் உளவமைப்புகள் மூலம் உருவாக்கக் கூடும்.

ஆகவே உபதேசியக் கோரிக்கைகளை அது உண்மையா பொய்யா என்ற அளவில் பார்ப்பது அபத்தம். அதனால் யாருக்கு லாபம், என்ன லாபம் என்ற அளவில் பார்ப்பதே உசிதமானது. வடகிழக்கு உபதேசியக் கோரிக்கைகளால் சாதிக்கொரு தனிநாடு கிடைத்தால் அங்கே லாபம் அடையப்போவது யார்? நாளை தமிழ்நாட்டை அதேபோல நாடார் லேண்ட், வன்னியநாடு, தேவர்பூமி என்றெல்லாம் பிரிக்கும் கோரிக்கை வந்தால் அதனால் எவருக்கு லாபம் வரும்?

கண்டிப்பாக மக்களுக்கு அல்ல. அவர்கள் தங்களுக்குள் மோதி அழிவார்கள். குருதி பெருக்குவார்கள். பட்டினியில் சாவார்கள். சுயநல நோக்குடன் இம்மாதிரி பிரிவினைவாதங்களை தூண்டிவிடும் அரசியல் வாதிகளுக்கும் சரி, அவற்றை நியாயப்படுத்தும் அறிவுஜீவிகளுக்கும் சரி மானுட அழிவு ஒரு பொருட்டே அல்ல. தங்கள் பிளவு அரசியல் மூலம் மக்கள் ஆயிரம் லட்சம் என அழிந்தால்கூட அந்த அழிவையே தங்கள் எதிரிக்கு எதிரான ஆயுதமாக மாற்றிக்கொள்ள முடியும் என்று தான் அவர்கள் யோசிப்பார்கள். அதைத்தான் எந்த மனசாட்சி உறுத்தலும் இல்லாமல் செய்வார்கள்.

பலசமயம் இவற்றில் உள்ள அபத்தம் நம் கண்களை மங்கச்செய்யும். சில்லறை பொருளியல் காரணங்களுக்காக ஆரம்பிக்கும் ஒரு பிரிவினை வாதப் போராட்டம் அந்த பொருளியல் லாபத்தை விட பல்லாயிரம் மடங்கு அழிவை உருவாக்கும். நதிநீர் தாவாவுக்காக பஞ்சாப்பில் ஆரம் பித்த தனிநாடுபோராட்டம் பாகிஸ்தானிய ஆதரவுடன் பெருகி

பஞ்சாப்பை அப்படியே மரணப்படுக்கையில் வீழ்த்தியது. வடகிழக்கு சுரண்டப்படுகிறது என்று சொல்லி ஆரம்பிக்கப்பட்ட போராட்டங்கள் சாதிப்போராட்டங்களாக மாறி வடகிழக்கையே அழித்துக்கொண்டிருக் கின்றன.

சமீபத்தில் சண்டே இண்டியன் இதழில் இதழாளர் ஒருவர் எண்பது களில் தீவிரவாதம் இருந்த நாட்களில் பஞ்சாப் எப்படி இருண்டு கைவிடப்பட்டுக் கிடந்தது என்று சொல்லிவிட்டு இன்றைய பஞ்சாப் கடந்த இருபத்தைந்தாண்டுகளில் எப்படி மாபெரும் பொருளியல் பாய்ச்சலை அடைந்துள்ளது என்பதை எழுதியிருந்தார். பொருளியல் வளர்ச்சிக்காக பிரிவினைப்போர் என்பது தலைவலிக்காக தற்கொலை செய்துகொள்வது போல.

எந்த தேசியக்கோரிக்கையும் தன்னிச்சையாக எழுவதில்லை. அதிகார அரசியல் நோக்குடன் திட்டமிட்டு உருவாக்கப்படுகின்றன அவை. ஒருசிலரை பதவிக்குக் கொண்டுசெல்லும் ஏணிகள் அவை. அந்த மாற்றத்தால் சிலசமயம் சில லாபங்கள் இருக்கலாம். ஆனால் அந்த ஆட்சி - அதிகார மாற்றத்துக்காக எந்த அளவுக்கு எளிய மக்கள் இழப்பைச் சந்திக்க வேண்டும் என்பது மட்டுமே கேள்வி. அந்தக் கோரிக்கை வரலாற்று ரீதியானதா இல்லையா என்பதல்ல.

வரலாறு தெரிந்தவன் ஒன்றை உணர்ந்திருப்பான், எந்த தேசியக் கோரிக்கையையும் வரலாற்றை வைத்து நியாயப்படுத்தலாம். எந்த தேசியக் கோரிக்கையையும் வரலாற்றை வைத்து நிராகரிக்கவும் செய்யலாம். சேர்ந்து வாழவேண்டும் என்றாலும் பிரிந்து சாகவேண்டும் என்றாலும் வரலாற்றில் இருந்து அதற்கான எல்லா ஆதாரங்களையும் கண்டுபிடிக்கலாம்.

ஜெ

ஜூலை 16, 2009

வடகிழக்கு பிரியவேண்டுமா?

அன்புள்ள ஜெ,

தங்களின் பதில் தேசிய சுய நிர்ணயம் கண்டேன். உண்மையில் இவ்வளவு நீண்ட அடர்த்தியான பதிலை எதிர்பார்க்கவில்லை. நன்றி. நான் உங்களுக்கு உடனே பதில் கடிதம் எழுத ஆரம்பித்தேன் ஆனால் முடிக்க முடியவில்லை, எதை எழுதினாலும் அபத்தமாகவே முடிகிறாற்போல் ஒரு எண்ணம். நீங்கள் சொல்வதை முழுவதுமாக ஏற்கவும் முடியவில்லை, மறுக்கவும் முடியவில்லை.

நீங்கள் சொன்னதின் ஒட்டுமொத்த சாராம்சமாக நான் கண்டது,

1. வரலாற்றை வைத்து எதனையும் முடிவு செய்ய முடியாது, ஒரு போராட்டத்தை கலகமாகவோ சுதந்திரர்போராட்டமாகவோ வரலாறு மாற்றும், வரலாறு சொல்வது எல்லாமே உண்மை கிடையாது.
2. பிரிவினை மூலம் மக்களுக்கு என்ன நன்மை கிடைக்கிறது என்பதே முக்கியம்.
3. வடகிழக்கு மாநிலங்கள் பிரிந்து சென்றால், ரத்தக் களரி நிகழும், அவர்களுக்குள்ளே அடிபட்டுக் கொள்வார்கள்.
4. இந்த நாட்டை மக்களின் தோற்றத்தை வைத்து (அதாவது இனத்தை வைத்து) பிரிக்க முடியாது.

நீங்கள் தேசியம் அமைவதற்கு அல்லது தொடர்வதற்கு நான்கு காரணிகளை *(factors)* கூறி இருக்கிறீர்கள்.

அந்த நான்கின் அடிப்படையில் பார்த்தாலும், வடகிழக்கு பிரதேசம் சேர்ந்து வாழ்வதற்கான சாத்தியக்கூறுகள் மிகவும் குறைவாக இருப்பதாகவே படுகிறது (எனக்கு தெரிந்த அளவில்).

நிலப்பகுதியின் அமைப்பு – பெரும் இந்தியா சமவெளியாகவும், பீடபூமியாகவும் இருக்க வடகிழக்கின் ஏழு சகோதரிகளும் குறிஞ்சியும் முல்லையுமாகவே இருக்கிறார்கள்.

மேலும், அவர்கள் mainland என சொல்லப்படும் இந்தியாவில் அடைவதற்கு siliguri corridar எனப்படும் குறுகிய நிலத்தின் வழியாகவே முடியும் என்ற அரசியல் அமைப்பு.

பொதுப்பண்பாடு - இது குறித்து எனக்கு ஒரு குழப்பமான கருத்தே உள்ளது, கலாசார ரீதியாக இந்தியாவுடன் சேர்ந்து இருப்பதற்கு இது மிக மிக முக்கிய காரணம், ஆனால் இது எந்த அளவிற்கு அந்தப் பகுதியில் இருக்கிறது என்று கேள்விக்குறியாகதான் இருக்கிறது.

சமகால அரசியல் மற்றும் பொருளியல் காரணங்கள்: இந்த காரணங்களின்படி பார்த்தால், பல வடகிழக்கு மக்கள் mainland இந்தியாவிலும் நன்றாக வாழ்ந்து வருகிறார்கள், ஆனால் இதற்கான வரலாறு குறித்தும் எனக்கு தெரியவில்லை, அதாவது இந்த migration எப்போது ஆரம்பித்தது அறுபதுகளிலா, எழுபதுகளிலா, அதற்கு முன்பாகவா என்று தெரியவில்லை, சுதந்திரத்திற்கு முன்பே ஆரம்பித்துவிட்டதா என்றும் தெரியவில்லை.

இந்தக் கடிதத்தை எழுதும்போது எனக்கு தோன்றுவது என்னவென்றால், நீங்கள் ‘வடகிழக்கு ஏன் சேர்ந்து வாழவேண்டும் என்று’ என்ற பார்வை கொண்டு உள்ளீர்கள், ஆனால் எனக்கோ மீண்டும் மீண்டும் ஏன் சேர்ந்து வாழக்கூடாது என்றே சிந்திக்கத் தோன்றுகிறது, ஆனால் அதை நியாயப்படுத்த போதிய வலு இல்லை என்றும் தோன்றுகிறது. ஏனெனில் நான் சாட்சிக்கு அழைக்கும் சிந்தனையாளர்களை நீங்கள் நிராகரிக்கிறீர்கள் (அதை தவறு என்று கூறவில்லை).

ஆனால் என்னுடைய முதல் கடிதத்தில், எழுத்தாளர் வாஸந்தி அவர்களின் சுட்டியை கொடுத்து இருந்தேன், அதில் அவர் சொல்லிய ஒரு கருத்து முக்கியமானது, அது ‘கலாசார ஆணவம்’. பிரிவினைக்கு இந்த கலாசார ஆணவமும் ஒரு முக்கிய காரணமாக தோன்றுகிறது. மைய இந்தியாவுடன் மொழியாலோ, மதத்தாலோ, முக்கிய தொழில் மற்றும் வாழ்க்கை முறையாலோ எவ்வளவுக்கெவ்வளவு தூரம் கொண்டு இருக்கிறதோ, அந்த தூர பிரதேசங்கள் அவ்வளவுக்கவ்வளவு மைய இந்தியாவின் கலாசார ஆணவத்தை எதிர்கொண்டு இருக்கின்றன, என்பதை நீங்கள் ஒத்துக் கொள்வீர்கள் என்று நினைக்கிறேன். நீங்கள் இந்தியப் பயணம் போனவர், தமிழர் என்பதிலோ அல்லது பொதுவாக தென்னிந்தியர் என்பதிலோ சில அவமானங்களை சந்தித்து இருப்பீர்கள் என்று நினைக்கிறேன் (இது உங்கள் விஷயத்தில் நடக்காமல் இருந்திருந்தால் மகிழ்ச்சி, ஆனால், வட இந்தியாவிற்கு செல்லும் 99% தமிழர்கள் அனுபவிப்பது.)

அது தமிழர்களை, 'சாம்பார் இட்லி' என ஏளனப்படுத்துவதில் இருந்து வடகிழக்கில் இருந்து ஒரு பெண் வந்தால் அவள் எப்போது வேண்டுமானாலும் படுக்கைக்கு வருவாள் என்று தில்லி பல்கலை கழக மாணவர்கள் நினைப்பது வரை நீள்கிறது, மேலும் அதன் பொருட்டு திராவிடஸ்தான் கோரிக்கை (பெரியார் முழங்கியது) முதல் நிரந்தர ராணுவ முகாம் இருக்கும் வட கிழக்கு போராட்டம் வரை தொடர்கிறது. கோரிக்கையும் அதன் போராட்டமும் அந்த சமூகம் எதிர்நோக்கும் ஏளனத்தின், ஆணவத்தை பொருத்து அமைகிறது. நீங்கள் இந்த கலாசார ஆணவம் ஒரு முக்கிய காரணமாக நினைக்கிறீர்களா, அல்லது இந்த நாட்டில் இதெல்லாம் சகஜமப்பா) என்று நினைக்கிறீர்களா? இங்கே கலாசார ஆணவத்தை நான் குறிப்பிட காரணம், அந்த கலாசார ஆணவமே மற்ற மெத்தனப் போக்கிற்கு காரணமாகின்றது. நான் ஆழ்ந்த வாசிப்பை கொண்டவனில்லை, தகவல் பிழை இருப்பின் மன்னியுங்கள். நான் அறிந்தவருள் தொலைகாட்சிகளிலோ அல்லது பத்திரிகைகளிலோ வட கிழக்கு சமாதானமாக போக வேண்டும் என்று சொன்ன முதல் மனிதர் நீங்கள். அதனால் மனம் சமாதானமடைய முடியவில்லை.

நேசமுடன்
கோகுல்

அன்புள்ள கோகுல்,

உங்கள் கடிதம் நம்முடைய அறிவுஜீவிகள் எவ்வளவு ஆபத்தான விளையாட்டில் ஈடுபட்டிருக்கிறார்கள் என்பதைக் காட்டியது. யாரோ எங்கோ உருவாக்கும் பிரிவினைக் கோட்பாடுகளை அப்படியே அவர்கள் விழுங்கிக்கொண்டு ஊடகங்களில் பரப்புகிறார்கள். அவை நம் மனதில் மெல்லமெல்ல ஊறி ஆழமான எண்ணங்களாக ஆகி அந்தக்கோணத்திலேயே நம்மை சிந்திக்கச் செய்கின்றன.

உங்களை வாஸந்தி பாதித்திருக்கிறார். ஆகவே வடகிழக்கு பிரிந்து போகவேண்டும் என்ற முடிவுக்கு வந்து அந்தக் கோணத்தில் பார்க்க பழகிவிட்டிருக்கிறீர்கள். அந்த முடிவுக்கு வாஸந்தி எப்படி வந்தார்? அவருக்கு அடிப்படை வரலாறோ அரசியலோ தெரியாதென்பதே என் எண்ணம். அவர் பிற ஊடகக் கட்டுரைகளை வாசிக்கிறார். அதில் இருந்து தன் முடிவை அடைகிறார். அதற்கான 'ஊக்குவிப்புகள்' அவருக்கு கிடைக்கின்றன.

அந்த ஊடகக் கட்டுரைகள் திட்டமிட்டு உருவாக்கப்படுபவை. அன்னிய ஆதிக்க — சீர்குலைவு நோக்கங்கள் கொண்டவை. அதைப் பற்றி வாஸந்தி போன்றவர்களுக்குக் கவலை இல்லை. அங்கே வன்முறை வெடித்து மக்கள் செத்தால் பட்டினி கிடந்தால் கவலை இல்லை. அதைப்பற்றி மேலும் ஆய்வுக்கட்டுரைகள் எழுதலாமே.

எல்லா மூன்றாமுலக நாடுகளிலும் குறுந்தேசிய பிரிவினைவாதங்களை ஆயுத உற்பத்திநாடுகள் உருவாக்குகின்றன. அவற்றை முன்வைத்து எழுதும் எழுத்துக்களை ஊக்குவிக்கின்றன. தங்கள் குறுந்தேசியப் பிரச்சினைகளை அவை முழுமையாகவே சமரசப்படுத்தி ஒடுக்கி ஒற்றைதேசியமாக ஆகி மேலும் மேலும் பெருந்தேசியங்களாக ஆகிக் கொண்டிருக்கின்றன - இதுவே சமகால உலக வரலாறு. நம் அறிவுஜீவிகள் அவர்களின் இரைகள். அல்லது ஒற்றர்கள்.

நான் சொன்ன விஷயங்களை மீண்டும் சுருக்கிச் சொல்கிறேனே...

1. ஒரு தேசிய உருவகம் என்பது எதற்குப் பயன்படுகிறது என்பதே அளவுகோல். இந்திய தேசியம் என்ற பெரும் கட்டுமானம் அதன் உள்ளுறுப்புகளின் சீரான வளர்ச்சிக்கு உதவும் என்பதே இன்றைய யதார்த்த நிலை.

2. பல குறுந்தேசியங்கள் இன-மத-சாதிய அடிப்படைகள் கொண்டவை. ஆகவே அவை பேரழிவை விதைப்பவை. இந்திய தேசியம் இந்த நிலப்பரப்பில் நெடுங்காலமாக மக்கள் பரவலாக்கம் இருப்பதனால் இயல்பாகவே உருவானது. ஆனால் இதற்கு மாற்றாகப் பேசப்படும் தேசியங்கள் எல்லாமே மத-இன-மொழி-சாதிய அடிப்படைவாத நோக்கு கொண்டவை.

3. ஆகவே குறுந்தேசியக் கோரிக்கைகள் மக்களை பிளவுபடுத்தி போராடி அழியவே வகை செய்யும். எவ்வகையிலும் முன்னேற்றத்துக்கு உதவாது.

நீங்கள் சொல்லும் காரணங்களில் வடகிழக்குக்கு இந்தியாவில் நில இணைப்பு இல்லை என்பது அபத்தம். இந்தியாவில் எத்தனையோ பகுதிகள் அப்படித்தான். ஏன் கன்யாகுமரி மாவட்டத்துக்கு தமிழகத்துடன் உள்ள ஒரே இணைப்பு ஒன்றரை கி.மீ. அகலம் உள்ள ஆரல்வாய்மொழி கணவாய் மட்டும்தான்.

மையத்து மக்களின் ஆணவம் அல்லது அலட்சியம் பற்றிச் சொன்னீர்கள். இதுவே உங்கள் பிரிவினை ஆதரவு மனநிலையின் சாரம். ஆனால் இதுவும் ஆதாரமில்லாத ஒரு மனப்பதிவுமட்டுமே. டெல்லியில் ‘வட இந்தியர்’கள் நம்மை நல்லவிதமாக நடத்துவதில்லை என்கிறீர்கள்... ஆனால் யார் இந்த வட இந்தியர்கள்? ஏற்கெனவே பணத்தால் அதிகாரத்தால் சில இடங்களைக் கைப்பற்றி வைத்திருக்கும் மிகச்சிறிய ஒரு கூட்டம். இன்று எழுச்சி பெற்று வரும் தென்னக மக்களைப்பற்றி அவர்கள் உணரும் பாதுகாப்பின்மை காரணமாக அவர்களுக்கு ஒரு முரட்டுத்தனம் ஏற்படுகிறது.

வட இந்திய மக்கள் என்பவர்கள் இவர்கள் அல்ல. கோடிக்கணக்கான கிராம மக்கள். ஏழை எளிய மக்கள். அவர்களின் ஊடாக வாழ்ந்திருக் கிறேன். அபாரமான மரியாதையும் பிரியமும் மட்டுமே எனக்கு கிடைத் திருக்கின்றன. கன்யாகுமரி என்னும்போதே கண்கள் மலர அமருங்கள் லஸ்ஸி சாப்பிடுங்கள் என்று சொல்லும் மக்களையே நான் கண்டிருக்கிறேன்.

வட இந்தியரைப் பற்றிய உங்கள் இதே உணர்ச்சியை தாழ்த்தப் பட்டவர்கள் பிற சாதியைப்பற்றி உணர்கிறார்கள். பிற்படுத்தப்பட்டவர்கள் பிராமணர்களைப்பற்றி உணர்கிறார்கள். இதுவா தனிநாடாக பிரிவதற் கான காரணம்? வளர்ச்சி மூலம், பேரம் மூலம் ஒரு கூட்டமைப்பில் தங்களுக்குரிய பங்கை எந்தத் தரப்பும் பெற முடியும்.

நாளை வடகிழக்கு சுதந்திரம் பெற்றாலும் அங்கே இதே சிக்கல் இருக்குமே. தமிழகம் சுதந்திரம் பெற்றால் குமரிமாவட்ட மக்கள் இதே நியாயத்தை பேசமுடியுமே?

இதேபோல இன்னொரு தப்பான மனப்பதிவு – இதுவும் அரைவேக் காட்டு ஊடகங்களால் உருவாவது - வடகிழக்கு வசதியாக இருக்கிறது என்பது. நகரங்களில் மிஷனரிகளின் அமைப்புகள் சார்ந்து வாழும் மக்களின் ஒரு சிறு வட்டத்தில் மட்டுமே நீங்கள் அங்கே ஒரு நடுத்தர வர்க்கச் செழிப்பை காணமுடியும். ஒருசிலர் இங்கிலீஷ் பேசினாலே அப்பகுதி முன்னேறிவிட்டது என்ற எண்ணம் கொள்ளும் ஆங்கில ஊடக அசடுகள் நம் சிந்தனையை தீர்மானிக்கிறார்கள்.

மாறாக வடகிழக்கில் பெரும்பாலான பகுதிகளில் தொழில்களே இல்லை. சந்தைகளையும் பண்ணைகளையும் போராளிக்குழுக்கள் கப்பம் வசூலிக்க பயன்படுத்துகிறார்கள். ஆகவே உற்பத்தியும் வினியோ கமும் முடங்கி பொருளியல் பக்கவாதம் வந்து கிடக்கிறது அப்பகுதி. போராளிக்குழுக்கள் பிரிந்து பிரிந்து ஒன்றுடன் ஒன்று போராடி ஒவ்வொரு குழுவும் தண்டம் வசூலிக்கின்றன. மணிப்பூர், மேகாலயா, நாகாலாந்தின் உட்பகுதிகள்தான் இந்தியாவிலேயே மிகமிக வறுமை மிக்க பகுதிகள்.

தோண்டி எடுக்கும் கிழங்குகளும் கொட்டைகளும் பச்சை டீயும் மட்டுமே உணவாக மக்கள் வாழ்கிறார்கள். ஆனால் அந்த வறுமைக்குக் காரணம் இந்தியா என அவர்கள் கற்பிக்கப்பட்டிருக்கிறார்கள். இது நேரில் காணும் உண்மை. பூனைகளையும் காட்டுநாய்களையும் பிடித்து சாப்பிடுகிறார்கள் மக்கள். காட்டுநாயை நானே சாப்பிட்டேன்.

இந்த இரண்டு வருடத்தில் மணிப்பூர் மேகாலயா இளைஞர்களும் இளம்பெண்களும் சென்னை ஓட்டல்கள் அனைத்திலும் அடிநிலை

வேலைகளுக்கு வந்து நிரம்பியிருக்கிறார்கள் தெரியுமா? காரணம் இங்கே உள்ள இளைஞர்களுக்கு வேறு வேலைவாய்ப்புகள் உள்ளன. அடிநிலை ஓட்டல் வேலைக்கு வர அவர்கள் தயாராக இல்லை. ஆனால் மணிப்பூர் மேகாலயா இளைஞர்களுக்கு அது நாம் வளகுடா நாடுகளுக்குச் செல்வதுபோல!

சென்ற இருபதாண்டுகளில் இந்தியாவில் பெரும் வளர்ச்சி அடைந்த பகுதிகள் தென்னக மாநிலங்கள். தமிழகம், கர்நாடகம், ஆந்திரம். (கேரளம் பணவிடைப் பொருளியலில் முடங்கிக் கிடக்கிறது.) குஜராத் ஏற்கெனவே முன்னேறிய பகுதி. பஞ்சாப் இந்தியாவின் முதல் உலகம். இங்கே வட இந்தியா எங்கே வந்தது?

சென்ற இருபது வருடங்களாக இந்திய அரசியல் என்பது வலுவான கூட்டரசியல். தென்னகப் பங்களிப்பே இந்திய அரசியலின் தீர்மானிக்கும் சக்தியாக உள்ளது. வருங்காலத்தில் இது இன்னமும் தெளிவடையும்.

இதை உடைத்து குறைந்தது ஐம்பது சிறுநாடுகளாக இப்பகுதி ஆவதன் மூலம் லாபம் அடையப்போவது யார்? அந்தப்பெரும் போராட்டம் மூலம் உருவாகும் மக்கள் இடப்பெயர்வு, அதன் வன்முறைகள் கசப்புகள் மானுடத்துயரங்கள், வளப்பகிர்வின் விளைவாக உருவாகும் பூசல்கள் போர்கள், அந்த குறுந்தேசியங்களின் அடிப்படையாக உள்ள இன மத மொழி வெறிகள் மூலம் அவற்றுக்குள் உருவாகும் பூசல்கள் போர்கள் — இவை அனைத்துக்கும் காரணமாக டெல்லியிலே சில பஞ்சாபிகளும் பிகாரிகளும் சில சென்னைக்காரர்களை நோக்கி நக்கல் அடிக்கிறார்கள் என்பதை முன்வைக்க முடியுமா?

சிந்தனைசெய்து பாருங்கள்.

ஜெ

ஜூலை 24, 2009

www.ingramcontent.com/pod-product-compliance
Lightning Source LLC
LaVergne TN
LVHW060551051026
849519LV00002B/362